DARLENE CUNNINGHAM

Những câu chuyện về Niềm tin và Giá trị đã hình thành nên Thanh Niên Với Sứ Mạng

Với Dawn Gauslin & Sean Lambert

Được khám phá bởi David Joel Hamilton

Dành tặng

Loren, người bạn đời, người cộng sự và người dám mạo hiểm. Không có anh thì chẳng có gì để kể lại.

Hàng trăm ngàn nhân sự YWAM đã sống và truyền cảm hứng cho tôi. Sự vâng lời của họ là sự tôn kính Đức Chúa Trời. Những câu chuyện, sự khôn ngoan và sự hy sinh của họ đã làm vui lòng Chúa và cả tôi nữa (bao gồm những đứa con của tôi là Karen, David và Judy).

Những đứa cháu Madison, Kenna và Liam cùng thế hệ của họ – hy vọng rằng những niềm tin, các giá trị và Lời Chúa trong sách này sẽ dẫn dắt họ.

Con cháu của họ – tức là những làn sóng tiếp theo –
…và những làn sóng tiếp theo …
…và còn nữa…

Darlene đã ảnh hưởng cuộc đời tôi rất nhiều kể từ lúc tôi lặn lội từ Burkina Faso khi chỉ mới 25 tuổi để tham gia hội nghị lãnh đạo quốc tế của YWAM diễn ra ở Lausanne, Thụy Sĩ. Lúc ấy, tôi chưa nói được tiếng Anh, nhưng bà đã nhìn thấy điều gì đó ở tôi – đó là một trong những khả năng vượt trội của bà.

Những gì Darlene dạy về Giá trị Nền tảng của YWAM đã không chỉ uốn nắn đời sống và vai trò lãnh đạo của tôi, từ khi vợ chồng tôi tiên phong nhiều cơ sở ở Togo và Nigeria, mà thật ra là ảnh hưởng cả lục địa châu Phi – đặc biệt là tuổi trẻ và văn hóa của chúng tôi. Cụ thể là giá trị "Biết Chúa" đã biến đổi đời sống của rất nhiều người lính trẻ ở Nigeria, khi họ hạ vũ khí xuống để theo Ngài và học DTS của YWAM. Giờ đây, chúng tôi đang xây dựng Trường Đại học Các dân tộc trên mảnh đất rộng 1500 mẫu Anh đã từng là trụ sở của những người lính trẻ ngày nào, để nhìn thấy nhiều người châu Phi nữa được đào tạo và sai phái vào cánh đồng truyền giáo.

Paul Dangtoumda
Lãnh đạo cơ sở YWAM ở cảng Harcourt, Nigeria

Các giá trị của YWAM giống như cột mốc chỉ đường để cho thấy cách Chúa dẫn dắt chúng ta trong quá khứ và đang dẫn lối chúng ta vào tương lai, hầu cho chúng ta vẫn giữ vẹn "tinh thần sứ mạng". Tôi gặp Darlene lần đầu tiên khi vợ chồng tôi bước vào Trường Đào tạo Lãnh đạo ở Barbados. Đời sống đi theo Chúa Jêsus trong sự vâng phục và bày tỏ các giá trị ấy đã tạo ra cơ hội để tôi đeo đuổi tiếng gọi của mình ở trong YWAM.

Darlene luôn làm gương trong việc đặt câu hỏi phản biện "Chúng ta là phong trào truyền giáo như thế nào?" và "Tại sao chúng ta làm những gì đang làm?" Quyển sách này nhắc lại những câu trả lời dành cho câu hỏi này và nhiều điều khác nữa, nó cũng cho thấy tầm quan trọng của việc tra xét và điều chỉnh lại sự kêu gọi sao cho phù hợp với những niềm tin và các giá trị của chúng ta.

Ngày hôm nay, vợ chồng tôi đang lãnh đạo Trường Đại học Các dân tộc ở San Jose, Costa Rica, tất cả đều là kết quả mà Darlene đã đầu tư vào cuộc đời của chúng tôi. Trong cơ sở, rất nhiều người trẻ đến từ châu Mỹ La-tinh và các quốc gia khác vẫn đang nói "Vâng!" với Chúa, họ lắng nghe Ngài, làm theo sự kêu gọi của Ngài và quyết không bỏ cuộc!

Giacomo Coghi
Đồng sáng lập Trường Đại học Các dân tộc
San Jose, Costa Rica

Tôi có cơ hội được "lớn lên" trong Chúa qua YWAM. Tôi học DTS ở Lausanne, Thụy Sĩ dưới tài lãnh đạo của gia đình Cunningham. Đa số những gì tôi đặt lòng tin cậy và cách tôi hướng dẫn cộng đồng của mình ở khu vực Trung Đông đến từ công tác môn đồ hóa bằng chính cuộc đời của họ vào thời ấy.

Bây giờ, Darlene lại cho chúng tôi có được quyển sách <u>Giá trị cốt lõi</u> thật quý giá này. Qua sách này, bạn sẽ đọc thấy những câu chuyện đã giúp hình thành nên tổ chức truyền giáo của chúng ta và là cơ sở hình thành nên các Giá trị Nền tảng. Những giá trị này ra từ tấm lòng của Đức Chúa Trời, còn chúng ta có được vinh dự để sử dụng những điều ấy từ thế hệ này đến thế hệ khác.

Quyển sách này là nguồn tư liệu quý giá dành cho hết thảy nhân sự của YWAM và đặc biệt là các lãnh đạo! <u>Giá trị cốt lõi</u> chuyển tải trọng tâm của sứ mạng và thắp sáng ngọn đuốc của chúng ta. Hãy giơ cao ngọn đuốc ấy cho thế hệ tiếp theo!

Martha M.S.
Sống và phục vụ ở Trung Đông

<u>Giá trị cốt lõi</u> là quyển sách dành cho sinh viên DTS, nhân sự YWAM, lãnh đạo YWAM, bất kỳ cá nhân hay gia đình nào

muốn dấn thân vào công tác truyền giáo. Sự khiêm nhường và sẵn sàng mở lòng của Darlene, cùng với những câu chuyện rất cá nhân mà Đức Chúa Trời đã xử lý trong tấm lòng của bà để dạy về niềm tin và giá trị cốt lõi của YWAM đã ảnh hưởng tôi rất nhiều, thay đổi cách lãnh đạo và làm việc của tôi. Cuộc đời và những câu chuyện của YWAM mà bà chia sẻ trong quyển sách này – tức là cách họ đã sống bày tỏ những giá trị của YWAM – sẽ thay đổi cuộc đời bạn mãi mãi.

Leaula Schmidt
Một người Samoa đang phục vụ ở Nam Á

Lời cảm ơn đặc biệt

Tôi muốn cảm ơn ba người bạn và cũng là cộng sự – quyển sách này sẽ không được viết ra nếu không có các bạn! Chúng tôi chia sẻ khải tượng và tình bạn; món thịt chiên giòn và những tiếng cười với nhau! Tôi yêu quý các bạn!

Dawn Gauslin

Tình bạn khăng khít, sự khôn ngoan và lòng cam kết của cô trong việc truyền thông các giá trị của YWAM đã trở thành nguồn cảm hứng liên tục dành cho tôi. Cảm ơn bạn đã giúp tôi tìm được lời lẽ để giải bày tấm lòng của mình.

Sean Lambert

Anh là người đã tìm gặp tôi để nói rằng: "Đã đến lúc viết ra quyển sách về các giá trị – tôi sẽ giúp cô hoàn thiện nó!" Anh đã trung tín làm xong những gì mình đã nói, dù phải đối diện với trở ngại nào đi nữa thì anh vẫn làm một cách hết mình.

David Joel Hamilton

Đội của chúng ta đã cùng nhau trải qua những lần đi dạy và chia sẻ về cuộc đời suốt những năm qua làm tôi thấy rất vui. Sự cam kết của anh đối với các nguyên tắc và những nghiên cứu kỹ lưỡng trong Kinh Thánh là nền tảng mà tôi vẫn nương nhờ.

Nội dung

Lời cảm ơn

Đầu tiên và trước hết, chúng tôi cảm ơn Đức Chúa Trời toàn năng là nguyên nhân cho mọi kết quả đã xảy ra qua tổ chức YWAM. Chúng tôi đã có kết quả vì Ngài là Đấng thành tín!

"Hãy cứ ở trong ta, thì ta sẽ ở trong các ngươi. Như nhánh nho, nếu không dính vào gốc nho, thì không tự mình kết quả được, cũng một lẽ ấy, nếu các ngươi chẳng cứ ở trong ta, thì cũng không kết quả được" – Giăng 15:4.

Chúng tôi muốn cảm ơn và chúc phước cho gia đình YWAM thuộc nhiều thế hệ trên bình diện quốc tế đã trở thành một phần trong câu chuyện tuyệt vời bằng sự hy sinh và lòng cam kết của họ. Chúng tôi cũng cảm ơn các lãnh đạo mục vụ và những giáo sư tuyệt vời đã góp phần xây dựng cuộc đời của chúng tôi. Chúng tôi cũng muốn vinh danh hàng trăm ngàn chiến sĩ cầu nguyện, bạn bè và những người hỗ trợ ở khắp nơi trên thế giới đã đồng công với YWAM và nhân sự của YWAM. Các bạn đã góp phần rất lớn trong câu chuyện này!

Trong quá trình viết sách, chúng tôi đã gặp được Scott Tompkins là chủ biên cho dự án này. Scott là một nhân sự YWAM lâu năm hiểu rất rõ về khải tượng, niềm tin và giá trị cốt lõi trong tổ chức truyền giáo của chúng tôi. Đóng góp của anh thật là đáng quý và cũng khó có thể tưởng tượng được quyển sách Giá trị cốt lõi có thể hoàn thiện mà không có anh.

Cảm ơn đặc biệt tới Marcia Zimmerman vì kỹ năng đọc và chỉnh sửa bản thảo cho quyển sách này. Cảm ơn Craig McClurg là người đã thiết kế bìa, Joseph Avakian đã tạo ra hình ảnh của Cây Niềm Tin, Judy Robertson đã thiết kế hình ảnh minh họa về lăng kính và cuối cùng là Russ Gauslin vì công khó của anh trong việc kiểm tra lại tất cả địa chỉ Kinh Thánh vào đúng một tuần trước khi anh về với Chúa Jêsus.

Chúng tôi cũng muốn cảm ơn Nhà xuất bản YWAM vì sự đồng công của họ trong dự án sách này. Chúng tôi trân trọng biết ơn khải tượng và sự lãnh đạo đầy tớ của Tom và Terry Bragg cùng cả đội nhân sự của họ đã làm việc không ngừng nghỉ để xuất bản những quyển sách tuyệt vời cho mọi người.

Lời tựa bởi
Loren Cunningham

Thanh Niên Với Sứ Mạng (YWAM) được thành lập vào năm 1960, nhưng mọi thứ thực sự bắt đầu vào năm 1963 khi tôi kết hôn với Darlene. Nàng thực sự là người đồng sáng lập. YWAM không thể tồn tại đến ngày hôm nay nếu không có Darlene. Nàng là người biết phát hiện tài năng, phát triển nhân lực, trang bị cho cả đội, xây dựng cộng đồng và là người hỗ trợ đã giúp cho sự tấn tới của YWAM.

Vào những năm mới hình thành, Đức Chúa Trời đã gửi đến cho chúng tôi những người nam và người nữ tuyệt vời để dạy dỗ đường lối và nguyên tắc của Ngài. (Ngài vẫn còn làm vậy cho đến ngày hôm nay). Darlene, là một diễn giả xuất sắc, nàng đã phát triển kỹ năng lắng nghe khi ai đó giảng dạy, tiêu hóa và tóm tắt những bài dạy đó, rồi truyền thụ lại các nguyên tắc ấy cho người khác, dạy dỗ họ làm điều tương tự.

Chính Darlene là người đã giúp xác định và mang lại sự hiểu biết về niềm tin cùng 18 giá trị cốt lõi trong công tác truyền giáo. Chúng tôi thường gọi những điều này là "DNA" của YWAM – tức là gen di truyền đã giúp YWAM là YWAM. Nàng là người cầm cờ và cũng là quán quân trong việc truyền thụ lại niềm tin và giá trị cốt lõi.

Giá trị cốt lõi là một nguồn tài liệu tuyệt vời dành cho nhân sự YWAM cũ và mới. Tôi nóng lòng muốn nhìn thấy quyển sách này được lưu hành trong gia đình sứ mạng của chúng ta vì đây là công cụ hữu ích để hiểu rõ đường lối của Đức Chúa Trời đã dẫn dắt chúng ta và cũng là mục tiêu mà Ngài đã kêu gọi chúng ta phải trở thành. Hiểu rõ chúng ta là ai ngày hôm nay và làm thế nào chúng ta tồn tại đến bây giờ là chìa khóa cho sự nhân rộng và phát triển trong tương lai. Chúng ta muốn giữ vững *sứ mạng* mà Đức Chúa Trời đã ban cho chúng ta.

Trong Phúc Âm Giăng đoạn 15, chúng ta được kêu gọi cứ ở trong Đấng Christ, hầu cho chúng ta được kết quả – tức là kết quả bông trái còn mãi. Khi chúng ta giữ mình thật tươi tỉnh ở trong Ngài, trong khải tượng về làn sóng những người trẻ bao phủ các lục địa trên thế giới bằng Tin lành, trong niềm tin và giá trị cốt lõi, thì tôi tin rằng chúng ta sẽ nhìn thấy bông trái của Nước Trời sẽ gia tăng đáng kể ở trong và qua YWAM.

Loren Cunningham
Nhà sáng lập Thanh Niên Với Sứ Mạng

Giới thiệu: Sức mạnh của câu chuyện

Hết thảy chúng ta đều thích nghe một câu chuyện hay. Nhưng tại sao những câu chuyện như thế lại bắt lấy sự chú ý của chúng ta đến như vậy? Vài câu chuyện mang tính giải trí, khiến chúng ta bật cười hay bật khóc. Những câu chuyện khác lại thách thức và thúc đẩy chúng ta. Vài câu chuyện cho chúng ta có hy vọng, trong khi những chuyện khác mang đến sự tuyệt vọng. Có những chuyện mang tính dạy dỗ về giá trị thật, còn những chuyện khác cho thấy những nguy hiểm rình rập ở phía trước.

Vài câu chuyện làm thay đổi chúng ta, ghi khắc vào lòng chúng ta, tạo ra một giai thoại đầy cảm hứng để uốn nắn thế giới quan, hình thành các giá trị và cuốn hút đến nỗi phải có hành động cụ thể. Chúng tôi mong rằng những câu chuyện về niềm tin và các giá trị của YWAM được đề cập trong quyển sách này cũng làm điều tương tự – đây chỉ là những câu chuyện rất nhỏ mà chúng ta có thể kể lại về sự thành tín rất lớn của Đức Chúa Trời.

Thông qua quyển sách Giá trị cốt lõi, chúng tôi muốn truyền thụ lại những câu chuyện về cách Chúa đã hình thành nên niềm tin và các giá trị nền tảng, hầu cho nhiều thế hệ kế tiếp có thể thuật lại cho cháu chắt của họ, để chúng ta không bị trượt dài khỏi con đường mà Đức Chúa Trời đã dẫn dắt (Hê-bơ-rơ 2:1). Chúng ta sẽ tìm thấy những câu chuyện gần gũi của Đức Chúa Trời giúp chúng ta vượt qua những thử thách và tiến tới sự thắng lợi. Nhưng chúng tôi cũng muốn có sự minh bạch mà kể lại ngay cả những thất bại nữa – tức là cách Đức Chúa Trời đã xử lý chúng ta và cách chúng ta đáp ứng lại với Ngài bằng lòng cam kết đối với đường lối của Ngài.

Thi thiên 78:1-4 cho thấy rõ lý do vì sao chúng tôi lại viết ra quyển sách này. Đoạn Kinh Thánh ấy nói rằng: "Hỡi dân ta, hãy lắng tai nghe lời khuyên dạy của ta; hãy nghiêng tai nghe lời của miệng ta. Ta sẽ mở miệng nói bằng ẩn dụ, giãi bày những huyền nhiệm từ đời xưa, là những điều chúng ta đã nghe biết, và tổ phụ đã thuật lại cho chúng ta. Chúng ta sẽ chẳng giấu các điều ấy với con cháu chúng ta, nhưng sẽ thuật lại cho thế hệ tương lai vinh quang của Đức Giê-hô-va cùng quyền năng Ngài, và các phép mầu mà Ngài đã làm".

Đức Chúa Trời có tài kể chuyện

Đức Chúa Trời của chúng ta là bậc thầy về truyền thông. Kinh Thánh bày tỏ những kỹ năng truyền thông của Ngài còn hơn bất kỳ hành động nào khác mà Ngài đã làm – gần 3000 lần!

Khi lắng nghe một bậc thầy về lĩnh vực truyền thông, chúng ta không chỉ chú ý những gì được nói ra, mà những điều đó còn được truyền đạt như thế nào nữa. Gần 80% bản văn của Kinh Thánh được viết theo lối kể chuyện – đúng là lẽ thật được truyền đạt theo lối kể chuyện. Điều này chẳng có gì lạ vì Đức Chúa Trời là Đấng đã hà hơi vào Kinh văn cũng là Đấng làm nên loài người. Có khoảng 80% dân số loài người thuộc tầng lớp thu thập kiến thức bằng cách truyền miệng, tức là họ ưa chuộng phương pháp kể chuyện.

Đúng vậy, khi thuật lại một câu chuyện lôi cuốn, thì sự tác động không chỉ xảy ra ở tâm trí, mà còn ảnh hưởng tới cảm xúc và ý chí của chúng ta một cách vô cùng mạnh mẽ. Thí dụ, câu chuyện về Sa-đơ-rắc, Mê-sác và A-bết-nê-gô (Đa-ni-ên 3) có sức biến đổi vì trong câu chuyện đó, chúng ta nhìn thấy những người bình thường làm được những việc phi thường – còn chúng ta được cảm động để làm điều tương tự. Câu chuyện giúp truyền tải lẽ thật một cách hợp nhất vào tâm trí và tấm lòng của chúng ta đến nỗi chúng ta có thể áp dụng ngay vào trong đời sống của mình.

Chúng tôi muốn đọc giả cũng liên hệ những niềm tin và các giá trị giống như vậy. Chúng tôi tin rằng những câu chuyện có thật về cách Đức Chúa Trời đã phán cùng chúng tôi và cách những người có thật đã áp dụng niềm tin và các giá trị này sẽ truyền cảm hứng và thúc đẩy bạn. Còn ai có thể kể chuyện của YWAM bằng Darlene Cunningham, là người đồng sáng lập tổ chức truyền giáo của chúng ta? Là người mẹ thuộc linh, bà vẫn đang truyền thụ lại một cách trung tín những lẽ thật và nhiều bài học trong cuộc sống rất quan trọng cho chúng ta – là những người kế thừa – vì trong suốt quãng đời của mình, bà đã tin tưởng và giúp đỡ những người lân cận đạt tới tầm thước vóc giạc ở trong Đức Chúa Trời.

Khi bạn đọc các chương sách này, hãy ghi nhớ những câu chuyện đã được chép ra. Hãy đón nhận. Biến những câu chuyện ấy trở thành của riêng bạn. Cho phép chúng thay đổi suy nghĩ, nâng đỡ cảm xúc và định hướng ý chí của bạn. Hãy chú ý kỹ cách Đức Chúa Trời đã hành động trong đời sống của họ và dự phần vào câu chuyện.

Hãy lắng nghe Đức Chúa Trời, vâng lời Ngài và đừng bỏ cuộc!

David Joel Hamilton
Trường Đại học Các dân tộc
Phó chủ tịch Uỷ ban Chiến lược Quốc tế

Tất cả phần trích dẫn Kinh Thánh trong quyển Giá trị cốt lõi được lấy từ Bản dịch Truyền thống 1925 và Bản dịch Truyền thống Hiệu đính 2010.

Tại sao lại đề cập Giao Ước Nguyên Thuỷ?

Trong sách này chúng tôi sẽ gọi Kinh Thánh tiếng Hê-bơ-rơ (từ Sáng thế ký đến Ma-la-chi) là Giao Ước Nguyên Thuỷ, chứ không sử dụng phạm trù truyền thống là Cựu Ước. Chúng tôi làm vậy là vì chữ "cựu" hàm ý là đã qua rồi; có nghĩa là không còn thực tế nữa và đáng bị phớt lờ vì đã có giao ước mới rồi. Nhưng khi dùng chữ "nguyên thủy" tức là nói tới một di sản lâu dài là nền tảng kiên cố đáng được trân quý, vì nhờ đó mà cái mới được hình thành.

Chương 1

Từ thế hệ này đến thế hệ kia

"Tôi chính là kết quả từ mục vụ của hai người!" Loren và tôi vô cùng ngạc nhiên, một nhân sự YWAM đang ngồi trong đám đông 3500 người thì liền đứng dậy, nhìn chằm vào Loren và tôi, rồi hô to tên và quốc gia của mình. Sau đó, anh ta la lớn lên rằng: "Tôi chính là kết quả từ mục vụ của hai người!" Khi người đó ngồi xuống, một người khác đứng lên và làm điều tương tự rồi cứ thế lần lượt đến những người khác nữa.

Khi hàng tá người khác dâng vinh hiển cho Chúa Jêsus, thì chúng tôi dâng trào những giọt nước mắt. Đó là một khoảnh khắc nghẹn ngào trong sự vui mừng khôn xiết. Chúng tôi cảm thấy tình yêu thương và sự trân trọng của từng người đã nói "vâng" với Chúa Jêsus bằng cách dự phần vào và ủng hộ phong trào của những kẻ khố rách áo ôm gọi là Thanh Niên Với Sứ Mạng (YWAM).

Những lời khích lệ này xảy ra vào dịp kỷ niệm ngày thành lập Thanh Niên Với Sứ Mạng lần thứ 50 tại cơ sở Kailua Kona ở Hawaii. Đó là vào tháng Chạp, Loren và tôi đã di chuyển trong suốt năm đó, đến 44 địa điểm trong tổng số 34 quốc gia, là những nơi diễn ra lễ kỷ niệm lần thứ 50 đã thu hút hơn 30,000 nhân sự YWAM và bạn bè hội tụ lại với nhau.

Điều kỳ diệu là chúng tôi đã đi hết 109 chuyến bay mà chẳng có chuyến nào bị huỷ hoặc tới trễ hoặc gặp phải thời tiết xấu! Quả thật, Chúa đã dự bị trước cho chúng tôi từng chi tiết!

Chúng tôi bắt đầu năm mới ở New Zealand, khi buổi gặp mặt đầu tiên cùng với mọi người đến từ phía Nam Thái Bình Dương đã khép lại, tôi nghĩ ngợi rằng: Chắc không có lễ kỷ niệm lần thứ 50 nào có thể diễn ra tốt đến như vậy. Tuy nhiên, tôi đã sai. Mỗi lần gặp mặt đều khác nhau và là những lần rất sáng tạo và độc nhất ở mỗi khu vực trên thế giới.

Chủ đề của buổi lễ kỷ niệm là "Ngọn Lửa Tương Lai". Chúng tôi nhớ tới sự thành tín của Đức Chúa Trời dành cho phong trào **đã trải qua** hơn 50 năm, vui mừng trước việc Chúa làm giữa vòng chúng tôi trong **hiện tại**, đồng thời ngẫm nghĩ bằng đức tin trước hết thảy những gì Ngài muốn làm trong **tương lai**. Khi chúng tôi đi từ chỗ này đến nơi khác, tôi nhận ra một lần nữa rằng khi chúng tôi họp nhau lại như một gia đình toàn cầu, thì Đức Chúa Trời phán cùng chúng tôi!

Ở mỗi nơi đi qua, chúng tôi luôn nhìn thấy những lá cờ của các dân tộc, những bộ trang phục truyền thống sặc sỡ, các buổi thờ phượng đa ngôn ngữ, bánh sinh nhật, tiếng cười, tiếng trống, bản đồ, ngọn đuốc, các em thiếu nhi, các sự kiện lịch sử, đồ ăn và những vũ điệu – lúc nào cũng có nhảy múa. Đây là YWAM! Tôi chưa bao giờ tự hào về gia đình của mình đến như vậy – cũng như phải hạ mình nhiều hơn trước tất cả những gì Đức Chúa Trời đã làm ở trong và qua chúng tôi!

Đằng sau mỗi buổi lễ là tinh thần hiếu khách và lòng biết ơn vô cùng được bày tỏ ra với hết thảy những ai đã giúp đỡ mục vụ của chúng tôi. Mỗi sự kiện được kết thúc bằng sự tập chú vào thập tự giá của Đấng Christ, dự lễ tiệc thánh với nhau và hát lên bài ca Giao ước Kỷ niệm 50 năm, lời bài hát vang lên lòng kết ước của chúng tôi trong việc đem ngọn lửa tiến vào tương lai từ thế hệ này đến thế hệ kia. Tôi còn nhớ mọi người đọc to Giao ước Kỷ niệm 50 năm thật lớn tiếng, đôi khi hòa quyện cùng với nhiều ngôn ngữ khác nhau – các em thiếu nhi cũng xếp hàng để ký tên mình nữa.

Đó là một ký ức tuyệt vời đến chóng mặt khi nghĩ đến các địa điểm của YWAM, vì chúng tôi phải đi ngang dọc khắp địa cầu từ đô thị cho đến các vùng hẻo lánh – từ Argentina đến Bangladesh, từ Cộng hòa Dominica đến Hồng Kông, từ Thụy điển đến New Zealand, từ Uganda đến Mongolia, từ Canada đến Kazakhstan, cả những địa điểm trên đường đi nữa. Khung cảnh, âm thanh, mùi vị và khí hậu ở mỗi nơi đều để lại những ký ức thật vui vẻ mà Loren và tôi đã từng tiên phong.

Một trong những tiết mục yêu thích của chúng tôi ở mỗi nơi đó là được lắng nghe các báo cáo thuật lại – khi các anh chị em bản địa mô tả các mục vụ và kết quả của họ. Chúng tôi cũng thích cầu nguyện cho các "nhân sự rất nhỏ của YWAM" – tức là các em thiếu nhi đại diện cho thế hệ tiếp theo sẽ thay đổi cả thế giới.

Ở mỗi buổi gặp mặt trong số 44 địa điểm, tôi đã bày tỏ sự kính trọng trước những hy sinh mà hết thảy nhân sự và tình nguyện viên của YWAM đã bỏ ra: những người nấu ăn cho chúng tôi, đón các đội từ sân bay, dạy dỗ trong các trường học, đã bảo vệ và chăm lo cũng như đón tiếp mọi người ở tại cơ sở. Danh sách cảm ơn cứ dài mãi không ngừng. Chúng tôi cũng bày tỏ lòng kính trọng dành cho hàng triệu người đã hỗ trợ YWAM và các giáo sĩ bằng sự cầu nguyện, sự dâng hiến và tình bạn.

Vào buổi lễ cuối cùng kỷ niệm lần thứ 50 diễn ra tại Kona, có hai hình ảnh nổi bật nhất trong tâm trí tôi. Một là hình ảnh 200 nhân sự và sinh viên đã cùng nhau diễu hành cùng với những lá cờ của các quốc gia. Đó là một hình ảnh về gia đình YWAM quốc tế chứa đựng mùi vị của thiên đàng như đã được nhắc đến trong Khải huyền 7:9, câu Kinh Thánh này cho biết có rất nhiều người từ các dân, các nước và các thứ tiếng không thể đếm được sẽ ra mắt Chiên Con của Đức Chúa Trời bằng sự thờ phượng. Hai là lúc Loren và tôi đang ngồi trên sân khấu cùng với con cái, cháu chắt và có mẹ của tôi nữa, lúc ấy bà đã được 96 tuổi. Thật là một hình ảnh tươi đẹp về Đức Chúa Trời của sự giao ước đã thành tín hành động qua bốn thế hệ các mục sư và giáo sĩ!

Một buổi sáng nọ, không lâu sau sự kiện cuối cùng diễn ra, tôi ngồi với Loren ở ngoài ban công, nâng niu ly cà phê và hướng tầm nhìn về phía biển Thái Bình Dương. Tôi quay sang hỏi anh rằng:

"Có điều gì làm anh ngạc nhiên sau khi đến thăm 44 địa điểm vừa rồi không?"

Anh dường như lặng thinh nghĩ ngợi gì đó trong đầu, có lẽ vẫn còn miên man với những khải tượng như mọi khi.

"Anh rất được khích lệ khi nhìn thấy sự lành mạnh của tổ chức truyền giáo đang có mặt ở khắp nơi trên thế giới. Chúng ta có quá nhiều lãnh đạo năng động đang trổi dậy. Anh thấy rùng mình vì tất cả những phương tiện tiên tiến giúp đẩy nhanh công tác mà Đức Chúa Trời đã kêu gọi chúng ta".

Tôi dừng lại hồi lâu, uống một ngụm cà phê. "Em cũng đồng ý, nhất là những báo cáo được thuật lại một cách thật đáng nể".

"Darlene ơi, em có biết trong khi người ta vẫn cứ nghĩ YWAM là một tập hợp gồm các nhân sự ngắn hạn, còn chúng ta lại có được nhiều hơn thế nữa. Hàng ngàn nhân sự của chúng ta đã phục vụ Chúa qua nhiều thập kỷ và họ vẫn còn rất sung sức. Phong trào của chúng ta bây giờ còn lớn mạnh hơn những gì chúng ta có thể đo lường. Mọi thứ lan nhanh khắp mọi nơi".

"Loren à, điều làm em thấy cảm động đó là được gặp gỡ rất nhiều Cơ Đốc nhân thuộc thế hệ đầu tiên đến từ các quốc gia phi Cơ Đốc đã gia nhập vào YWAM, ngay cả những nhân sự YWAM thuộc thế hệ thứ hai và thứ ba mà chúng ta đã gặp nữa. Rất nhiều em thiếu nhi được nuôi dưỡng trong môi trường sứ mạng cũng tự chọn trở thành giáo sĩ sau này."

Loren cười, "Đúng vậy, điều ấy cũng khiến anh cảm thấy rất phước hạnh. Anh rất biết ơn vì chiều kích của sự hiệp một và sự đồng công giữa vòng con dân của Đức Chúa Trời ở khắp mọi nơi trên thế giới".

Suốt buổi sáng hôm đó, chúng tôi lấy làm lạ về sự lan rộng nhân sự YWAM từ trong quá khứ cho đến hiện tại mà chúng tôi gọi là bảy lĩnh vực xã hội. Gồm có Gia đình, Kinh tế, Chính quyền, Tôn giáo, Giáo dục, Truyền thông và Giải trí. Những ai đã hoàn thành Trường Huấn Luyện Môn Đồ đều mang trong mình gen di truyền DNA của YWAM mà bước vào các lĩnh vực để phục vụ, cho dù họ có còn là nhân sự của YWAM nữa hay không – giống như con trai của chúng tôi là David đã trở thành đạo diễn phim.

Hễ khi nào Loren nghe thấy một người sinh viên trước đây đang làm những điều vĩ đại trong các lĩnh vực xã hội, thì đôi mắt của anh sáng bừng lên rồi nói rằng: "Một lần là người YWAM, thì mãi mãi là người YWAM!" Chúng tôi phục vụ một Đức Chúa Trời là Đấng vẫn đang hành động một cách đa dạng thông qua nhiều thế hệ.

Bí mật của YWAM là gì?

Các lãnh đạo sứ mạng, mục sư hay lãnh đạo trong giới kinh doanh thường hỏi tôi rằng: "Vì sao YWAM lại tăng trưởng nhanh chóng đến như vậy? Chưa hề có tổ chức nào phát triển tới mức độ giống như các bạn hay vẫn còn giữ vẹn những niềm tin ban đầu qua nhiều thập kỷ như thế. Bí mật của các bạn là gì?" Câu trả lời:

* Chúng tôi lắng nghe Đức Chúa Trời
* Chúng tôi vâng lời Ngài
* Chúng tôi kiên nhẫn chịu đựng

Sách Gia-cơ trong Tân Ước khích lệ hết thảy người nào tin Chúa cầu xin Đức Chúa Trời ban cho sự khôn ngoan (1:15), không những nghe mà còn phải làm theo ý muốn của

Đức Chúa Trời nữa (1:25), rồi kiên nhẫn vượt qua thử thách (1:3).

Nghe có vẻ quá đơn giản so với một phong trào truyền giáo quốc tế phi hệ phái vô cùng phức tạp đã ảnh hưởng hàng triệu người, nhưng điều ấy là đúng lắm! Lắng nghe tiếng Chúa, vâng lời Ngài và sự kiên nhẫn đã giúp chúng ta giữ vẹn "tinh thần sứ mạng". Nếu có ai không hiểu được rằng chúng ta tin Đức Chúa Trời vẫn đang phán và dẫn dắt chúng ta, thì họ sẽ không hiểu được YWAM! Chúng ta là một phong trào giáo sĩ được gắn kết với nhau bằng khải tượng, niềm tin, giá trị và mối quan hệ.

Quyển sách này nói về những niềm tin và các giá trị đó. Tôi hy vọng hễ ai đọc đều nhận được cảm hứng để truyền đạt lại cho thế hệ tiếp theo. Tôi biết vài nhà văn giỏi, các lãnh đạo và các chiến lược gia sẽ nhìn vào những niềm tin cốt lõi và các giá trị nền tảng của YWAM rồi nói rằng: "Tất cả không có gì đặc biệt". Tôi đồng ý rằng vài điều được coi là quy tắc hoạt động, nhưng đây là cách Đức Chúa Trời đã dẫn dắt chúng tôi. Tất cả hình thành nên cấu trúc DNA của chúng tôi – tức là gen di truyền giúp hình thành nên YWAM.

Loren và tôi không phải là lãnh đạo của YWAM – Đức Chúa Trời mới là Đấng lãnh đạo! Chính Ngài đã hình thành nên tổ chức này khi hàng ngàn nhân sự làm theo các bước lắng nghe tiếng Chúa, vâng lời Chúa và kiên nhẫn chịu đựng. Những người trẻ của chúng tôi, bây giờ đã có đến ba thế hệ, chính là bằng chứng tốt nhất cho những gì Đức Chúa Trời có thể làm qua những người biết chủ động trong việc đồng công với Đức Thánh Linh. Chúng tôi đã học cách tin cậy vào khả năng lắng nghe tiếng Chúa của họ. Khi chúng tôi chinh phục những người trẻ, giúp họ nhận ra ân tứ và sự kêu gọi, thì chúng tôi đã nhìn thấy sự nhân rộng một cách kỳ diệu. Không có sự giải thích nào khác ngoài việc Đức Chúa Trời là Đấng khiến YWAM có được kết quả ở khắp mọi nơi trên thế giới.

Chương 2

Những năm đầu tiên

Tôi vừa mới tổ chức sinh nhật của mình gần đây (tôi không nói là sinh nhật lần thứ mấy đâu). Như mọi năm, tôi bắt đầu ngày hôm đó bằng lời cảm tạ Chúa vì những gì mình đã nhận được. Tôi rất biết ơn vì những gốc rễ Cơ Đốc vững chắc trong cuộc đời mình. Tôi sinh ra ở Canada và là dòng dõi lâu đời của tổ phụ là những người nam và người nữ đã sống cả cuộc đời để chia sẻ Lời Chúa.

Cha tôi là Ed Scratch vốn biết rõ Chúa đã kêu gọi ông bước vào chức vụ, nhưng khi còn trẻ, ông muốn tránh xa tiếng gọi này! Ông học trở thành thợ cắt tóc. Ngay sau khi tốt nghiệp, bà nội của tôi đã gọi cho ông nói rằng: "Đã có chuyện không hay xảy ra với đôi mắt của cha con. Ông đã bị mù rồi!"

Ông vội chạy về nhà, ông tỏ ra lo lắng cho đôi mắt của cha mình. Nhưng điều ông nội lo lắng hơn không phải là bị mù, mà ai sẽ giảng cho Hội thánh vào Chúa Nhật này? Ông nói với cha rằng: "Con trai, không còn ai ngoài con!" Thế là, cha tôi chia sẻ với Hội thánh vào Chúa Nhật đó – thật ra là một trong những bài giảng mà ông nội đã chuẩn bị sẵn. Không lâu sau, cha tôi đã ăn năn vì đã không muốn tiếp nhận lời kêu gọi của Chúa. Ông đã hạ mình xuống và nói rằng:

"Chúa ơi, con không né tránh tiếng gọi của Ngài nữa đâu! Con xin *đồng ý* với Ngài". Vài ngày sau, Chúa đã chữa lành cho ông nội, thế là ông có thể nhìn thấy lại! Tôi rất biết ơn vì Đức Chúa Trời đã đeo đuổi bằng tình yêu thương, chính điều ấy đã mở mắt trong lòng cha của tôi để ông nhìn thấy sự kêu gọi!

Thay vì trở thành thợ cắt tóc, cha đã trở thành mục sư và rao giảng bằng sự xức dầu. Một ngày nọ, đương lúc chia sẻ với một Hội thánh lân cận, ông gặp được người em vợ của mục sư. Bà là một cô gái tóc vàng xoăn rất xinh đẹp, bà là người hết lòng yêu mến Chúa và không lâu sau đã phải lòng Ed. Họ đã kết hôn với nhau và trở thành một bộ đôi hầu việc Chúa rất sung mãn.

Mẹ tôi là Enid Scratch sinh ra ở xứ Wales. Cha của bà đã qua đời lúc bà được 6 tuổi, còn gia đình chuyển tới Canada khi bà được 12 tuổi. Cả nhà đi nhóm thường xuyên và cố gắng sống với "Luật vàng". Nhưng khi đến nhóm tại nhà thờ British Columbia, họ bắt đầu đi nhóm tại một nhà thờ mà ở đó người ta thường trao đổi với nhau về "mối quan hệ cá nhân" với Chúa. Đức tin của họ cũng bị ảnh hưởng theo. Trong vòng một tháng, mẹ tôi và các thành viên còn lại trong gia đình đã kinh nghiệm được sự cứu rỗi hết sức kỳ diệu. Chúa Jêsus trở thành trọng tâm trong cuộc đời của họ.

Khi bạn đặt Chúa lên hàng đầu, thì mọi thứ trong đời sống sẽ đi vào trật tự. Từ lúc còn nhỏ, tôi thấy được cách Đức Chúa Trời dẫn dắt từng bước một. Cha mẹ tôi rất thích vai trò chăn bầy và quan tâm đến tín hữu của mình. Họ luôn cho tôi cơ hội tham gia và chẳng để anh chị em tôi bị cô lập khỏi công tác của họ.

Vài người nói mình "được lớn lên trong Hội thánh", có nghĩa là họ được dẫn tới nhà thờ từ nhỏ. Còn tôi được lớn lên ở dưới tầng hầm của một Hội thánh và tư thất của mục sư nằm ngay sát bên cạnh. Tôi thường phải nằm ngủ ở trên sàn nhà của Hội thánh vào buổi tối, còn giọng điệu của cha tôi đang chia sẻ sứ điệp là bài hát ru tôi vào giấc ngủ. Gia đình của chúng tôi thường xuyên đón tiếp các diễn giả và giáo sĩ đến nỗi những chuyện đó trở nên rất bình thường. Đến giờ ăn, chúng tôi chia sẻ lại lời chứng của những người đã tiếp nhận Chúa Jêsus, những phép lạ và những nơi hẻo lánh mà họ đang phục vụ Chúa.

Lớn lên cùng với những người nam và người nữ của Đức Chúa Trời đã thắp lên trong tôi niềm khao khát muốn biết Chúa giống như họ. Tôi còn nhớ có lần phải trốn ở dưới ghế nhà thờ khi Tiến sĩ Mark Buntain là giáo sĩ nổi tiếng ở Ấn Độ ở lại nhà của chúng tôi. Tôi để ý bước chân của ông đi qua giữa hai hàng ghế trống của nhà thờ, khóc lóc cầu nguyện, kêu lên những cái tên lạ lẫm của rất nhiều người mà ông đang cưu mang ở Ấn Độ, cầu xin Chúa thay đổi họ. Điều ấy đã khiến tôi biết rằng ông và Đức Chúa Trời rất yêu thương họ!

Khi tôi được sáu tuổi, có một lần được gặp gỡ Đức Chúa Trời cùng với mẹ đã thay đổi cuộc đời tôi hoàn toàn. Một giáo sĩ đến từ châu Phi đang chia sẻ với Hội thánh của chúng tôi và ở lại với gia đình tôi. Ông có một đứa con gái ở châu Phi cũng trạc tuổi tôi lúc đó, mà còn thích chơi với tôi nữa, cô ấy có một máy nghe nhạc. Tôi rất thích nghe mấy bản nhạc trong máy nghe nhạc của tôi! Ông nói rằng con gái của ông cũng rất thích nghe mấy bài nhạc đó.

Một ngày nọ, mẹ tôi nói rằng: "Darlene, con có rất nhiều bản nhạc. Con có nên nghĩ tới việc tặng cho đứa con gái của người giáo sĩ ở châu Phi chăng!"

Tôi ngẫm nghĩ về điều mẹ nói và quyết định rằng, *đó là một ý hay!* Tôi tìm những bài nhạc rồi lấy ra vài bài tặng cho bạn ấy – những bài tôi không thích lắm. Tôi tự hào đem mấy bài nhạc đưa cho mẹ. Bà xem qua những bài hát mà tôi đã chọn rồi nói rằng: "Tại sao con không tặng bài Peter và con sói?"

"Không được tặng bài Peter và con sói – đó là bài con thích!"

"Nếu đó là bài con thích, thì con có nghĩ rằng bạn ấy cũng thích bài hát ấy không? Có thể đó cũng là bài hát bạn ấy thích nữa đấy".

Bà là người rất khôn khéo trong việc không tạo áp lực cho tôi – bà chỉ đơn giản đặt câu hỏi. Tôi phải vật lộn với câu trả lời, nhưng sau khi tôi đã cho đi bài hát mình thích nhất, thì tôi cảm thấy rất vui. Chính hành động vâng lời rất đơn sơ ấy đã trở thành nền tảng cho thói quen ban phát rời rộng trong đời sống của tôi. Đức Chúa Trời đã ban cho điều tốt nhất của Ngài – còn chúng ta cũng phải ban cho điều tốt nhất của mình. Tôi chứng kiến điều này xảy ra rất nhiều lần khi gia đình chúng tôi cùng nhau đóng gói mấy thùng đựng vật phẩm để gửi đi cho các giáo sĩ, hay là mấy hộp kẹo cho những người đang ở trong tù.

Người anh cả của cha tôi là Clare cũng truyền cảm hứng về sứ mạng trong đời sống tôi – có lẽ vì tôi tin rằng mình là đứa cháu gái được cưng nhất của ông! Chú Clare là một giáo sĩ ở Trung Hoa. Ông kể cho tôi nghe những câu chuyện ly kỳ nhất về con người và nơi đó. Tôi rất thích đi ăn ở nhà hàng của người Hoa để được nghe ông nói tiếng Hoa với người chủ tiệm và mấy người hầu bàn. Ông cũng dạy tôi biết cách cầm đũa – chẳng có đứa bạn nào có thể làm được điều đó!

Có lần mẹ kể cho tôi nghe chuyện chú Clare đến Trung Hoa lần đầu tiên. "Ông biết rõ mình được Chúa kêu gọi để làm chứng cho người Trung Hoa, nhưng ông không nói được tiếng Hoa mặc dù đã học mấy tháng trời".

Bà kể tiếp rằng: "Một ngày nọ, khi ông đến thăm những người sắc tộc trên cao nguyên, ông rất thất vọng vì không thể nói được tiếng bản địa. Kể từ đó, một người phụ nữ sắc tộc chẳng học hành gì cả đã nói chuyện với chú Clare bằng "tiếng lạ". Bà nói tiếng Anh một cách rất lưu loát, đó là thứ ngôn ngữ mà bà chưa hề học qua lần nào và cũng chẳng nghe ai nói cả!"

Tôi há hốc miệng vì quá ngạc nhiên! "Thật hả mẹ?"

"Thông điệp mà Chúa dùng người phụ nữ ấy nói với chú Clare là: Đức Chúa Trời hứa sẽ cho ông nói được "tiếng hoa", thế là kể từ hôm đó, chú Clare đã nói tiếng Hoa phổ thông rất lưu loát – đó là một phép lạ Chúa đã làm!"

Với suy nghĩ của một đứa con nít, tôi sững sờ khi biết rằng Đức Chúa Trời có thể cho phép người này nói được thứ ngôn ngữ kỳ lạ và khó khăn đến như vậy. Lời chứng về chú Clare đã giúp tôi tin rằng Đức Chúa Trời có thể làm được mọi sự!

Mỗi ngày, gia đình của chúng tôi đều cầu thay cho chú Clare. Khi tôi còn rất nhỏ, vào lúc bắt đầu Chiến tranh Thế giới lần thứ 2, quân Nhật đã xâm lược Trung Hoa. Họ bắt chú Clare và bỏ ông vào trại giam. Ông biết rằng chuyện này rốt cuộc cũng xảy ra nên đã đưa vợ con về Canada bình an. Nhưng ông đã chọn ở lại Trung Hoa cùng với những người mà ông đang cưu mang, để cùng vượt qua nguy hiểm với họ và dẫn dắt thêm nhiều người nữa tiếp nhận Chúa. Sau hơn hai năm ở trong trại giam, ông bị bỏ đói đến gần chết. Rồi một phép lạ đã xảy ra.

Lần này, cha kể với tôi câu chuyện ấy: "Một ngày nọ, chú Clare của con lấy hết sức mình để đi đến gần hàng dây thép là thứ người ta dùng để làm rào chắn xung quanh doanh trại. Chú ấy cầu nguyện rằng; 'Chúa ơi, nếu đây là lúc Ngài đưa con về thiên đàng, thì con sẵn sàng chết vì Ngài. Nhưng nếu Ngài vẫn muốn con sống, thì con sẽ tiếp tục chia sẻ Tin lành của Ngài với người Trung Hoa'. Liền lúc đó, một con gà xuất hiện ở phía bên kia hàng rào dây thép đẻ một quả trứng!"

Đôi mắt tôi mở to ra và há hốc miệng.

"Chú Clare đưa tay lòn qua hàng rào, lượm quả trứng lên, rồi ăn – cả vỏ và trứng – để có thêm can-xi. Từ ngày đó cho đến ngày được trả tự do, Đức Chúa Trời đã sai một con gà đến đẻ trứng mỗi ngày ở phạm vi đủ gần ở bên kia hàng rào! Đó là nguồn prô-tê-in duy nhất của chú ấy. Thế mà cứu được mạng sống đấy!"

Chính phép lạ này trở thành một hòn đá kiên cố khác nữa cho đức tin của tôi. Câu chuyện này nhắc tôi nhớ rằng: Đức Chúa Trời không bao giờ thiếu câu trả lời; Ngài luôn mở lối!

Người Nhật trả tự do cho chú Clare sau ba năm rưỡi bị bắt giam. Chú và gia đình của mình quay trở lại Trung Hoa để tiếp tục phục vụ với vai trò giáo sĩ. Tôi lớn lên với suy nghĩ, *nếu chú Clare sẵn sàng từ bỏ mạng sống vì người Trung Hoa đến như vậy, thì họ phải là những người rất quan trọng trên trần gian này!*

Tôi được kêu gọi làm giáo sĩ

Gia đình tôi chuyển tới Olympia, Washington khi tôi còn nhỏ. Khi lớn lên tôi tham dự những kỳ trại của Hội thánh mỗi lúc hè về. Những kỳ trại ấy có đủ trò vui nhộn và bài học thuộc linh bổ ích. Khi tôi được 9 tuổi, tôi có một cuộc gặp gỡ lạ thường với Chúa đã trở thành "lời kêu gọi bước vào sứ mạng" của tôi. Trong khải tượng ấy, tôi thấy mình ở trong một ngôi nhà tranh, chia sẻ Phúc Âm với hàng trăm trẻ em châu Á tóc đen ngồi dưới đất nhìn thẳng mặt tôi. Tôi biết đó là giây phút mà tôi được kêu gọi trở thành giáo sĩ – tôi nghĩ đó sẽ là một nơi nào đó ở châu Á.

Chúng tôi chuyển đi từ Olympia đến Akron, thuộc tiểu bang Ohio khi tôi được 13 tuổi, sau đó chúng tôi lại chuyển đi lần nữa đến thành phố Redwood, thuộc tiểu bang California khi tôi đến tuổi trung học. Sau khi tốt nghiệp, tôi đi thẳng vào trường y tá. Tôi đã dự định trở thành một giáo sĩ y tá.

Lúc ấy, mấy cô gái trẻ đều kết hôn, có những bạn tiến tới hôn nhân ngay sau khi ra khỏi trường. Tôi đã hẹn hò với một chàng thanh niên, rồi cũng có nhiều lời cầu hôn. Nhưng chẳng giống với mấy đứa bạn cùng lứa, tôi không hề lo lắng về hôn nhân. Tôi nghĩ ấy là vì mình đã biết "thân phận" sẽ bước vào sứ mạng, mặc dù tôi chẳng cho thấy điều đó một cách rõ ràng.

Tôi yêu mến Chúa và tôi cũng yêu mấy người bạn của mình – nhưng lúc nào tôi cũng có một chút gì đó hơi khác thường và luôn đẩy mọi việc tới bờ vực. Cha tôi là một người khôn ngoan. Ngay cả khi hệ phái của chúng tôi nghiêm khắc về cách hành xử đến nỗi hầu như ai cũng nghĩ đó là chuyện "bình thường", thì ông không hề áp đặt những quy định ấy ở trên tôi. Thay vì thế, ông dạy tôi những nguyên tắc Thánh Kinh mà nhờ đó tôi có thể đưa ra những lựa chọn sáng suốt. Điều này giúp tôi hiểu nhiều hơn về bản chất và đặc tánh của Đức Chúa Trời. Cha tôi không lo ngại về dáng vẻ bề ngoài; ông muốn nhìn thấy tấm lòng nhận được sự mặc khải, biết dè giữ và kiểm soát thái độ từ bên trong, như vậy sẽ có những quyết định và hành động đúng đắn.

Sau khi tốt nghiệp, tôi tìm hiểu làm thế nào để dự phần vào công tác giáo sĩ của các tổ chức, nhưng mà yêu cầu của họ lại rất khó để bước vào sứ mạng. Tôi bắt đầu lý luận. *Tôi không cần phải ra hải ngoại để phục vụ. Tôi có thể bắt đầu ngay bây giờ.*

Tôi càng suy nghĩ thì mọi chuyện càng dễ dàng hơn để tôi phát triển mối quan hệ với chàng thanh niên chẳng hề hứng thú về Đại Mạng Lệnh. Tôi nghĩ mình yêu anh ta và sẵn sàng kết hôn với người ấy. Nhưng tôi lại giữ bí mật với cha mẹ, họ không thấy vui về chuyện tình cảm của tôi.

Gặp gỡ chàng thanh niên với sứ mạng

Sau đó, cha đã gọi và nói tôi đi ăn trưa cùng họ vào ngày Chúa Nhật. Tôi nghĩ, *thôi rồi...cha mẹ lại lên lớp để khiến mình từ bỏ mối quan hệ này đây mà!* Nhưng tôi cũng không muốn làm buồn lòng họ vì đó là những người tôi yêu thương và tôn trọng. Thế là tôi nói rằng: "Dạ, con sẽ đi".

Khi tôi đến nhà thờ vào buổi sáng, tôi thấy họ thay đổi ý định. Họ muốn giới thiệu tôi gặp một chàng đẹp trai thường đi giảng lưu động và cũng là người đang chia sẻ tại Hội thánh của cha! Người đó tên là Loren Cunningham. Anh ta chia sẻ một khải tượng[1] mà Đức Chúa Trời đã bày tỏ về những làn sóng sẽ tràn ngập bờ cõi của thế gian. Anh để ý thấy những làn sóng ấy trở thành những người trẻ, đến từ mọi nơi và đi đến mọi nơi cùng Phúc Âm, bao phủ từng lục địa. Vì khải tượng ấy, anh đã bắt đầu một phong trào gọi là Thanh Niên Với Sứ Mạng. Sứ điệp của anh là: "Những người trẻ có thể trở thành giáo sĩ! Họ có thể đi NGAY BÂY GIỜ". Mọi thứ tôi đã từng khao khát đều xuất hiện trong lời kêu gọi của Loren.

Sau buổi nhóm, tôi lẹ làng tiến ra xe và rồ đi thật nhanh. Tôi không muốn đi cùng gia đình gặp chàng mục sư trẻ tuổi ấy! Nhưng Chúa đã bắt phục tôi. Tôi không được giữ thái độ vô lễ và phớt lờ những gì cha mẹ đã nói. Thế là tôi đã quay lại, đậu xe vào bãi, rồi cùng với cha mẹ và Loren đi ăn trưa, chẳng ai biết tôi vừa mới "bỏ chạy".

Bốn người chúng tôi lái xe đi tới khách sạn. Bữa ăn đầy ắp những cuộc đối thoại rất hay, chủ yếu nói về Thanh Niên Với Sứ Mạng. Khi chúng tôi trở lại Hội thánh, Loren và tôi tiến ra xe thì phát hiện cả hai chiếc đậu kế nhau. Chúng tôi dành hàng giờ để đứng trò chuyện bên cạnh chiếc xe hơi trong bãi đậu xe.

Trong cuộc đối thoại ấy, Loren đã chia sẻ một "bài giảng" ngắn trước mặt tôi. Sau khi hỏi vài câu về sự kêu gọi, anh ta nói rằng: "Em có biết mình đang mắc phải điều gì không? Em đang có sự thoả hiệp!"

Tôi cảm thấy bực bội trước sự thẳng thắn của anh ta – còn Đức Thánh Linh thì cáo trách trong lòng tôi rằng anh ấy nói rất đúng!

Tại sao không nói "đồng ý" cho rồi?

Tối hôm đó, sau buổi nhóm, Loren và đội của anh gồm có những người trẻ đi đến khách sạn, chúng tôi tiếp tục cuộc trò chuyện của mình. Một trong những người trợ lý của anh

---

[1] *Xem Phụ lục 3 phần a về Lời Di Sản 1: Khải tượng về làn sóng – 1956.*

nói với tôi rằng: "Darlene, bạn là một y tá, còn chúng tôi thì rất cần y tá ở Liberia. Bạn là người thích hợp cho vị trí này. Tại sao bạn không nói "đồng ý" cho rồi?"

Tôi đáp rằng: "Thôi, bạn không hiểu đâu!"

Nhưng sự thẳng thắn và kiên quyết của anh ta đã khiến tôi nhận được sự mặc khải: tôi không còn lời nào để bào chữa nữa! Trong lòng tôi xuất hiện một sự giằng co: tôi biết Đức Chúa Trời đã kêu gọi tôi trở thành giáo sĩ. Tôi có nên tiếp tục sống trong sự thoả hiệp hay nên vâng lời Ngài đây?

Đêm hôm đó, tôi đã cầu nguyện và đầu phục mối quan hệ với người bạn trai mà tôi nghĩ sẽ kết hôn với anh ta ở trước mặt Chúa. Tôi tái cam kết cuộc đời mình cho Chúa và cầu nguyện rằng: "Chúa ơi, con sẽ vâng lời Ngài. Còn sẽ là một giáo sĩ độc thân trọn đời nếu đó là ý muốn của Ngài". Khi tôi từ bỏ quyền tự quyết của mình và cam kết với Chúa, thì sự bình an và vui mừng rất lớn tràn ngập trong lòng tôi.

Vài tháng tiếp theo, "sự tình cờ" đến kỳ lạ bắt đầu xảy ra. Dường như Loren liên tục nhận được rất nhiều lời mời đến khu vực San Francisco, là nơi tôi sinh sống. Chúng tôi bắt đầu dành thời gian với nhau nhiều hơn, chia sẻ niềm đam mê về Chúa Jêsus và sự kêu gọi của Ngài. Tôi nộp đơn phục vụ với vai trò giáo sĩ y tá với YWAM, để mấy cuộc trò chuyện như thế được hợp thức hóa hơn. Tôi thấy mình rất thích anh chàng này, còn anh ta cũng thích tôi nữa.

Tham gia YWAM vào lúc bấy giờ là một tiến trình khác với ngày hôm nay. Ngoài việc điền đơn đăng ký, tôi còn bị phỏng vấn trực tiếp với hội đồng các mục sư và lãnh đạo Cơ Đốc, để họ quyết định liệu tôi có "thích hợp phục vụ" với YWAM hay không.

Loren lái xe đưa tôi đến buổi phỏng vấn, trên đường đi, anh nói rằng: "Darlene, em cần biết rằng anh quan tâm đến em".

Tôi thấy hoảng hốt! *Tôi đã quyết định trở thành giáo sĩ độc thân trọn đời. Tôi đang trên đường đến buổi phóng vấn với YWAM – còn Loren mới nói là anh ấy quan tâm đến tôi!*

"Đừng nói như vậy! Em đang trên đường đến buổi phỏng vấn! Em không muốn nghĩ tới chuyện đó!"

Buổi phỏng vấn đã xảy ra tốt đẹp. Có vài lãnh đạo ngồi chung quanh bàn, còn Loren được ngồi cùng họ. Một người nói rằng: "Darlene, em đã có những câu trả lời rất xuất sắc. Nhưng tôi còn một câu hỏi nữa dành cho em. Tôi đã biết em từ khi gia đình chuyển tới California, tôi biết em đã từng có bạn trai. Một trong những yêu cầu để được phép phục vụ ngắn hạn với YWAM là "không được có các mối quan hệ lãng mạn" hầu cho em có thể tập trung hoàn toàn vào mục vụ. Hiện nay, em có đang ở trong mối quan hệ với ai không?"

Tâm trí tôi điên đảo hẳn lên: *Mình có đang ở trong mối quan hệ với ai chăng? Hay là không?* Loren đang ngồi ngay đó! Nhưng tôi không có bất kỳ ràng buộc nào với anh ấy.

Tôi đáp rằng: "Tôi không có".

Ngay lập tức, tôi lục lọi tâm trí mình lần nữa:

Có phải tôi vừa nói dối chăng? Hay là tôi không nói dối gì cả? Tôi đã nói dối? Hay tôi không nói dối?

Tôi được nhận vào YWAM và bắt đầu lên kế hoạch đến châu Phi để phục vụ với vai trò y tá. Lúc ấy, Loren và tôi tiếp tục gặp nhau và mối quan hệ đã phát triển. Một đêm nọ, sau khi gặp nhau vào buổi chiều, anh ấy lái xe đưa tôi về nhà. Đứng bên cạnh chiếc xe hơi, Loren nói rằng: "Darlene, anh muốn em cùng anh bước vào mục vụ".

Tôi trả lời đại loại là: "Đương nhiên rồi, em cũng đang lên kế hoạch như vậy", tưởng chừng anh ta đang nói về chuyện tham gia YWAM.

"Không, anh không nghĩ em hiểu những gì anh vừa nói. Anh muốn chúng ta đi cùng nhau suốt đời. Anh muốn em làm vợ của anh".

Tôi chỉ muốn đùa giỡn với anh nên nói rằng: "Em cần thời gian để suy nghĩ về chuyện này".

Nét mặt của anh ấy liền tỏ vẻ thất vọng.

Sau vài giây, tôi nói rằng: "Em đã suy nghĩ về chuyện này rồi, câu trả lời của em là ĐỒNG Ý, ĐỒNG Ý, ĐỒNG Ý!"

Loren và tôi kết hôn vào tháng 6 năm 1963. Khi tin tức về hôn lễ của chúng tôi lan ra, rất nhiều người đã nói rằng: "Đúng là một cặp trời sinh". Tôi nghĩ những gì họ thấy và những gì họ nói là chúng tôi có cùng khải tượng, niềm tin và giá trị trong công tác truyền giáo.

Khi tôi nghĩ tới di sản đức tin của tôi và Loren (anh ấy cũng xuất thân từ dòng dõi các mục sư), tôi rất biết ơn hết thảy những người đã đi trước mình và đã lưu truyền mối liên hệ của họ với Chúa trong gia đình. Chúng tôi cũng như YWAM không thể được như ngày hôm nay nếu không có cha mẹ, các mục sư, các giáo sư, những người cầu thay và hỗ trợ tài chính – hàng trăm người nam và người nữ của Đức Chúa Trời đã ủng hộ chúng tôi. Sự vâng lời của họ làm cho con đường đức tin và sự vâng lời của chúng tôi dễ dàng hơn.

Nếu bạn là người tin Chúa thuộc thế hệ đầu tiên, thì có lẽ bạn sẽ nói rằng: "Không có ai tin Chúa ở trong gia phả của mình". Thật là hào hứng vì di sản ấy bắt đầu từ thế hệ của BẠN đấy! Bạn có thể quyết định rằng: "Tôi sẽ là thế hệ bắt đầu lưu truyền di sản đức tin! Tôi sẽ xây dựng nền tảng đức tin để con cái và cháu chắt có thể thừa hưởng di sản này – họ sẽ là những người mang lấy ảnh tượng của Đức Chúa Trời trong công tác truyền giáo, mục vụ, hay bất kỳ lĩnh vực đời sống nào mà Ngài sẽ kêu gọi họ".

Chương 3

Thử thách lớn

Tôi đã biết từ khi gặp Loren lần đầu tiên, anh ấy luôn là người đàn ông đầu phục Chúa một cách quyết liệt mỗi khi Ngài kêu gọi anh làm bất kỳ việc gì. Phải đấy, rất **quyết liệt**! Mà cũng rất **vâng lời** nữa! Sau cùng thì mọi thứ liên quan đến khải tượng dành cho YWAM bắt đầu từ những năm 1960 cũng xảy ra. Lúc ấy, ý tưởng về giới trẻ dấn thân vào công tác truyền giáo không hề được nhắc đến, tức là không hề có khái niệm về các đội truyền giáo ngắn hạn, sai phái và tiếp nhận các đội quốc tế và liên hệ phái, mà còn thực hiện mọi thứ bằng đức tin trong khi chẳng có đồng nào trong túi.

Lúc mới quen nhau, Loren và tôi thường hẹn nhau ăn tối, anh ấy đến trễ. Tôi ngồi đợi mòn mỏi. Cuối cùng, tôi quyết định là: *Không đợi nữa! Thật là thiếu quan tâm!* Tôi ngồi vào chiếc xe màu đen, sang số, lùi xe lại, rồi chuẩn bị lái đi thật nhanh, thì tôi thấy Loren qua kính chiếu hậu đang vẫy tay và chạy đến chiếc xe. Tôi dừng lại và kéo cửa sổ xuống. Bầu không khí thấm lạnh về khuya tràn vào.

"Darlene, anh xin lỗi đã để em đợi lâu. Anh muốn đến đúng giờ, nhưng anh vừa mới chia sẻ niềm tin với một người. Đó là điều hệ trọng nhất trên đời này".

Đột nhiên, tôi cảm thấy xấu hổ! Tôi nhận ra điều này sẽ luôn là ưu tiên hàng đầu của Loren. Ngay lúc ấy, tôi không muốn tỏ ra khó chịu. Tôi thấy có điều gì rất cuốn hút trong mối quan hệ của Loren với Chúa. Lòng cam kết của anh trong việc lắng nghe tiếng phán nhỏ nhẹ của Đức Chúa Trời và lòng sốt sắng trong việc vâng lời Ngài đã khiến tôi cũng muốn vâng lời Chúa Jêsus nữa!

Khải tượng nhìn thấy những người trẻ và sai phái họ bước vào cánh đồng truyền giáo đã thôi thúc tấm lòng của tôi. Tôi chợt nhận ra rằng, mặc dù Loren là người đã chia sẻ khải tượng này, nhưng nó cũng lay động tấm lòng của tôi và cũng trở thành khải tượng ở trong lòng tôi. Điều này rất giống với những câu chuyện mà tôi đọc thấy trong Kinh Thánh, đó là Đức Chúa Trời sử dụng những người trẻ tuổi như Sa-mu-ên, Đa-ni-ên và Giô-sép. Chúng tôi chẳng phát minh ra điều gì mới mẻ cả - chúng tôi chỉ làm theo những tấm gương có sẵn trong Kinh Thánh mà thôi. Điều này đã có hiệu quả vì ấy là ý muốn của Ngài: Đức Chúa Trời tin tưởng những người trẻ tuổi.

Có lẽ tôi không thấy được khải tượng về làn sóng những người trẻ giống như Loren. Nhưng tôi thấy có những điều họ cần được trang bị trước khi bước vào bờ cõi của các dân tộc – nào là đồ ăn, nhà cửa, đời sống thuộc linh và văn hóa, rồi nhiều điều khác nữa – tất cả những chi tiết rất thực tiễn mà họ cần được chuẩn bị để làm mục vụ.

Khải tượng này bắt đầu thiêu đốt xương cốt của tôi. Tôi biết rõ trong lòng của mình rằng: *Chúng tôi có thể làm được điều này! Đức Chúa Trời sẽ kêu gọi những người thích hợp và ban cho họ những ân tứ cần thiết để dự phần vào sứ mạng! Tôi có một trách nhiệm lớn lao để giúp đỡ họ khám phá và tận dụng những gì Chúa ban để hoàn thành mục đích của Nước Trời! Đó là vinh dự của tôi!*

Khi chúng tôi lên kế hoạch cho tuần trăng mật, Loren trải tấm bản đồ ra trên nền nhà, anh bắt đầu nói về ý định của Đức Chúa Trời trong từng nền văn hóa khác nhau. "Các dân tộc sẽ có lối sống khác nhau. Chúng ta phải có một tấm lòng cởi mở và một tâm trí sáng sủa để học hỏi từ các dân tộc". Qua góc nhìn của anh, tôi càng có thêm lòng yêu mến và sự tôn trọng dành cho các dân tộc.

Tuần trăng mật vòng quanh thế giới của chúng tôi đã diễn ra ở châu Âu, châu Á, phía Nam Thái Bình Dương và vùng biển Caribbean, để làm xong những mục vụ mà Loren đã cam kết thực hiện trước khi có kế hoạch đám cưới. Chúng tôi nằm ngủ trên những cái võng và trên sàn nhà của nhà thờ; có lúc mặc đồ đi tắm dưới cái vòi phun nước dùng để tưới cây; chúng tôi ăn uống tuỳ lòng hiếu khách của chủ nhà. Ấy không phải là tuần trăng mật giống như các cặp đôi mới cưới thường làm, nhưng lại là điều thích hợp với chúng tôi.

Nếu một cặp vợ chồng mới cưới được kêu gọi bước vào chức vụ trọn thời gian, thì cách tốt nhất để họ tìm hiểu nhau đó là LÀM MỤC VỤ với nhau. Trên hành trình ấy, tôi quan sát những người giáo sĩ, rồi lựa chọn xem có muốn và không muốn giống người nào chăng! Chuyến đi đã xác quyết lòng yêu mến các dân tộc ở trong tôi. Nó càng thuyết phục tấm lòng của tôi về Đức Chúa Trời là Đấng muốn sử dụng những người trẻ - ngay cả khi họ là những người trẻ tuổi hơn Loren và tôi – trong công tác truyền giáo.

Đối diện với "thử thách lớn"

Khải tượng của Loren về làn sóng những người trẻ tiến vào bờ cõi các dân tộc bắt đầu mở ra nhiều hơn vào giữa những năm 1960, lúc đó chúng tôi bắt đầu triển khai những chuyến truyền giáo gọi là "Mùa hè Tình nguyện" (SOS) ở vùng biển Caribbean. Suốt một năm, chúng tôi đi ngang dọc khắp nước Mỹ để chia sẻ và huy động nhân lực. Sau đó, khi hè về, Loren lái chiếc xe buýt màu vàng kêu xình xịch vượt qua các tiểu bang để đón rước các tình nguyện viên trẻ tuổi và đưa họ đến Florida. Ở đó, chúng tôi chia các đội nam nữ ra để đi truyền giáo.

Mùa hè đầu tiên vào năm 1964, có khoảng 146 người Mỹ và 64 người Caribbean tham gia chiến dịch SOS ở các quốc đảo như Bahamas, Cộng hòa Dominica, Turks và Caicos. Đó là một "kỳ trại huấn luyện" sơ sài bằng đức tin đã sản sinh ra bông trái còn lại đến ngày hôm nay. Hàng ngàn người tiếp nhận Đấng Christ, hàng chục người được chữa lành khi chúng tôi, đi từ nhà này đến nhà kia và từ đảo này đến đảo nọ, chia sẻ Tin lành về Chúa Jêsus.

Tôi là người rất thích quan sát người khác, tôi luôn "tìm kiếm kho báu" giữa vòng những người trẻ. Tôi thường hỏi rằng: "Trong đơn đăng ký em nói mình là con cả trong gia đình có tám người con. Em có hay nấu ăn không? Có hả? Vậy thì tốt quá – em có thể quản lý khâu thực phẩm cho cả đội nhé!"

"Em đã chia sẻ lời chứng rồi phải không? Vậy thì em có thể chịu trách nhiệm phần chia sẻ rồi nhé!"

"Em biết chơi đá bóng phải không? Vậy thì em có thể sắp xếp các đội chơi thể thao được rồi nha!"

Có lẽ mọi thứ không diễn ra đơn giản như thế đâu, nhưng bạn hiểu ý tôi phải không…

Các "bạn trẻ" này đã chứng minh rằng họ là người biết chịu trách nhiệm, họ có thể làm được mọi thứ nếu họ biết đồng công với Chúa. Thật ra thì chúng tôi phải lấy làm lạ vì Đức Chúa Trời muốn sử dụng *chúng tôi*.

Có một câu chuyện mà tôi rất thích từ chiến dịch Mùa hè Tình nguyện đã làm cho việc tin tưởng các bạn trẻ là niềm vui của chúng tôi. Ở hòn đảo Bahaman của Exuma, hai cô gái 17 tuổi đi ra làm chứng. Khi họ đi bộ trên con đường nóng nực của xứ nhiệt đới, họ gặp được một người đàn ông bị teo tay đang đứng dựa mình vào cây cọ.

Họ dừng lại để nói chuyện, một trong hai người là Sharon đã nói rằng: "Anh có biết trong Kinh Thánh đã từng có một người bị teo tay giống như anh, Chúa Jêsus đã chữa lành cho người đó. Anh có muốn chúng tôi xin Chúa Jêsus chữa lành cho cánh tay của anh không?"

Người đàn ông đáp rằng: "Có chứ".

Hai cô gái nhắm mắt lại, còn Sharon thì nhẹ nhàng đặt tay lên người đàn ông rồi cầu xin Chúa chữa lành cánh tay của anh ta. Khi họ mở mắt ra thì – coi kìa – Đức Chúa Trời đã đáp lời cầu nguyện của họ. Cánh tay của người đàn ông lòi ra, hoàn toàn bình thường! Sharon bị sốc đến nỗi cô ấy đã lăn đùng ra ngất xỉu!

Đó là Đức Chúa Trời vĩ đại của chúng ta – Ngài sử dụng một nhóm các bạn trẻ trái với thói thường – bởi vì Ngài tin tưởng họ! Chính mùa hè năm ấy, chúng tôi đã kinh nghiệm được sự chữa lành và phép lạ đã cho thấy tình yêu của Đức Chúa Trời: Chúng tôi nghe được rất nhiều báo cáo về thức ăn và các đồ cần dùng đã được nhân lên bội phần, đến cả máy chiếc xe cũng được "sửa chữa". Nhưng điều lớn nhất đó là nhìn thấy cuộc đời của những người trẻ được biến đổi khi chúng tôi chia sẻ câu chuyện về Chúa Jêsus.

Đức Chúa Trời đang hình thành **giữa vòng** chúng tôi những nền tảng cho YWAM – cũng như Ngài **đang dùng** chúng tôi để đem những người hư mất về với Đấng Christ.

Loren và tôi đã đề cập về ý tưởng này, đó là Đức Chúa Trời có thể sử dụng những người trẻ ở trong công tác truyền giáo như một "thử thách lớn". Chúng tôi thường đối diện với những hoàn cảnh khó khăn đến nỗi chỉ có thể nương cậy Đức Chúa Trời mà thôi. Ngài đã chứng minh rằng Chúa là Đấng thành tín. Thông qua kết quả đạt được của chúng tôi thì Ngài cũng khẳng định rằng chúng tôi ĐÃ lắng nghe từ Ngài.

Đức Chúa Trời làm cho chúng tôi thấy rõ một điều vào mùa hè đầu tiên ấy rằng: chúng tôi phải luôn tin tưởng những người ở dưới sự dẫn dắt của mình. Chúng tôi không lãnh đạo bằng quy tắc và điều lệ; chúng tôi không được trở nên giống như sĩ quan cảnh sát hay cư xử như là cha mẹ (chúng tôi chỉ lớn tuổi hơn họ vài năm là cùng), nhưng chúng tôi phải là cộng sự và bạn bè của họ. Chúng tôi có những hướng dẫn sống để sinh hoạt với nhau, nhưng tinh thần đằng sau những hướng dẫn sống ấy phải luôn là tinh thần phục vụ, chứ không phải kiểm soát. Đức Chúa Trời là Đấng giàu ân điển đến nỗi Ngài đã rất chi tiết trong việc xây dựng sự tin tưởng mà Ngài muốn những hòn đá nền tảng của YWAM cũng phải có điều này.

Mùa hè Tình nguyện không phải là chuyến đi nghỉ dưỡng ở vùng biển Caribbean. Tất cả chúng tôi đã làm việc khó nhọc. Loren và tôi gần như kiệt sức sau chuyến đi truyền giáo đầu tiên, một phần nào đó là vì chúng tôi đã thất bại trong việc không có phần chăm sóc hậu kỳ. Chúng tôi đã rất biết ơn vì Chúa kêu gọi chúng tôi làm việc theo đội! Ngài ban cho sự khôn ngoan vượt xa những gì chỉ mới bắt đầu của những năm đầu tiên ấy. Nhưng khi chúng tôi tiếp tục với "thử thách lớn" vào những mùa hè tiếp theo sau đó, thì có một điều trở nên vô cùng rõ ràng đó là: Để bày tỏ Đức Chúa Trời thật đúng đắn cho mọi người, thì những bạn trẻ tham gia cần phải BIẾT NGÀI rõ hơn. Họ cần có một nền tảng Kinh Thánh thật kiên cố để hiểu rõ về đặc tánh của Đức Chúa Trời và đường lối của Ngài.

Loren cũng nhận ra rằng: chúng tôi là lãnh đạo cũng cần phải khám phá những chìa khoá cho sự tăng trưởng. Một ngày nọ sau khi trở về California, đương lúc lái xe trên đường thì anh ấy nói với tôi rằng: "Darlene, có gì đó sai trật trong vai trò lãnh đạo của anh phải không?"

"Ý anh là sao? Em nghĩ anh là người lãnh đạo giỏi!"

Anh ấy nói rằng: "Ừ, nhưng chúng ta chỉ đang nhìn thấy phép cộng, chứ không có phép nhân. Mọi người đến với chúng ta vào dịp hè, nhưng họ không ở lại lâu dài. Khải tượng mà Đức Chúa Trời đã bày tỏ với anh là những làn sóng của rất nhiều người trẻ - từ hàng trăm cho đến hàng ngàn rồi hàng vạn người – có thể là hàng triệu người. Chúng ta sẽ không bao giờ nhìn thấy khải tượng này ứng nghiệm với tình trạng như hiện nay – chúng ta chỉ là một giọt nước nhỏ".

Tôi đồng ý. "Dường như còn thiếu điều gì đó".

Không lâu sau cuộc trò chuyện, Đức Chúa Trời muốn Loren đến New Zealand. Đó là lần đầu tiên chúng tôi phải xa nhau sau bốn năm kết hôn, tôi phải ở lại California. Trong khoảng thời gian ấy, Đức Chúa Trời bắt đầu "phẫu thuật tâm linh" của tôi, Ngài phơi bày những góc cạnh vẫn còn sự kiêu ngạo ở trong lòng và tình trạng hay "thay đổi" lẽ thật của tôi.

Đồng thời, Chúa cũng đang hành động ở trong đời sống của Loren. Ở New Zealand, anh gặp được Joy Dawson, một người nội trợ đã học cách lắng nghe tiếng Chúa hết sức rõ ràng. Bà đã trở thành người cầu thay cho mọi người và cho các dân tộc. Cuộc đời lắng nghe tiếng Chúa và vâng lời Ngài đến từng chi tiết của bà đã ảnh hưởng lớn trên Loren.

Lúc bấy giờ, tôi đang đọc một quyển sách về những người nữ sẵn lòng đi vào phòng cầu nguyện là nơi Đức Chúa Trời bày tỏ những điều cần phải cầu thay cho các đối tượng mà họ không hề biết mặt. Đáp ứng của tôi là: "Chúa ơi, con muốn lắng nghe Ngài giống như vậy!" Lúc ấy, tôi đang mang thai đứa con đầu tiên của chúng tôi là Karen. Tôi cảm thấy Chúa thách thức tôi phải công bố rằng: "Khi đứa trẻ này ra đời, tôi cũng muốn có một mục vụ mới ra đời – một mục vụ lắng nghe tiếng Chúa và cầu thay".

Loren và tôi không hề biết rằng Đức Chúa Trời cũng đang thực hiện ca phẫu thuật ở trong lòng của mỗi người chúng tôi vào cùng một thời điểm. Lúc anh ấy trở về từ New Zealand, Đức Chúa Trời đã xác quyết một điều mà Ngài đã phán với cả hai chúng tôi – đó là YWAM sẽ bắt đầu một ngôi trường mà chúng tôi có thể dạy người khác biết Chúa rõ hơn.

Huấn luyện – phép nhân cho công tác truyền giáo

Các ý tưởng bắt đầu xuất hiện khi chúng tôi bàn bạc về việc mở ra một ngôi trường. Loren nói rằng: "Anh nghĩ mở trường học có thể là chìa khóa cho những gì chúng ta đang hỏi Chúa – tức là làm thế nào để phát triển YWAM bằng phép nhân. Tôi cảm thấy Đức Chúa Trời đang phán rằng sự huấn luyện là "phép nhân cho công tác truyền giáo".

Khi chúng tôi thảo luận với nhau về sự huấn luyện, chúng tôi quyết định mời những diễn giả là những người *làm đúng* với lời họ dạy, không chỉ dạy lý thuyết suông. Chúng tôi cũng quyết định sử dụng phương pháp học ngắn kỳ. Thay vì dạy sinh viên vài khoá học trong một quý, thì các trường ngắn kỳ sẽ tập trung dạy một đề tài một lần.

Tôi nói thêm rằng: "Các sinh viên, nhân sự và diễn giả vừa sống vừa học cùng nhau trong một môi trường có thể sẽ mang lại rất nhiều ích lợi. Tôi có thể hình dung thấy viễn cảnh họ đang trò chuyện với nhau qua bữa ăn và cầu nguyện đến khuya…"

Không lâu sau, phương hướng bắt đầu một trường huấn luyện YWAM đã được xác nhận một cách "bất ngờ" bằng nhiều cách không thể tin được. Đầu tiên, một học giả và cũng là một tiên tri đến từ Canada là Tiến sĩ Willard Cantelon, ông đã gặp cha của Loren và không ngờ lại muốn gặp Loren nữa.

Ngày hôm sau, họ đang ăn sáng cùng nhau thì ông ấy nói rằng: "Loren, tôi vẫn đang cầu nguyện cho anh. Đức Chúa Trời muốn anh đến Thụy Sĩ và bắt đầu một trường có diễn giả là những người làm đúng với điều họ dạy".

Trong sự ngạc nhiên, Loren đáp rằng: "Cảm ơn ông. Đây là lời khẳng định rất rõ ràng cho những gì Đức Chúa Trời đã phán cùng chúng tôi. Chúng tôi đang lên kế hoạch để đi vòng quanh thế giới vào ngày mai, trong đó có cả Thụy Sĩ nữa".

Tiến sĩ Cantelon nói rằng: "Anh có biết ai ở đó chưa?"

"Vẫn chưa – chúng tôi chẳng biết một linh hồn nào ở Thụy Sĩ cả", Loren thừa nhận.

Tiến sĩ Cantelon mỉm cười. "Tôi biết. Người đó là chủ một khách sạn và một ngôi nhà ở kế bên. Tôi sẽ giới thiệu anh với người đó".

Sau này, người đó cho phép chúng tôi thuê một chỗ để làm lớp học cho ngôi trường.

Không lâu sau khi gặp Tiến sĩ Cantelon, Loren được mời đến chia sẻ tại một sự kiện mà Duncan Campbell, là một giáo sư Kinh Thánh lỗi lạc, cũng được mời đến chia sẻ nữa. Chúng tôi được ở chung trong cùng một nhà nghỉ.

Một buổi tối nọ, anh Duncan (chúng tôi gọi là "anh" bằng sự tôn trọng, nhưng ông ấy lớn tuổi hơn chúng tôi rất nhiều) vừa ra khỏi phòng cùng lúc Loren và tôi cũng đi ra. Ông nói rằng: "Loren, Chúa phán với tôi. Ngài muốn tôi đến dạy ở ngôi trường của anh. Anh có ngôi trường nào không?"

Loren đáp lại bằng đức tin rằng: "Có chứ – năm sau ở Thụy Sĩ".

"Tốt đấy, tôi sẽ chờ tin của anh".

Chúng tôi đã in những tờ rơi cũng bằng đức tin để bắt đầu khai giảng vào ngày 1 tháng 2 năm 1969. Chúng tôi cũng gọi cho văn phòng Pasadena để nói rằng: "Xin hãy gửi những tờ rơi ấy bằng đường bưu điện!" Chúng tôi gửi cho khoảng 1800 người trong danh sách.

Điều tiếp theo mà chúng tôi cần phải làm, đó là bắt một chuyến bay đến châu Âu để bắt đầu Trường Truyền Giáo (SOE) đầu tiên. Điểm nhấn chủ yếu nhất của trường đó là giúp đỡ sinh viên **biết Chúa và giúp người khác biết Ngài**.

Chương 4

Những niềm tin và giá trị của YWAM đến từ đâu?

Bản Công bố Mục đích là thế giới quan của YWAM Trước khi chúng ta nhìn vào 18 Giá trị Nền tảng của YWAM, xin hiểu cho là mỗi giá trị đều đâm rễ ở trong thế giới quan và những niềm tin cốt lõi của chúng ta. Tài liệu chính thức đầu tiên của chúng tôi là "Bản Công bố Mục đích của YWAM" được viết vào đầu những năm 1960. Lúc ấy không hề có ý định gọi là bản tuyên ngôn đức tin, như đã từng đặt tên như vậy, vì sẽ bị coi là một tổ chức thuộc về một hệ phái mà làm như vậy thì không thể nào trở thành một phong trào liên hệ phái được. Lúc ấy ở châu Âu, có một bản tuyên ngôn niềm tin hay một bản tuyên ngôn đức tin tức là định nghĩa cho một hệ phái. Nhưng vẫn còn có nhiều sự khôn ngoan đáng lý phải được đưa ra trong giai đoạn đầu tiên mà chúng tôi không thể nhận ra vào lúc bấy giờ.

Ngày nay, chúng ta nhận thấy phải có "Bản Công bố Mục đích của YWAM" là lời tuyên bố về thế giới quan Cơ Đốc theo Kinh Thánh để lèo lái mọi việc. Đó là những lẽ thật căn bản để củng cố cho tất cả những gì chúng ta nói, làm và suy nghĩ. Đó cũng là sự thật về Đức Chúa Trời là ai và Ngài đã làm gì. Đó là lời nhắc nhở để chúng ta ghi nhớ mình là ai và Đức Chúa Trời kêu gọi chúng ta làm gì. Đó cũng là lời xác quyết về lẽ thật căn bản theo Kinh Thánh và giữ vững trách nhiệm của chúng ta trên bước đường theo Chúa để mở rộng Vương Quốc của Ngài ở trên đất.

Đây là hai đoạn của lời tuyên bố:

Bản Công bố Mục đích của YWAM

Thanh Niên Với Sứ Mạng (YWAM) là phong trào Cơ Đốc quốc tế đến từ nhiều hệ phái dốc lòng bày tỏ Chúa Jêsus một cách cá nhân cho thế hệ ngày nay và các thế hệ trong tương lai, để huy động thật nhiều người hoàn thành sứ mạng này, để huấn luyện và trang bị những người tin Chúa góp phần vào công tác hoàn thành Đại Mạng Lệnh. Là công dân của Nước Trời, chúng ta được kêu gọi phải có lòng yêu mến Chúa, thờ phượng Chúa và vâng lời Chúa; phải yêu thương và phục vụ thân thể của Ngài là Hội thánh, phải bày tỏ tình yêu thương đối với hết thảy mọi người ở khắp mọi nơi, tức là bao gồm cả việc chia sẻ Phúc Âm một cách đầy đủ cho người khác trong mọi khía cạnh đời sống ở khắp mọi nơi trên thế giới.

Chúng tôi, Thanh Niên Với Sứ Mạng, tin cậy Đức Chúa Trời – là Đức Chúa Cha, Đức Chúa Con và Đức Thánh Linh – và cũng tin rằng Kinh Thánh là Lời của Đức Chúa Trời đã được hà hơi và có thẩm quyền, đã bày tỏ rằng Đức Chúa Jêsus Christ là Con Đức Chúa Trời; hoàn toàn là Đức Chúa Trời và hoàn toàn là con người; cũng cho biết rằng loài người đã được tạo nên theo ảnh tượng của Đức Chúa Trời; Ngài đã tạo nên chúng ta để nhận được sự sống đời đời qua Đức Chúa Jêsus Christ; nhưng mọi người đều đã phạm tội và thiếu mất sự vinh hiển của Đức Chúa Trời, nên Ngài đã làm cho chúng ta biết đến sự cứu rỗi qua sự hóa thân nhập thể, sự sống, sự chết, sự sống lại và sự thăng thiên của Đức Chúa Jêsus Christ; cũng nói rằng sự ăn năn, đức tin, tình yêu thương và sự vâng lời là những đáp ứng phù hợp với ân điển của Đức Chúa Trời đã ban cho chúng ta trước hết qua công tác chủ động của Đức Thánh Linh; còn nói rằng Đức Chúa Trời muốn hết thảy mọi người đều được cứu rỗi và hiểu biết lẽ thật; cũng nói rằng quyền phép của Đức Thánh Linh được bày tỏ ở trong và qua chúng ta để hoàn thành những mạng lệnh cuối cùng của Đấng Christ, tức là "Hãy đi khắp thế gian, giảng Tin lành cho mọi người" (Mác 16:15) và "hãy đi dạy dỗ muôn dân…" (Ma-thi-ơ 28:19).

Khi YWAM được 25 tuổi vào năm 1985, tôi đã chia sẻ những câu chuyện về cách Đức Chúa Trời đã dẫn dắt chúng ta. Dịp ấy khiến tôi nghĩ rằng: "YWAM coi trọng điều gì? Những suy nghĩ của tôi được khuấy động bằng những câu hỏi đại loại như: *Tại sao YWAM không có những cơ quan đầu não trên bình diện quốc tế? Tại sao YWAM lại kiên quyết làm việc theo đội?* Còn câu hỏi LỚN nhất đó là: *Tại sao YWAM không trả lương cho nhân sự?*

Tôi viết một lá thư gửi cho nhân sự YWAM toàn cầu, để xác định một vài giá trị nền tảng. Vào cuối năm ấy, cũng là lần đầu tiên, tôi đã dạy về các giá trị này ở Trường Đào tạo Lãnh đạo (LTS) tại Kona. Một người trẻ tuổi đến gặp tôi để nài xin rằng: "Darlene, những gì cô đang dạy là rất hữu ích. Cô nên viết xuống những giá trị đó và giải thích thật cặn kẽ. Mấy người chúng tôi mới bước vào YWAM gần đây không hề biết những ngụ ý của cô khi nói rằng: 'Hãy nhớ khi Đức Chúa Trời phán với chúng ta' về điều này hay điều kia".

Thánh Linh của Đức Chúa Trời tiếp tục khuấy động tâm linh của tôi về những suy nghĩ ấy: *Làm thế nào chúng ta có thể đảm bảo thế hệ tiếp theo của YWAM và nhiều thế hệ tiếp theo nữa…sẽ biết được những câu chuyện về nguồn gốc của chúng ta và mang trong mình cùng một gen di truyền DNA thuộc linh ấy đây?*

Khi tôi chia sẻ lần đầu tiên với LTS, tôi nhận ra năm giá trị nền tảng – là những điều được coi là nhân tố sống còn khi chúng tôi mới bắt đầu:

- YWAM được kêu gọi phải có khải tượng
- YWAM được kêu gọi phải chinh phục giới trẻ
- YWAM được kêu gọi phải mang tính quốc tế và liên hệ phái
- YWAM được kêu gọi phải lệ thuộc vào Đức Chúa Trời về tài chính
- YWAM được kêu gọi phải làm việc theo đội

Xác định các giá trị này và chia sẻ những câu chuyện về sự hình thành của những điều kể trên đã gãi đúng chỗ ngứa của mọi người. Các giá trị nền tảng của YWAM đã trở thành "tin đồn" được bàn luận khắp thế giới. Floyd McClung, là Giám đốc Quốc tế của chúng tôi vào lúc bấy giờ, đã dạy về năm giá trị này ở Trường Đào tạo Lãnh đạo tại Amsterdam vào năm sau đó. Từ kinh nghiệm cá nhân của ông với tư cách là người lãnh đạo YWAM lâu năm, ông đã thêm vào vài điều nữa. Một vài lãnh đạo khác bắt đầu dạy về các giá trị nền tảng và cũng thêm vào nhiều giá trị khác nữa.

Sau đó, tôi đã soạn lại hàng tá giá trị mà chúng tôi đã xác định và trình bày với trường LTS mà tôi hướng dẫn ở Kona. Đã có nhiều lãnh đạo YWAM quốc tế lâu năm đến học khoá ấy. Chúng tôi hỏi họ có "đồng ý và a-men" với những giá trị mà chúng tôi đưa ra hay không. Họ đều đồng ý – rồi họ còn thêm vào một vài giá trị khác nữa.

Những niềm tin và các giá trị là phần cốt lõi quan trọng đến nỗi chúng tôi phải trải qua một quá trình đầy thách thức để khai triển và hình thành chúng. Nhưng chúng tôi biết mình phải làm điều này nếu muốn truyền thụ lại cho người khác. Chúng tôi không thể nào mong đợi mọi người sẽ "tự động hiểu" những giá trị ấy bằng cách liên tưởng đến chúng. Chúng tôi phải chủ động bày tỏ ra và truyền thụ lại các giá trị ấy cho nhiều thế hệ sau này!

Vào tháng 2 năm 1989, vài nhân sự LTS đã gặp nhau trong phòng khách để điều chỉnh chữ nghĩa, xác nhận lại và cầu nguyện cho tài liệu "Các Giá trị Nền tảng của YWAM".

Chúng tôi gửi tài liệu này ra như là một lời đề nghị dành cho Hội đồng Quốc tế để chấp thuận cho tài liệu này trở thành văn kiện chính thức của YWAM. Nó đã được phê duyệt, trau chuốt và biên soạn vài lần kể từ dạo ấy – mỗi lần như vậy đều có một tài liệu "chính thức" được xuất bản và đăng trên trang điện tử ywam.org hầu cho cả tổ chức truyền giáo đều sử dụng cùng một tài liệu giống nhau.

Luôn bắt đầu với những niềm tin

Với sự phát triển của các giá trị nền tảng đã được xây dựng, tôi cam đoan rằng chúng tôi đã sẵn sàng cho tương lai. Nhưng chẳng bao lâu sau Chúa đã bày tỏ với tôi rằng chúng tôi vẫn chưa được trang bị đầy đủ như tôi nghĩ. Hầu hết nhân sự YWAM đầu tiên của chúng tôi đến từ Mỹ, châu Âu, Úc và New Zealand. Mặc dù chúng tôi muôn trở nên quốc tế hơn và không thiên quá nhiều về Tây phương, mà đó lại là thực tế lúc bấy giờ. Các nhân sự YWAM đầu tiên ấy vốn đã có gốc rễ Cơ Đốc lai Do thái giáo căn bản từ trong văn hóa, gia đình và Hội thánh rồi.

Khi YWAM lớn lên cùng thế hệ Cơ Đốc đầu tiên có nhiều xuất thân khác nhau, chúng tôi nhận ra mình không thể tiếp tục ngộ nhận rằng các sinh viên cũng có sẵn một thế giới quan Cơ Đốc lai Do thái giáo như mình được. Chúng tôi cũng nhận ra nhiều người đến từ Tây phương đã chuyển sang chủ nghĩa nhân văn thế tục, tức là mỗi cá nhân có quan điểm về lẽ thật riêng biệt. Họ nói rằng: "Điều gì bạn tin là thật, thì nó là lẽ thật đối với bạn".

Darrow Miller, là người đồng sáng lập tổ chức Hiệp hội Môn đồ hóa muôn dân đã đem đến một mảnh ghép vô cùng quan trọng. Ông đến chia sẻ về thế giới quan Cơ Đốc theo Kinh Thánh trong Trường Đào tạo Lãnh đạo mà tôi đang giám sát ở Pune, Ấn Độ.

Sự dạy dỗ của ông có một minh hoạ gọi là Cây Niềm Tin[2] đã nói lên điều đang thổn thức trong tâm linh của tôi. Khi tôi học Kinh Thánh với suy nghĩ này ở trong đầu, thì điều tuyệt vời đó là Kinh Thánh đã dùng những thí dụ về nông nghiệp rất nhiều lần để làm rõ điều muốn nói. Với sự cho phép của ông, tôi đã vay mượn hình ảnh này và sát nhập nó vào trong YWAM. Điều này đã thay đổi hoàn toàn sự hiểu biết của tôi vì mọi thứ chúng

Cây Niềm Tin

tôi đang dạy dỗ và làm gương đều "tuỳ thuộc" vào những niềm tin. Hình ảnh minh hoạ về Cây Niềm Tin cho chúng tôi dùng đúng từ vựng và có được một quá trình để mỗi cá nhân và tập thể có thể đưa ra quyết định.

Chúng tôi bắt đầu với mảnh đất là biểu tượng cho **thế giới quan** đang ảnh hưởng lên mọi người – đó có thể là Phật giáo, Hồi giáo, thuyết duy linh, Ấn Độ giáo, chủ nghĩa nhân văn thế tục… Các gốc rễ là biểu tượng cho **những niềm tin** cơ bản. Đối với YWAM, chúng ta đâm rễ trong thế giới Cơ Đốc theo Kinh Thánh. Thân cây là biểu tượng cho **các giá trị**, là kết quả của những niềm tin. Nhánh cây là biểu tượng cho **những quyết định** mà chúng ta đưa ra – dù là cá nhân hay tập thể – dựa vào các giá trị và niềm tin. Còn

---

[2] *Một giải thích chi tiết hơn về Cây Niềm Tin ở Phụ lục 2 và ở trang điện tử YWAMvalues.com.*

bông trái là biểu tượng cho **hành động** là kết quả từ những niềm tin, các giá trị và những quyết định của chúng ta.

Vì phải có sự chính trực và một dòng chảy liền mạch giữa những niềm tin và và những hành động của chúng ta, không được có sự đứt quãng nào trong cách diễn đạt niềm tin mà nhờ đó có các giá trị, các quyết định và những hành động. Kết quả trong đời sống và mục vụ của chúng ta phải chứa đựng gen di truyền để truyền thụ những niềm tin và các giá trị cho thế hệ tiếp theo. Tất nhiên, trọng tâm của một hạt giống phải được tìm thấy trong chính DNA của Chúa Jêsus! Chúng ta được kêu gọi để trở nên giống Ngài – chúng ta là những kẻ mang ảnh tượng của Ngài.

Trong quá trình phát triển "Các Giá trị Nền tảng của YWAM", tôi đã nhận ra rằng chúng tôi vẫn chưa xác định và nói ra "nguồn gốc" cơ bản – tức là những niềm tin theo Kinh Thánh làm cơ sở cho các giá trị ấy! Vì những niềm tin này vẫn đang ở trong tôi và hầu hết thế hệ YWAM đầu tiên, tôi cứ tưởng rằng những điều này cũng đang ở trong mọi người. Nhưng từ bài dạy của Darrow, tôi hiểu được rằng chúng ta cần phải dạy lại những niềm tin trước khi đề cập đến các giá trị, vì đó là gốc rễ làm cho bông trái được kết quả một cách sống động! Biết Chúa thật như chính Ngài là điều cơ bản và cốt lõi trong niềm tin của chúng tôi.

Trong YWAM, chúng ta không nên tạo ra những chính sách không thể kết nối với những niềm tin và các giá trị. Nếu không, chúng sẽ trở thành những quy định thiếu sức sống hay những lễ nghi tôn giáo. Điều này cũng đúng đối với những quyết định cá nhân của chúng ta. Chúng ta nên khích lệ người khác đặt câu hỏi: "Tại sao lại làm điều bạn đang làm?" Chúng ta nên biết phải giải thích lý do nguyên thủy và những nguyên tắc Kinh Thánh đã dẫn dắt chúng ta. Nếu chúng ta không thể làm điều đó, thì những câu hỏi của họ sẽ là mũi giáo khiến chúng ta tìm kiếm thêm sự mặc khải hay cần phải tổ chức lại.

Sau đây là một vài niềm tin cốt lõi đã củng cố các giá trị nền tảng của chúng ta. Chúng ta đón nhận rất nhiều niềm tin cốt lõi dựa trên Kinh Thánh chỉ ra bản chất và đặc tánh của Đức Chúa Trời, bản chất của loài người, sự nhất quán của lẽ thật, hậu quả của những quyết định… Hầu như những niềm tin này không phải là độc nhất dành cho YWAM, mà cũng đang uốn nắn Cơ Đốc nhân ở khắp mọi nơi.

Những niềm tin cốt lõi của YWAM

Thanh Niên Với Sứ Mạng tin rằng Kinh Thánh là Lời Chúa đã được hà hơi và có thẩm quyền, là kim chỉ nam cho mọi khía cạnh trong đời sống và chức vụ. Dựa trên Lời Chúa, Ngài là Đấng như thế nào, sự cứu rỗi của Ngài, công tác chuộc tội của Chúa Jêsus (sự chết, sự chôn và sự sống lại của Ngài), thì YWAM có những đáp ứng mạnh mẽ sau đây:

- **Thờ phượng**: Chúng ta được kêu gọi để **ngợi khen và thờ phượng một mình Đức Chúa Trời** (Xuất 20:2-3; Phục truyền 6:4-5; 2 Các-vua 17:35-39; 1 Cô-rinh-tô 16:28-30; Nê-hê-mi 8:2-10; Mác 12:29-30; Rô-ma 15:5-13; Giu-đe 24-25; Khải huyền 5:6-14; Khải huyền 19:5-8).
- **Sự thánh khiết**: Chúng ta được kêu gọi để **sống thánh khiết và công bình** để bày tỏ bản chất và đặc tánh của Đức Chúa Trời (Thi thiên 78:1-7; Ê-sai 40:3-11; Mi-chê 4:1-2; Ha-ba-cúc 2:14; Lu-ca 24:44-48; Công-vụ 3:12-26; Công-vụ 10:39-43; 1 Cô-rinh-tô 9:19-23; 2 Cô-rinh-tô 2:12-17; 1 Phi-e-rơ 3:15-18).
- **Sự cầu nguyện**: Chúng ta được kêu gọi để **cầu thay** cho mọi người và những điều ở trong tấm lòng của Đức Chúa Trời, bao gồm cả việc chống cự ma quỷ bằng mọi hình thức (Sáng-thế-ký 18:20-33; Xuất 32:1-16; Các-quan-xét 3:9,15; 1 Các-vua 8:22-61; Ê-xê-chi-ên 22:30-31; Ê-xê-chi-ên 33:1-11; Ma-thi-ơ 6:5-15;

Ma-thi-ơ 9:36-38; Ê-phê-sô 3:14-21; 2 Tê-sa-lô-ni-ca 3:1-5).

- **Thông công**: Chúng ta được kêu gọi để **cam kết với Hội thánh** trong việc nuôi dưỡng Hội thánh ở địa phương và nhân rộng Hội thánh ở khắp nơi (2 Sử ký 29:20-30; Thi thiên 22:25-28; Thi thiên 122:1-4; Giô-ên 2:15-17; Ma-thi-ơ 18:19-20; Công-vụ 2:44-47; Công-vụ 4:32-35; 1 Cô-rinh-tô 14:26-40; Ê-phê-sô 2:11-18; Hê-bơ-rơ 10:23-25).

- **Phục vụ**: Chúng ta được kêu gọi để **góp phần vào những mục đích của Vương Quốc Đức Chúa Trời** trong mọi khía cạnh cuộc sống. (Phục truyền 15:7-11; Phục truyền 24:17-22; Thi thiên 112:4-9; Châm ngôn 11:10-11; Xa-cha-ri 7:8-10; Ma-thi-ơ 5:14-16; 2 Tê-sa-lô-ni-ca 3:13; Tít 3:4-8; Hê-bơ-rơ 13:15-16; Gia-cơ 2:14-26).

Tập hợp Các Giá trị Nền tảng

18 "Giá trị Nền tảng" giúp định nghĩa sự độc nhất về tổ chức truyền giáo của chúng ta. Trong các chương tiếp theo, chúng ta sẽ cùng khám phá từng giá trị một, giải thích về cách Đức Chúa Trời đã phán cùng chúng ta như thế nào để đón nhận từng giá trị nền tảng, cũng như nhìn vào cách chúng ta có thể áp dụng mỗi giá trị ngày hôm nay. Hãy luôn nhớ rằng những giá trị này đã bắt nguồn từ và là biểu hiện về thế giới quan Cơ Đốc theo Kinh Thánh và những niềm tin cốt lõi của chúng ta.

Vài năm trước, trong lúc rất nhiều thể chế nơi thương trường bắt đầu xác định và truyền tải về "các giá trị cốt lõi" của họ, thì các thành viên trong Ban Lãnh đạo Toàn cầu của YWAM đã gói gọn các giá trị nền tảng của chúng ta thành năm giá trị cốt lõi. Sau nhiều ngày vật lộn với tài liệu này, tất cả đều nhất trí rằng mỗi giá trị đã tìm đến với chúng tôi nhờ Lời Chúa phán rất cụ thể, nên chúng tôi không được thay đổi những điều đó! Sự điều chỉnh duy nhất đã được thực hiện vào lúc bấy giờ là di chuyển vài niềm tin trở thành "Niềm tin Cốt lõi" để nhấn mạnh tầm quan trọng của nó.

Kể từ đó, Đức Chúa Trời đã giúp chúng tôi nhìn thấy rõ hơn mối liên hệ và sự phù hợp của những điều này như thế nào. Một trong những lãnh đạo của chúng tôi là Sean Lambert đang trên chuyến bay đến Luân-đôn thì ngộ ra vài điều về những giá trị có thể được gói gọn thành bốn nhóm. Quyển sách này được dàn dựng dựa theo bốn nhóm ấy, trong đó 18 giá trị được bày tỏ một cách trọn vẹn. Đây không phải là yêu cầu bắt buộc để dạy về các giá trị, nhưng vài người có thể tìm được sự hữu ích để hiểu về các giá trị và làm thế nào để truyền thụ lại cho nhiều người khác nữa. Bốn nhóm ấy là:

- Chúng ta muốn Biết Chúa
- Chúng ta những người có Khải Tượng
- Chúng ta coi mọi người là có Giá Trị
- Chúng ta là Phong trào Truyền giáo Toàn cầu

Ngày nay, chúng ta gói gọn "Bản Công bố Mục đích" và "Niềm tin Cốt lõi" với tài liệu "Các Giá trị Nền tảng của YWAM".[3] Những niềm tin và các giá trị không chỉ là những ý tưởng hay. Vì mỗi giá trị đều có mười câu Kinh Thánh bổ trợ: năm câu trong Giao Ước Nguyên Thuỷ và năm câu trong Tân Ước, không hề bị lặp lại.

Một câu Kinh Thánh mà chúng tôi thường nói cho nhau nghe khi luận về bản chất và đặc tánh của Đức Chúa Trời là Thi thiên 103:7 "Ngài bày tỏ cho Môi-se đường lối Ngài, và cho Y-sơ-ra-ên biết các công việc Ngài". Niềm hy vọng của tôi dành cho các thế hệ tương lai của YWAM đó là chúng ta

---

[3] *Tài liệu "Bản Công bố Mục đích, Niềm tin Cốt lõi và Các Giá trị Nền tảng của YWAM" được đề cập trong Phụ lục 1. Tài liệu này cũng có sẵn ở trang điện tử ywam.org và www.ywamvalues.com.*

sẽ không dừng lại ở việc biết về Đức Chúa Trời – tức là công việc của Ngài – mà còn là những người muốn khám phá đường lối của Ngài – Đức Chúa Trời là Ai, TẠI SAO Ngài làm điều đang làm! Chúng ta muốn BIẾT CHÚA.

Phần 1 – Chúng ta muốn biết Chúa

CÁC GIÁ TRỊ:
Biết Chúa
Lắng nghe tiếng Chúa
Thực hành sự thờ phượng và cầu thay
Thế giới quan theo Kinh Thánh

Câu chuyện của YWAM chứa đựng lòng nhiệt thành muốn biết Đức Chúa Trời, bản chất, đặc tánh và đường lối của Ngài. Tất cả kết quả đạt được của chúng tôi đều xuất phát từ lòng cam kết ấy. Chẳng có ai như Đức Chúa Trời. Ngài là Đấng thánh, biệt riêng và toàn mỹ. Đức Chúa Trời là Đấng chủ động liên hệ với chúng ta, Ngài là Đấng duy nhất phán về những việc lớn và việc nhỏ. Tấm lòng muốn biết Chúa của chúng tôi trở nên sâu sắc đến nỗi phải có sự thờ phượng, khao khát ấy khiến chúng tôi muốn sống thánh khiết, làm cho chúng tôi muốn san sẻ tấm lòng của Ngài trong sự cầu thay cho các dân các nước. Kinh Thánh là quyển sách giáo khoa và là kim chỉ nam giúp chúng tôi hiểu biết Đức Chúa Trời và dẫn dắt chúng tôi trong từng khía cạnh đời sống và mục vụ. Chúng tôi khích lệ mọi người hãy có một đời sống lắng nghe Chúa, vâng lời Ngài và kiên trì đến cùng.

Chương 5

Giá trị 1 – Biết Chúa

YWAM cam kết trong việc biết Chúa, bản chất và đặc tánh của Ngài, đường lối của Ngài đã được bày tỏ qua Kinh Thánh, là Lời của Đức Chúa Trời được hà hơi và có thẩm quyền. Chúng tôi muốn bày tỏ Ngài là ai trong từng khía cạnh đời sống và mục vụ. Từ việc chủ động nhận biết và thông công với Đức Chúa Trời đã sản sinh ra mong muốn chia sẻ về Ngài cho người khác. (2 Các-vua 19:19; Gióp 42:5; Thi thiên 46:10; Thi thiên 103:7-13; Giê-rê-mi 9:23-24; Ô-sê 6:3; Giăng 17:3; Ê-phê-sô 1:16-17; Phi-líp 3:7-11; 1 Giăng 2:4-6).

Khi tôi nhìn ra cửa sổ từ phòng ngủ ở "Chalet" tại Lausanne, Thụy Sĩ, lúc ấy tuyết đang rơi ngoài trời – làn tuyết rơi nhẹ lần đầu tiên ấy làm cho thế giới có vẻ rất kỳ diệu. Tôi bước xuống cầu thang rồi đi vào lớp học cùng với Karen bé bỏng đang bồng ở bên hông. Khi tôi vào trong, tôi thấy được sự kính sợ, sự kinh ngạc và sự hết lòng ở trên gương mặt của các sinh viên. Vị diễn giả lúc ấy đang mô tả về những đặc tánh lạ lùng của Đức Chúa Trời – Ngài là ai và đường lối của Ngài là gì. Mọi thứ có vẻ rất thu hút.

Bạn hầu như có thể nhìn thấy các sinh viên được giải phóng khỏi những suy nghĩ hạn hẹp trước đây và bắt đầu yêu mến Chúa nhiều hơn khi họ nhận được sự mặc khải mới mẻ ấy về Ngài.

Vào giờ ăn trưa, nhiều cuộc đối thoại diễn ra về những điều mới mẻ ở trong lòng của họ: "Tôi chưa bao giờ nghĩ về Đức Chúa Trời giống như thế trước đây – tức là Ngài yêu thương vô điều kiện, điều ấy quá lớn, quá sâu sắc và quá gần gũi". Tôi còn nhớ một sinh viên khác nói rằng: "Bây giờ, em hiểu được vì sao sự cầu nguyện lại quan trọng đến vậy. Đức Chúa Trời đã chọn chúng ta để chia sẻ tấm lòng của Ngài dành cho mọi người và những hoàn cảnh đang xảy ra trên thế giới, khi chúng ta cầu nguyện trong ý muốn của Ngài, mọi thứ sẽ thay đổi! Bài học đã khiến em muốn cầu nguyện nhiều hơn nữa!"

Chúng tôi càng chăm nhìn Đức Chúa Trời, chúng tôi càng muốn sống để bày tỏ Ngài hơn. Sự ăn năn không xảy ra khi bị đoán xét hay bị lèo lái bởi luật pháp. Khi chúng ta nhìn thấy sự thánh khiết của Ngài, thì chúng ta tự nhiên muốn trở nên giống như Ngài – trong sạch và trắng như tuyết rơi ngoài kia.

Nhu cầu lớn nhất của chúng ta: Biết Chúa

Đây là Trường Truyền Giáo (SOE) đầu tiên của chúng tôi ở Lausanne – trường huấn luyện sứ mạng mà Loren và tôi đã muốn có từ lâu. Chúng tôi biết sự đầy dẫy của việc "biết Chúa" sẽ tuôn tràn ở trên chúng tôi đến nỗi muốn "giúp người khác biết Ngài". Đức Chúa Trời đã hứa với chúng tôi rằng huấn luyện sẽ là "phép nhân cho công tác truyền giáo" mà chúng tôi hằng mong đợi.

Ngôi trường trải qua 14 tháng đầu tiên – những người tiên phong đầu tiên – bắt đầu với chiến dịch Mùa hè Tình nguyện (tháng 7-8); học ngôn ngữ từ ba đến bốn tháng (tháng 9-12); ba tháng học lý thuyết trên lớp (tháng 1-3); ba tháng truyền giáo ở Trung Đông để nghiên cứu Lời Chúa Jêsus phán tại các địa điểm xung quanh hồ Ga-li-lê... (tháng 4-6); rồi kết thúc bằng chiến dịch Mùa hè Tình nguyện thứ hai (tháng 7-8). Lúc ấy đã có nhiều yếu tố cải tiến được Chúa dẫn dắt vẫn còn là nét đặc trưng ở trong Trường Đại học Các dân tộc (UofN) của YWAM ngày hôm nay. Nào là cấu trúc ngắn kỳ với từng môn học được xây dựng nối tiếp nhau giống như các mảnh ghép của trò chơi Lego. Các diễn giả đến từ cánh đồng truyền giáo của họ để chia sẻ trực tiếp trên lớp, không chỉ dạy về kiến thức mà còn chia sẻ những câu chuyện đức tin nữa. Chúng tôi cố gắng không chỉ học lý thuyết, mà còn áp dụng cách thực tiễn mọi thứ đã được dạy. Tất cả đều xảy ra ở trong môi trường của cộng đồng là nơi các diễn giả, nhân sự và sinh viên vừa sống vừa học cùng với nhau.

Khắp nơi ở châu Âu, phong trào híp-pi đang chào đón lối sống tình dục, sử dụng ma tuý và nổi loạn. Giới trẻ đang gào thét rằng "Đức Chúa Trời đã chết". Có một tư tưởng mới nói rằng Đức Chúa Trời vẫn chưa chết; Ngài không hề tồn tại. Còn chúng tôi thì đi ngược lại với con đường ấy – để khám phá Đức Chúa Trời là Đấng sống và muốn liên hệ với mỗi cá nhân.

Chúa đã đem đến những người nam và người nữ có tài của Đức Chúa Trời để chia sẻ với chúng tôi – họ là những người biết Ngài và chia sẻ lại những câu chuyện đức tin trong từng đề tài. Đó là:

Duncan Campbell, là người đã chia sẻ trong trường SOE của chúng tôi, như ông đã hứa. Ông là người đầu tiên chứng kiến và là lãnh đạo được ơn của thời kỳ Phục hưng Hebrides vào giữa thế kỷ 20 đã biến đổi cả xứ Xcốt-len. Thánh Linh của Đức Chúa Trời đã đến trên mọi người bằng quyền phép và sự cáo trách đến nỗi ai nấy đều cúi xuống ăn năn ở trong rừng. Với chất giọng Xcốt-len, ông đã nói rằng: Đức Chúa Trời là Đức Chúa Trời của mối quan hệ, Ngài đã đeo đuổi chúng ta bằng tình yêu và sự cáo trách hầu cho chúng ta được biết Ngài và trở nên giống như Ngài". Những câu chuyện đức tin mà ông đã kể trong kỳ phục hưng lại xảy ra lần nữa trong thời ấy – qua chúng tôi!

Campbell McAlpine, một diễn giả người Anh đã cho chúng tôi thấy được tình yêu dành cho Lời Chúa và một đời sống suy gẫm Kinh Thánh. Qua lối sống kỷ luật này, chúng tôi đã khám phá được chiều sâu đầy mới mẻ trong sự hiểu biết đường lối của Đức Chúa Trời.

Corrie Ten Boom, đến từ Hà lan, đã dạy chúng tôi về sức mạnh của sự tha thứ. Khi tha thứ cho Đức Quốc xã là những người đã giết chết cha và chị cùng hàng triệu người khác trong suốt Chiến tranh Thế giới 2, bà đã chứng minh rằng tình yêu của Đức Chúa Trời không hề có ranh giới, cũng như không hề có kẻ xấu xa nào mà Đức Chúa Trời không thể tha thứ.

Andrew, cũng đến từ Hà lan, đã thách thức chúng tôi rằng sự nhận biết Đức Chúa Trời sẽ thúc đẩy chúng tôi muốn giúp người khác biết Ngài, ngay cả điều đó có nghĩa là phải hy sinh mạng sống của chúng tôi, bằng cách dấn thân vào các quốc gia đang đóng cửa với Tin lành của Ngài. Không lâu sau chúng tôi đã có các đội YWAM làm điều đó!

Gordon Olson và **Harry Conn** đã khiến chúng tôi phải kinh ngạc về bản chất và đặc tánh của Đức Chúa Trời. Ngài là Đấng đời đời và vô hạn, toàn năng, toàn tri và đầy khôn ngoan. Nhưng Ngài đã chọn bày tỏ với chúng ta những đặc tánh yêu thương, nhân từ, công bình, thương xót, ân điển và thành tín.

Joy Dawson, là một người nội trợ ở New Zealand đã trở thành người bảo trợ toàn cầu và là giáo sư dạy về sự cầu thay, bà đã khích lệ chúng tôi bước đi trong sự kính sợ Chúa và dạy chúng tôi những nguyên tắc để lắng nghe tiếng Chúa.

Tiến sĩ Francis Schaeffer, là người sáng lập mục vụ L'Abri, đang sống ở bên kia núi cách chúng tôi khoảng 45 phút tại Thụy Sĩ, đã dạy về nền tảng cho những niềm tin của chúng tôi.

Trong khi giới trẻ hậu Cơ Đốc giáo la lối cách quyết liệt rằng: "Làm gì có sự tuyệt đối", thì sự dạy dỗ của Tiến sĩ Schaeffer cho chúng tôi thấy những cột trụ của lẽ thật đã trở thành cái neo vững chắc cho những niềm tin và các giá trị của chúng tôi – ông cũng trả lời những câu hỏi của họ nữa, giống như lúc Loren chia sẻ tại một trường đại học về đề tài "Làm thế nào để chứng minh Đức Chúa Trời là có thật". Một chàng thanh niên có vẻ ngoài híp-pi đã quay lại giễu cợt trước mặt tôi rằng: "Đúng là một ảo tưởng! Tôi là một kẻ vô tín. Tôi không tin có Đức Chúa Trời!"

Tôi đáp rằng: "Thật sao? Hãy cho tôi biết về Đức Chúa Trời mà *em không tin* thử xem. Ngài là Đấng như thế nào?"

Anh chàng ấy đáp rằng: "Ông ấy đáng sợ lắm. Ông ấy lúc nào cũng giận dữ. Ông ấy không quan tâm đến loài người – ông ấy chỉ muốn quăng mọi người vào địa ngục mà thôi".

"Tôi đồng ý với em về những điều vừa nói. Tôi cũng không tin vào đức chúa trời *ấy* đâu!" Sau đó, tôi bắt đầu mô tả về những đặc tánh tốt lành, đầy yêu thương và tuyệt vời của Đức Chúa Cha. Chưa có ai nói cho anh chàng ấy biết lẽ thật về đặc tánh của Đức Chúa Trời!

Tiến sĩ Schaeffer đã củng cố thêm về lẽ thật vĩ đại này rằng: Đức Chúa Trời không chỉ là Đấng vô hạn, Ngài còn là Đấng rất gần gũi nữa, Ngài có tâm trí, ý chí và cảm xúc. Ngài đã tạo nên chúng ta (là loài người), là tạo vật có giới hạn, nhưng được mang ảnh tượng của Ngài nên cũng có sự gần gũi một cách cá nhân. Điều này có nghĩa là chúng ta có thể trò chuyện và có mối quan hệ với Đức Chúa Trời. Ngài đã tạo nên chúng ta để BIẾT NGÀI! Nhưng cho dù có sống cả đời cộng với cõi đời đời đi nữa, thì chúng ta chỉ có thể hiểu được một phần rất nhỏ về Đức Chúa Trời rất lớn của chúng ta mà thôi! Nhưng chúng ta sẽ được biết thêm về Ngài cho đến mãi mãi.

Thật vô cùng biết ơn Đức Chúa Trời đã đem đến những người nam và người nữ từ nhiều quốc gia và có xuất thân từ nhiều Hội thánh khác nhau để giúp xác định những nền tảng mà Ngài muốn xây dựng ở trong trường truyền giáo của chúng tôi. Với những đề tài đa dạng này, vai trò lãnh đạo của Loren rất quan trọng (cũng như vai trò lãnh đạo trưởng của mọi người ngày hôm nay). Anh ấy là người đã "thêu dệt" tất cả nội dung, củng cố lại những nguyên tắc Kinh Thánh và tiếp tục làm nổi bật đặc tánh và bản chất của Đức Chúa Trời. Trường SOE sau này đã trở thành giáo trình cốt lõi cho việc phát triển Trường Huấn Luyện Môn Đồ (DTS) của YWAM.

Lynn Green là một sinh viên ở trong những trường SOE vào lúc ấy đã tiên phong cơ sở YWAM ở Anh quốc đã nói như thế này: "Hành trình nhận biết Đức Chúa Trời là trái tim của YWAM, nhờ đó mà chúng ta có được sự tự do để làm theo những mạng lệnh và sự dẫn dắt của Ngài. Mặc dù chúng tôi là một tổ chức giáo sĩ, luôn hướng tầm mắt vào công tác vươn đến tận cùng cõi đất, nhưng ấy không phải là động cơ chính của chúng tôi. Nếu đó là động cơ chính, thì chúng tôi đã liên tục rơi vào chỗ nguy hiểm vì bị kiệt sức rồi… Chúng tôi luôn tìm cách nhân rộng môi trường này, sao cho ai nấy đều nhận được sự khích lệ và sự thôi thúc để được lớn lên trong mối quan hệ với Chúa một cách liên tục. Nhờ có mối liên hệ mật thiết với Chúa, chúng tôi biết Ngài sẽ dẫn dắt từng cá nhân, cũng như cả đội, và toàn thể phong trào để bày tỏ và rao truyền sự hiểu biết Đức Chúa Trời cho mọi người ở khắp nơi".

Có những lúc chúng tôi suy gẫm về sự thánh khiết của Đức Chúa Trời, Ngài đã cáo trách về tội lỗi của nhân sự và sinh viên ở trong trường SOE hết lần này đến lần khác. Chúng tôi đã đáp ứng lại bằng sự ăn năn một cách hết lòng. Những lúc ấy không phải là cảm giác bị đoán xét hay Đức Chúa Trời đang trút cơn thịnh nộ ở trên chúng tôi. Mà sự cáo trách ấy đã bày tỏ cho chúng tôi biết sự nhân từ của Ngài. Chúa đã quan tâm đến chúng tôi đến nỗi Ngài không muốn một người nào còn miệt mài trong tội lỗi, vì những điều ấy sẽ huỷ hoại chúng tôi. Sự ăn năn làm cho chúng ta có lại niềm vui và sự tự do.

Giống như Đức Chúa Trời đã hứa rằng trường huấn luyện là "phép nhân" của chúng tôi, YWAM bắt đầu kinh nghiệm được sự tăng trưởng đáng kể khi nhiều cơ sở và các trường huấn luyện xuất hiện khắp mọi nơi ở châu Âu, châu Phi, Trung Đông, châu Á và xa hơn nữa. Ngài cũng bắt đầu kêu gọi mọi người bước vào công tác truyền giáo "dài hạn".

Khi chúng tôi tập trung vào việc biết Chúa, thì sự dư dật ấy tự động trở thành khao khát muốn giúp người khác biết Ngài. Hễ khi nào chúng tôi trải bản đồ ra nền nhà để cầu nguyện, Đức Chúa Trời kêu gọi mọi người tiên phong công tác mới ở các quốc gia – Đức, Anh, Hà lan, Đan mạch, Afghanistan, Pakistan, Ivory Coast,… Thật hào hứng khi nhìn thấy Đức Chúa Trời dẫn dắt những lãnh đạo trẻ đi ra và tiên phong ở các quốc gia. Tôi tin rằng hết thảy đều là kết quả trực tiếp đến từ sự nhấn mạnh giá trị biết Chúa của chúng tôi.

Chương 6

Giá trị 3 – Lắng nghe tiếng Chúa

YWAM cam kết trong việc sáng tạo cùng với Đức Chúa Trời thông qua việc lắng nghe tiếng Chúa, cầu nguyện và làm theo những mạng lệnh của Ngài dù lớn hay nhỏ. Chúng tôi lệ thuộc vào việc lắng nghe tiếng Chúa, từ cá nhân cho đến các đội và trong các buổi họp mặt của tập thể, là một yếu tố góp phần vào việc đưa ra những quyết định. (1 Sa-mu-ên 3:7-10; 2 Sử ký 15:2-4; Thi thiên 25:14; Ê-sai 6:8; A-mốt 3:7; Lu-ca 9:35; Giăng 10:1-5; Giăng 16:13-15; Hê-bơ-rơ 3:7-8,15; Khải huyền 2:7,11,17,27; 3:6,13,22).

"Tiếng đạn bay vèo vèo ở trên đầu khi chúng tôi bò trườn kiểu quân đội đằng sau bụi cây dày đặc. Chúng tôi còn nghe thấy tiếng la hét của mọi người ở trên chiếc xe buýt mà chúng tôi vừa ra khỏi, chúng tôi biết rằng họ sẽ bị giết".

Tôi vừa kinh hoàng vừa lấy làm lạ, khi người bạn của tôi tên là Paul đến từ Burkina Faso kể lại câu chuyện của anh ta cho tôi nghe. Tôi hỏi rằng: "Anh thoát khỏi xe buýt bằng cách nào?"

"Bạn của tôi là John và tôi đã đi từ Togo đến cảng Harcourt ở Nigeria để ghé thăm thành phố mà Đức Chúa Trời kêu gọi chúng tôi bắt đầu một cơ sở huấn luyện của YWAM. Sau khi đánh giá mọi thứ xong, chúng tôi bắt chuyến xe buýt trở về Togo. Sau đó, chúng tôi thấy một chiếc xe buýt đã bị xì bánh xe ở trước mặt. Người tài xế chiếc xe buýt của chúng tôi dừng lại để giúp đỡ.

"Đột nhiên, tôi nghe thấy Đức Thánh Linh phán rằng: 'Paul, hãy ra khỏi xe buýt NGAY'. Tôi quay lại nói với John những gì vừa nghe được. Anh ấy nói rằng: 'Nếu anh đi ra, tôi sẽ theo anh!'"

Paul giải thích rằng: "Chúng tôi đang ngồi ở cuối chiếc xe buýt nên mọi người không vui khi chúng tôi cố vượt qua chỗ họ đang ngồi. Ai nấy đều nói rằng: 'Bác tài sẽ giúp chiếc xe buýt ấy rồi chúng ta sẽ đi ngay thôi. Các anh xuống xe làm gì cho phí thời gian'".

"Nhưng tôi nói với John rằng: 'Điều quan trọng là chúng ta lắng nghe tiếng Chúa, chứ không phải con người!' Chúng tôi nhảy xuống khỏi xe buýt thì nhìn thấy một chiếc Volvo trờ tới. Chiếc xe dừng lại rồi tắt đèn pha. Cửa xe bung ra liền có mấy người đàn ông leo xuống – họ mang theo vũ khí tự động!

"Anh có thấy gì không?" John thì thào.

"'Có, họ sẽ cướp hết tài sản của mọi người ở trên xe buýt.' Chúng tôi nhanh chóng nhảy vào bụi cây và bắt đầu bò trườn để cứu mạng sống mình. Khi mấy tên cướp nghe thấy tiếng động trong bụi cây, chúng bắt đầu xả súng, nhưng vì chúng tôi đang bò đi nên chẳng có viên đạn nào bắn trúng chúng tôi".

"Cảm ơn Chúa!" tôi la lên, "Rồi chuyện gì xảy ra tiếp theo?"

"Sa-tan bắt đầu gieo vào tư tưởng của tôi để khiến tôi lòng tôi hoảng sợ: *Paul, anh có muốn trở lại nơi này để bị mất mạng chăng? Thật là nguy hiểm. Anh có thể đi chỗ khác để phục vụ Chúa mà, đúng không!"*

"Thình lình, tôi nghe được tiếng phán nhỏ nhẹ của Đức Thánh Linh: *Paul, đừng sợ chi. Ta ở cùng con. Ta sẽ bảo vệ con. Ta sẽ dẫn dắt con cho đến khi ta làm ứng nghiệm sứ mạng mà ta đã phán cùng con.* Darlene, tôi nhận ra Sa-tan không dễ dàng trao trả bờ cõi mà nó đang thống trị đâu – mình phải chiến đấu để dành lại!"

Khi tôi lắng nghe câu chuyện của Paul, tôi nhận ra anh ấy đang chia sẻ lại sứ điệp của tôi: Hãy lắng nghe tiếng Chúa; vâng lời Ngài và đừng bỏ cuộc! Đây là bài học nói lên sự sống và cái chết tùy thuộc vào cách chúng ta lắng nghe tiếng Chúa và vâng lời Ngài, nhưng nguyên tắc ấy cũng được áp dụng vào trong đời sống mỗi ngày.

Phải chăng đó là Ngài, thưa Chúa?

Khi Loren và tôi đang làm việc với John, Elizabeth Sherill và Janice Rogers (em gái của Loren) để hoàn thành quyển sách đầu tiên, gia đình nhà Sherill muốn tìm bằng được "cốt truyện" chính của YWAM. Trong ba ngày căng thẳng, họ lắng nghe chúng tôi kể lại những câu chuyện về cách YWAM đã bắt đầu và hiện đang làm việc như thế nào. Sau đó, họ đi về và cầu nguyện để biết phải đặt tựa đề sách là gì. Tựa đề của quyển sách cũng là kết luận của họ: *Phải chăng đó là Ngài, thưa Chúa?* Chúng tôi kể lại cách mọi người lắng nghe tiếng phán Chúa, làm theo điều Ngài phán và đứng vững trong đức tin.

Đức Chúa Trời là Đấng có tài kể chuyện. Những cụm từ phổ biến nhất trong Kinh Thánh đó là "Đức Giê-hô-va phán rằng" hay "Chúa phán rằng". Chúng được dùng đến 1500 lần trong Giao Ước Nguyên Thuỷ. Nhưng Ngài phán bằng nhiều cách khác nhau: qua tiếng phán trực tiếp, qua giấc mơ và khải tượng, qua các thiên sứ, qua tiếng phán nhỏ nhẹ trong lòng chúng ta, qua lời nói của bạn bè hay giáo sư tin kính, qua sự mặc khải trong Kinh Thánh. Đức Chúa Trời có thể phán theo cách Ngài muốn – Ngài còn phán qua một con lừa! Ngài đang tìm kiếm những tấm lòng biết lắng nghe. Đối với tôi, Đức Chúa Trời thường phán qua một sự thôi thúc nhẹ trong tâm linh, hay là một lời thì thầm trong tâm trí. Đôi khi tiếng Chúa phán nghe giống như tiếng của cha tôi – đặc biệt là những lúc Ngài muốn sửa phạt tôi! Có những lúc tôi hỏi Ngài, tôi chẳng nghe thấy gì cả. Ấy là bài kiểm tra rất lớn, lúc ấy tôi cần phải nương cậy vào những gì tôi biết về đặc tánh của Ngài.

Joy Dawson: Lắng nghe tiếng Chúa một cách chi tiết!

Tôi đã nghe nhiều câu chuyện tuyệt vời về Joy Dawson từ chuyến đi của Loren vào năm 1957 đến New Zealand, cho nên khi tôi gặp bà, tôi nóng lòng muốn học hỏi từ bà. Tôi được khích lệ khi biết rằng bà không phải là người có vẻ ngoài sùng đạo nhợt nhạt vì dành cả đời trong căn phòng cầu nguyện. Bà là người có tính cách vui vẻ và hay bận váy xoè. Tôi chưa gặp người nào lắng nghe tiếng Chúa một cách chính xác giống như vậy bao giờ. Bà biết rõ những chi tiết về những người chưa hề gặp và những nơi chưa hề đến, chỉ có Đức Chúa Trời mới bày tỏ cho bà biết những điều đó. Tôi muốn có được mối liên hệ với Đức Chúa Trời giống như vậy và cũng mong muốn điều này xảy ra với những người trẻ mà tôi đang dẫn dắt nữa.

Loren và tôi học hỏi từ cha mẹ của chúng tôi về cách lắng nghe tiếng Chúa, nhưng sau khi biết về cuộc đời của Joy thì tôi lại bị thách thức muốn có sự sâu sắc và chi tiết hơn nữa. Chính mình tôi đã thử cho biết liệu Đức Chúa Trời có phán với tôi một cách chi tiết giống như Ngài đã làm với bà hay không.

Mỗi khi Loren và tôi chia sẻ về YWAM trong một buổi họp, tôi hỏi Chúa rằng: "Con nên nói chuyện với ai sau buổi họp?" Ngài chỉ cụ thể những người đó, có lúc còn cho tôi "lời tri thức" dành cho họ nữa: "Người này sẽ trở thành lãnh đạo quan trọng của sứ mạng… người kia được Chúa kêu gọi trở thành giáo sư, họ đang chiến đấu... con phải thách thức người này cầu nguyện để đi đến Tây Phi". Khi tôi cho Đức Chúa Trời cơ hội, mong đợi Ngài phán cùng tôi, thì Ngài làm như vậy. Tôi nghĩ: *Thật là tuyệt vời! Tôi đã nghe được chi tiết hơn!*

Đây là một thói quen mà tôi cố gắng làm cho đến ngày hôm nay – học cách lắng nghe tiếng phán nhỏ nhẹ của Ngài để biết cầu thay cho ai hay khích lệ ai.

Đức Chúa Trời phán về chuyện lớn và chuyện nhỏ

Điều lạ lùng về tiếng Chúa phán đó là Ngài phán về "những việc lớn và khó" khiến các học giả cũng phải kinh ngạc và ảnh hưởng đến các dân tộc (Giê-rê-mi 33:3), những câu chuyện ấy đơn giản đến nỗi một em thiếu nhi cũng hiểu được.

Trong một buổi cầu nguyện của chúng tôi vào lúc sáng sớm, Reona Peterson-Joly đã nghe được "tiếng Chúa phán" phải đi đến Albania. Lúc ấy, đất nước này bị cai trị bởi sự hà khắc của một kẻ độc tài.

Từ đêm này qua đêm nọ, tôi cầu nguyện cho Reona và nhiều người khác trong việc chuẩn bị cho chuyến đi đầy nguy hiểm này. Vào đêm nọ, em nhìn thấy trong khải tượng gương mặt của một người phụ nữ đang quét dọn mà em cần phải gặp người đó. Vào năm 1973, khi em và người bạn tên là Evey đã xoay sở đến Albania, một người phụ nữ đi vào phòng để đem khay thức ăn cho em. Reona nhận ra đó là người phụ nữ mà Đức Chúa Trời đã bày tỏ với em trong khải tượng!

Khi người phụ nữ ấy quay trở lại trong ngày hôm đó để mang thêm đồ ăn, thì người đó ngồi trên giường, cầm cả hai tay của Reona và nhìn vào đôi mắt của em. Chúa đã phán với Reona trong giây phút ấy, còn người phụ nữ nói tiếng Anh cách chậm rãi rằng: "Chúa Jêsus – Có!" Những giọt nước mắt rưng rưng trên đôi mắt của người phụ nữ và bà đã ôm Reona vào lòng. Bằng vốn tiếng Anh hạn hẹp, người phụ nữ ấy nói rằng: "Tôi cũng là Cơ Đốc nhân!" Sau đó, Reona và Evey đã trải qua một câu chuyện giải cứu rất ly kỳ mà bạn có thể tìm hiểu thêm về câu chuyện nầy trong quyển sách của Reona tựa đề là: *Ngày mai ngươi sẽ chết.*

Đức Chúa Trời phán, ngay trong những hoàn cảnh tưởng chừng sẽ phải chết, hay là trong những sự kiện thường ngày. Một ngày nọ, tôi cảm thấy rất thất vọng vì không tìm được chìa khoá xe của mình. Đứa con gái còn nhỏ của tôi là Karen đã nói rằng: "Mẹ ơi, chúng nằm ở dưới mấy tờ báo". Đúng là chùm chìa khoá nằm ở dưới đó! Tôi hỏi: "Làm sao con biết?" thì con bé nói rằng: "Con hỏi Cha trên trời thì Ngài cho con biết chùm chìa khoá ấy ở đâu". Sau đó, con bé còn nói rằng: "Mẹ có mừng khi có con ở đây không?"

Tôi thích cách Đức Chúa Trời trở nên rất gần gũi và phán với chúng tôi về những vấn đề lớn nhỏ.

Lắng nghe Đức Chúa Trời: chìa khoá cho việc đưa ra quyết định

Tôi tự hỏi không biết chúng tôi đã lãng phí bao nhiêu lần trước những việc mà Đức Chúa Trời có thể bày tỏ cho chúng tôi, nếu chúng tôi biết dành thời gian để hỏi Ngài. Sự lệ thuộc vào việc lắng nghe tiếng Chúa đã ảnh hưởng lớn trên cách chúng tôi, là YWAM, đưa ra những quyết định cho tập thể. Đó là cách giải thích chủ yếu cho những kết quả và sự tăng trưởng qua nhiều thập kỷ của chúng tôi. Hãy coi chừng việc có nhiều buổi họp hơn buổi cầu nguyện! Đối với các buổi họp nhân sự và lãnh đạo, chúng tôi phải dành thời gian để cùng nhau tìm kiếm sự khôn ngoan của Đức Chúa Trời để đưa ra những quyết định.

Châm ngôn 16:9 chép rằng: "Lòng người toan định đường lối mình, song Đức Giê-hô-va chỉ dẫn các bước của người". Có kế hoạch không phải là sai, nhưng chúng ta vẫn phải mở rộng bàn tay để Chúa ban cho sự mặc khải mới. Gia-cơ 1:5 chép rằng: "Ví bằng trong anh em có kẻ kém khôn ngoan, hãy cầu xin Đức Chúa Trời, là Đấng ban cho mọi người cách rộng rãi, không trách móc ai, thì kẻ ấy sẽ được ban cho". Thật là một vinh dự và là món quà tuyệt vời khi chúng ta có thể tự do cầu xin Chúa ban cho sự khôn ngoan mỗi khi cần.

Chúng tôi tổ chức buổi Hội thảo Đào tạo Lãnh đạo lần đầu tiên ở Kona vào năm 1976, trước khi chúng tôi được quyền sở hữu cơ sở. Chúng tôi vẫn họp hành và tổ chức các trường học tại một khu trồng cà chua cũ ở trên thị trấn. Ngay trước khi buổi hội thảo bắt đầu, các lãnh đạo cấp tỉnh đã đến nói rằng: "Quý vị nên trồng cà nhiều hơn ở đây mới phải – chứ không được có nhiều người tập trung ở đây!" Họ đã cấm chúng tôi sử dụng khu trồng cà làm lớp học. Trong tình thế tiến thoái lưỡng nan và sắp sửa có 150 người đến dự buổi hội thảo, tôi hỏi Loren rằng:

"Anh và các lãnh đạo khác có chắc đã nghe từ Chúa phải tổ chức buổi hội thảo này không vậy?"

"Có", anh ấy đáp lại. "Mọi người đã cùng nhau hỏi Chúa, cả nhóm đã có khẳng định rất rõ ràng về chỗ này".

"Anh có chắc là ngày hôm nay không?"

"Có".

"Anh có chắc là sẽ xảy ra trong năm nay không?" Tôi hỏi tiếp.

Loren quả quyết với tôi rằng: "Có. Chúa phán sẽ xảy ra trong năm nay".

"Vậy thì nó sẽ xảy ra thôi". Đúng như vậy. Vào phút cuối cùng, Chúa đã cung ứng một khán phòng để làm lớp học và có cả khu nhà bếp nữa. Còn về nhà ở thì chúng tôi đã cầu nguyện, Chúa phán trong lòng và tâm trí của chúng tôi về những địa điểm cần phải kiểm tra và sự tiếp trợ đã xảy ra. Nguyên tắc đó là: lắng nghe Lời Chúa phán để chúng ta có đức tin, đức tin phải dẫn tới hành động, còn sự kiên trì sẽ làm cho khải tượng được ứng nghiệm!

Sean Lambert, một lãnh đạo YWAM San Diego/Baja, đã thuật lại cho tôi nghe một câu chuyện tuyệt vời về cách Đức Chúa Trời hành động trong một buổi họp của 18 thành viên nằm trong ban giám đốc. Họ đang xem xét đến việc có nên mua bảo hiểm tai nạn cho từng người trong các đội truyền giáo ngắn kỳ mà họ sẽ đón tiếp để giúp xây dựng Nhà Hy Vọng hay không. Vì họ thường có hàng ngàn tình nguyện viên mỗi năm, đây là một quyết định sẽ ảnh hưởng rất nhiều đến túi tiền.

Một vài thành viên trong ban giám đốc cảm thấy chi phí dành cho mỗi người sẽ rất cao, cho nên họ không muốn thêm vào phí bảo hiểm cho chuyến đi. Các thành viên còn lại tin rằng cần phải thận trọng khi mua bảo hiểm mới này. Cuộc thảo luận tiếp tục diễn ra tới lui như vậy mà không có tiến triển gì cả. Cuối cùng, một thành viên trong ban giám đốc, là người tin Chúa đang làm kinh doanh, đã quay sang nói với Sean rằng: "Trong những trường hợp như thế này, không phải YWAM sẽ hỏi Chúa phải làm gì sao?"

Sean tỉnh ra, đội nhiên cảm thấy được nhắc nhở vì một thành viên trong ban giám đốc đã nói đúng. Tất cả mọi người dành nhiều thì giờ để bàn bạc có nên chấp thuận hay phản đối quyết định này cũng là một điều tốt, nhưng họ không lại không cầu hỏi Chúa để biết Ngài nghĩ gì. Bằng đức tin, Sean đã mời tất cả thành viên trong ban giám đốc cúi đầu và cùng nhau xin Chúa ban cho họ sự khôn ngoan.

Gần như tức thì, Chúa phán trong tâm trí của Sean mấy lời sau: "Câu chuyện người Sa-ma-ri nhân lành". Khi ông suy gẫm câu chuyện này trong Lu-ca 10, ông nhận ra chính người đàn ông mới là người bị hại trên đường. Còn người Sa-ma-ri nhân lành đã đến giúp chuyển người bị thương đến nơi chăm sóc vết thương. Người Sa-ma-ri cũng hứa sẽ trả thêm tiền nếu cần. Ở cuối câu chuyện, Chúa Jêsus đã cho biết rằng: "Ấy là ý nghĩa của việc yêu người lân cận".

Sau khi nhận ra mối liên hệ rõ ràng giữa câu chuyện ẩn dụ và quyết định về bảo hiểm, Sean đã dừng thì giờ cầu nguyện và chia sẻ những gì Chúa bày tỏ trong tâm trí của ông về việc sẵn sàng chăm sóc người bị thương. Ban giám đốc trước đó có sự chia rẽ, bây giờ đã nhận được sự mặc khải và sự khôn ngoan tươi mới từ Đức Chúa Trời, đã nhất trí mua bảo hiểm tai nạn. Toàn bộ thì giờ cầu nguyện, tường thuật lại báo cáo và đưa ra quyết định chỉ mất vỏn vẹn 10 phút đồng hồ. Đức Chúa Trời có thể phán cùng chúng ta một cách chi tiết về bất kỳ điều gì – ngay cả về bảo hiểm.

Vào lúc bấy giờ, việc đi lại càng trở nên ít an toàn hơn cho nên chúng tôi phải khôn khéo, không được quá tự tin về việc đi đâu, đi khi nào, làm gì và không làm gì. Vài năm trước, bạn tôi là Maria đang hướng dẫn một đội biểu diễn nghệ thuật đến từ Hồng Kông. Mục vụ này gọi là Khung Cửa Sổ, họ luôn tìm kiếm sự dẫn dắt của Chúa trong việc tạo ra những vũ điệu, âm nhạc và kịch nghệ để biểu diễn – nhưng cũng hỏi Chúa về thời gian và địa điểm để làm mục vụ.

Một buổi sáng nọ, trong khi đi truyền giáo ở Paris, cả đội cầu nguyện cho thành phố ấy. Họ đang lên kế hoạch để biểu diễn ở năm địa điểm trong ngày hôm đó. Nhưng, Chúa lại phán cùng họ giống như Ngài đã làm với sứ đồ Phao-lô và đội của ông trong Công-vụ 16:6 rằng: "Đừng đi ra ngoài trong ngày hôm nay. Hãy ở tại chỗ và cầu nguyện cho thành phố". Họ đã thất vọng vì phải ở nhà, nhưng họ làm theo tiếng Chúa phán. Buổi tối hôm đó, họ nhận được một cuộc gọi từ Đại sứ quán Mỹ vì người cậu của một sinh viên đang làm việc tại đó. Ông đã rất lo lắng cho đội này vì tất cả năm địa điểm mà họ đã lên kế hoạch đều bị khủng bố đánh bom!

Đội của Maria đã được an toàn vì họ lắng nghe và vâng lời Chúa Jêsus! Không phải lúc nào chúng tôi cũng được giải cứu giống như đội của Maria, nhưng Chúa hứa ở cùng và dẫn dắt chúng tôi qua những lúc khó khăn, nếu chúng tôi lắng nghe Ngài.

Sự dẫn dắt thiên thượng và lắng nghe tiếng Chúa là một trong những khía cạnh ly kỳ trên hành trình theo Chúa. Cơ Đốc giáo không phải là một thể thức hay là một bản đồ với kế hoạch chi tiết – mà là sự truyền thông hai chiều với Đấng Tạo Hóa của cả cõi vũ trụ này. Thật là hào hứng phải không!

Sự mặc khải và Lý luận

Một điều mà Loren thường làm khi Chúa phán với anh ấy (sự mặc khải) là so sánh những gì nghe được với Kinh Thánh để xem thử có phù hợp với Lời Chúa hay không (lý luận). Anh ấy xem xét từ Sáng thế ký đến Khải huyền, tìm kiếm những câu chuyện và nguyên tắc Kinh Thánh có liên quan đến những gì Chúa vừa phán. Trong quá trình này, anh ấy sẽ dừng lại và suy gẫm một đoạn Kinh Thánh nào đó, xem xét những nguyên tắc và đường lối của Chúa. Sau đó, khi anh ấy chia sẻ với những người khác về điều Chúa đã phán, thì thông điệp mang lại sự khôn ngoan và có cơ sở Kinh Thánh rất tuyệt vời.

Mỗi khi chúng ta cảm nhận được điều gì từ Chúa, chúng ta nên hỏi chính bản thân mình rằng: "Điều này có phù hợp với Kinh Thánh không và có phù hợp với bản chất và đặc tánh của Đức Chúa Trời không?" Tiếng Chúa phán sẽ KHÔNG BAO GIỜ đi ngược lại với điều Ngài đã bày tỏ về chính Ngài trong Kinh Thánh đâu, cũng như Ngài sẽ không phán điều gì ngược lại với bản chất và đặc tánh của Ngài. Người nào tin Chúa có sự trưởng thành về mặt thuộc linh sẽ đón nhận cả hai cách đó là sự mặc khải và lý luận.

Tôi cũng muốn đưa ra thêm một lời cảnh báo chân thành đó là đừng tuỳ tiện nói "Chúa phán…" nếu đó chỉ là ý tưởng hay quan điểm của cá nhân mình. Chúng tôi không muốn bày tỏ Ngài một cách sai trật với người khác! Nếu đã biết mình nghe sai, thì chúng ta nên quay lại và chia sẻ điều này với bất kỳ cá nhân hay tập thể nào bị ảnh hưởng bởi những gì chúng ta đã nói kèm với Danh Chúa.

Lắng nghe tiếng Chúa là một đề tài quan trọng và tôi tin rằng khi chia sẻ về đề tài này cũng nên đi kèm với câu chuyện gốc của YWAM trong quyển *Phải chăng đó là Ngài, thưa Chúa?*

Mười hai điều cần nhớ: Lắng nghe tiếng Chúa[4]

Nếu bạn biết Chúa, bạn đã nghe được tiếng phán của Ngài – đó là sự thôi thúc ở trong lòng đã khiến bạn tiếp nhận Chúa lần đầu tiên. Chúa Jêsus luôn đến cùng Cha của Ngài để kiểm tra lại mọi thứ (Giăng 8:26-29), chúng ta cũng nên làm vậy nữa. Lắng nghe tiếng phán của Cha thiên thượng là quyền lợi của con cái Đức Chúa Trời. Trong sách này, chúng tôi đã cố gắng mô tả vài cách để kinh nghiệm điều này. Những khám phá ấy không bao giờ dừng lại ở lý thuyết. Mà là kết quả từ cuộc phiêu lưu của chúng tôi:

1. Đừng làm cho sự dẫn dắt trở nên phức tạp. Nếu bạn thực sự muốn vâng lời và làm vui lòng Ngài! Nếu bạn giữ mình trong sự hạ mình, Ngài hứa sẽ dẫn dắt bạn (Châm ngôn 16:9). Sau đây là ba điều đơn giản đã giúp chúng tôi lắng nghe tiếng Chúa:
   o Đầu phục Ngài là Chúa. Xin Ngài giúp bạn làm im lặng những suy nghĩ và khao khát của mình và quan điểm của người khác đang lấp đầy tâm trí của bạn (2 Cô-rinh-tô 10:5). Ngay cả khi bạn đã được ban cho một tâm trí sáng sủa, nhưng đây là lúc để lắng nghe những suy nghĩ của Chúa, là Đấng có tâm trí tốt hơn (Châm ngôn 3:5-6).
   o Hãy chống cự ma quỷ nếu nó đang lừa dối bạn vào lúc này. Hãy sử dụng thẩm quyền mà Đức Chúa Jêsus Christ đã ban cho bạn để làm câm tiếng của kẻ thù (Gia-cơ 4:7; Ê-phê-sô 6:10-20).
   o Hãy mong đợi câu trả lời. Sau khi đã hỏi Ngài ở trong tâm trí, hãy chờ Ngài trả lời. Hãy mong đợi

---

[4] *Phải chăng đó là Ngài, thưa Chúa* © 1984 của tác giả Loren Cunningham. Ấn bản thứ hai 2001, đã cập nhật 2010, trang 200-203.

Cha thiên thượng phán cùng bạn. Ngài sẽ phán (Giăng 10:27; Thi thiên 69:13; Xuất 33:11).

2. Hãy cho phép Đức Chúa Trời phán với bạn theo cách của Ngài. Đừng cố gắng dự đoán cách Chúa phán theo ý mình. Ngài là Chúa – bạn là đầy tớ của Ngài (1 Sa-mu-ên 3:9). Hãy lắng nghe bằng tấm lòng thuận phục; có một đường dẫn trực tiếp giữa sự thuận phục và sự lắng nghe.

    Chúa có thể phán với bạn qua *Lời* của Ngài: điều này có thể xảy ra khi bạn giữ thì giờ đọc Kinh Thánh hằng ngày, hay là Ngài có thể dẫn dắt bạn bằng một câu Kinh Thánh cụ thể nào đó (Thi thiên 119:105); qua *tiếng phán trực tiếp* (Xuất 3:4); qua *những giấc mơ* (Ma-thi-ơ 2) và *khải tượng* (Ê-sai 6:1, Khải huyền 1:12-17).

3. Hãy ăn năn bất kỳ tội lỗi nào chưa được tha thứ. Tấm lòng trong sạch là điều cần thiết nếu bạn muốn lắng nghe Chúa (Thi thiên 66:18).

4. Hãy sử dụng nguyên tắc đầu rìu – một phạm trù được lấy từ câu chuyện 2 Các-vua 6. Nếu bạn không biết phải làm gì, hãy trở lại với tiếng phán rõ ràng như dao cắt của Chúa. Sau đó, hãy vâng lời. Câu hỏi quan trọng là *Bạn đã làm theo những gì Chúa phán gần đây chưa?*

5. Hãy lãnh đạo bản thân. Đức Chúa Trời sẽ sử dụng người khác để giúp bạn biết chắc chắn sự dẫn dắt của Ngài, nhưng bạn cũng cần phải nghe trực tiếp từ Ngài. Thật nguy hiểm khi tiếp nhận tiếng Chúa phán từ người khác cho bản thân mình (1 Các-vua 13).

6. Đừng kể với người khác về sự dẫn dắt của Chúa cho tới khi Ngài cho phép bạn làm vậy. Đôi khi, điều này xảy ra ngay tức thì; có lúc cần phải có sự trì hoãn. Mục đích chính của việc chờ đợi đó là né tránh bốn cạm bẫy trong sự dẫn dắt: (a) sự kiêu ngạo, vì Đức Chúa Trời đã phán điều gì đó với bạn; (b) giả định, vội vàng

chia sẻ trước khi hiểu rõ điều Chúa phán là gì; (c) bỏ lỡ thời điểm và phương cách của Chúa; (d) tạo ra sự bối rối cho người khác; họ cũng cần phải chuẩn bị tấm lòng (Lu-ca 9:36; Truyền đạo 3:7; Mác 5:19).

7. Hãy sử dụng Nguyên tắc Ba nhà thông thái. Mỗi nhà thông thái đều đi theo vì sao, làm như vậy tất cả sẽ cùng tìm đến Đấng Christ, Đức Chúa Trời cũng thường dùng hai hoặc nhiều người nhạy bén thuộc linh để xác nhận điều Ngài phán cùng bạn (2 Cô-rinh-tô 13:1).

8. Hãy coi chừng sự giả mạo. Bạn có thấy tiền giả bao giờ chưa? Tất nhiêu rồi. Nhưng bạn có tờ giấy giả chưa? Chưa. Lý do là vì những thứ có giá trị thường bị làm giả.

   Sa-tan có thể làm giả mọi thứ đến từ Đức Chúa Trời mà nó có thể (Công-vụ 8:9-11; Xuất 7:22). Thí dụ, thần cảm giả mạo đến bởi sự bói khoa, thuật chiêm tinh, phim khiêu dâm (Lê-vi-ký 20:6; 19:26; 2 Các-vua 21:6). Sự dìu dắt của Đức Thánh Linh sẽ kéo bạn đến gần Chúa Jêsus và được tự do thật. Còn Sa-tan chỉ muốn bạn rời xa Đức Chúa Trời và bị trói buộc.

   Một phép thử để nhận biết sự dẫn dắt thật là: Những gì bạn đang làm có phù hợp với những nguyên tắc của Kinh Thánh không? Đức Thánh Linh không bao giờ đi ngược lại với Lời Chúa.

9. Sự chống đối của mọi người có thể là sự dẫn dắt đến từ Đức Chúa Trời (Công-vụ 21:10-14). Sau này, chúng tôi phát hiện ra sự ngăn trở từ hệ phái thật ra là sự dẫn dắt của Đức Chúa Trời để làm cho mục vụ được lan rộng hơn. Bài học quan trọng ở đây là hãy thuận phục Chúa (Đa-ni-ên 6:6-23; Công-vụ 4:18-21). Sự nổi loạn không bao giờ đến từ Đức Chúa Trời, nhưng có lúc Ngài muốn bạn lìa khỏi những lãnh đạo của mình mà không có sự nổi loạn vì đó là kế hoạch

của Ngài. Hãy tin cậy Ngài sẽ giúp bạn bày tỏ tấm lòng của mình bằng một cách khác.

10. Mỗi người theo Chúa đều có một mục vụ độc nhất (1 Cô-rinh-tô 12; 1 Phi-e-rơ 4:10-11; Rô-ma 12; Ê-phê-sô 4). Bạn càng muốn lắng nghe tiếng Chúa một cách chi tiết, bạn sẽ càng hiệu quả hơn khi đi theo tiếng gọi. Sự dẫn dắt không phải là một trò chơi – mà là việc nghiêm túc để chúng ta biết Chúa muốn mình làm gì trong mục vụ và Ngài muốn chúng ta làm như thế nào. Đức Chúa Trời muốn bạn có hành động đúng đắn, lời nói chân thật, đúng chỗ, đúng người, đúng thời điểm và đúng quy trình, thuận phục sự lãnh đạo, sử dụng đúng phương pháp, có tấm lòng đúng đắn.

11. Hãy thực hành lắng nghe tiếng Chúa thì mọi chuyện sẽ dễ dàng hơn. Giống như khi nghe điện thoại thì nhận ra giọng nói của người bạn thân ngay lập tức – bạn biết tiếng của Ngài vì bạn đã quen thuộc với tiếng ấy. Hãy so sánh câu chuyện cậu bé Sa-mu-ên và ông lão Sa-mu-ên mà xem (1 Sa-mu-ên 3:4-7; 8:7-10; 12:11-18).

12. Mối quan hệ là lý do quan trọng nhất để lắng nghe tiếng phán của Đức Chúa Trời. Ngài không chỉ là Đấng vô hạn mà còn là Đấng rất gần gũi. Nếu bạn không trò chuyện với Ngài, thì bạn không có mối liên hệ với Ngài. Sự dẫn dắt thật… sẽ dẫn bạn đến gần Đấng dẫn dắt bạn. Chúng ta biết Chúa rõ hơn khi Ngài phán cùng chúng ta, còn khi chúng ta lắng nghe và làm theo Lời Ngài, thì chúng ta làm vui lòng Chúa (Xuất 33:11; Ma-thi-ơ 7:24-27).

Một khi chúng ta ĐÃ NGHE từ Chúa, thì chúng ta cần phải vâng lời Ngài một cách chi tiết! Chúa muốn chúng ta vâng lời Ngài một cách tức thì và phải thật vui mừng. Vâng lời một nửa hay trì hoãn sự vâng lời là không vâng lời.

Không tự mổ xẻ phân tích

Chúa muốn phán với chúng ta hơn là chúng ta muốn nghe những gì Ngài phán. Nếu bạn không nghe rõ ràng ngay lúc ấy, thì đừng lo lắng – hãy chờ đợi bằng đức tin.

Gần đây, tôi đang trò chuyện với một cô gái trẻ, vừa mới bắt đầu bước vào YWAM. Cô ấy rất muốn làm điều đúng, nhưng cứ đắn đo suy nghĩ rằng: "Có phải em đã làm sai điều này hay điều kia nên em không nghe được gì cả?" Tôi nhắc cô ấy nhớ điều Loren từng nói với tôi là: "Đừng cố gắng thay thế vai trò của Đức Thánh Linh. Ngài mới là Đấng quả quyết điều gì đến từ Ngài, ấy không phải là vai trò của em!"

Bởi vì tôi cũng hay phân tích, tôi có sự lưỡng lự trong suy nghĩ và hành động. Đáng lẽ đáp ứng của tôi phải luôn là: "Chúa ơi, Ngài biết con muốn làm vui lòng Ngài. Ngay lúc này, Ngài biết con không nghe rõ, như vậy có nghĩa là con chưa cần biết câu trả lời. Con cảm ơn Ngài vì sự khôn ngoan và tin cậy sự dẫn dắt của Ngài sẽ xảy ra đúng thời điểm".

Tin cậy Chúa phán với người khác

Chúng ta phải tôn trọng khi Chúa phán với người khác, ngay cả khi đó là những điều chúng ta không muốn nghe. Tôi có một bài học lớn trong đời về nguyên tắc này một lần nọ. Người kế toán trong mục vụ của chúng tôi là một phụ nữ có tài và đáng yêu đã từng làm việc với chúng tôi trong nhiều năm. Một ngày nọ, cô ấy muốn gặp tôi và điều ngạc nhiên là cô ấy nói rằng: "Tôi cảm thấy đã đến lúc phải nghỉ việc. Tôi tin rằng Chúa không muốn tôi tiếp tục giữ vai trò kế toán của YWAM nữa".

Tôi nghĩ trong đầu là *Thôi rồi!* và tôi đã làm đủ mọi cách để giữ cô ấy ở lại. Thế là cô ấy ở lại – nhưng cô ấy đã trở nên rất cáu gắt và tiêu cực. Sau này, tôi phải ăn năn vì tôi đã không tôn trọng một sự thật đó là cô ấy thực sự đã nghe từ Chúa khi đến gặp tôi. Cô ấy không còn làm việc trong ân điển nữa, còn tôi đã có sự mánh khóe khi giữ cô ấy ở lại! Nếu chúng ta nói rằng Đức Chúa Trời có thể phán với mọi người, thì chúng ta cũng cần phải tôn trọng khả năng lắng nghe tiếng Chúa của họ nữa.

Tôi đã từng cố gắng trả lời câu hỏi của một thương gia là người không hiểu được cách vận hành của YWAM. Tôi giải thích rằng chúng tôi cũng có khâu quản lý, nhưng chúng tôi chỉ thực hiện sau khi Đức Chúa Trời phán với chúng tôi, chứ không phải làm xong rồi mới hỏi Chúa. Chúng tôi có được kết quả không phải vì chúng tôi có tổ chức, mà là vì chúng tôi lắng nghe Chúa và vâng lời Ngài. Chúng tôi không đủ thông minh để tự mường tượng ra những giá trị đã giúp hình thành YWAM. Đức Chúa Trời mới là Đấng làm điều đó một cách rất tài tình!

Chương 7

Giá trị 4 – Thực hành sự thờ phượng và cầu thay

YWAM cam kết trong việc hết lòng thờ phượng Chúa và dự phần vào sự cầu thay như là những khía cạnh không thể thiếu trong đời sống hằng ngày. Chúng tôi cũng nhận ra ý định của Sa-tan muốn huỷ hoại công tác của Đức Chúa Trời và chúng tôi lệ thuộc vào sự hiện diện năng quyền của Đức Thánh Linh để đắc thắng những mưu chước của ma quỷ trong đời sống cá nhân và trong những vấn đề của các dân tộc. (1 Sa-mu-ên 7:5; 2 Cô-rinh-tô 7:14; Thi thiên 84:1-8; Thi thiên 95:6-7; Thi thiên 100:1-5; Mác 11:24-25; Công-vụ 1:14; Ê-phê-sô 6:13-20; 1 Tê-sa-lô-ni-ca 5:16-19; 1 Ti-mô-thê 2:1-4).

Sự thờ phượng, sự cầu thay và chiến trận thuộc linh là những điều hòa quyện vào nhau. Có lẽ bạn hỏi rằng: "Tại sao những điều này lại được bao gồm trong Các Giá trị Nền tảng của YWAM? Ấy không phải là những khía cạnh trong đời đức tin của người tin Chúa cần phải làm sao?" Đúng vậy, nhưng Đức Chúa Trời đã nhấn mạnh từng điều ấy xuyên suốt lịch sử của YWAM.

Sức mạnh của sự thờ phượng

Chúa Jêsus khẳng định rằng mạng lệnh đầu tiên và lớn nhất đó là "Ngươi phải hết lòng, hết linh hồn, hết trí khôn, hết sức mà kính mến Chúa là Đức Chúa Trời ngươi" (Mác 12:30). Sự thờ phượng là biểu hiện của tình yêu ấy bằng sự tận hiến, những bài hát, sự phục vụ, nghệ thuật, vũ điệu, quỳ gối và những hành động khác nữa.

Sự thờ phượng đóng vai trò rất lớn trong việc phát triển một tổ chức truyền giáo! Ấy không phải là hoạt động "muốn thì làm". Vua Đa-vít đã viết trong Thi thiên 34 rằng: "Tôi sẽ chúc tụng Đức Giê-hô-va luôn, sự khen ngợi Ngài hằng ở nơi miệng tôi". Đó là cách mọi thứ thường xảy ra với chúng tôi. Sự thờ phượng là một lối sống. Điều này thường sôi sục ở trong lòng của hết thảy nhân sự YWAM – vào lúc đêm khuya, vào giờ cầu nguyện buổi sáng, trong hoạt động thường ngày và những biểu hiện phù hợp với thế hệ hay văn hóa của chúng ta. Chúng tôi càng học biết về bản chất và đặc tánh của Đức Chúa Trời, chúng tôi càng được kéo đến gần hơn trong sự thờ phượng, từ mỗi cá nhân cho đến tập thể. YWAM có rất nhiều phòng cầu nguyện 24/7 khắp nơi trên thế giới, cũng như các mục vụ tận hiến cho sự thờ phượng và sự cầu thay.

Vào đầu những năm 1980, chúng tôi đã khởi động một mục vụ gọi là FEET (Đội Truyền Giáo Viễn Đông) ở Hồng Kông. Tên gọi dựa vào Rô-ma 10:14-15 chép rằng: "Nhưng họ chưa tin Ngài thì kêu cầu sao được? Chưa nghe nói về Ngài thì làm thể nào mà tin? Nếu chẳng ai rao giảng, thì nghe làm sao? Lại nếu chẳng ai được sai đi, thì rao giảng thể nào? Như có chép rằng: Những bàn chân kẻ rao truyền tin lành là tốt đẹp biết bao!" Mặc dù mục vụ này tập trung vào truyền giáo (mười ngàn người tiếp nhận Chúa chỉ trong vòng 5 năm đầu tiên), FEET ra đời từ sự thờ phượng và chờ đợi Chúa.

Họ tận hiến sáu tuần đầu tiên chuẩn bị cho chuyến đi truyền giáo bằng sự thờ phượng và tiếp nhận sự dẫn dắt từ Chúa, trước khi họ thành lập các đội hay nói về địa điểm cần phải đi.

Họ chìm đắm trong sự thờ phượng Chúa đến nỗi bỏ qua những bữa ăn hay tiếp tục sự thờ phượng cho đến nửa đêm. Có lúc họ đã dành vài ngày để chiêm ngưỡng sự thánh khiết đẹp đẽ của Ngài; còn những ngày khác họ cảm tạ Chúa vì sự thành tín của Ngài; có ngày họ bày tỏ tình yêu thương của Cha trên trời. Họ hát lên những điều ở trong lòng, còn Đức Chúa Trời đổ đầy họ bằng quyền phép của Đức Thánh Linh. Trong vòng hơn ba thập kỷ qua, một đội đi truyền giáo kéo dài năm tháng tên là FEET đã trở thành những làn sóng tràn vào bờ cõi châu Á và các lục địa khác.

Chúng ta thấy trong Khải huyền 7:9 nói về sự thông công với Ngài, được bày tỏ bằng sự thờ phượng, là ý muốn của Đức Chúa Trời dành cho muôn dân muôn nước. Sự thờ phượng không chỉ có âm nhạc, mà âm nhạc thường giúp chúng ta phơi bày tấm lòng của mình. Mỗi thế hệ và mỗi nền văn hóa có cách bày tỏ sự thờ phượng khác nhau. Chúng tôi thường tổ chức thờ phượng trong YWAM để huy động phong trào truyền giáo toàn cầu giữa vòng những người trẻ. Sự thờ phượng đa quốc gia, đa ngôn ngữ, đa chiều mà chúng tôi đã kinh nghiệm cùng nhau chỉ là mùi vị của thiên đàng!

Vào những ngày đầu của YWAM Lausanne, Đức Chúa Trời đã cảm động Linda McGowan-Panci và nhiều người khác hát lên những bài hát thờ phượng mới. Những gì chúng tôi học được về bản chất và đặc tánh của Đức Chúa Trời bắt đầu bày tỏ qua âm nhạc. Rất nhiều bài hát của Linda được biên soạn thành quyển bài hát đã trở thành xuất phẩm nổi tiếng trong tiếng Pháp vào thời bấy giờ (200,000 bản đã được bán ra). Những bài hát ấy đã lan rộng khắp nước Pháp và vẫn còn thịnh hành trong các Hội thánh tại Pháp ngày hôm nay.

Sau này, khi chúng tôi chuyển đến Kona, Hawaii, Đức Chúa Trời đã dùng một cặp vợ chồng đến từ New Zealand là David và Dale Garratt để truyền cảm hứng và dẫn dắt chúng tôi trong sự thờ phượng. Họ gọi mục vụ của họ là "Hát Lời Thánh Kinh" vì những bài hát của họ đều được phổ lời từ các đoạn Kinh Thánh. Chúng tôi đã hát lên những bài Thi thiên, đó là cách tôi học thuộc lòng rất nhiều đoạn Thi thiên ấy. Ngày hôm nay, tôi thường nhớ tới một đoạn Kinh Thánh nào đó tự nhiên xuất hiện trong tâm trí mỗi khi tôi đặt câu hỏi với Chúa. Ấy là vì những bài hát của họ đã giấu Lời Chúa trong lòng và trong trí của tôi. Âm nhạc là điều tuyệt vời để chúng ta giấu Lời Chúa vào lòng!

Vào năm 1892, chúng tôi phải đối diện với lời đe doạ là sẽ bị tịch thu mảnh đất Kona mà Đức Chúa Trời đã dẫn dắt chúng tôi mua lại. Các chiến sĩ thờ phượng đã dẫn dắt chúng tôi trong sự cầu nguyện và chiến trận thuộc linh để chiến đấu dành lại mảnh đất mà Trường c đang được xây trên nền ấy. David và Dale đã ghi âm lại một tuyển tập có tên là Lời Khiêu Chiến ở trong trường đã trở lời kêu gọi của chúng tôi.

Sự vinh hiển của các dân tộc trong sự thờ phượng

Một trong những món quà vĩ đại nhất mà chúng tôi có được ở trong YWAM đó là sự bày tỏ đa dạng trong sự thờ phượng. Trong suốt những sự kiện kỷ niệm ngày thành lập YWAM lần thứ 50, Loren và tôi đã rất vui khi được góp phần vào một trong rất nhiều cách bày tỏ sự thờ phượng Chúa Jêsus.

Đức Chúa Trời đã đặt để trong từng dân tộc những âm thanh, màu sắc và lời ca tiếng hát mà Ngài hằng muốn họ dâng lên để tôn cao Ngài. Khi các dân tộc bày tỏ sự thờ phượng theo văn hóa phù hợp với Lời Chúa, thì mọi người có thể bày tỏ tình yêu của họ dành cho Chúa Jêsus từ cõi lòng của mình. Nào là lối hát "yoik" của người Scandinavan Sami, điệu múa haka của người Polynesian Maori, cách hát ô-pê-ra của người Ý, điệu nhảy híp-hóp của mấy anh chàng

La-tinh, tiếng trống của người châu Phi, bài múa quạt của người Hàn Quốc và điệp khúc Ha-lê-lu-gia nổi tiếng của Handel. Khi mục tiêu là dâng vinh hiển cho Chúa Jêsus, thì niềm vui ấy lan tỏa khắp nơi. Những cách bày tỏ sự thờ phượng khác nhau của các nền văn hóa giúp hết thảy chúng tôi thờ phượng Đức Chúa Trời một cách tự do!

Làm việc cũng là cách để thờ phượng

Bạn có bao giờ nghĩ về sự thờ phượng Đức Chúa Trời qua những việc bạn đang làm chưa? Francis Schaeffer, Darrow Miller và nhiều người khác đã dạy chúng tôi rằng thế giới quan theo Kinh Thánh về công việc đó là Đức Chúa Trời đã tạo nên chúng ta để làm việc. Từ gốc cho công việc và sự thờ phượng trong tiếng Hê-bơ-rơ là giống nhau – *Avodah*. Đức Chúa Trời không hề tạo ra công việc để trừng phạt con người vì họ đã phạm tội; Ngài đã ban cho loài người được làm việc trong vườn và chăm sóc muôn thú trước khi tội lỗi vào thế gian.

Công việc luôn là một phần trong kế hoạch tốt lành của Đức Chúa Trời dành cho loài người. Mục đích của công việc là để bày tỏ sự sống, dâng vinh hiển cho Đức Chúa Trời, làm cho chúng ta được thoả lòng. Ma quỷ muốn cướp đi niềm vui trong công việc bằng cách hạ thấp giá trị của những món quà mà Đức Chúa Trời đã đặt để trong lòng chúng ta và sự kêu gọi thiêng liêng của công việc. Nó là kẻ muốn nói rằng: "Những gì các ngươi có được không có giá trị gì cả – ấy không phải là những điều thiêng liêng".

Thực chất mà nói, khi chúng ta được tự do dâng lên Đức Chúa Trời thời gian và khả năng, công sức và nỗ lực, thì đó là sự dâng hiến cho Ngài, một hành động tôn cao giá trị đẹp đẽ trong sự sáng tạo của Ngài. Đức Chúa Trời được vinh hiển qua công việc của chúng ta và bởi điều đó mà *Avodah* (sự thờ phượng) xảy ra!

Sự cầu thay

Khi Joy Dawson dạy các nhân sự YWAM về lắng nghe tiếng Chúa, ấy không chỉ là sự dẫn dắt dành cho cá nhân. Bà đã giới thiệu khía cạnh lắng nghe tiếng Chúa qua sự cầu thay. Trong sự cầu thay, Chúa chia sẻ với chúng ta những gánh nặng, sự đau lòng và niềm vui ở trong tấm lòng của Ngài! Chính Chúa Jêsus đã và vẫn đang là Đấng cầu thay. Hê-bơ-rơ 5:7 nói rằng: "Khi Đấng Christ còn trong xác thịt, thì đã kêu lớn tiếng khóc lóc mà dâng những lời cầu nguyện nài xin cho Đấng có quyền cứu mình khỏi chết, và vì lòng nhân đức Ngài, nên được nhậm lời".

Vậy, sự cầu thay khác với những lời cầu nguyện khác như thế nào? Sự cầu thay là cầu nguyện cho những người khác theo sự dìu dắt và bày tỏ của Đức Thánh Linh. Người cầu thay như Chúa truyền dạy là người "đứng chỗ sứt mẻ trước mặt ta" (Ê-xê-chi-ên 22:30).

Joy đã dạy chúng tôi rằng Đức Chúa Trời đang tìm kiếm người nào sẵn lòng hy sinh thời gian của họ để cầu thay cho muôn dân muôn nước theo sự dẫn dắt của Đức Chúa Trời. Rất nhiều sự khổ đau trên thế giới này là vì tội lỗi ở cấp độ cá nhân và toàn cầu. Chúa không hề thờ ơ trước những đau khổ ấy, nhưng Ngài đã ban cho chúng ta ý chí tự do để chọn điều lành hay điều dữ. Ngài đã can thiệp khi dân sự của Ngài hạ mình tìm kiếm ý muốn của Ngài. Qua sự cầu thay, Ngài mời gọi chúng ta cùng đồng công và cùng sáng tạo với Ngài. Khi chúng ta là những kẻ mang ảnh tượng của Đức Chúa Trời hiệp một ý với Ngài và cầu nguyện theo sự dẫn dắt của Ngài, thì chúng ta đang đồng công với Đức Chúa Trời để biến đổi muôn dân muôn nước. Thật là một vinh dự cao cả!

Tôi thường nói rằng mọi điều tốt lành mà Đức Chúa Trời đã làm cho Thanh Niên Với Sứ Mạng đều được hình thành từ sự cầu thay. Khi nhìn lại, tôi nhận ra bởi sự cầu thay của cả tập thể mà mọi người đã đón nhận khải tượng của YWAM và được truyền cảm hứng để tiên phong những bờ cõi mới vì Đức Chúa Trời. Ai nấy đều góp phần vào việc phân biện đâu là ý muốn của Chúa. Sự cầu thay không chỉ là "lời tuyên bố", mà còn là phương tiện để cổ vũ cho sự hiệp một và sản sinh ra bông trái của Nước Trời một cách đáng kể.

Khi chúng ta lắng nghe tiếng Chúa *cùng nhau*, chúng ta có được sự tự tin rằng "ấy là Chúa" và cũng làm cho đức tin của chúng ta được lớn lên. Những khải tượng mà chúng tôi nhận được không hề ra đời từ một chuỗi kế hoạch; không có ai bỏ phiếu cho những điều đó. Sự mới mẻ được ra đời, những cơ sở mới của YWAM được mở ra, những phương cách truyền giáo mới được tạo ra – mọi thứ đều là kết quả từ sự cầu thay của tập thể. Tìm kiếm Đức Chúa Trời và cùng nhau lắng nghe Ngài đã giúp chúng tôi có thêm sức lực chứ không chỉ khẳng định giùm cho sự nhạy bén của một lãnh đạo nào đó là đến từ Chúa. Tiếng Chúa phán cho cả tập thể không chỉ giúp củng cố thêm sự hiệp một mà còn giúp YWAM có được chuyển động hướng tới khải tượng ấy.

Sau khi chúng tôi có thì giờ cầu thay ở Thụy Sĩ vào những ngày mới thành lập, Loren đọc một lá thư từ Tiến sĩ J. Christie Wilson, ông là giáo sĩ may trại đã dành 23 năm cuộc đời ở Afghanistan. Tiến sĩ Wilson đang nài xin YWAM gửi một đội đến khu vực của ông. Loren đã khích lệ mỗi người chúng tôi tìm kiếm Chúa một cách cá nhân vào đêm hôm ấy, không được trao đổi với người khác, để biết liệu chúng tôi có nên "đồng ý" dự phần hay không. Buổi sáng hôm sau, khi Loren hỏi có ai cảm thấy phải đi tới đó chăng, Lynn Green lúc ấy chỉ mới 21 tuổi là người duy nhất "được kêu gọi". (Lynn giờ đây là một lãnh đạo quốc tế lâu năm của YWAM). Loren đã gặp Lynn để hỏi rằng:

"Anh có chắc là sẽ đi Afghanistan không? Anh có biết rằng mình có thể bị giết nếu chia sẻ Phúc Âm ở đó chăng?"

"Có, tôi chắc chắn mình phải đi!"

"Anh có biết đất nước ấy ở đâu không?"

"Không".

Loren mở tấm bản đồ ra và chỉ cho anh ta thấy. "Anh dự định sẽ đi như thế nào?"

"Tôi không biết – có lẽ tôi sẽ đi nhờ xe chăng?"

Một năm sau đó, Lynn đã đi tới Afghanistan bằng chiếc xe tải hiệu Volkswagen đời cũ của YWAM Lausanne cùng với Jim và Janice Rogers, là em gái và em rể của Loren, và một đội nhỏ.

Họ đã bị bắt ở biên giới. Có 6000 quyển Phúc Âm Giăng bằng tiếng địa phương mà họ giấu trong chiếc xe tải đã bị phát hiện, họ còn bị bắt nhốt ở trong nhà hàng giờ liền trong khi 12 người trưởng lão/quan xét (tất cả đều là tu sĩ đạo Hồi) đọc những tài liệu ấy để làm "bằng chứng". Sau đó, họ đã trả tự do cho đội YWAM. Nhưng khi họ hỏi về "Mấy quyển tài liệu thì sao?" Các quan xét nói rằng: "Phát cho mọi người". Thế là họ làm theo. YWAM đã có mục vụ đầy kết quả ở Afghanistan từ dạo ấy cho đến ngày hôm nay, dù phải trải qua từng cuộc chiến và những thay đổi về mặt chính quyền.

Vào những năm đầu của công tác truyền giáo, tin tức quốc tế từ những khu vực hẻo lánh đã được thuật lại là rất tốt. Vài người đã đi vào các nước Hồi giáo, Phật giáo và Ấn Độ giáo. Vậy, Đức Chúa Trời đã đặt để các dân tộc ở trong lòng của chúng ta qua sự cầu thay. Một lần nọ, Ngài đã dẫn dắt chúng tôi vào mỗi tối trong suốt ba tuần liên tục để cầu thay cho Trung Hoa. Những buổi cầu nguyện này đã tự động xảy ra hết đêm này tới đêm nọ. Chúa bày tỏ với chúng tôi những thành phố và những chi tiết cần cầu thay một cách rất cụ thể, sau khi đọc mấy tờ báo và những tạp chí thì chúng tôi phát hiện thấy những câu trả lời rất cụ thể giống như những gì đã cầu nguyện.

Những buổi cầu nguyện giống như vậy vẫn còn xảy ra mỗi ngày trong YWAM ở khắp nơi trên thế giới. Chúng tôi luôn tìm cách hòa quyện đời sống mỗi ngày của mình cùng với việc lắng nghe tiếng Chúa về những vấn đề lớn nhỏ. Sự cầu thay là phương cách chủ yếu để Ngài sai phái chúng tôi. Khi cầu nguyện, chúng tôi nhìn thấy nhu cầu và lắng nghe tấm lòng của Chúa dành cho những người muốn biết Ngài như thế nào, còn đức tin của chúng tôi vẫn đáp ứng với Ngài rằng: "Có con đây, xin hãy sai con".

Chống cự kẻ thù

Công việc của chúng tôi trong công tác sứ mạng còn đem đến ánh sáng của Chúa Jêsus cho những nơi tối tăm nữa. Khi chúng tôi giúp đỡ những cá nhân, cộng đồng và các dân tộc tìm kiếm sự tha thứ và sự tự do ở trong Ngài, điều này khiến kẻ thù của chúng ta cảm thấy khó chịu.

Đức Chúa Trời là Đấng có thật, thì Kinh Thánh cũng dạy chúng ta biết rằng Sa-tan và các quỷ sứ của nó cũng có thật. Trong Ê-phê-sô 6:10-18, sứ đồ Phao-lô khuyên chúng ta hãy vững lòng ở trong Chúa và cảnh giác trước mưu kế của ma quỷ. Trong câu 12, ông nói rằng: "Vì chúng ta đánh trận, chẳng phải cùng thịt và huyết, bèn là cùng chủ quyền, cùng thế lực, cùng vua chúa của thế gian mờ tối này, cùng các thần dữ ở các miền trên trời vậy". Ông thách thức chúng ta phải đứng thật vững, mặc lấy khí giới của Đức Chúa Trời. Trong Đa-ni-ên 10, Đức Chúa Trời đã lắng nghe và đáp lời cầu nguyện của Đa-ni-ên ngay lập tức, nhưng ma quỷ đã trì hoãn câu trả lời ấy. Sau 21 ngày giằng co, câu trả lời cũng tìm đến với Đa-ni-ên. Trong Giăng 10:10, Chúa Jêsus phán về Sa-tan là kẻ chỉ biết cướp, giết và huỷ diệt mà thôi. Nó là kẻ cướp muốn lấy đi niềm vui và làm méo mó mối quan hệ của chúng ta với Đức Chúa Trời và người khác.

YWAM biết rằng từng cá nhân và các dân tộc đang ở trong trận chiến thuộc linh. Dean Sherman là một trong những giáo sư hàng đầu của chúng tôi về đề tài này, ông nói rằng chìa khoá để giành chiến thắng là "phải kính sợ Đức Chúa Trời, đừng sợ ma quỷ!" Như 1 Giăng 4:4b chép rằng: "vì Đấng [Đức Thánh Linh] ở trong các con là lớn hơn kẻ ở trong thế gian".

Chúng ta có thể phân biện những mưu chước của kẻ thù bằng cách tìm cầu ý muốn của Đức Chúa Trời trong những lúc khó khăn. Tôi rất thích câu chuyện về vua Giô-sa-phát trong 2 Sử ký 20. Một đội quân đông đảo đang kéo đến để hãm đánh dân Giu-đa. Nhà vua đã phản ứng như thế nào? Ông đứng trước mặt Đức Giê-hô-va cùng cả dân sự để cầu nguyện và cầu thay, họ lắng nghe sự chỉ đạo từ Đức Chúa Trời để giành chiến thắng cuộc chiến ấy.

Sau đó, Gia-ha-xi-ên là một tiên tri đã bày tỏ Lời của Đức Chúa Trời rằng: "Chớ sợ, chớ kinh hãi bởi cớ đám quân đông đảo này: Vì trận giặc này chẳng phải của các ngươi đâu, bèn là của Đức Chúa Trời… hãy dàn ra, đứng yên lặng mà xem thấy sự giải cứu của Đức Giê-hô-va ở cùng các ngươi". Ngày hôm sau, họ sai đội quân thờ phượng ra trước. Khi họ kéo quân ra nghinh chiến, hô to danh của Đức Giê-hô-va, ca ngợi tình yêu của Ngài. Khi họ đang thờ phượng, thì Chúa đã đặt phục binh và đánh bại những kẻ xâm lược – còn quân đội của vua Giô-sa-phát chẳng cần rút gươm cũng giành chiến thắng!

Chúng ta thắng hơn kẻ thù và giành thắng lợi trong cuộc chiến bằng cách đứng vững ở trong Đức Chúa Trời. Điều quan trọng là lúc lắng nghe sự chỉ dẫn của Ngài, đứng vững trong đức tin và tôn vinh sự vĩ đại và quyền năng của Đức Chúa Trời, chứ không phải sợ hãi trước kẻ thù.

Ở Nigeria, một binh sĩ đã giết chết rất nhiều người đang cầm một con dao định xông đến để giết Alex. Anh cảm thấy có một chiến trận thuộc linh xảy ra, Alex đứng vững và quở trách Sa-tan trong Danh của Chúa Jêsus. Kẻ tấn công liền quỳ xuống dưới chân Alex và hỏi rằng: "Tôi phải làm gì để được cứu rỗi?"

Điều quan trọng đó là chúng ta không nên chừa "chỗ trống" cho kẻ thù bằng sự bất cẩn hay tội lỗi. Tôi còn nhớ câu chuyện về người vợ mục sư và đứa con gái của bà, họ đã nói xấu về người mục sư khác vì đời sống đạo đức của ông không tốt. Một cảm giác tối tăm kinh khủng đè nặng trên họ. Sau đó, họ nhận ra rằng chính mình đã dâng vinh hiển cho kẻ thù. Họ đã ăn năn và sự tối tăm không còn nữa.

Tôi sẽ không lãng phí thời gian hay giấy mực để kể cho bạn nghe những chuyện về Sa-tan. Nó đã cố gắng ngăn cản chức vụ của Chúa Jêsus nhưng lại không được. Nó không thể ngăn cản lời chứng của những ai đã hoàn toàn đầu phục Đức Chúa Trời. Gia-cơ 4:7 khuyên chúng ta hãy đầu phục Đức Chúa Trời, chống cự ma quỷ, thì nó sẽ lánh xa chúng ta! Còn 2 Tê-sa-lô-ni-ca 3:3 nhắc nhở chúng ta rằng Chúa là Đấng thành tín, Ngài sẽ thêm sức và bảo vệ chúng ta khỏi Kẻ ác.

Vì chúng ta không thể nhìn thấy thế giới thuộc linh, cho nên người nào mới tin Chúa hay vẫn chưa trưởng thành thường cho rằng Sa-tan đang hoành hành nhiều hơn là những gì thực tế đang bày ra. Nếu một trong các đội truyền giáo của chúng tôi hết xăng, thì họ đã quên đổ xăng, chứ không phải vì Sa-tan gây ra chuyện đó. Sự phân biện đúng đắn (một dấu hiệu của người trưởng thành thuộc linh) là chìa khoá để chiến trận thuộc linh thật hiệu quả và cầu thay thật chính xác. Khi chúng ta trưởng thành hơn trong sự phân biện, thì chúng ta sẽ dễ dàng nhận ra đây là lúc kẻ thù đang hành động, cũng giống như cách chúng ta nhận ra giọng điệu xa lạ khi ai đó phát biểu vậy.

Sự thờ phượng dâng vinh hiển lên cho Đức Chúa Trời; sự cầu thay cho phép chúng ta đồng công với ý muốn của Ngài; còn chiến trận thuộc linh đánh bại sự phản công của kẻ thù. Đức Chúa Trời đã kêu gọi YWAM phải biết tấn công và dự phần vào cả ba khía cạnh này, như là một trong Các Giá trị Nền tảng của YWAM.

Chương 8

Giá trị 9 – Thế giới quan theo Kinh Thánh

YWAM được kêu gọi phải có thế giới quan theo Kinh Thánh. Chúng tôi tin rằng Kinh Thánh – là cẩm nang cho mọi khía cạnh trong đời sống – vạch rõ điều lành và điều dữ; điều đúng và điều sai. Những khía cạnh thực tiễn trong đời sống không thua kém gì khía cạnh thuộc linh trong mục vụ. Mọi thứ được thực hiện trong sự vâng lời Đức Chúa Trời đều là những khía cạnh thuộc linh. Chúng tôi tìm cách tôn kính Đức Chúa Trời trong mọi việc, chúng tôi trang bị và huy động những người nam và người nữ của Đức Chúa Trời tiếp nhận vai trò phục vụ và ảnh hưởng từng khía cạnh xã hội. (Phục truyền 8:1-3; Phục truyền 32:45-47; 2 Các-vua 22:8; Thi thiên 19:7-11; Lu-ca 8:21; Giăng 8:31-32; Phi-líp 4:8-9; 2 Ti-mô-thê 3:16-17; Hê-bơ-rơ 4:12-13; Gia-cơ 4:17).

Thật là nóng nực và oi bức, tôi đang ngồi trong chiếc taxi liên tục chạy qua ổ gà ở trên con đường mòn của đất nước Cambodia. Tôi cảm thấy rất mệt, hy vọng sẽ được ngủ một chút, nhưng ngay cả việc nghĩ đến giấc ngủ cũng phải văng ra khỏi tâm trí vì chúng tôi còn phải chịu cảnh gồ ghề thêm vài tiếng nữa. Tôi vừa mới dạy xong Trường Huấn Luyện Môn Đồ đầu tiên ở cơ sở mới tại Battambang, tôi cũng đã đồng ý đến Phnom Penh để chia sẻ cho nhân sự ở đó. *Không biết tôi đã nghĩ gì mà quyết định như thế?*

Khi tôi tựa đầu vào ghế sau của chiếc ta-xi một lần nữa, tôi bắt đầu suy nghĩ về câu hỏi mà Chúa Jêsus dành cho các môn đồ trong Mác 8 rằng: "Các ngươi thì nói ta là ai?"

Trong lúc ngạc nhiên, thì Đức Thánh Linh bắt đầu "bày tỏ" một thông điệp dành cho tôi một cách chưa từng có trước đây. Ngay lập tức, tôi liền có lại nguồn năng lượng và hết sức tỉnh táo. Tôi lấy cuốn tập ghi chú màu vàng ra và bắt đầu viết xuống từng lời mà Đức Chúa Trời đã bày tỏ với tôi. Tôi phải cần thêm một phép lạ nữa thì mới đọc được những gì đã viết vào lúc ấy vì con đường quá gập ghềnh! Tôi gọi sứ điệp ấy là: "Đối với bạn thì Chúa Jêsus là ai?" Dưới đây là vài điều mà tôi đã được Ngài bày tỏ một cách rất cụ thể. Sứ điệp trọn vẹn của lần ấy có thể được tìm thấy ở trang điện tử YWAMValues.com.

Chúa Jêsus rất thực tiễn:

- Ngài là thợ mộc: Ngài biết xây dựng và sửa chữa mọi thứ.
- Ngài là đầu bếp: Ngài đã chuẩn bị bữa sáng cho cả đội của mình.
- Ngài là người phục vụ: Ngài đã dùng cá và bánh để phục vụ 5000 người.
- Ngài là người tổ chức sự kiện: Ngài đã chuẩn bị một bữa tiệc yêu thương.
- Ngài là người giải quyết nan đề đầy sáng tạo: Ngài đã giải quyết vấn đề nước uống tại buổi tiệc cưới.
- Ngài là chuyên gia về lĩnh vực đánh bắt cá: Ngài biết ở đâu có nhiều cá nhất.

Có lúc nào chúng ta thấy Chúa Jêsus không làm theo ý muốn của Đức Chúa Trời và sự dẫn dắt của Đức Thánh Linh chăng? Ngài phán trong Giăng 14:31 rằng: "Ta... làm theo điều Cha đã phán dặn". Ngài còn làm mọi việc rất thiết thực như ý Cha trên trời.

Đôi khi tôi thường đưa ra câu hỏi này để làm khuấy động tâm trí của những người hay nghi ngờ: "Đâu là điều thuộc linh hơn – khiến người chết sống lại hay rửa chén?" Gần như lúc nào cũng có người kêu lên rằng: "khiến người chết sống lại!" Sau đó, họ rút lại câu trả lời ấy. Thành thật mà nói, đó là phản ứng tự động ở trong lòng của hầu hết mọi người. Chúng ta thường tin rằng "thuộc linh" là phải làm điều gì đó thật siêu nhiên, trong khi câu trả lời đơn giản thường làm vui lòng Chúa hơn đó là thực hiện những gì Ngài phán với bạn. Vậy thì, rửa chén là việc làm thuộc linh hơn rất nhiều nếu đó là điều Cha muốn bạn làm.

Kinh Thánh không hề nói một vài khía cạnh này là "thuộc linh" trong đời sống thường nhật, còn những khía cạnh còn lại là "thế tục". Đức Chúa Trời tôn trọng những người thợ thủ công, hoạ sĩ và nhạc sĩ (Xuất 34-35, 1 Sử ký 15), chứ không chỉ thầy truyền đạo hay nhà tiên tri.

Dẫu vậy, chính quan niệm đối lập không theo Kinh Thánh về một vài công việc được cho là thiêng liêng và những việc còn lại là thế tục đang trở nên quá khích trong thân thể của Đấng Christ. Tôi tin rằng điều này làm cho Chúa Jêsus buồn lòng. Ngài biết mỗi người chúng ta đã được tạo nên như thế nào – Ngài biết mỗi chúng ta đã được ban cho những ân tứ gì. Hết thảy đều có mục đích dành cho chúng ta và Ngài cũng vui lòng khi chúng ta biết sử dụng chúng. Mọi việc Chúa Jêsus làm đều được lèo lái bởi Thánh Linh. Đức Chúa Trời muốn chúng ta làm mọi việc dù là rửa chén hay khiến kẻ chết sống lại cũng được lèo lái bởi Thánh Linh giống như vậy.

Giáo sĩ sửa ống nước… thư ký… khoa học… cơ khí

Khi tôi còn giám sát các khâu tổ chức ở Kona, chúng tôi có một người thợ sửa ống nước rất giỏi đến từ Xcốt-len đang làm việc tình nguyện tại cơ sở. Dougall là một người đàn ông rất vui tánh và cũng là người có tấm lòng đầy tớ. Một ngày nọ, tôi đi ngang qua lúc anh ấy đang mải mê làm việc, tôi dừng lại nói rằng: "Cám ơn anh rất nhiều vì đã giúp chúng tôi sửa lại những đường ống. Chúng tôi rất cần tài nghệ của anh!" Anh ấy đáp lại bằng chất giọng đặc trưng của người Xcốt-len rằng: "Có gì đâu, thưa bà Cunningham – chính tôi mới là người phải cảm ơn mọi người mới đúng! Tôi không bao giờ nghĩ rằng mình có thể trở thành giáo sĩ sửa ống nước như bây giờ!"

Bạn không cần phải là một diễn giả thì mới trở thành một giáo sĩ – kế toán viên, thư ký, quản lý, thợ cơ khí, người làm vườn, hoạ sĩ, nhà ngôn ngữ học, thiết kế trang điện tử và khoa học gia đều có thể trở thành những giáo sĩ nếu họ làm việc vì sự vinh hiển của Đức Chúa Trời.

Hãy nghĩ tới cuộc đời của John Calvin, một trong những lãnh đạo trong thời kỳ Cải Chánh mà xem, ông là người đã giáo huấn cho mọi tầng lớp trong xã hội. Ông muốn mọi người đều biết đọc và biết viết, ông còn dạy rằng mọi việc đều là thiêng liêng. Một ngày nọ, Loren và tôi trò chuyện với nhau về Calvin và sự phân chia giữa "thiêng liêng và thế tục" trong nếp suy nghĩ con người.

Tôi nói rằng: "Loren, em không thể tin được một khuynh hướng hoàn toàn phi Kinh Thánh như thế lại đang nổi cộm trong Hội thánh bây giờ".

Anh ấy đồng ý với quan sát của tôi và nói rằng: "Đó là vì sao chúng ta cần có thế giới quan theo Kinh Thánh. Được dẫn dắt bởi Kinh Thánh và Đức Thánh Linh, *mọi việc* chúng ta đang làm đều có thể được thực hiện vì sự vinh hiển của Đức Chúa Trời. *Mọi việc* đều có thể được làm trong sự thánh khiết và thiêng liêng".

Kinh Thánh đề cập nhiều về sức khoẻ, gia đình, tài chính, nông nghiệp, giáo dục, chính quyền và những lĩnh vực khác nữa.

Vào năm 1980, một vị đã từng là nhà chấp pháp của IBM đã chia sẻ trong Trường Đào tạo Lãnh đạo về cách tổ chức, quản lý tài chính và phong cách lãnh đạo. Ông ấy và tôi đáng lý phải hướng dẫn một hội thảo về quản lý cùng với nhau ở Hồng Kông. Nhưng ông gặp phải những vấn đề về thị thực nên không thể đến được, thế là tôi phải một mình dạy buổi hội thảo! Tôi đã đọc nhiều sách của các nhà quản lý bậc thầy, nhưng tôi chưa bao giờ dạy một tuần về những đề tài ấy. Tôi cảm thấy hoang mang khi trên đường đến Hồng Kông: "Chúa ơi, con sẽ làm gì đây?" Tất cả sách vở mà tôi đã đọc đều là những mô hình Tây phương, còn bây giờ tôi đang trên đường đến châu Á.

Chúa đã làm gì khi tôi bị hoang mang? "Hãy bình tĩnh, Darlene. Bất kỳ điều gì đang cho thấy tính hiệu quả và đạt được thành công trong vai trò lãnh đạo hay quản lý đều dựa vào những nguyên tắc Kinh Thánh! Hãy kêu cầu Ta thì con sẽ biết những nguyên tắc ấy". Sau đó, tôi nhận ra mình vẫn đang điều hành hơn 500 nhân sự ở nhiều khu vực, nên tôi cố gắng lắng nghe Chúa Jêsus. Đức Thánh Linh bắt đầu bày tỏ với tôi câu Thánh Kinh là nền tảng cho những việc mà tôi đang làm. Tôi khám phá được nhiều nguyên tắc quản lý từ Lời Chúa như: lời khuyên của Giê-trô dành cho người con rể là Môi-se trong Xuất Ê-díp-tô-ký 18 về cách tổ chức hệ thống điều hành; cách Chúa Jêsus chia các môn đồ thành mỗi nhóm 3 người, 12 người và 120 người giữ những vai trò khác nhau, còn nhiều thí dụ khác nữa. Thí dụ mà tôi thích nhất đó là vai trò lãnh đạo của Nê-hê-mi trong việc xây lại tường thành Giê-ru-sa-lem. Đức Chúa Trời đã ban cho tôi những bài chia sẻ đầy tươi mới mỗi ngày dành cho buổi hội thảo, tất cả đều dựa vào những thí dụ trong Kinh Thánh!

Những nền tảng cho thế giới quan của chúng ta

Có thể bạn đang hỏi rằng: "Làm thế nào khái niệm thế giới quan theo Kinh Thánh trở thành một trong các Giá trị Nền tảng của YWAM?" Tiến sĩ Francis Schaeffer, là người đầu tiên mà chúng tôi được dạy về tầm quan trọng của thế giới quan theo Kinh Thánh, đã có ảnh hưởng lớn trên YWAM và rất nhiều mục vụ khác nữa.

Quyển sách kinh điển của ông có tựa đề là: *Chúng ta phải sống thế nào đây?* đã cho thấy tầm quan trọng của việc phải hiểu rõ niềm tin của chúng ta là gì và tại sao lại có niềm tin như vậy, ông đã chia sẻ điều này để cảnh báo về lối suy nghĩ theo chủ nghĩa nhân văn đang xuất hiện nhiều hơn trong văn hóa Tây phương. Ông viết rằng: "Mọi người đều có sự giả định trong đầu, họ không thể nhận ra bản thân mình đang kiên quyết sống với những giả định ấy như thế nào… Hầu hết mọi người đều bắt gặp những giả định ấy từ trong gia đình và xã hội, giống như cách một đứa trẻ bị mắc bệnh sởi vậy. Nhưng người nào có trí hiểu sẽ biết gạn lọc những giả định của họ bằng cách xem xét thật cẩn thận những điều đó có đến từ thế giới quan thật chăng!"

Tất nhiên, ông đã kết luận rằng thế giới quan theo Kinh Thánh là thật – tức là Đức Chúa Trời đã tạo nên loài người theo ảnh tượng của Ngài, mà đó là cơ sở cho phẩm chất của hết thảy loài người.

Trong trường truyền giáo đầu tiên của chúng tôi ở Thụy Sĩ, Schaeffer đã đưa ra Bốn Tiền đề Căn bản của Cơ Đốc giáo mà tôi đã gồm tóm trong phần chia sẻ về Cây Niềm Tin là:

1. Đức Chúa Trời là Đấng vô hạn và gần gũi
2. Người nam và người nữ là tạo vật hữu hạn và gần gũi, được tạo nên theo ảnh tượng của Đức Chúa Trời.
3. Chân lý không hề thay đổi và có thể nhận biết.
4. Sự lựa chọn là điều quan trọng và có hậu quả

Những điều trên hình thành nên những cột trụ cho thế giới quan theo Kinh Thánh. Đó là "gốc rễ" cho những niềm tin của chúng ta.

Khi con người "làm theo ý mình cho là phải" thì tinh thần vô pháp vô thiên sẽ xâm nhập vào đời sống. Tinh thần ấy hiện đang hành động trong thế gian, muốn dập tắt "chân lý tuyệt đối" theo Kinh Thánh mà Đức Chúa Trời đã thiết lập trong đời sống của chúng ta. Đó là những tiêu chuẩn đạo đức đúng sai, tốt xấu đã được công nhận hàng thế kỷ qua.

Những chân lý tuyệt đối theo Kinh Thánh bao gồm: "Ngươi chớ giết người; ngươi chớ phạm tội tà dâm; ngươi chớ trộm cướp; ngươi chớ nói chứng dối cho kẻ cân lận mình; ngươi chớ tham…" (Xuất 20:13-17). Chân lý không hề có ngoại lệ. Ngay cả luật pháp ở địa phương cũng coi những điều đó là tuyệt đối. Chúng ta không thể trở thành hạng người thay đổi "chân lý" giống như hoàn cảnh thường hay thay đổi được (đạo đức học tình thế). "Chân lý thật" giống như cách Tiến sĩ Schaeffer thường gọi không hề mang tính tương đối; mà ấy là điều tuyệt đối và không hề thay đổi.

Môn đồ hóa muôn dân

Phần thứ hai của Giá trị 9 nói rằng: "Chúng tôi tìm cách tôn kính Đức Chúa Trời trong mọi việc, chúng tôi trang bị và huy động những người nam và người nữ của Đức Chúa Trời tiếp nhận vai trò phục vụ và ảnh hưởng từng khía cạnh xã hội".

Chúa Jêsus truyền dạy chúng ta phải môn đồ hóa muôn dân, chứ không chỉ thực hiện những việc gọi là "hoạt động tôn giáo" giống như mở Hội thánh hay mục vụ. Để làm được điều này, chúng ta cần hiểu rằng những gì Schaeffer gọi là "Đấng Christ là Chúa trong mọi khía cạnh đời sống". Điều này không có nghĩa là chúng ta sẽ lấn lướt mọi người và văn hóa hay bắt ép họ phải cải đạo. Thay vì thế, Cơ Đốc nhân phải định hướng cho xã hội về thế giới quan theo Kinh Thánh bằng chính đời sống của mình.

Chúa Jêsus phán rằng chúng ta là muối của đất, tức là gia vị hóa xã hội. Ngài phán rằng chúng ta là ánh sáng của thế gian (Ma-thi-ơ 5:13-14). Điều cuối cùng Chúa Jêsus phán trước khi Ngài về trời là "hãy đi dạy dỗ muôn dân, hãy nhân danh Đức Cha, Đức Con, và Đức Thánh Linh mà làm phép báp-têm cho họ, và dạy họ giữ hết cả mọi điều mà ta đã truyền cho các ngươi" (Ma-thi-ơ 28:19-20).

Chúng ta sẽ "dạy dỗ muôn dân" như thế nào? Một là bằng cách ảnh hưởng mọi khía cạnh đang uốn nắn một dân tộc. Một thí dụ xuất sắc về nhà lập quốc đó là William Carey, ông là giáo sĩ người Anh đã đến Ấn Độ vào thế kỷ 19 đã được mọi người gọi là "cha đẻ của phong trào truyền giáo hiện đại".

Phải, ông đã thực hiện công tác "tôn giáo" của một giáo sĩ, rao giảng Phúc Âm, chuyển ngữ và xuất bản Kinh Thánh ra 44 thứ tiếng của người Ấn Độ. Ông tin rằng Đức Chúa Trời muốn từng cá nhân có được cơ hội tiếp cận Kinh Thánh, cho dù họ đang ở địa vị xã hội hay kinh tế như thế nào.

Carey cũng xuất bản những sách vở, từ điển và tài liệu kinh điển cho các em tiểu học, sinh viên cao đẳng và cho cộng đồng nói chung. Ông mở ra trường tiểu học đầu tiên ở Ấn Độ, giáo dục các bé trai và gái thuộc mọi tầng lớp. Lúc bấy giờ, người nghèo thuộc tầng lớp hạ lưu hay phụ nữ không được phép đi học. Ông đã lập ra trường Cao đẳng Serampore để huấn luyện các mục sư bản địa, dạy về nghệ thuật và khoa học. Chính ngôi trường này đã trở thành cơ sở cấp bằng đầu tiên ở châu Á.

Carey cũng là người biết làm vườn và là nhà thực vật học. Ông đã phát minh ra ngân hàng gửi tiền tiết kiệm cho người Ấn Độ, ông còn giới thiệu về động cơ hơi nước cho người Ấn Độ. Ông thực sự là "người đàn ông của mọi thời kỳ". Sức ảnh hưởng của ông ở trên mọi khía cạnh xã hội đã chấm dứt nạn hiến tế trẻ sơ sinh và thiêu sống góa phụ, đây là một bước ngoặt trong văn hóa của Ấn Độ.

Vishal Mangalwadi, là một người bạn của YWAM và cũng là vị giáo sư nổi tiếng thế giới về thế giới quan theo Kinh Thánh, đã nói về Carey như thế này: "Ông thấy Ấn Độ không phải là một quốc gia ở hải ngoại cần được khai thác, mà là vùng đất để yêu mến và cứu giúp của Cha thiên thượng… Ông tin vào sự hiểu biết và quản trị thiên nhiên thay vì sợ hãi và thờ phượng nó; ông cũng tin vào việc phát triển trí tuệ của người dân hơn là tìm giết như chủ nghĩa thần bí đã dạy. Ông nhấn mạnh vào việc đón nhận văn học và văn hóa thay vì xa lánh [những điều đó]…"

"Đến lúc Carey qua đời, ông đã dành hẳn 41 năm ở Ấn Độ mà không hề nghỉ phép. Kết quả công tác của ông chỉ có thể đếm được khoản 700 người đã tiếp nhận Chúa trong một quốc gia có đến hàng triệu người, nhưng ông đã xây dựng một nền tảng kiên cố về công tác chuyển ngữ Kinh Thánh, giáo dục và cải cách xã hội".[5]

Bạn của tôi là Christine Colb, là Giám đốc của Trung tâm Phát triển Cộng đồng thuộc Trường Đại học Các dân tộc, đã dạy dỗ khắp toàn cầu về thế giới quan theo Kinh Thánh. Bà tin rằng đó là nền tảng đầu tiên cần thiết để phát triển cộng đồng – chỉ ra những niềm tin và các giá trị sai trật đã định hình suy nghĩ của con người. Thí dụ, người nào có đang thế giới quan về việc "sống cho hôm nay" sẽ là những người thường đi cưa cây để xây nhà và bảo đảm tương lai của họ. Người nào tin rằng vùng đất của họ bị quỷ ám sẽ không trồng trọt gì cả. Người nào tin rằng bởi "ý Trời" nên họ phải sống nghèo khổ sẽ không chủ động thoát khỏi tình trạng nghèo khổ.

Christine nói rằng: "Có thế giới quan theo Kinh Thánh tức là có góc nhìn của Đức Chúa Trời về thế giới của Ngài và đời sống của chúng ta. Hết thảy chúng ta đều xuất thân từ các nền văn hóa khác nhau. Ngay cả khi đã tin Chúa đi nữa,

---

[5] Cơ Đốc giáo ngày nay (ấn bản ngày 7 tháng 11 năm 2016).

thì chúng ta không thể tự động có được góc nhìn của Ngài – chúng ta vẫn còn mang lấy tư tưởng của văn hóa. Lời của Đức Chúa Trời khuyến khích chúng ta hãy suy gẫm Lời Chúa ngày và đêm để thay đổi tư duy của mình. Chúa dạy chúng ta làm điều này vì Ngài biết rằng chúng ta cần phải thay đổi thế giới quan của mình để sống với ý muốn của Ngài".

Rô-ma 12:2 chép rằng: "Đừng làm theo đời này, nhưng hãy biến hóa bởi sự đổi mới của tâm thần mình, để thử cho biết ý muốn tốt lành, đẹp lòng và trọn vẹn của Đức Chúa Trời là thể nào".

Bảy lĩnh vực ảnh hưởng xã hội

Một trong những điều Đức Chúa Trời bày tỏ cách mạnh mẽ với YWAM – Bảy lĩnh vực ảnh hưởng xã hội[6] – mà Loren nhận được trong lúc chúng tôi đang nghỉ dưỡng ở Dãy núi Rocky thuộc tiểu bang Colorado. Lúc ấy, anh ấy vẫn đang hỏi Chúa làm thế nào để môn đồ hóa một dân tộc, thì Đức Chúa Trời đã phán với anh ấy về "bảy lĩnh vực". Đó là bảy lĩnh vực ảnh hưởng xã hội đang định hình thế giới quan trong văn hóa. Đây là một bước đột phá rất lớn. Anh ấy nhận ra rằng nếu Cơ Đốc nhân có thể dạy dỗ, sống và áp dụng những nguyên tắc Đức Chúa Trời trong từng lĩnh vực này, thì chúng ta có thể nhìn thấy sự biến đổi trong cộng đồng và các quốc gia.

Vào buổi sáng đầu tiên trong kỳ nghỉ dưỡng của chúng tôi, một người kiểm lâm đã đến trước cửa phòng của chúng tôi để gửi một tin nhắn từ trạm kiểm lâm cách đó bảy dặm. Bill và Vonetter Bright, là những người sáng lập tổ chức Chinh phục Sinh viên cho Đấng Christ (Cru), cũng có mặt tại Colorado và muốn gặp chúng tôi. Chúng tôi chấp nhận lời mời một cách đầy háo hức, khi Loren muốn chia sẻ với Tiến

---

[6] Phụ lục 3b: Lời di sản #2: Bảy lĩnh vực ảnh hưởng xã hội.

sĩ Bright về sự mặc khải vừa mới nhận được. Loren bỏ vào túi áo một tờ giấy ghi chú màu vàng mà anh ấy đã viết xuống những gì Chúa đã bày tỏ về bảy lĩnh vực.

Loren và tôi bước vào và chưa kịp ngồi xuống, thì Tiến sĩ Bright lấy ra một tờ giấy rồi bắt đầu cho Loren thấy bảy lĩnh vực làm thế nào để ảnh hưởng xã hội và nhìn thấy các dân tộc được biến đổi mà Chúa đã bày tỏ với ông – cũng giống như bảy lĩnh vực kia! Chúng tôi hoàn toàn bất ngờ. Khi Loren lấy tờ giấy màu vàng từ túi áo, nó đã khẳng định những gì Chúa đã bày tỏ với cả hai và họ tỏ ra rất vui mừng. Trong vòng một tháng sau đó, tôi nghe thấy Tiến sĩ Schaeffer trên đài ra-đi-ô cũng kể về bảy lĩnh vực mà Chúa đã bày tỏ với ông.

Vào năm 1978, khi chúng tôi mở Trường Đại học Các dân tộc của YWAM cùng với Tiến sĩ Howard Malmstadt, chúng tôi đã cơ cấu các ban ngành của trường dựa vào bảy "lĩnh vực" hay bảy khía cạnh, vì mục tiêu của chúng tôi là đào tạo giáo sĩ trở thành những người biến đổi các dân tộc. Bảy lĩnh vực gồm có: Gia đình, Kinh tế, Chính quyền, Tôn giáo, Giáo dục, Truyền thông và Giải trí. Những lĩnh vực này hiện đang có mặt trong từng xã hội trên thế giới – dù là ở đô thị hay một nơi hẻo lánh nào, dù cho mô hình có sơ khai hay tiên tiến. Chúng có vai trò đối với từng xã hội giống như hệ thống sinh học cơ bản đối với cơ thể người vậy – tức là một phần không thể thiếu trong kế hoạch của Đức Chúa Trời sẽ mang lại sự sống khi được vận hành theo ý muốn của Ngài.

Phong trào YWAM vận hành trong những lĩnh vực

Trong YWAM, chúng tôi đã hiểu được rằng Cơ Đốc nhân không thể môn đồ hóa muôn dân và biến đổi xã hội bằng cách cô lập mình khỏi thế gian. Thay vì thế, Chúa Jêsus kêu gọi chúng ta phải ảnh hưởng xã hội bằng lối sống tin kính giữa một xã hội vô đạo đức, tìm kiếm đường lối của Chúa để phổ biến những nguyên tắc của Ngài vào trong thương trường, chính quyền, giáo dục... Hàng trăm ngàn người đã tốt nghiệp các khoá học của chúng tôi và đã làm việc cùng với YWAM trong một giai đoạn nào đó đã được Đức Chúa Trời kêu gọi để bước vào những lĩnh vực này. Đó cũng là tiếng gọi cao cả - tức là lời kêu gọi bước vào công trường truyền giáo! Họ có thể là giáo sĩ khi bước vào cách ngành nghề như luật sư, giáo viên, nhà báo, vận động viên thể thao, thợ cắt tóc, thợ cơ khí, thợ mộc… Người nào đã tiếp nhận những nguyên tắc theo Thánh Kinh đã được dạy trong YWAM và hiện đang áp dụng vào những lĩnh vực xã hội đều là một phần của "phong trào YWAM". Chúng tôi muốn cổ vũ cho họ!

Phần 2 – Chúng ta phải có khải tượng

CÁC GIÁ TRỊ
Có khải tượng
Chinh phục giới trẻ
Giúp người khác biết Ngài
Làm trước, dạy sau
Có tinh thần lãnh đạo đầy tớ

YWAM bắt đầu với khải tượng về làn sóng những người trẻ tràn vào các bờ cõi trên thế giới, mỗi làn sóng sẽ tiếp nối nhau tiến xa hơn nữa. Chúng tôi trang bị và chinh phục giới trẻ, khuyến khích họ đeo đuổi sự kêu gọi mà Chúa ban cho họ. Chúng tôi nhắm đến việc có sự sáng tạo và thiết thực, liên tục tiên phong, tạo ra những điều mới bằng nhiều cách mới mẻ. Chúng tôi muốn giúp người khác biết Ngài, rao truyền Tin lành của Đấng Christ cho mọi người ở mọi nơi. Chúng tôi phục vụ người nghèo và gặp cảnh khó khăn. Chúng tôi sẽ thực hiện công tác môn đồ hóa cho đến khi sự hiểu biết về vinh quang Đức Chúa Trời bao phủ cả địa cầu. Chúng tôi biết rằng uy quyền thuộc linh thực sự đến từ việc sống với những gì chúng tôi đặt lòng tin tưởng trước khi dạy dỗ cho người khác. Chúng tôi nhìn vào Đấng Christ là tấm gương cho vai trò lãnh đạo đầy tớ hầu cho cũng làm theo đúng tinh thần lãnh đạo đầy tớ trong việc nâng đỡ, ủng hộ, bảo vệ và chăm sóc người nào đang ở trong vai trò lãnh đạo của mình.

Chương 9

Giá trị 5 – Có khải tượng

YWAM được kêu gọi phải có khải tượng, liên tục nhận lãnh, nuôi dưỡng và làm mới lại khải tượng đến từ Đức Chúa Trời. Chúng tôi ủng hộ tinh thần tiên phong những mục vụ và phương pháp mới, luôn sẵn sàng một cách quyết liệt để mang lại tính thiết thực cho từng thế hệ, từng nhóm dân tộc và từng lĩnh vực xã hội. Chúng tôi tin rằng sự kêu gọi sứ đồ của YWAM đòi hỏi phải có sự dự phần của vai trò trưởng lão thuộc linh, sự tự do trong Thánh Linh và mối quan hệ, có Lời Chúa làm trọng tâm. (Dân số ký 12:6; 1 Sa-mu-ên 12:16; Châm ngôn 29:18; Ê-xê-chi-ên 1:1; Ha-ba-cúc 2:2-3; Mác 1:35-39; Lu-ca 9:1-6; Công-vụ 16:9-10; Công-vụ 26:19; 2 Phi-e-rơ 3:9-13).

Gần đây, tôi suy nghĩ về một vài đường lối độc nhất mà Đức Chúa Trời đã trang bị cho YWAM trở thành một phong trào tiên phong có khải tượng. Ngài đã kêu gọi chúng tôi liên tục tiếp nhận, nuôi dưỡng và làm mới lại khải tượng từ Đức Chúa Trời. Những suy nghĩ ấy bắt đầu tuôn ra trong đầu như thác nước nhanh đến nỗi tôi không thể nào viết xuống kịp:

Chúng tôi có hơn 200 thị thực khác nhau.

Chúng tôi có người già và người trẻ, nhưng hầu hết đều còn trẻ.

Chúng tôi có đủ loại hình và vóc dạng cũng như đủ mọi màu da mà Đức Chúa Trời đã tạo nên.

Chúng tôi nói hàng trăm thứ tiếng khác nhau.

Chúng tôi yêu thích những lá cờ và bản đồ.

Chúng tôi chứng tỏ mỗi ngày rằng các quốc gia và các thế hệ có thể đồng công với nhau.

Chúng tôi thích đi đến những nơi xa xôi trên đất để rao Tin lành – từ các bộ tộc thuộc thời kỳ đồ đá cho đến dân cư đang sống ở các đô thị.

Chúng tôi làm việc với trẻ em và người già; giàu và nghèo.

Chúng tôi tin rằng mỗi biệt tài đều dùng để làm vinh hiển Đức Chúa Trời như: đọc ráp, nhảy hip-hop, múa ba-lê; hội họa, nhiếp ảnh, mỹ thuật, điêu khắc…

Chúng tôi có những ban nhạc thờ phượng và những nhạc sĩ tuyệt vời, họ liên tục viết ra những bài hát mới. Chúng tôi cũng chơi nhạc cổ điển nữa.

Chúng tôi đào giếng và xây nhà.

Chúng tôi phẫu thuật mắt, chơi thể thao, làm phim, sử dụng công nghệ nối mạng và đỡ đẻ vì sự vinh hiển của Đức Chúa Trời.

Chúng tôi mở mang Hội thánh ở những nơi chưa có Hội thánh.

Chúng tôi nuôi nấng người nghèo và gặp cảnh khó khăn – đặc biệt là các trại di cư và người vô gia cư – nhưng chúng tôi cũng có thể ăn những bữa cơm hạng năm sao nếu cần.

Chúng tôi đấu tranh cho sự bất công không chỉ vì nhu cầu của loài người, mà còn vì tấm lòng tan vỡ của Đức Chúa Trời. Chúng tôi giúp viết ra những điều luật để sửa lại sự sai trật ấy.

Chúng tôi chăm sóc người bệnh và người còn khoẻ mạnh; người phải ở tù và người được tự do.

Chúng tôi tạo ra những doanh nghiệp nhỏ và phục hồi những ai đã từng làm mại dâm, phục vụ trong quân đội và trẻ em đường phố bằng những kỹ năng sống.

Chúng tôi nối nhịp truyền thông giữa chính quyền và những người chống đối, giúp đỡ các bộ tộc giải quyết những tranh chấp của họ.

Chúng tôi thích ăn kem, bơ đậu phộng và vé máy bay rẻ.

Chúng tôi chi trả tiền học phí trong YWAM bằng đô-la, đồng rupee, curon, baht, won, đồng silinh, đồng rúp, đồng ran, đồng peso, đồng đi-na, đồng yên, đồng euro, đồng lia, đồng yuan, đồng bảng Anh… và bằng gạo, đậu, đu đủ, dê và gà.

Chúng tôi có nhà ở khắp nơi thế giới trên những con tàu, lâu đài, khách sạn, kho thóc, lều… ngay cả nhà tù nữa.

Chúng tôi có thể chuẩn bị ba-lô rất nhanh.

Chúng tôi có thể mặc một bộ đồ trong khoảng thời gian dài, nhưng chúng tôi cũng giặt giũ rất tốt.

Chúng tôi có thể ngủ bất kỳ nơi nào – trên võng, trên sàn nhà, trên ghế sân bay và có thể đứng chờ hàng dài.

Chúng tôi có thể ăn bất kỳ thứ gì và đã thấy thức ăn được cung ứng bằng phép lạ nhiều đến nỗi không đếm được.

Chúng tôi có thể đi bằng máy bay, thuyền, xe lửa; ngồi xe hơi, xe buýt và xe tải; cưỡi ngựa, lừa và lạc đà. Chúng tôi cũng là những chuyên gia đẩy xe tải hết xăng rất khoa học.

Chúng tôi có thể sống chung với chuột, gián, bọ chét và muỗi mồng, nhưng rất sợ những con chó khi đi từ nhà này đến nhà kia.

Còn nữa, chúng tôi có thể chia sẻ… trong sân trường đại học, ở phố đèn đỏ, trên thuyền, máy bay và tàu hỏa.

Chúng tôi thích dạy về đặc tánh của Đức Chúa Trời và thế giới của Ngài vận hành như thế nào.

Chúng tôi biết Đức Chúa Trời là tốt lành, Ngài phán và luôn là Đấng thành tín hoàn thành lời hứa của Ngài.

Chúng tôi yêu mến Đức Chúa Trời, Lời của Ngài và thế giới của Ngài.

Tất cả những điều kể trên trang bị cho chúng tôi trở thành một gia đình có khải tượng với tinh thần sứ đồ mà Đức Chúa Trời đã kêu gọi YWAM.

Những kẻ đổi mới lối mòn

Có khải tượng là DNA gốc của YWAM. Từ đầu, chúng tôi vẫn luôn thực hiện những công việc mà chưa ai làm trước đây. Kết quả là, chúng tôi trở thành những người đổi mới lối mòn của người khác.

Dean Sherman là một trong những người tiên phong đã từng nói rằng: "Vì chúng ta phải có khải tượng, nên YWAM sẽ không bao giờ biết đầu hàng. Chúng ta sẽ không bao giờ có đủ đất, đủ tiền, đủ cơ sở, đủ trang thiết bị, đủ nguồn lực hay đủ nhân lực. Nếu chúng ta rơi vào tình trạng đủ rồi, thì đó sẽ là một ngày buồn thảm, vì như vậy có nghĩa là chúng ta không có khải tượng mới, mà như thế thì chúng ta cũng sẽ chấm dứt theo".

Những ai tham gia YWAM phải chấp nhận điều này: hễ nơi đâu có khải tượng mới và sự đổi mới, thì ở đó luôn có sự lộn xộn. Chúng tôi không hề ủng hộ sự mất trật tự, mà chúng tôi ủng hộ khải tượng mới còn hơn là để cho mọi thứ gọn gàng và ngăn nắp. Chúng tôi ủng hộ sự tăng trưởng, tính hiệu quả và sự kết quả. Chúng tôi thực sự cần và rất muốn mọi người sử dụng những kỹ năng của họ để làm cho mọi thứ trở nên hiệu quả – nhưng họ phải là những người đón nhận giới trẻ và đủ sự linh động để sống với tình trạng lộn xộn. Giống như Đức Thánh Linh vận hành trên mặt nước vào buổi ban đầu vậy. Khi Đức Chúa Trời phán thì sự sáng tạo và trật tự xảy ra.

Khi Loren và tôi trở lại Lausanne vào những năm 90 để giúp tái xây dựng ở đó, chúng tôi phải đối mặt hết đợt khủng hoảng này đến khủng hoảng khác. Một ngày nọ, tôi nghe thấy một cô gái đang nói chuyện điện thoại ở cầu thang. Em ấy nói rằng: "Khi gia đình Cunningham chịu trách nhiệm ở đây, thì mọi thứ trở nên lộn xộn hẳn lên! Nhưng tôi cảm nhận được sự hiện diện và phước hạnh của Đức Chúa Trời đang ở đây!" Lúc ấy, nếu tôi xuất hiện và nói với em ấy biết rằng tôi cũng đồng tình với những gì em vừa nói, thì thật là không đúng lúc – tức là về chuyện "gia đình Cunningham" và Thánh Linh của Đức Chúa Trời đang ở đúng vị trí của Ngài! Tôi sẽ chọn sự lộn xộn chừng nào Đức Chúa Trời vẫn còn hành động ở giữa mọi sự.

Những giáo sĩ khác thường

Mỗi khi tôi chia sẻ với những sinh viên DTS, tôi thích kể về những nhân sự YWAM là những người chẳng giống với các giáo sĩ ngày xưa để loại bỏ góc nhìn về công tác truyền giáo của họ. Tôi muốn giúp họ nhìn thấy khía cạnh khải tượng của YWAM và cho họ thấy rằng Đức Chúa Trời có thể dùng những kỹ năng và ân tứ của họ. Tôi thường giới thiệu Jill và Chong Ho là hai người đổi mới YWAM mà tôi rất thích.

Một lần nọ ở Kona, tôi đã bắt đầu bằng việc đưa ra câu hỏi phỏng vấn rằng: "Jill, hãy cho chúng tôi biết em đã lớn lên như thế nào".

Cô ấy đáp rằng: "Tôi là một đứa trẻ khác thường. Tôi thích các dân tộc. Những bạn nữ khác thì quan tâm đến mấy tấm áp phích về cún con và công chúa đang treo trong phòng ngủ của họ. Còn tôi thì có mấy tấm bản đồ".

Jill đã lấy bằng đại học về địa lý và bắt đầu làm việc với lĩnh vực vẽ bản đồ.

"Em đã biết về YWAM như thế nào", tôi tò mò hỏi.

"Tôi nghe nói về cơ hội được dự phần vào Dự án Định vị 4K của YWAM để vẽ những tấm bản đồ với tư cách là giáo sĩ. Tôi hoàn toàn ngạc nhiên và rất vui vì đã tìm được một nơi phù hợp với hai điều mà tôi đam mê nhất. Như vậy, tôi đã tạo ra hàng trang bản đồ lớn nhỏ cho YWAM, nhiều Hội thánh và những giáo sĩ cũng sử dụng chúng để cầu nguyện, vạch ra chiến lược và mục tiêu để vươn đến các nhóm dân tộc và các địa điểm trên thế giới.

"Tấm bản đồ to nhất mà tôi từng thiết kế là cho buổi nhóm ở Hồng Kông. Đó là bản đồ có kích thước 26 mét x 52 mét, cho phép 2000 người từ khắp thế giới, bao gồm cả tín hữu ở Trung Hoa lục địa, có thể đi lại và cầu thay cho các dân tộc trên thế giới. Thật là hào hứng khi nhìn thấy người Trung Hoa thờ phượng và cầu thay ở trên một trong những tấm bản đồ mà tôi đã tạo ra".

"Sự khác thường" của Jill đã giúp định hình cho công tác truyền giáo toàn cầu!

Sau đó, tôi đã mời Chong Ho, là người sinh ra ở Hàn Quốc, nhưng đến Mỹ từ khi còn nhỏ. Anh ấy đã tốt nghiệp ngành Khoa học Máy tính và là người đã sáng lập một công ty phần mềm rất thành công trước khi tham gia YWAM. Khi anh đặt chân đến Kona, cũng là lúc chúng tôi đang tìm kiếm nhân sự nào có thể viết ra phần mềm để lập trình một hệ thống dữ liệu toàn cầu cho Trường Đại học Các dân tộc. Lúc ấy, chưa có một trường đại học toàn cầu nào được thành lập ngoài chúng tôi.

Tôi hỏi anh rằng: "Chuyện gì đã xảy ra khi anh ngồi xuống thiết kế chương trình này?"

"Tôi cầu xin Đức Thánh Linh bày tỏ, sau đó là một điều bất thường nhất từ trước đến giờ đã xảy ra. Sau ba tuần liên tục, giống như có một hệ thống tải xuống cực nhanh đã giúp tôi biết phải làm gì, tôi gõ ra những dòng lệnh gần như không ngừng nghỉ, cho đến khi những ngón tay của tôi mệt nhừ đến tận xương cốt".

Mỗi lần Chong Ho mô tả về quyền năng sáng tạo của Đức Thánh Linh như thế, tôi lại nhớ đến George Frideric Handel đã phổ nhạc bài hát *Đấng Mê-si* trong vòng hai tuần vào năm 1741. Handel đã từng được yêu cầu phổ nhạc theo các đoạn Kinh Thánh. Ông cảm thấy thiếu tự tin và nghị lực. Ông đã bị đột quỵ một lần nọ, đôi mắt không còn tốt như trước nữa, ông còn bị nhiều chứng lo âu khác nữa. Nhưng dưới sự xức dầu của Đức Thánh Linh, ông đã viết ra bài hát *Đấng Mê-si*.

Công trình của Chong Ho đã tạo ra một điều mới mẻ, khác thường và rất thiết thực dành cho trường đại học toàn cầu của chúng tôi. Anh nói rằng: "Cuối cùng, vào năm 2003, chúng tôi đã thu thập được thông tin chuyền tay của hơn 25 năm về trước và nhập vào hệ thống dữ liệu mà ở khắp nơi trên toàn cầu đều có thể tìm kiếm được. Thường thì, khi ai đó viết một chương trình máy tính mới, thì phải mất rất nhiều tuần thử nghiệm để tìm ra và chỉnh sửa những sai sót nhỏ nào đó. Nhưng khi chúng tôi thiết lập hệ thống dữ liệu toàn cầu mà Chúa đã "tải xuống" cho chúng tôi, thì không hề có một sơ suất nào cả. Điều này là không thể! Nhưng Đức Chúa Trời làm được những việc như thế!

Câu chuyện tiếp theo của Chong Ho đã làm cho các sinh viên DTS phải chồm người tới phía trước:

"Chúng tôi dẫn một đội công nghệ thông tin đến một đất nước đang bị xâu xé ở Trung Đông. Chúng tôi có thể dùng một trạm phát tín hiệu mạng không dây cầm tay để giúp những người di cư – và những binh sĩ đang chống chọi nơi tiền tuyến – có thể tải Kinh Thánh và những đoạn phim Chúa Jêsus được lồng tiếng mẹ đẻ của họ. Chúng tôi cũng sử dụng máy chiếu chạy bằng năng lượng mặt trời, màn chiếu và hệ thống âm thanh. Thật tuyệt vời khi 1000 người được xem phim về Chúa Jêsus ngay trong tình thế nguy nan như vậy. Rất nhiều người đã tiếp nhận Chúa Jêsus".

Khi Chong Ho kể lại những câu chuyện phiêu lưu cùng với đội công nghệ thông tin, một anh chàng trẻ tuổi đang ngồi ở hàng ghế thứ hai đã khiến tôi phải chú ý. Anh ấy ngồi không yên trên ghế của mình, rồi kêu lên rằng: "Tôi biết về công nghệ thông tin! Tôi không nghĩ mình có thể trở thành giáo sĩ công nghệ thông tin!" Sau DTS, anh chàng ấy đã học tiếp Trường Công nghệ Thông tin của UofN và gia nhập đội của Chong Ho!

Tôi còn nghe về một cô gái trẻ đến từ châu Úc, là một người huấn luyện động vật, đã bước vào YWAM với suy nghĩ rằng mình cần phải từ bỏ nghề nghiệp và chuyên môn để trở thành một "giáo sĩ thực thụ". Cô ấy nghĩ rằng: "Làm thế nào Đức Chúa Trời có thể sử dụng kỹ năng của tôi trong công tác truyền giáo?"

Cô ấy đã phục vụ ở Rwanda, là nơi vẫn còn những bãi mìn từ hồi chiến tranh vẫn đang khiến nhiều người bị tàn tật. Cô ấy đã kêu cầu Đức Chúa Trời rằng: "Con ước gì mình có thể giúp đỡ họ". Ngài phán rằng: "Con có thể!" Sau khi lắng nghe tiếng Chúa, cô ấy đã phát triển một chương trình nhằm huấn luyện những con chuột trong phòng thí nghiệm để phát hiện những quả mìn! Rất nhiều người được cứu sống nhờ khải tượng của một người huấn luyện động vật, cô ấy đã làm những việc mới bằng nhiều cách mới.

Trong YWAM, chúng tôi muốn liên tục tiếp nhận, nuôi dưỡng và phóng thích khải tượng mới đến từ Đức Chúa Trời. Nếu bạn giới hạn mọi người để phục vụ khải tượng của bạn, thì bạn đang giết chết khải tượng ấy. Nhưng nếu bạn có lòng rộng rãi, giống như Đức Chúa Trời là Đấng rộng rãi, hãy khích lệ họ phục vụ ở bất kỳ nơi nào Chúa gọi, Ngài sẽ kéo nhiều người đến cùng bạn. Nếu bạn thực sự là người có khải tượng, thì bạn cũng là người muốn xây dựng khải tượng của người khác, chứ không chỉ xây dựng chính mục vụ hay địa phương của mình mà thôi.

Chuyện gì sẽ xảy ra nếu Chúa Jêsus trở lại mà bạn đang đi xem phim?

Khi tôi lớn lên, Hội thánh của chúng tôi bị cuốn vào chủ nghĩa biệt lập. Các lãnh đạo đã cho thấy một cảm nhận đó là họ "không muốn bị chi phối bởi thế gian". Thế là, họ đã làm y như điều Sa-tan muốn – Hội thánh đã từ bỏ vai trò ảnh hưởng của mình trong các lĩnh vực quan trọng của xã hội như: ngành công nghiệp giải trí, chính quyền, giáo dục, kinh doanh, khoa học…

Trong hệ phái của tôi, hễ ai đi xem phim thì bị coi là "chống lại tôn giáo". Tôi nghe thấy nhiều người nói rằng: "Chuyện gì sẽ xảy ra nếu Chúa Jêsus trở lại mà bạn đang đi xem phim? Ngài sẽ không vào nơi bất khiết đâu nên hãy coi chừng bạn sẽ bị bỏ lại đó". Nghe có vẻ đáng sợ thật, còn tôi nhớ mình đã nghĩ rằng: "Có lẽ điều gì xấu xa lắm đang xảy ra ở rạp chiếu phim!"

Cha mẹ tôi không phải là những người suy nghĩ "hạn hẹp" như thế, với lòng kính trọng đối với chức vụ mục sư của họ, tôi đã không lui tới mấy rạp chiếu phim. Sau đó, vào một đêm bất chợt của tuổi thiếu niên, tôi đã liều mạng đi xem một bộ phim có tựa đề là *The High and The Mighty* cùng với đám bạn. Tôi muốn tự mình phân biện điều "bất khiết" về các phim điện ảnh. Bộ phim ấy thật là tuyệt vời! Nó kể về những phi công lái sắp sửa bị rơi máy bay, nó làm nổi bật những điều mà ai nấy cũng phải nhận ra đó là chúng ta phải đưa ra lựa chọn đúng khi họ đối diện với cái chết cận kề. Cuối cùng, tôi đi ra khỏi rạp chiếu phim rồi tự nghĩ rằng *có điều gì bất khiết về rạp chiếu phim cơ chứ?*

Cơ Đốc nhân trong thế hệ của tôi còn có ý tưởng cho rằng chia sẻ Phúc Âm chỉ có thể được thực hiện ở trong nhà thờ hoặc là ở các buổi truyền giảng ngoài trời. Đối với suy nghĩ về "thánh khiết", họ đã tự biệt lập bản thân mình khỏi thế gian. Điều này hoàn toàn trái với những gì Chúa Jêsus đã làm, Ngài đã ăn bữa tối với những cô gái mại dâm, phường thâu thuế và tội nhân!

Tôi không nói rằng Cơ Đốc nhân có quyền xem phim gì cũng được đâu nhé! Một vài phim ảnh ngày nay *đang* tô bóng điều ác. Chúng ta phải biết phân biện. Nhưng đối với từng thế hệ, chúng ta có thể bày tỏ ý muốn của Đức Chúa Trời qua các phương tiện truyền thông cho thế hệ ấy. Phim ảnh có thể được dùng để minh họa những nguyên tắc Kinh Thánh về tình yêu thương, sự tha thứ, giá trị con người và nhiều điều khác nữa!

Khi tôi còn nhỏ, nếu một giám đốc ngân hàng tiếp nhận Đấng Christ, thì Hội thánh cố gắng khuyên người đó nghỉ việc và đem những kỹ năng của người đó vào làm việc cho hệ phái. Nếu người đó biết được những kỹ năng của mình sẽ ảnh hưởng như thế nào ở trong lĩnh vực kinh tế, thì chuyện gì sẽ xảy ra đây! Đúng vậy, "muối và ánh sáng" là những yếu tố tuyệt vời, mở ra lớp học Kinh Thánh vào giờ ăn trưa tại ngân hàng để cho người khác biết Chúa Jêsus và giúp họ tăng trưởng đức tin cá nhân của mình. Nhưng đồng thời cũng phải xem xét đến cơ hội tạo ra những chính sách về tài chính dựa vào các nguyên tắc Thánh Kinh để bày tỏ sự công bằng hầu giúp đỡ nhu cầu của người khác nữa. Chủ ngân hàng có thể mang lại sự biến đổi trong chính lĩnh vực này – hầu cho ý Cha được nên ở dưới đất cũng như ở trời.

Quá trình phóng thích khải tượng mới xảy ra như thế nào?

Có thể bạn đang hỏi rằng: "Làm thế nào bạn có thể tin tưởng những người trẻ thiếu kinh nghiệm trong việc tiên phong và làm những điều mới?" Chúng ta tin tưởng họ vì Đức Chúa Trời tin tưởng họ. Phẩm chất thiết yếu là hiểu được Đức Chúa Trời là ai, dựa vào đặc tánh và Lời của Ngài, rồi bước đi bằng đức tin. Giống như Cây Niềm Tin đã nói, các giá trị ra từ những niềm tin, giúp mọi người đưa ra những quyết định đúng nguyên tắc. Đã có nền tảng như thế, thì chẳng còn vấn đề gì nữa trong việc tin tưởng những người trẻ khi họ muốn bước vào môi trường xuyên văn hóa và quốc tế.

Các thế hệ Cơ Đốc ngày xưa đã nhìn thấy nhiều người miệt mài trong tội lỗi làm ra những thước phim điện ảnh, tôi ước rằng đôi mắt thuộc linh của họ có thể nhìn thấy những phương tiện truyền thông như thế có thể được dùng để tạo ra một nền tảng vững chắc để trình bày Tin lành cho thế hệ trẻ hơn. Thay vì để cho chủ nghĩa luật pháp hoành hành mà chẳng có ai lên tiếng hỏi rằng: "Làm thế nào những công cụ này được dùng để hoàn thành kế hoạch của Nước Trời?" Họ đã đóng kín tâm trí của mình và phớt lờ điều ấy, bỏ lỡ mất công cụ có thể ảnh hưởng một cách vô cùng mạnh mẽ.

Các nhân sự YWAM đầu tiên của chúng tôi thường mặt áo sơ-mi trắng và đeo cà-vạt vào những năm 1960. Lúc bấy giờ, chính bộ y phục ấy thường nói lên sự tôn trọng. Nếu giới trẻ của chúng ta ăn mặc như thế ngày hôm nay, họ sẽ không thể hòa nhập vào các nền văn hóa. Chúng ta cần phải giữ vững những niềm tin và các giá trị, mà gói gọn sứ điệp của mình sao cho phù hợp hơn.

Các yếu tố cần thiết để gia tăng tinh thần sứ đồ

Phần cuối cùng trong giá trị này nói rằng: *"Chúng tôi tin rằng tiếng gọi sứ đồ của YWAM đòi hỏi phải có sự dự phần của vai trò trưởng lão thuộc linh, sự tự do trong Thánh Linh và mối quan hệ, có Lời Chúa làm trọng tâm"*.

Loren đã chia sẻ một sứ điệp rất hay về vai trò Trưởng lão Thuộc linh[7] để giải thích một cách cặn kẽ hơn. Trong đó, ông chia sẻ về những yếu tố làm gia tăng tinh thần sứ đồ (có khải tượng) nên được dứt dấy nhiều hơn trong công tác truyền giáo và phải là những trụ cột cho việc phát triển trong tương lai của chúng tôi. Những yếu tố này phải luôn được vận hành trong tinh thần tôn Jêsus là Chúa:

> **Tự do trong Thánh Linh** – Mỗi cá nhân, từ trẻ đến già, đều có tự do trong Thánh Linh để lắng nghe và làm theo Lời Chúa. Nhưng điều này không được xảy ra trong tình trạng chân không hay độc lập.

---

[7] Tài liệu đầy đủ về vai trò "Trưởng lão Thuộc linh" có thể được tìm thấy ở YWAMValues.com và ywam.org.

Vai trò Trưởng lão Thuộc linh – Khải tượng nào có ảnh hưởng rộng khắp phải được chia sẻ với các trưởng lão đương thời. Vai trò trưởng lão không nhất thiết phải là người cao tuổi (Ti-mô-thê là một người trẻ tuổi đã đảm đương vai trò trưởng lão và chỉ định người khác làm trưởng lão). Nhưng họ phải là những người có kinh nghiệm sâu rộng và có sự trưởng thành thuộc linh, họ phải đáp ứng đủ những phẩm chất đã được đề cập trong 1 Ti-mô-thê 3 và Tít 1.

Mỗi lãnh đạo nên cởi mở để tiếp nhận, trân trọng và nuôi dưỡng khải tượng mới. Đối với người lãnh đạo trong tinh thần đầy tớ, họ có trách nhiệm cầu nguyện với Chúa khi tiếp nhận bất kỳ ý tưởng nào từ cá nhân khác, cũng như phải tra xét ý tưởng ấy dựa vào Lời Chúa. Đây là một trách nhiệm thiêng liêng, cho nên họ phải đón nhận khải tượng mới mẻ này giống như ông bà chào đón con cháu của mình. Tấm lòng của Đức Chúa Trời bị tan vỡ khi người giữ vai trò lãnh đạo phớt lời khải tượng mới. Ngài phán rằng: "Nếu ai gây cho chỉ một kẻ nhỏ này phạm tội, thì thà rằng buộc cối đá vào cổ nó mà quăng xuống biển còn hơn" (Lu-ca 17:2).

Mối quan hệ – sự tự do trong Thánh Linh của chúng ta và vai trò trưởng lão cần phải được vận hành bằng sự truyền thông và lòng tôn trọng dành cho nhau, đồng thời cũng phải nhớ rằng Đức Thánh Linh là Đấng đang ngự trong lòng của mỗi người chúng ta.

Có khải tượng là một trong những điều tôi yêu thích nhất về tổ chức của chúng tôi. Giống như từng đợt sóng vỗ vào bờ hết lần này đến lần khác, thì mỗi thế hệ của YWAM cũng sẽ xuất hiện khải tượng mới và phương cách mới để hoàn thành mọi việc. Đức Chúa Trời muốn chúng ta phải quyết liệt càng hơn để ảnh hưởng một cách thiết thực đến từng thế hệ, từng nhóm dân tộc và từng lĩnh vực xã hội. Đây là lời kêu gọi phải có tinh thần của sứ đồ và khải tượng không ngừng nghỉ của YWAM…giống như sóng biển vỗ vào bờ hết lần này đến lần khác.

Chương 10

Giá trị 6 – Chinh phục giới trẻ

YWAM được kêu gọi phải chinh phục giới trẻ. Chúng tôi tin rằng Đức Chúa Trời đã ban ân tứ và kêu gọi giới trẻ trở thành mũi nhọn về khải tượng và trong mục vụ. Chúng tôi muốn trân trọng, tin cậy, huấn luyện, ủng hộ, tạo cơ hội và phóng thích họ một cách hết lòng. Họ không chỉ là Hội thánh của tương lai; mà còn là Hội thánh của hôm nay. Chúng tôi cam kết sẽ theo họ trong ý muốn của Đức Chúa Trời. (1 Sa-mu-ên 17:32-50; Truyền đạo 4:13-14; Truyền đạo 12:1-7; Giê-rê-mi 1:5-10; Đa-ni-ên 1:17-20; Giô-ên 2:28; Giăng 6:9; Công-vụ 16:1-5; 1 Ti-mô-thê 4:12-16; 1 Giăng 2:12-14).

Sau khi tôi chia sẻ tại một sự kiện ở Rio de Janiero, một chàng trai người Brazil tướng tá chắc nịch với nụ cười gần gũi và mái tóc gợn sóng đến gặp tôi.

Anh ta nói rằng: "Darlene, tôi là Ricardo. Tôi là một người thuộc về làn sóng những người trẻ!"

Tiếng Anh không phải là tiếng mẹ đẻ của anh ta, mọi thứ xung quanh lại rất ồn ào, tôi không nghe được gì cả. Anh ta nhìn thấy nét mặt khó hiểu của tôi, thì nói lại lần nữa rằng: "Bà có biết – tôi là người thuộc về làn sóng những người trẻ không! Loren đã nhìn thấy những làn sóng. Tôi là một trong số họ!"

Ricardo kể lại câu chuyện của mình. "Tôi là một đứa trẻ đường phố không có gia đình, sống dưới chân cầu tại khu ổ chuột ở Rio. Vài nhân sự YWAM tìm thấy tôi. Họ đem tôi về nhà trẻ của họ, còn tôi gặp được Chúa Jêsus ở đó! Họ dạy tôi, sau đó tôi đã học Trường Huấn luyện Môn đồ và một vài khóa học khác của YWAM. Bây giờ, tôi đang dạy người khác biết Chúa và làm thế nào để trở thành dự phần vào làn sóng những người trẻ".

Ricardo đúng là một người thuộc về khải tượng làn sóng những người trẻ, anh ấy đang tạo ra thêm nhiều làn sóng khác nữa. Khi chàng trai trẻ tuổi người Brazil này cập bờ, sự biến đổi bắt đầu xảy ra với xã hội chung quanh.

YWAM là một phong trào đến từ Đức Chúa Trời được kêu gọi để trân trọng, tin tưởng, đào tạo, ủng hộ, tạo cơ hội và phóng thích những người trẻ. Giới trẻ là những người tràn đầy năng lượng và dám mạo hiểm; họ sẵn sàng dấn thân vào những điều mới mẻ; họ vẫn chưa rơi vào thái cực "không thể làm được". Họ chẳng sợ hãi điều gì cả. Họ là những người tràn đầy khí phách và lòng sốt sắng để khám phá bản thân khi trở thành môn đồ tin theo Chúa Jêsus. Trong lòng họ có một sự tin tưởng, vì Đức Chúa Trời đã tạo nên và ban cho họ những ân tứ và tài năng, Ngài sẽ dẫn dắt họ đạt đến tiềm năng tốt nhất. Tôi yêu thích những người trẻ!

Chúng tôi tin rằng Đức Chúa Trời phán với giới trẻ. Chúng tôi đào tạo và khuyến khích họ, rồi đi theo họ nữa. Đó không phải là ý tưởng hay của chúng tôi, mà lại là "ý tưởng của Đức Chúa Trời". Nhìn vào Kinh Thánh, chúng tôi thấy Đức Chúa Trời tin tưởng giới trẻ để bày tỏ và hoàn thành kế hoạch của Ngài: Đa-vít là một thiếu niên được Đức Chúa

Trời dùng để đánh gục Gô-li-át và giải cứu dân tộc mình. Sa-mu-ên là một cậu bé đã nghe thấy tiếng Chúa phán và đáp lại lời kêu gọi của Ngài. Sa-đơ-rắc, Mê-sác và A-bết-nê-gô là những thiếu niên bị ném vào lò thiêu của Nê-bu-cát-nết-sa vì họ chỉ thờ phượng một mình Đức Giê-hô-va mà thôi. Ma-ri là một thiếu nữ đã được Chúa tin tưởng giao trọng trách quý báu nhất thế giới – mang thai và nuôi nấng Con Đức Chúa Trời! Rất nhiều môn đồ đầu tiên là những người còn rất trẻ, sứ đồ Phao-lô đã giới thiệu về Ti-mô-thê bước vào vai trò lãnh đạo thuộc linh khi ông còn trẻ tuổi.

"Chàng trai trẻ, Chúa đã gọi em trở thành giáo sĩ phải không?

Không lâu sau khi Loren và tôi đã kết hôn với nhau, chúng tôi gặp một giáo sĩ ở độ tuổi trung niên tên là Sy Huckerbee ở Kingston thuộc đất nước Jamaica. Anh ta đã nghe nói tên lót của tôi là Scratch nên hỏi rằng: "Cô có biết Alf Scratch không?" Tôi đáp rằng: "Có, đó là ông của tôi". Tôi cũng ngạc nhiên khi nghe thấy một người xa lạ hỏi về tên của ông ở một nơi xa xôi thế này. Ông tôi là một nhà truyền đạo thuộc hệ phái Ngũ Tuần ở Canada vào đầu những năm 1900.

Mục sư Huckerbee nói rằng: "Darlene, khi tôi được 19 tuổi, tôi cảm biết Đức Chúa Trời kêu gọi tôi trở thành giáo sĩ ở Trung Mỹ. Tôi biết đó là ý Chúa và cũng biết rằng mình phải đi ngay. Thế là, tôi đến gặp ban truyền giáo thuộc hệ phái của chúng tôi, mà ông của cô là thành viên trong ban truyền giáo ấy".

Cho dù anh ta cảm biết sự kêu gọi ấy đến từ Chúa như thế nào đi nữa, thì ban truyền giáo không gửi anh ấy ra đi nếu không bước vào trường Kinh Thánh và hoàn thành những yêu cầu khác cũng phải mất đến vài năm. Tôi đã nghe nhiều câu chuyện về việc bị từ chối hoặc là "đi lòng vòng" rồi mới được gửi ra cánh đồng truyền giáo.

Anh ta nói tiếp rằng: "Tôi ra về trong nỗi thất vọng và chán nản – tôi chắc rằng mình đã nghe tiếng Chúa gọi. Tôi chậm rãi đi ra khỏi hành lang, rồi nghe thấy tiếng chân thình thịch ở đằng sau. Tôi quay lại thấy ông của cô đang tiến tới. Ông nói rằng: 'Chàng trai trẻ, Chúa đã gọi em trở thành giáo sĩ phải không? Em có biết chắc rằng Ngài muốn em đi *ngay* không?'"

"Tôi nói chắc chắn rằng: 'Có!'"

"Vậy thì hãy quỳ gối xuống. Tôi sẽ cầu nguyện và sai em đi liền!' Lúc ấy, ông của cô đã sai tôi đi làm giáo sĩ ở Trung Mỹ! Sau nhiều năm tiên phong mở Hội thánh ở đó, Chúa đã dẫn tôi đến Jamaica".

Những hạt giống mà Đức Chúa Trời dùng giới trẻ trong công tác truyền giáo không chỉ được bày tỏ rõ ràng trong Kinh Thánh, mà còn là bằng chứng trong đời sống của Loren và xuất thân của gia đình tôi nữa. Nếu ông của tôi còn sống để nhìn thấy Thanh Niên Với Sứ Mạng, thì tôi biết chắc rằng ông cũng sẽ ủng hộ khải tượng của chúng tôi về giới trẻ. Ông là người đã "khởi xướng" để mở ra cánh cửa cho giới trẻ bước vào sứ mạng!

Chúng tôi là THANH NIÊN Với Sứ Mạng

Khi Loren được kêu gọi để bắt đầu phong trào này, anh ấy biết rằng mình phải luôn tập trung vào việc trở thành người đại diện để hô to cái tên: THANH NIÊN với sứ mạng". Điều này có nghĩa là chúng tôi phải làm việc với điểm yếu và điểm mạnh của giới trẻ. Cho đến ngày hôm nay, vẫn có vài người thường hay cảnh báo chúng tôi về việc đừng tin tưởng giới trẻ trở thành giáo sĩ vì sự thiếu trưởng thành và hời hợt về kiến thức thần học sẽ ảnh hưởng đến công tác truyền giáo xuyên văn hóa và dễ dẫn đến thất bại về mặt đạo đức. Phải, các bạn trẻ của chúng tôi có phạm những sai lầm, nhưng suốt 60 năm đầu tiên trong công tác truyền giáo đã chứng minh rằng họ có lòng sốt sắng dành cho Đức Chúa Trời, họ sẵn sàng lắng nghe, vâng lời và dám đi đến những nơi khó khăn để chia sẻ tình yêu thương của Đức Chúa Trời có thể làm biến đổi hàng triệu cuộc đời.

Khi bắt đầu những chuyến truyền giáo đầu tiên vào những năm 60, chúng tôi tin rằng YWAM sẽ không bị lèo lái bởi luật lệ; bởi vì khi các bạn trẻ hiểu rõ nguyên tắc của Đức Chúa Trời, thì họ sẽ chọn làm điều đúng. Chúng tôi không phải là cảnh sát hay đối xử với họ như con nít. Chúng tôi cũng là những người trẻ tuổi, còn Đức Chúa Trời tin tưởng chúng tôi! Chúng tôi cũng muốn làm điều tương tự, tức là tin tưởng giao cho giới trẻ phần trách nhiệm, nuôi dưỡng họ và giúp họ tiến xa hơn trong công tác truyền giáo. Chúng tôi biết rằng món quà lãnh đạo mà Đức Chúa Trời đã ban cho Loren và tôi phải được dùng làm công cụ để phóng thích người khác thực hiện bất kỳ điều gì Đức Chúa Trời muốn *họ* hoàn thành!

Tôi tin rằng trong suốt các kỳ trại hè đầu tiên ấy, giá trị chinh phục giới trẻ của chúng tôi đã được thiết lập. Chúng tôi được kêu gọi phải có sự tin tưởng dành cho giới trẻ, ấy là lý do Đức Chúa Trời đã làm cho YWAM còn sống động cho đến ngày hôm nay.

DTS là cánh cửa bước vào YWAM

Chúng tôi biết rằng giới trẻ không cần có trình độ thần học để đi ra và chia sẻ với người khác về Chúa Jêsus, nhưng họ cần sự dạy dỗ Lời Chúa về bản chất và đặc tánh của Đức Chúa Trời, cụ thể là làm thế nào để lắng nghe và làm theo Lời Chúa. Đức Chúa Trời bắt đầu hình thành nên quá trình huấn luyện và rất nhiều Giá trị Nền tảng khác qua Trường Truyền Giáo đầu tiên của chúng tôi ở Thụy Sĩ. Các yếu tố quan trọng của giáo trình được dạy trong trường đã được biên soạn thành phiên bản ngắn hơn mà chúng tôi gọi là Trường Huấn Luyện Môn Đồ (DTS).

Nhiều năm qua, rất nhiều mục sư và lãnh đạo đã hỏi tôi rằng: "Làm thế nào YWAM có thể duy trì đúng những niềm tin và các giá trị trong suốt nhiều năm qua với sự đa dạng và sự lan rộng trong công tác truyền giáo như vậy?" Câu trả lời của tôi là "DTS". Đây là cánh cửa và cũng là trường đầu vào đầu tiên mà từng nhân sự của YWAM và sinh viên Trường Đại học Các dân tộc cần phải trải qua.

Đến năm 2020,[8] các trường DTS đã được tổ chức ở khắp nơi trên thế giới mỗi năm với hơn 95 ngôn ngữ, 10 ngàn sinh viên tốt nghiệp mỗi năm trên toàn cầu. Nửa triệu người (hầu hết là giới trẻ) đã tốt nghiệp DTS ít nhất ở một nơi nào đó trên thế giới kể từ năm 1974, chúng tôi đã giúp đỡ các sinh viên đến từ 182 quốc gia được tốt nghiệp! Cũng phải nói thật là, rất nhiều người đã tiếp nhận Chúa Jêsus là Cứu Chúa của mình qua trường DTS, còn Ngài là Đấng thay đổi cuộc đời họ mãi mãi.

Một trong những cộng sự trẻ tuổi của tôi đã nói rằng: "Trường Đại học Các dân tộc là một cổ máy tạo ra làn sóng cho công tác truyền giáo". Đó là điều rất đúng nhưng tôi còn muốn thêm vào hình ảnh của DTS – giới trẻ lãnh đạo giới trẻ – là một hành trình lướt sóng cả đời! Tôi thích DTS vì khoá học này gồm tóm hết thảy các giá trị mà quyển sách này đang nói tới. Đó là một trong những cách biểu lộ tốt nhất của chúng tôi về việc tin tưởng giới trẻ, bồi dưỡng họ, và nhìn thấy những người muốn làm việc với giới trẻ được nhân rộng nhiều hơn. DTS là một trong những "tạo sóng" hiệu quả nhất của chúng tôi.

Tôi thích mô tả này từ đội ngũ thuộc Trung tâm DTS Quốc tế về trải nghiệm DTS như sau: "Trong môi trường "vừa học vừa hành" của DTS, các sinh viên bắt gặp chính họ ở trên hành trình khám phá rất phong phú về bản chất và đặc tánh của Đức Chúa Trời, họ biết được ý muốn của Ngài dành cho tạo vật, bao gồm cả chúng ta, là những kẻ mang ảnh tượng của Ngài. Họ tăng trưởng trong mô hình Cơ Đốc khi họ hiểu rõ về cách Chúa Jêsus đã sống cuộc đời trên đất của Ngài như thế nào, bao gồm cả sự cứu rỗi, tội lỗi và thập tự giá.

---

[8] Các số liệu thống kê từ Trung tâm DTS Quốc tế và chưa kể hàng trăm sinh viên đã tham dự Trường Truyền Giáo từ 1969-1974, trước khi chính thức có Trường Huấn luyện Môn đồ.

Đức Thánh Linh đã mang lại sự mặc khải lớn lao về ý nghĩa của việc trở thành một thành viên trong gia đình của Đức Chúa Trời với tư cách là con cái và Hội thánh của Ngài. Khi mọi người được dự phần vào mối thông công của Ba Ngôi, họ càng ngày càng học được nhiều hơn về việc sống với Đức Chúa Trời như Chúa Jêsus đã bày tỏ với chúng ta".

Mỗi DTS đều có một kỳ truyền giáo, đối với nhiều người thì đây là bước đầu tiên để đáp ứng lại Đại Mạng Lệnh của Chúa Jêsus là Đấng đã truyền dạy rằng: "hãy đi khắp thế gian". Các đội truyền giáo của DTS vẫn đang phục vụ trên thế giới trong vòng 24 tiếng mỗi ngày, bảy ngày một tuần trong vòng hơn bốn thập kỷ vừa qua. Các đội truyền giáo này phải dự phần vào các mục vụ đa dạng từ việc đồng công với các Hội thánh địa phương khi họ phục vụ cộng đồng, cho đến việc phải bước vào các quốc gia để làm việc với trẻ mồ côi, các trại tạm cư, các làng dân tộc, bệnh viện, nhà tù, trường học và nhà bếp. Đây chỉ là những gì rất nhỏ so với sự đa dạng về mục vụ mà các đội đã dự phần để mở rộng Nước thiên đàng trong các lĩnh vực xã hội và bày tỏ tình yêu thương của Đức Chúa Trời cho người khác.

Trường Huấn Luyện Môn Đồ chứa đựng những yếu tố quan trọng để giữ chúng tôi đi đúng với khải tượng, những niềm tin và các giá trị, đó là một trong những hòn đá chủ chốt của chúng tôi. Tôi nói với các lãnh đạo và nhân sự DTS rằng: "BẠN là đội ngũ quan trọng nhất trong công tác truyền giáo này vì các bạn là những người đầu tiên sẽ làm gương và truyền thụ lại những niềm tin và các giá trị của chúng ta. Hễ nơi nào có DTS, thì ở đó có sứ mạng…"

Giáo trình của DTS, các nguồn tư liệu để huấn luyện và các tài liệu phát triển nhân sự có thể được tìm thấy ở http://ywamdtsreframe.com và http://ywamdtscentre.org.

Kêu gọi giới trẻ, môn đồ hóa và phóng thích giới trẻ
Vì Đức Chúa Trời đã kêu gọi chúng tôi là THANH NIÊN với sứ mạng, nên lúc nào cũng có một sự xức dầu được đổ

đầy càng hơn khi chúng tôi làm đúng với giá trị này: chúng tôi tin tưởng, đào tạo, ủng hộ, tạo cơ hội và phóng thích giới trẻ.

Tôi thường tập hợp các bạn lãnh đạo và nhân sự DTS để dạy dỗ. Khi tôi nhìn vào đôi mắt của họ, tôi nghĩ rằng: Các bạn là lý do mà công tác truyền giáo này vẫn còn tồn tại! Họ là những anh hùng của tôi. Họ áp dụng những gì học được, đi ra truyền giáo rồi trở về dẫn dắt người khác. Họ thích phiêu lưu cùng DTS vì họ được khám phá về Đức Chúa Trời là Đấng có thể sử dụng họ!

Hầu hết thông tin về DTS đều được truyền miệng, bạn bè kể cho nhau nghe về những gì họ đã học và kinh nghiệm. Nhưng mỗi năm ở khắp nơi trên thế giới, các chương trình ngắn kỳ thường thu hút sinh viên bước vào DTS: các kỳ trại thanh niên, các kỳ truyền giáo mùa hè, các đội YWAM đến truyền giáo trong trường trung học và đại học. Những đợt sóng đủ mọi kích thước và hình thù đã cùng DTS tạo sóng ở khắp nơi.

Có lẽ bạn hỏi rằng: "Làm thế nào những người trẻ còn thiếu kinh nghiệm có thể lãnh đạo người khác?" Một trong Các Giá trị Nền tảng của chúng tôi đó là: "Làm trước; dạy sau". Nhưng họ đã làm rồi; thì họ dạy lại thôi. Họ đã được dạy trong giáo trình DTS; họ đã gặp gỡ Chúa một cách cá nhân; họ đã hoàn thành kỳ thực tập trên cánh đồng truyền giáo. Họ có thể trở thành những cố vấn cho người khác bằng chính kiến thức về những vấn nạn đương thời ở trong thế hệ của họ. Họ là những người có thể đến gần với các bạn khác cùng lứa – bằng niềm vui, lối sống và những khó khăn của họ – hơn là những người lớn hơn các em gấp ba lần.

Các lãnh đạo trẻ tuổi của chúng tôi luôn muốn có những thế hệ đã cao tuổi cùng đi với họ, giúp họ phát triển kỹ năng lãnh đạo, cho lời khuyên và khích lệ họ. Chúng tôi đón nhận sự khôn ngoan, lời khuyên và những sai sót một cách tổng hợp. Nhưng vì chúng tôi là THANH NIÊN với sứ mạng, nên chúng tôi luôn muốn giới trẻ đứng vào vị trí lãnh đạo và trở thành mũi nhọn tiên phong. Khi tôi nhìn vào YWAM đang có mặt khắp nơi trên thế giới ngày hôm nay, tôi nhìn thấy hầu hết các mục vụ đã được thiết lập vững vàng và các mục vụ mới đầy kết quả đều được bắt đầu từ giới trẻ. Chính sự xức dầu của Đức Chúa Trời mới khiến họ đủ tiêu chuẩn làm được những điều đó, chứ không phải kinh nghiệm bao la bát ngát nào đó của họ đâu.

Tôi đã quan sát thấy rằng nếu một cơ sở YWAM ở địa phương thất bại trong việc "trân trọng, tin tưởng, đào tạo, ủng hộ, tạo cơ hội và phóng thích" giới trẻ, thì những người trẻ không được thu hút ở nơi ấy.

Đừng hiểu sai ý của tôi – mỗi cơ sở đều cần những người lớn tuổi có kinh nghiệm về các vấn đề hợp pháp và tài chính, bất động sản, bảo hiểm, quản lý và rất nhiều góc cạnh khác đòi hỏi phải có kiến thức và kỹ năng chuyên môn mà giới trẻ vẫn chưa đủ kinh nghiệm và thời gian đạt được. Thí dụ, chúng tôi không thể mở trường đại học trong khi chỉ có 18 tuổi! Nhưng phải có người nào *đứng* tuổi hơn, trưởng thành hơn – là những người cam kết trong việc đào tạo và phóng thích giới trẻ, chứ không phải có mặt để điền vào chỗ trống.

Đó là vì sao Trường Huấn luyện Môn đồ Crossroads được tạo ra – để thu hút những người lớn tuổi có kinh nghiệm đời sống, có thể cam kết truyền thụ lại kiến thức của họ cho giới trẻ. Người lớn tuổi là những nhà cố vấn và phát triển rất đáng giá, nhưng họ cũng có thể là những người giết chết giấc mơ nếu không biết đầu tư vào giới trẻ!

Philip là một tấm gương tuyệt vời trong vai trò "nhà khai vấn". Ông là một thương gia điêu luyện đã đến hỗ trợ chúng tôi xây dựng cơ sở. Ông là một nguồn phước rất lớn đã giúp xây dựng những dự án của chúng tôi, nhưng tấm lòng của ông dành cho việc xây dựng con người. Ông là người tuyển mộ sinh viên cho một vài DTS, môn đồ hóa những người nam và người nữ biết vận dụng những kỹ năng tuyển mộ rất đa dạng. Ông được mọi người yêu mến và còn dấy lên một đội ngũ xây dựng – cả về nhà cửa lẫn con người.

Chúng tôi là THANH NIÊN Với Sứ Mạng. Khi tôi thấy mình càng lớn tuổi, thì tôi càng hô to điều này vào mỗi năm! Khi Loren và tôi đi lại khắp nơi trên thế giới, chúng tôi đã phát hiện ra rằng những địa điểm có kết quả lớn lao nhất là những nơi các bạn thanh niên được trao quyền lãnh đạo. Nơi nào có cuộc sống nhộn nhịp thì nơi đó có nhiều thế hệ sống cùng nhau, nhưng giới trẻ chiếm nhiều nhất. Họ đều là những người có tinh thần quốc tế khi ở nhà và ngay cả ở trên cánh đồng sứ mạng.

Tôi thường nói rằng: "Nếu ngày nào YWAM trở nên già nua và buồn tẻ, thì tôi không muốn ở lại nữa". Loren nói theo rằng: "Anh cũng sẽ theo em!"

Chương 11

Giá trị 2 – Giúp người khác biết Chúa

YWAM được kêu gọi để giúp mọi người trên thế giới biết Chúa, trong từng lĩnh vực xã hội qua việc truyền giáo, huấn luyện và các mục vụ thương xót. Chúng tôi tin rằng sự cứu rỗi linh hồn là kết quả của sự biến đổi xã hội, đó mới là làm theo mạng lệnh dạy dỗ muôn dân mà Chúa Jêsus đã truyền dạy. (1 Cô-rinh-tô 16:24-27; Thi thiên 69:11; Thi thiên 71:15-16; Thi thiên 145:4-7; Ma-thi-ơ 28:18-20; Mác 16:15; Công-vụ 1:8; Công-vụ 13:1-4a; Rô-ma 10:8-15; Rô-ma 15:18-21).

Các nhân sự YWAM có lẽ là những người sáng tạo nhất trên thế giới khi đề cập tới việc chia sẻ về Chúa Jêsus cho người khác. Phải, chúng tôi cũng tổ chức các sự kiện truyền giảng theo truyền thống, mà cũng thực hiện các kỳ truyền giáo theo hướng hiện đại cho các chàng cao bồi, người mẫu thời trang, những người lái xe mô-tô, các trại tạm cư, các sinh viên đại học, những người làm nghề mại dâm, các nhà làm phim, những người lướt sóng, những người đọc ráp, các giáo viên và các vũ công nhảy điệu tăng-gô.

Chúng tôi nghiêm túc thực hiện lời kêu gọi của Chúa là "hãy đi **khắp** thế gian giảng Tin lành cho **mọi** người" (Mác 16:15). Có nghĩa là từng quốc gia, từng nền văn hóa, từng lĩnh vực xã hội nào **chưa được vươn đến** thì phải được nghe về sự tha thứ tội lỗi và sự sống đời đời qua việc có mối liên hệ với Đức Chúa Jêsus Christ. Tôi được vinh dự khi đồng công với rất nhiều tín hữu có tuổi tác đã cao và các bạn trẻ đã dạn dĩ tiếp nhận lời kêu gọi "giúp người khác biết Ngài" ở những khu vực khó khăn. Một trong những nơi đó là Nigeria.

Vào năm 2009, Loren và tôi đã bay đến Tây Phi rồi đi tới khu vực dầu mỏ tại Cảng Harcourt. Chúng tôi được chào đón bằng những nụ cười và tiếng hát, nhưng chuyến đi từ sân bay đến cơ sở YWAM đã cho thấy những điều ngược lại đang xảy ra trên mảnh đất trù phú này. Khu rừng cọ rộng lớn, biển cả và sông nước của Nigeria đã bị vấy bẩn bởi việc dự trữ dầu mỏ quá lớn. Những con đường tại đây có những ổ gà to bằng chiếc xe buýt.

Khi giao thông bị tắc nghẽn, các binh sĩ vũ trang bằng những khẩu súng tự động leo ra từ xe cảnh sát để điều phối đoàn người của chúng tôi và chạy tới trước để chặn các xe lại, những phương tiện giao thông nào không di chuyển đều bị "hối thúc" phải dời đi. Mặc dù dầu hỏa là tài nguyên phong phú của đất nước, người dân địa phương nói với chúng tôi rằng các vùng nông thôn chỉ nhận được từ hai đến ba giờ có điện mỗi tháng mà thôi, chẳng ai biết khi nào hết điện hay có điện cả. Nước cũng thỉnh thoảng mới có. Tất cả đều là kết quả của sự tham nhũng, bất công và tham lam.

Các đội hộ tống có vũ trang không chỉ giải quyết tình trạng giao thông, mà còn bảo vệ chúng tôi khỏi các băng nhóm đang bắt cóc và giết hại người nước ngoài để gây chú ý. Họ cũng là những người bất mãn vì sự bất công đang xảy ra ở Nigeria. Đức Chúa Trời cũng đang đau lòng vì tình trạng của họ nữa.

Khi đến được cơ sở YWAM rồi, chúng tôi nghe được những câu chuyện về chính quyền đã tổ chức một cuộc họp với các lãnh đạo Hội thánh, các đơn vị điều hành công ty dầu mỏ và nhiều đối tượng khác nữa để bàn bạc về vấn nạn quân sự được phát sóng trực tiếp trên truyền hình. Các đơn vị điều hành công ty dầu mỏ đã bỏ ra rất nhiều tiền để "thúc giục" rất nhiều lãnh đạo Hội thánh có ảnh hưởng sâu rộng ủng hộ nhà nước chống lại quân nổi dậy. Lãnh đạo YWAM của chúng tôi tên là Paul cũng dự buổi họp thì cảm biết rằng Chúa không muốn ông nhận số tiền. Ông biết rằng số tiền ấy là để có được sự kiểm soát kèm theo. Thế là, ông đã từ chối nhận tiền và rời khỏi cuộc họp.

Đêm hôm đó, ba người lính đã tìm đến nhà của Paul. Họ theo dõi kênh truyền hình nên đã đến hỏi rằng: "Ông là ai? Tại sao ông không nhận tiền hối lộ của công ty dầu mỏ?" Paul giải thích rằng động cơ của mình không phải vì tiền, mà là tình yêu của Đức Chúa Trời và Ngài muốn quân nổi dậy biết Chúa Jêsus. Giống như Ni-cô-đem đã đến vào lúc nửa đêm, thì ba người lính ấy đã biết được tình yêu của Đức Chúa Trời và họ đã được "tái sanh" trong đêm đó.

Họ biết rằng có thể tin tưởng Paul nên đã mời ông đến doanh trại là nơi họ đang ẩn náu, vì chính quyền đang đe dọa sẽ giết họ. Paul trở thành người hòa giải trung gian, ông đã đến gặp chính quyền để nói với họ biết rằng: "Nếu các ông hứa sẽ không bắn một viên đạn nào, thì quân nổi dậy sẽ từ bỏ vũ khí của họ". Phía chính quyền đã đồng ý. Quân nổi dậy đã đầu hàng, hàng ngàn người được chuyển tới "trại cải tạo".

Paul nói với chúng tôi rằng chính vì điều kiện sống thấp ở trong trại cải tạo đã gây thêm sự căm phẫn và nổi loạn. Rút kinh nghiệm từ lần ấy, một vài sinh viên DTS ở cảng Harcourt đã cầu nguyện và biết rằng Chúa muốn tất cả nam sinh viên đến sống và phục vụ ở trong trại cải tạo. Paul cố gắng khuyên họ bỏ cuộc, nhưng họ đã kiên quyết đến nỗi sau khi cầu nguyện xong, Đức Thánh Linh đã thuyết phục ông sai họ đi. Khi đến nơi, họ bắt đầu cọ rửa nhà vệ sinh. Những người lính nổi dậy đều kinh ngạc. "Tại sao các anh lại làm việc này?" Các nam sinh viên nói rằng vì Chúa Jêsus yêu họ và Ngài quan tâm đến nhu cầu của họ. Kết quả là rất nhiều người lính nổi dậy đã đem lòng tiếp nhận Chúa. Sự việc ấy đã mở cửa cho các đội truyền giáo của DTS tổ chức được "Khóa học Biến đổi" ở trong trại cải tạo.

Khi Loren và tôi đến Cảng Harcourt, rất nhiều người từng thuộc về quân nổi dậy trước đây đang học DTS. Họ vẫn còn tính thô thiển và chợ búa – một sinh viên còn hỏi rằng có thể đi đào cây súng mà anh ta chôn dưới đất bấy lâu nay rồi bán nó để trả tiền học DTS được không!

Khi chúng tôi gặp lại khoá DTS của những người lính nổi dậy trước đây tại cơ sở, bầu không khí trong phòng rất nóng nực và ẩm thấp vì nhiệt độ cơ thể toát ra. Chúng tôi rất cảm kích khi nghe được những lời chứng tuyệt vời về cách Đức Chúa Trời đã cứu họ thoát khỏi lối sống giết người, cưỡng bức, trộm cắp, cướp bóc, tà đạo và bị quỷ ám. Nhiều người khóc nức nở trong sự vui mừng vì được tha tội và được tẩy sạch khỏi đời sống cũ khi họ tiếp nhận Đấng Christ.

Chúng tôi ngồi yên trên ghế khi chàng trai trẻ người Nigeria đến trước mi-crô nói rằng: "Tôi đã từng bắt cóc người nước ngoài…" Đôi mắt của em liếc sang Loren và tôi "…giống như quý vị ngồi đây!" Anh ta dừng lại để coi mọi người phản ứng thế nào, rồi nói tiếp rằng: "Tôi KHÔNG hề vào trại cải tạo". Thật là ớn lạnh! Nhưng rồi anh ta mỉm cười nói rằng: "Nhưng TÔI ĐÃ ĐƯỢC Chúa Jêsus thay đổi!" Cả phòng hô hào và vỗ tay rộn rã.

Vào năm 2020, hơn 35000 quân nổi dậy đã từ bỏ vũ khí. Trong đó, có hơn 3000 người đã tiếp nhận Chúa và tốt nghiệp trường DTS, họ vẫn đang nỗ lực để mang lại sự biến đổi của Chúa ở trên đất nước của mình.

Truyền giáo là gì? Tức là rao truyền hay truyền tải sứ điệp Tin lành của Chúa Jêsus cho mọi người ở mọi nơi. Giăng 17:3 chép rằng: "Vả, sự sống đời đời là nhìn biết Cha, tức là Đức Chúa Trời có một và thật, cùng Jêsus Christ, là Đấng Cha đã sai đến". Khi chúng ta đón nhận sự kêu gọi của Đức Chúa Trời để rao truyền Tin lành cho mọi người ở mọi nơi, thì điều này có nghĩa là chúng ta phải thông thạo ngôn ngữ và văn hóa của đối tượng sẽ lắng nghe Phúc Âm. Thông điệp của chúng ta phải có sự sáng tạo, phù hợp và gần gũi. YWAM được kêu gọi đến với **tất cả** những nơi chưa biết Đức Chúa Trời. Hầu cho, một ngày nào đó, mọi người sẽ cầu nguyện như Chúa Jêsus đã cầu nguyện trong Ma-thi-ơ 6:10 rằng: "Xin nước Cha được đến; ý cha được nên, ở đất như trời!"

Chúng tôi khuyến khích công tác truyền giáo phải xảy ra trong lối sống hằng ngày, tận dụng những cơ hội để xây dựng tình bạn, phục vụ và chia sẻ Tin lành của Đấng Christ. Đức Chúa Trời kêu gọi YWAM biết lập chiến lược rao truyền Phúc Âm, cầu thay và nhắm đến **những nơi nào chưa biết Chúa**.

Tôi đã hướng dẫn một Trường Đào tạo Lãnh đạo (LTS) ở Worcester thuộc Nam Phi, đã có 124 các lãnh đạo và những lãnh đạo tiềm năng đến từ khắp nơi ở châu Phi, cũng như rất nhiều nơi khác từ Bangladesh, Brazil, Fiji và Hàn Quốc.

Mặc dù chúng tôi rất vui khi có được nhiều quốc gia và dân tộc ở trong trường, nhưng chúng tôi vẫn chưa thỏa mãn với thành quả đạt được. Sự kêu gọi mà Đức Chúa Trời đã ban cho chúng tôi *không* chỉ tập chú vào các đội và cơ sở của YWAM hiện có trên thế giới, mà vào những nơi *chưa có* nữa. Trong ngày tốt nghiệp LTS vào năm 1998, chúng tôi đã có 53 khu vực hoạt động ở khắp châu Phi. Sau đó, bạn của tôi là David Hamilton đã thực hiện một cuộc điều tra dân số, thì số lượng đã tăng lên gấp đôi, tức là có tới 108 khu vực, chỉ trong vòng hai năm tiếp theo. Hầu hết những khu vực mới đều được tiên phong bởi những người đã tham dự trường LTS ở Nam Phi lúc bấy giờ, rất nhiều người đã nhìn thấy địa điểm mới và mục vụ được mở ra.

Trong công tác truyền giáo này, sự kêu gọi phải giúp người khác biết Ngài được bày tỏ qua ba mảng chính, đó là: Truyền giáo, Huấn luyện và Thương xót.

Truyền giáo

Truyền giáo là nhịp đập trái tim của YWAM. Đây là điều chúng tôi làm cả ngày, mỗi ngày và ở khắp nơi trên thế giới. Chúng tôi rao báo Tin lành về sự cứu rỗi ở trong Đức Chúa Jêsus Christ ở trên đường phố, từ nhà này đến nhà kia, ở trường đại học và trung học, tại sân vận động, qua âm nhạc, đóng kịch, chiếu phim Chúa Jêsus, đài phát thanh, làm chứng trong Hội thánh, nhà tù, phố đèn đỏ hay các kỳ trại thiếu nhi. Chúng tôi chia sẻ về Chúa Jêsus khi chải lông cho thú cưng, dạy tiếng Anh, sửa xe máy, cắt tóc, xem cá heo biểu diễn, chụp hình. Chúng tôi chia sẻ đức tin, lời chứng, kinh nghiệm về Chúa trong đời sống. Chúng tôi giúp người khác biết Ngài – đó là bản sắc của chúng tôi, là việc chúng tôi đang làm.

Tôi có nghe về một nhân sự YWAM trẻ tuổi đang lái xe trên đường vào một ngày nọ thì cảm thấy Chúa phán rằng: "Hãy quay lại và tìm đến những lũ trẻ đó". Anh ta hỏi rằng: "Lũ trẻ nào vậy, thưa Chúa?" Ngài đáp rằng: "Những đứa trẻ đang ngồi ở góc đường chờ xe buýt chở đến trường". Anh ta không để ý thấy lũ trẻ ấy, nhưng vẫn quay lại, đậu xe vào lề, xuống xe rồi đến gặp bọn trẻ, bắt đầu chia sẻ về đức tin, rồi một mục vụ "học Kinh Thánh tại trạm xe buýt" ra đời. Lũ trẻ cũng đang chán chường nên đã lắng nghe – còn bây giờ thì nhiều người khác đang mở ra những lớp học Kinh Thánh khắp nơi trong thành phố. Nhiều người đã tiếp nhận Chúa Jêsus khi đến trạm chờ xe buýt!

Các mục vụ thương xót

Phải đấy, truyền giáo hiệu quả là phải rao truyền tình yêu của Đức Chúa Trời cho người khác, nhưng cũng bao gồm cả việc bày tỏ tình yêu thương của Đức Chúa Trời bằng hành động nữa. Trong Ma-thi-ơ 25:31-46, Chúa Jêsus đưa ra một thí dụ để dạy chúng ta biết cách bày tỏ lòng thương xót và sự nhân từ cho người nào đang gặp cảnh khó khăn. Dù chúng ta đi tới đâu, thì tại đó luôn có người gặp khó khăn. Nếu chúng ta không vươn ra bằng tình yêu của Đức Chúa Trời để giúp đỡ không chỉ tình trạng khốn khổ thuộc linh, mà còn đáp ứng các nhu cầu thuộc thể và cảm xúc của họ nữa, thì chúng ta không đang bày tỏ tình yêu thương của Đức Chúa Trời là Đấng thường thường quan tâm đến mọi khía cạnh đời sống của con người.[9]

YWAM được kêu gọi để dấn thân vào các mục vụ thương xót từ khi có những tình nguyện viên đầu tiên là Dallas và Larry, giúp xây dựng đường sá cho khu vực của người phung ở Liberia. Kể từ đó, công tác này đã lan rộng ở khắp thế giới vào năm 1979 và 1980, khi người di cư lũ lượt kéo tới các trại tạm cư ở Thái Lan vì tình trạng bất ổn tại khu vực. Người Cam-pu-chia trốn chạy khỏi quân đội Khmer đỏ đang tìm cách cải tạo đời sống xã hội của người Cam-pu-chia và giết hại hơn hai triệu người Khmer.

Khi những cảnh tượng và câu chuyện về người di cư bắt đầu lan rộng trên đài truyền thông, các nhân sự YWAM ở khắp thế giới đã đáp ứng lại. Đầu tiên, họ có mặt tại đó thông qua sự hỗ trợ của tổ chức Chữ Thập Đỏ và Cao uỷ Tị nạn Liên hợp quốc. Nhưng khi các tổ chức này rút khỏi, thì YWAM còn ở lại một vài trại tạm cư, xây nhà xí, cứu trợ y tế, thực hiện các chương trình cứu đói, mở ra nhà máy sản xuất xà phòng, bưu điện và các trường mầm non. Ở một trại kia, họ còn mở ra "Ngân hàng YWAM" vì tình trạng đổi tiền ở chợ đen đã trở nên lạm phát. Theo như ước tính của chúng tôi,

---

[9] Xem Phụ luc 4b Lời di sản #3 Bản hiến chương Cơ Đốc Magna Carta.

thì công tác bày tỏ tình yêu thương của Đức Chúa Trời một cách rất thực tiễn đã tác động lớn đến trại Khao-I-Dang, chỉ trong vòng năm tuần đầu tiên đã có hơn 20,000 người di cư tiếp nhận Chúa Jêsus.

Kể từ đó đến nay, các nhân sự YWAM đã giúp đỡ người di cư ở khắp nơi trên thế giới, cụ thể là những nơi bị ảnh hưởng bởi tình trạng chiến tranh, đa đảng, phân biệt chủng tộc hay thiên tai đã khiến người dân phải di dời chỗ ở. Họ còn giúp đỡ những người bị bán làm mại dâm, xây nhà tình thương cho người vô gia cư, mở ra cơ sở chăm sóc sức khoẻ, phân phát quần áo và thực phẩm, thành lập các nhà hộ sinh, đảm nhiệm vai trò nữ hộ sinh, tạo ra các thước phim tài liệu và những công cụ để chống lại sự bất công, mở nhà tình thương cho các em bị bắt đi lính, các mục vụ chăm sóc trẻ mồ côi bị AIDS và nhiều công tác khác nữa.

Con tàu YWAM cũng tiếp tục gia tăng theo số lượng và tính hiệu quả, vươn đến các hòn đảo xa xôi và những nơi gặp khủng hoảng, các hải đảo và những địa điểm ở thượng lưu rất khó đi vào. Các nhân sự và tình nguyện viên của họ đang giúp người khác biết Ngài qua một tập hợp các mục vụ bao gồm truyền giáo, huấn luyện và cứu trợ y tế.

Huấn luyện

Lời hứa của Đức Chúa Trời dành cho chúng tôi đó là: huấn luyện sẽ là phép nhân cho công tác truyền giáo đã trở thành sự thật. Trong trường học, chúng tôi nhấn mạnh về tình yêu thương của Đức Chúa Trời dành cho các dân tộc. Tấm lòng của Ngài đã được bày tỏ trong 1 Ti-mô-thê 2:4 chép rằng: "Ngài muốn cho mọi người được cứu rỗi và hiểu biết lẽ thật". Rất nhiều lần, khi chúng tôi trải bản đồ thế giới ra dưới nền nhà trong giờ cầu nguyện, Đức Chúa Trời thường kêu gọi mọi người phải tiên phong công tác mới ở những chỗ mới. Tôi tin rằng khi chúng tôi càng có tấm lòng muốn biết Chúa thì kết quả sẽ là tấm lòng muốn giúp người khác biết Ngài.

Các chương trình huấn luyện của chúng tôi đã giới thiệu cho sinh viên những phương cách mới để chia sẻ đức tin của họ, cho phép họ sử dụng những kỹ năng mới, giúp họ biết làm thế nào để sử dụng món quà Chúa đã ban để phục vụ người khác qua công tác tiên phong hay ở nơi thương trường.

Sợi dây bện ba lấy làm khó đứt

Đức Chúa Trời không chỉ kêu gọi YWAM bày tỏ một loại hình nhất định. Ngài đã kêu gọi chúng tôi đón nhận cả ba cách – Truyền giáo, Huấn luyện và Thương xót – ngay cả khi mỗi cá nhân hay cơ sở sẽ nhấn mạnh vào điều này hơn điều kia. Không phải nên truyền giáo *hay* huấn luyện *hay* thương xót. Mà phải là truyền giáo *và* huấn luyện *và* thương xót. Vì thế, người nào làm công tác huấn luyện không thể nói rằng: "Chúng ta không được kêu gọi để truyền giáo hay thương xót". Người nào làm công tác truyền giáo không thể nói rằng: "Chúng tôi không làm công tác huấn luyện – chúng tôi chỉ làm công tác truyền giáo thôi". Người nào được kêu gọi chủ yếu làm công tác thương xót cũng không thể nói rằng: "Chúng tôi chỉ đáp ứng nhu cầu của con người. Chúng tôi không truyền giáo hay huấn luyện". Sự kêu gọi và kết quả thực sự của chúng ta với tư cách là một tổ chức sứ mạng đó là phải có cả ba yếu tố: truyền giáo, huấn luyện và thương xót đi cùng với nhau.

Người truyền đạo mà không làm công tác huấn luyện hay thương xót người nghèo sẽ bày tỏ hình ảnh méo mó về Đức Chúa Trời là Đấng vốn dĩ đã tạo nên, yêu thương và muốn chúng ta ở trong mối liên hệ với chính Ngài. Các cơ sở huấn luyện không nên gửi các sinh viên và nhân sự đi ra để chia sẻ đức tin chỉ bằng kiến thức. Các mục vụ thương xót không chia sẻ về Chúa Jêsus tức là họ đang có một mục vụ nguy hiểm vì chỉ làm công tác nhân đạo mà không có quyền phép biến đổi của sự cứu rỗi.

Truyền đạo 4:12b nói rằng: "Một sợi dây bện ba lấy làm khó đứt". Có một sự hòa quyện giữa sức mạnh, sự hiệp một, sự đa dạng và sức lực khi mọi việc được thực hiện bằng cả ba khía cạnh này. YWAM là một tổ chức có sự lành mạnh nhất và bày tỏ Đức Chúa Trời là ai một cách hiệu quả nhất khi chúng ta thực hiện cả ba điều này cùng với nhau.

Một trong những kinh nghiệm trọn vẹn nhất của tôi về vấn đề này là khi tôi bước vào một hội nghị có nhiều người trẻ, là nơi có tấm bản đồ 4k rất lớn với đủ màu sắc được trải ra ở trên nền nhà. Chữ 4k[10] có nghĩa là hơn 4000 Khu vực Cuối cùng là những khu vực chưa được vươn đến. Chúng tôi đã cầu thay rất nhiều trên tấm bản đồ này. Chúng tôi có thể xác định một cách dễ dàng nơi nào YWAM đang làm công tác Truyền giáo, Huấn luyện và Thương xót, chúng tôi còn có thể nhìn thấy rất dễ dàng những nơi chưa có YWAM. Những người dự phần trong các buổi cầu nguyện thường dán mấy tờ giấy nhỏ vào những khu vực trên thế giới gọi là Khu vực Cuối cùng, mà Đức Chúa Trời đang phán cùng họ phải vươn đến các nhóm dân tộc ấy hay phải bước vào các lĩnh vực xã hội tại đó.

Sự biến đổi các dân tộc

Sự cứu rỗi của từng linh hồn không chỉ là mục tiêu cuối cùng của công tác truyền giáo. Đó là điều được chép ở trong Mác 16:15 về mục tiêu của Đại Mạng Lệnh. Nhưng Ma-thi-ơ 28:18b-20 cho biết rằng mục tiêu của Đại Mạng Lệnh còn bao gồm cả việc môn đồ hóa muôn dân. "Hết cả quyền phép ở trên trời và dưới đất đã giao cho ta. Vậy, hãy đi dạy dỗ muôn dân, hãy nhân danh Đức Cha, Đức Con, và Đức Thánh Linh mà làm phép báp-têm cho họ, và dạy họ giữ hết cả mọi điều mà ta đã truyền cho các ngươi. Và này, ta thường ở cùng các ngươi luôn cho đến tận thế".

---

[10] Để biết thêm thông tin, hãy vào trang điện tử 4kworldmap.com.

Chúng ta phải làm thế nào để nhìn thấy muôn dân được môn đồ hóa và biến đổi? Bằng cách sống và truyền dạy các nguyên tắc của Lời Chúa ở trong từng lĩnh vực xã hội. Nói vậy có nghĩa là không chỉ ở trong lĩnh vực Tôn giáo/Hội thánh, mà còn những lĩnh vực khác như Gia đình, Kinh tế, Chính quyền, Giáo dục, Truyền thông và Giải trí.[11]

Môn đồ hóa là một quá trình xảy ra từ thế hệ này đến thế hệ khác phải trả giá rất đắt. Nếu chúng ta nhìn vào đời sống của Chúa Jêsus, Ngài đã dành ba năm để dạy dỗ và làm gương cho mười hai môn đồ thấy rõ đường lối của Đức Chúa Trời. Chúng ta cần phải sẵn sàng để đầu tư năm tháng của đời mình để dạy dỗ và làm gương cho những người mà chúng ta đang dẫn dắt họ đến với Đấng Christ. Một trong những thách thức lớn mà Hội thánh đối diện ngày hôm nay, đó là rất nhiều người tiếp nhận Chúa Jêsus là Cứu Chúa tại một buổi truyền giảng, lại không hiểu làm thế nào để áp dụng các nguyên tắc Kinh Thánh trong đời sống hằng ngày.

Đôi khi, đầu tư vào cuộc đời của một người nào đó có thể ảnh hưởng cả một dân tộc. Một người Cam-pu-chia tên là Dara cho thấy sự thật này. Cha mẹ của anh đã thoát khỏi sự tàn ác của quân đội Khmer Đỏ tại "Cánh đồng chết" và sống sót ở các trại tạm cư của Thái Lan mà tôi đã đề cập ở trên. Dara sinh ra ở đó, anh còn nhớ hồi nhỏ đã gặp nhiều người đến từ các quốc gia khác nhau để giúp đỡ dân tộc mình. Họ bày trò chơi với anh và những đứa trẻ khác. Họ phát thực phẩm, quần áo và dạy chữ. Dara nói rằng: "Tất cả những điều này đều do các nhân sự YWAM làm. Tôi không biết vì sao họ lại yêu chúng tôi như vậy. Họ sống với chúng tôi, dạy dỗ và giúp đỡ chúng tôi".

Vài năm sau, mẹ của Dara trở lại Cam-pu-chia cùng với anh và đứa em trai. Bà không thể tìm được việc làm bởi vì quá yếu. Mỗi ngày, Dara đi lượm ve chai ở trên đường, cố

---

11 Xem Phụ lục 3b: Lời di sản #2: Các lĩnh vực ảnh hưởng xã hội.

gắng tái chế những gì lượm được để mua đồ ăn cho gia đình. Người mẹ quá khổ cực đã quyết định điều tốt nhất cho hai đứa con trai của mình đó là gửi chúng vào trại trẻ mồ côi. Nhưng các trại trẻ mồ côi đã chật kín người. Sau đó, bà nghe tin có một chỗ khác thì dẫn hai con của mình tới đó. Bà hỏi họ có thể nhận nuôi hai đứa con trai của mình không. Họ trả lời rằng: "Không, chúng tôi không chỉ muốn nhận nuôi hai con trai của bà. Nhưng chúng tôi muốn chăm sóc cho bà và hai đứa con của bà. Chúng tôi không muốn chia lìa gia đình của bà đâu". Sau đó, bà mới biết họ là một gia đình YWAM!

Mẹ của Dara học cách buôn bán, còn hai anh em được đi học. Dara tiếp nhận Chúa Jêsus ở trường, rồi tốt nghiệp DTS và các khóa học khác của Trường Đại học Các dân tộc. Giờ đây, anh đã nhận được tấm bằng Cơ Đốc Mục vụ của UofN.

Dara kết hôn với một người rất xinh đẹp tên là Ngim, cô cũng được cứu sống từ đường phố, họ là một gia đình tuyệt vời. Cô đã trở thành người hướng dẫn một trung tâm mục vụ thanh thiếu niên, còn Dara trở thành Giám đốc Huấn luyện tại UofN Battambang. Anh cũng có một giọng hát rất hay và đã thu âm một vài bài hát thờ phượng Cơ Đốc đầu tiên cho người Cam-pu-chia. Gia đình của họ là kết quả từ các Mục vụ thương xót, truyền giáo và huấn luyện của YWAM. Họ đã trở thành những người môn đồ hóa dân tộc trong vài lĩnh vực xã hội của người Cam-pu-chia.

Mỗi khi Dara chia sẻ câu chuyện của mình với những người đang làm việc trong các trại tạm cư, anh luôn nói rằng: "Đừng chỉ coi họ là trẻ em gặp nguy hiểm – cũng hãy xem họ là những lãnh đạo tương lai mà Đức Chúa Trời dùng để biến đổi dân tộc của họ nữa".

Tương lai của việc giúp người khác biết Ngài

Có vô vàn phương cách đầy sáng tạo để giúp người khác biết Ngài. Hiện nay, chúng tôi chỉ đang lần mò trên bề mặt. Chúng tôi đang rao truyền Danh của Ngài ở trong các thành phố lớn và những ngôi làng xa xôi, trong các đô thị tận sâu trong rừng và các rừng nhiệt đới của Amazon, cho đến mọi thế hệ và các nhóm dân tộc. Hễ khi nào và nơi nào chúng tôi có thể tiến vào, thì chúng tôi nỗ lực hết mình để rao truyền Tin Lành của Đấng Christ cho **mọi** người trên thế giới và môn đồ hóa **muôn** dân.

Thi thiên 71:17-18 chép rằng: "Hỡi Đức Chúa Trời, Chúa đã dạy tôi từ buổi thơ ấu; cho đến bây giờ tôi đã rao truyền các công việc lạ lùng của Chúa. Hỡi Đức Chúa Trời, dầu khi tôi đã già và tóc bạc rồi, xin chớ bỏ tôi, cho đến chừng tôi đã truyền ra cho dòng dõi sau sức lực của Chúa, và quyền thế Chúa cho mỗi người sẽ đến".

Ai có thể ví sánh bằng Đức Chúa Trời kỳ diệu của chúng ta và công việc lạ lùng của Ngài giữa vòng các dân tộc? Hy vọng chúng ta sẽ không ngừng tấn tới trong việc biết Chúa và giúp người khác biết Ngài càng hơn!

Chương 12

Giá trị 12 – Làm trước, dạy sau

YWAM được kêu gọi phải làm trước, rồi dạy sau. Chúng tôi tin vào việc có kinh nghiệm thì mới có thẩm quyền trong lời nói. Một người có đời sống tâm tánh tin kính và nhận được sự kêu gọi từ Chúa còn quan trọng hơn cả việc có ân tứ, tài cán và chuyên môn. (Phục truyền 4:5-6; Ê-xơ-ra 7:10; Thi thiên 51:12-13; Thi thiên 119:17-18; Châm ngôn 1:1-4; Ma-thi-ơ 7:28-29; Công-vụ 1:1-2; Cô-lô-se 3:12-17; 2 Ti-mô-thê 4:1-5; 2 Phi-e-rơ 1:5-10).

Khi Loren và tôi bắt đầu Trường Truyền giáo đầu tiên ở Thụy Sĩ, chúng tôi nhận được sự bày tỏ rõ ràng từ Chúa rằng: chúng tôi sẽ không mời diễn giả nào đến dạy trong trường trừ khi chính diễn giả đó phải có tấm lòng dành cho Đức Chúa Trời, họ phải là người đang làm những gì họ đang nói. Đó là nền tảng.

Đây không phải là ý tưởng lạ lẫm gì đối với chúng tôi, vì cả hai chúng tôi đều có cha mẹ đã sống làm gương ở trước mặt chúng tôi rằng chức vụ là đời sống và đời sống là chức vụ. Làm việc cho Đức Chúa Trời không phải là công việc. Họ là những người sống với Lời Chúa, từ sáng tới tối và ngay cả cuối tuần – một cách thật vui mừng và đầy dẫy đức tin vì ấy là sự kêu gọi cả đời của họ.

Khi Loren và tôi bắt đầu đi khắp thế giới để bắt đầu YWAM, chúng tôi thường ở lại nhà của các mục sư và giáo sĩ, uống trà ở tại bàn ăn tối cho đến sáng, chia sẻ những điều tốt lành về Đức Chúa Trời. Chúng tôi muốn có những người "sống thật" với những gì họ dạy ở trong trường của chúng tôi, những người đang thực hiện điều họ sẽ dạy trong đời sống.

Chúng tôi cẩn thận quan sát các lãnh đạo và giáo sư Cơ Đốc, dõi theo những người tin kính đang sống bằng đức tin một cách thật vui mừng trong sự kêu gọi của Đức Chúa Trời. Khi chúng tôi tìm được những người như vậy để dạy các đề tài mà chúng tôi cần, thì chúng tôi mời họ đến dạy ở trong trường. Phần *làm trước* nghĩa là sự dạy dỗ của họ phải giống với đời sống thường ngày và có thẩm quyền.

Truyền thụ bằng giáo trình sống động

Chúng tôi phát triển rất nhanh khi học hỏi từ những người nam và người nữ của Đức Chúa Trời, họ đã dạy chúng tôi từ Lời Chúa và từ chính kinh nghiệm cá nhân của họ. Chúng tôi gọi đó là "Giáo trình sống động".

Ông Andrew kể lại những câu chuyện về sự thành tín của Đức Chúa Trời khi lén lút đem Kinh Thánh vào trong các quốc gia thuộc thời kỳ Bức Màn Sắt. Ông đã dạy cho các sinh viên biết về việc bước đi bằng đức tin, không lâu sau họ cũng bước đi một cách liều lĩnh bằng đức tin. Hễ khi nào các sinh viên bước vào những đất nước bảo thủ, họ thực hành những gì ông đã dạy. Ông không chỉ dạy họ biết phải làm thế nào, mà còn khuyến khích họ vận dụng đức tin để hoàn thành sứ mạng của mình.

Đối với Corrie Ten Boom cũng vậy, bà đã truyền thụ tinh thần tha thứ cho các sinh viên vì chính bà đã sống vượt qua đau khổ bằng cách tha thứ cho người nào đã giết hại cha và chị của mình trong trại tập trung của Đức quốc xã. Bài học này đã đánh động tấm lòng của các sinh viên đến nỗi họ đã cầu xin Chúa tra xét lòng của họ để phơi bày những ngõ ngách vẫn còn sự không tha thứ, rồi bày tỏ sự tha thứ cho những ai đã làm tổn thương hay xúc phạm họ.

Khi Joy Dawson đến dạy các nguyên tắc về sự cầu thay hiệu quả, đời sống của bà luôn có sự tươi mới vì mỗi sáng bà luôn dành thời gian ở riêng với Chúa. Đó là những lúc các sinh viên nhận được nhiều nhất. Khi họ thực hành và áp dụng bài học, các sinh viên ấy đã trở thành những người cầu thay.

Chính nguyên tắc đức tin phải có việc làm đã trở thành "giáo trình sống động" trong tất cả các trường học của YWAM ngày nay và mai sau. Tôi không thể dạy về sự hiếu khách trừ khi tôi đang bày tỏ sự hiếu khách; tôi không thể dạy lệ thuộc Đức Chúa Trời về tài chính trừ khi tôi đang có một lối sống lệ thuộc vào Ngài; tôi không thể dạy về lắng nghe tiếng Chúa trừ khi tôi đang lắng nghe và làm theo Lời Ngài.

Phải có áp dụng trong giáo dục

Nếu chúng ta không áp dụng những gì đã học, thì mọi thứ sẽ bị tù hãm trong đầu. Chúa Jêsus cảnh báo chúng ta về những kẻ nghe mà không làm trong Ma-thi-ơ 7:24-27 rằng: "Vậy, kẻ nào nghe và làm theo lời ta phán đây, thì giống như một người khôn ngoan cất nhà mình trên vầng đá… Kẻ nào nghe lời ta phán đây, mà không làm theo, khác nào như người dại cất nhà mình trên đất cát. Có mưa sa, nước chảy, gió lay, xô động nhà ấy, thì bị sập, hư hại rất nhiều". Hình ảnh này là thí dụ cho lời cảnh báo trong Gia-cơ 1:22 chép rằng: "Hãy làm theo lời, chớ lấy nghe làm đủ mà lừa dối mình".

Vào những năm 1980, một vị giáo sư lỗi lạc là Tiến sĩ Ted Ward đã đến chia sẻ vài tiết học huấn luyện. Những gì ông dạy là lời khẳng định tuyệt vời cho đường lối của Đức Chúa Trời đã dẫn dắt chúng tôi thiết kế các trường học từ ban đầu. Tiến sĩ Ward đã vui mừng khi biết rằng trong các trường huấn luyện của YWAM/Trường Đại học Các dân tộc, sinh viên có được sự tự do trong việc tối ưu hóa những cơ hội học tập chính quy và không chính quy. Một điều mà ông cho là tối ưu trong cách học tập đó là khái niệm "bản chất kép", tức là hình thức học hành phối hợp. Còn hơn là dành nhiều năm mài ghế nhà trường trước khi bắt tay vào áp dụng những gì đã học, ông đã thách thức chúng tôi kết hợp giữa việc học và hành song song với nhau: học, áp dụng, học, áp dụng. Ông nói rằng điều này luôn tạo ra những kết quả lớn lao.

Ông còn khuyến khích chúng tôi ngay cả trong các trường DTS, thường có ba tháng thực tập, có thể thiết kế sao cho các sinh viên có thể kinh nghiệm được "bản chất kép" trong việc học, tức là nếu buổi sáng học về tấm lòng của Đức Chúa Trời đối với người nghèo và người gặp cảnh khó khăn, thì buổi chiều phải có giờ phục vụ những người di cư và vô gia cư. Sinh viên có thể lắng nghe bài học về cách phục vụ trẻ em trong tuần, thì phải tiến hành giúp đỡ trẻ em trong vùng vào cuối tuần.

Bắt đầu từ các trường đầu tiên, chúng tôi thường tổ chức các kỳ thực tập là công cụ để đánh giá. Nếu những gì đã được dạy trong lớp mà không thực hiện tốt ở ngoài lớp, thì chúng tôi thấy rằng mình đã không thực hiện tốt công tác dạy học. Đối với kỳ thực tập, là giai đoạn để chứng minh lẽ thật và tính hiệu quả của những bài học, cũng quan trọng không kém kỳ lý thuyết.

Loren và tôi, giữa vai trò lãnh đạo trường, đã ở cùng các sinh viên vì kỳ thực tập là phần chuyển tiếp quá trình học tập trở thành thực tiễn. Chúng tôi cùng nhau đi vào các quốc gia bảo thủ, Thiên Chúa giáo, Tin lành, Chính thống giáo, Hồi giáo và Do thái giáo, để kinh nghiệm thế giới ở cấp độ vi mô. Nếu những gì chúng tôi dạy không áp dụng được trong các thế giới quan ấy, thì chúng tôi cần phải tìm ra lý do và thay đổi ngay.

Ngày hôm nay, có rất nhiều trường đại học chính quy triển khai mô hình vừa học vừa hành để giúp học sinh tiếp thu bài học bằng cách áp dụng. Họ làm vậy là vì nhìn thấy sự hăng hái và sự ghi nhớ có biểu hiện gia tăng ở các em học sinh. Đức Chúa Trời đã thiết kế Trường Đại học Các dân tộc của YWAM phải bắt đầu với mô hình như thế ngay từ đầu, hầu cho chúng tôi không mất thời gian thay đổi cấu trúc sao cho phù hợp với hướng tiếp cận của ngày hôm nay.

Tính mạch lạc – đan xen các sợi chỉ lại với nhau

Cách truyền thụ và áp dụng theo mô hình "giáo trình sống" này giống như đan xen các sợi chỉ lại với nhau một cách chắc chắn, đẹp đẽ và bền bỉ. Những sợi chỉ này là nền tảng cho những gì chúng tôi đang làm trong công tác huấn luyện. Đây chính là ý định của Đức Chúa Trời giàu ân điển.

Nhân sự trong các trường của chúng tôi phải đồng công với Chúa để phát hiện những yếu điểm trong cấu trúc, là những chỗ cần phải được đan lại tốt hơn, hay là khi nào cần có phần áp dụng để củng cố bài học. Đức Thánh Linh là Đấng thống nhất mọi thứ hầu cho tất cả đều trở nên rõ ràng và thực tiễn.

Năng lực và phẩm chất

Chúng tôi tin rằng phẩm chất và năng lực là điều cần thiết mà diễn giả phải có. Đôi khi, chúng tôi có được những diễn giả đến từ các trường đại học hay trong lĩnh vực xã hội muốn tham gia YWAM. Mặc dù chúng tôi cần chuyên môn của họ để giúp đỡ các nhân sự, nhưng khi chúng tôi đề cập về việc không được trả lương và yêu cầu họ phải tốt nghiệp DTS để hiểu được những niềm tin và các giá trị của chúng tôi, thì sự phấn khởi liền tụt dốc.

Hết lần này đến lần khác, chúng tôi cũng gặp được những giáo sư phi Cơ Đốc có tài, họ là những người nhìn thấy những việc lành mà YWAM đang làm và sẵn sàng đến dạy ở trong trường của chúng tôi. Đang lúc chúng tôi tìm kiếm nhân lực mà khả năng của họ có thể đáp ứng một cách "thật hoàn hảo", thì sự cám dỗ là đừng quá cứng nhắc về các giá trị và hãy mời họ tham gia. Đặc biệt là ở cấp độ DTS, chúng ta chỉ cần mời những diễn giả có lòng yêu mến Chúa và thế giới quan Cơ Đốc là được.

Khi mời các diễn giả đến dạy trong trường, chúng tôi thường đưa ra câu hỏi rất khó chịu đó là: "Người này có đang sống đúng với điều họ dạy chăng? Người này chỉ dạy những chuyện ngày xửa ngày xưa, hay người này có đang sống với sự mặc khải đó chăng? Người này có phải là "bức thư sống" – tức là những người nam và người nữ của Đức Chúa Trời có sự chính trực đến nỗi "mọi người đều biết và đọc" (2 Cô-rinh-tô 3:2).

Chúng tôi vô cùng biết ơn và mắc nợ hàng ngàn giáo sư đủ phẩm chất cao quý là những người nam và người nữ của Đức Chúa Trời, họ đã chia sẻ sự khôn ngoan và kinh nghiệm của họ với chúng tôi trong suốt nhiều năm qua. Nhiều người đã truyền thụ lại kiến thức, năng lực và sự sốt sắng của họ, nhờ đó mà sản sinh ra nhiều kết quả thuộc linh.

Khi Loren và tôi chia sẻ tại một Hội thánh hay hội nghị, chúng tôi thường được mời chia sẻ từ một đến hai tiết một ngày, trong vòng khoảng từ 30 đến 60 phút. Đối với YWAM thì không như vậy! Chúng tôi vắt kiệt sức các diễn giả từ sáng cho tới chiều! Họ có thể dạy hai tiết vào buổi sáng (thường có thông dịch), rồi gặp các sinh viên vào giờ cơm trưa. Chưa kịp đánh một giấc nghỉ trưa, thì có người đến gõ cửa để hỏi điều gì đó hay muốn được họ tư vấn. Họ còn phải dạy thêm một buổi phụ đạo vào buổi tối nữa. Điều lạ lùng là họ cứ quay trở lại với chúng tôi! Nhưng có lẽ vì sự đói khát của các sinh viên đã tiếp thêm năng lượng cho họ. Tôi nghĩ là có một sự thoả mãn nào đó rất lớn, vì họ biết rằng mình đang gieo giống vào nơi đất tốt.

Khi tôi nghĩ về sự kết hợp giữa năng lực, phẩm chất và sự sốt sắng, thì người đầu tiên xuất hiện trong tâm trí của tôi đó là Tiến sĩ Howard Malmstadt, ông là người đồng sáng lập và cũng là hiệu trưởng của Trường Đại học Các dân tộc. Mặc dù người này có năng lực của một học giả thuộc rất nhiều lĩnh vực – ông là một "gã khổng lồ" trong ngành khoa học và cũng là một giáo sư lỗi lạc – ông là người có phẩm chất tin kính và sự khiêm nhường đến điều. Bách khoa toàn thư mở có tên là Wikipedia cho biết rằng: Tiến sĩ Malmstadt "được xem là cha đẻ của thiết bị điện tử và máy tính hiện đại trong hóa học". Mặc dù ông đã viết mười quyển sách giáo khoa được sử dụng rộng rãi trên bình diện quốc tế, hơn 150 bài viết về góc nhìn khoa học, và cũng là cố vấn cho rất nhiều nhà tiến sĩ, thế nhưng ông đã tốt nghiệp DTS để bước vào YWAM. Ông thường dùng bữa tại bàn ăn của cơ sở, nói chuyện một kèm một với các sinh viên là những người không biết rằng mình đang ngồi trước một gã khổng lồ, bởi vì Howard là người như thế - khiêm nhường và không tự phụ.

Nhà thơ vĩ đại là Edgar Guest đã từng viết rằng: "Tôi thà *nhìn thấy* một bài giảng sống mỗi ngày còn hơn là chỉ *nghe thấy* một bài diễn văn vào cuối tuần". Học hỏi từ Howard cũng giống như kinh nghiệm được một "giáo trình sống", tôi hy vọng rằng ai nấy trong chúng ta đều sẽ như vậy khi đứng vào cương vị của một người diễn giả. Nếu chúng ta muốn ảnh hưởng thế hệ trẻ tiếp theo vì cớ Đức Chúa Trời và công tác truyền giáo, thì chúng ta phải là những người nam và người nữ có phẩm chất tin kính, luôn sống thật và luôn có tinh thần sẵn sàng. Chúng ta phải là những người biết thực hiện và làm gương trước khi dạy dỗ bất kỳ ai, hãy truyền thụ đức tin cùng với kiến thức.

Phân đoạn Kinh Thánh dùng để sáng lập Trường Đại học Các dân tộc của YWAM, cũng nên là mục tiêu cuộc đời cho từng cá nhân của chúng ta, đó là 2 Phi-e-rơ 1:5-10 chép rằng: "Vậy nên, về phần anh em, phải gắng hết sức thêm cho đức tin mình sự nhân đức, thêm cho nhân đức sự học thức, thêm cho học thức sự tiết độ, thêm cho tiết độ sự nhịn nhục, thêm cho nhịn nhục sự tin kính, thêm cho tin kính tình yêu thương anh em, thêm cho tình yêu thương anh em lòng yêu mến. Vì nếu các điều đó có đủ trong anh em và đầy dẫy nữa, thì ắt chẳng để cho anh em ở dưng hoặc không kết quả trong sự nhận biết Đức Chúa Jêsus Christ chúng ta đâu. Nhưng ai thiếu những điều đó, thì thành ra người cận thị, người mù; quên hẳn sự làm sạch tội mình ngày trước. Vậy, hỡi anh em, hãy chú ý cho chắc chắn về sự Chúa kêu gọi và chọn lựa mình. Làm điều đó anh em sẽ không hề vấp ngã; dường ấy, anh em sẽ được cho vào cách rộng rãi trong nước đời đời của Đức Chúa Jêsus Christ là Chúa và Cứu Chúa của chúng ta".

Chương 13

Giá trị 11 – Có tinh thần lãnh đạo đầy tớ

YWAM được kêu gọi có lối sống lãnh đạo đầy tớ, hơn là mô hình lãnh đạo thứ bậc. Người có tinh thần lãnh đạo đầy tớ sẽ tôn trọng các ân tứ và sự kêu gọi của những người ở dưới quyền chăm sóc của mình và bảo vệ cho quyền lợi và đặc ân của họ. Chúa Jêsus đã phục vụ các môn đồ thế nào, thì chúng ta cũng nhấn mạnh trách nhiệm của người lãnh đạo trong việc phục vụ những người mà họ đang dẫn dắt thể ấy. (Phục truyền 10:12-13; Thi thiên 84:10; Ê-sai 42:1-4; Mi-chê 6:8; Mác 10:42-45; Giăng 13:3-17; Rô-ma 16:1-2; Ga-la-ti 5:13-14; Phi-líp 2:3-11; 1 Phi-e-rơ 4:10-11).

Đức Chúa Trời đã dạy tôi về giá trị lãnh đạo đầy tớ rất mạnh mẽ trong suốt những năm đầu hôn nhân. Loren phải phục vụ ở nhiều nơi, cho nên khi chúng tôi bắt đầu tuần trăng mật vòng quanh thế giới, ai cũng muốn biết người phụ nữ mà anh đã lấy làm vợ là ai.

Tôi cũng hồ hởi muốn dự phần vào đời sống sứ mạng này, cho nên tôi cũng có nhiều mong đợi ở trạm dừng chân đầu tiên. Sau khi làm xong thủ tục xã giao, mọi người bắt đầu đặt câu hỏi đại loại như: "Chị học trường Kinh Thánh nào vậy?"

"Tôi chưa tốt nghiệp trường Kinh Thánh nào cả. Tôi là một y tá".

Họ ngạc nhiên nhìn tôi.

Loren xuất thân từ một gia đình rất giỏi âm nhạc và anh cũng là người lãnh đạo ban nhạc lưu động nữa, cho nên câu hỏi tiếp theo là: "Vậy, chị có hát với Loren chăng?"

"Không, tôi không biết hát. Tôi chỉ biết tạo tiếng ồn vui tai thôi".

"Chắc là chị biết hát giọng nữ trầm phải không?"

"Nếu tôi biết giọng nữ trầm là gì, thì tôi cũng hát rồi".

Tôi nghĩ trạm dừng tiếp theo sẽ tốt hơn. Nhưng không như tôi tưởng. Những trạm dừng chân tiếp theo sau đó, tôi cũng phải trả lời những câu hỏi tương tự, tôi cảm thấy mình không đáp ứng được tiêu chuẩn mà mọi người hằng mong đợi.

Vài người nói rằng: "Chắc là chị phải biết chơi đàn dương cầm cho Loren phải không?"

"Không, mẹ tôi cũng cố gắng dạy cho tôi, nhưng nếu không có thiên bẩm thì không chơi đàn được đâu".

"Thật là xấu hổ", vài người thì thào.

Những người khác nói rằng: "Chắc là chị biết dùng máy đánh chữ để viết thư của Loren phải không!"

"Không. Tôi nghĩ mình viết thư còn dễ đọc hơn là đánh máy!"

Còn một chuyện nữa. Loren chưa bao giờ đi đâu cùng vợ mình, nên anh ấy chẳng biết những "quy định" không lời về ăn mặc, tóc tai… Tôi không nói về tập tục văn hóa ở mỗi cơ sở, mà là "những mong đợi dành cho nữ giáo sĩ" từ các giáo sĩ khác! Bằng cách nào đó, cái viền áo của tôi bị sai, cái tay áo cũng sai, rồi tệ hơn nữa là tóc của tôi quá ngắn. Lúc ấy, nếu muốn trở thành nữ giáo sĩ "thực thụ" thì phải để tóc dài, tôi đã phải mua tóc giả để có tóc dài hơn đấy!

Ở điểm dừng tiếp theo, một phụ nữ lớn tuổi đến nói cùng tôi rằng: "Thật tuyệt vời khi Loren kết hôn với một phụ nữ Cơ Đốc có mái tóc dài thế này!" Tôi buộc phải làm vui lòng người khác! Sau đó, bà ấy hỏi rằng: "Tóc của em dài bao nhiêu?"

"Dạ, nó dài lắm đến nỗi em có thể lót đít ngồi!" Tôi nói thật đấy! Tôi có thể gỡ tóc giả ra để ngồi lên nó. Tôi chẳng còn muốn nghe đi nghe lại những câu hỏi như: "Tóc dài tới đất!" "Đôi mắt thật to!" "Tôi có thể ném nó khắp phòng!" Thực sự, đó là thời điểm duy nhất mà tôi đã đánh mất sự bình tĩnh trước các cuộc điều tra và có những lời nói hỗn xược!

Mấy lời phê bình về việc không có dáng vẻ đàng hoàng, nghe không lọt tai và không đủ tiêu chuẩn đã trở thành mối bận tâm rất lớn ở trong tôi. Một đêm nọ, tôi đã nằm xuống sàn nhà để khóc với Chúa rằng: "Cha ơi, Ngài đã làm phép lạ để chú Clare nói được tiếng Hoa, thì xin Ngài cũng giúp con biết âm nhạc để có thể trở thành người vợ và người cộng sự của Loren mà mọi người hằng mong đợi được không!"

Đúng lúc ấy, Loren bước vào phòng.

"Darlene, em đang làm gì ở dưới sàn nhà vậy?"

"Em đang cầu nguyện. Em không biết anh có để ý mấy ngày qua không, nhưng em sắp làm hỏng chức vụ của anh rồi đấy! Em không có tài năng mà mọi người mong đợi để xứng đáng làm vợ và là người cộng sự của anh!"

Anh ấy hoàn toàn sửng sốt. Rồi nói rằng: "Darlene, em là người có tài ở nhiều lĩnh vực. Anh có thể giao cho em vai trò lãnh đạo trong mục vụ của chúng ta, nhưng anh sẽ không làm thế đâu. Vì em cần phải giải quyết việc này với Chúa".

Anh ấy bước ra khỏi phòng, còn tôi thì nghĩ rằng: "Anh ấy là người vô duyên nhất thế giới mà tôi từng gặp!" Nhưng anh ấy nói đúng – đây là chuyện giữa tôi và Chúa.

Tôi vẫn còn nằm dưới sàn nhà để xin Chúa ban cho khả năng âm nhạc, thì Ngài bắt đầu cáo trách tôi. Tôi nhận ra mình đang xin Chúa ban cho khả năng âm nhạc không phải để làm vinh hiển Chúa – mà tôi chỉ muốn mọi người thích tôi! Tôi không muốn có những khả năng đó để làm vinh hiển *Ngài*; tôi muốn có những khả năng đó để tôn vinh *chính mình*! Tôi không hề có chút tinh thần lãnh đạo đầy tớ nào cả trong động cơ của mình, mà chỉ có sự ích kỷ cho bản thân mà thôi. Tôi đã ăn năn với Chúa rất nhiều.

Sau đó, Chúa phán cùng tôi bằng tiếng phán gần giống như giọng nói bên tai mà tôi chưa từng biết trước đây: "Darlene, ta đã ban ân tứ cho con. Những ân tứ mà con KHÔNG CÓ cũng là điều ta ban cho con!"

Ngài còn dẫn tôi đến với 1 Sa-mu-ên 25 về câu chuyện của A-bi-ga-in. Khi Đa-vít hỏi cưới nàng làm vợ, thì bà đáp rằng: "Nầy con đòi của chúa sẽ làm tôi mọi chúa đặng rửa chân các tôi tớ của chúa tôi" (câu 41). Bà không hề cầu xin để phục vụ nhà vua; bà đã tình nguyện phục vụ những người rửa chân cho Đa-vít! Sau đó, Chúa đã phán nhỏ nhẹ cùng tôi rằng: "Ta là người rửa chân, ta cũng muốn con là người rửa chân".

Không hề có sự tranh cạnh hay kiêu ngạo nào cả với danh hiệu: "Mục sư Rửa chân" hay "Tiến sĩ Rửa chân".

Tôi ngẫm nghĩ về bữa tiệc cuối cùng, khi Chúa Jêsus cởi áo ngoài ra, quấn khăn ngang hông và rửa chân cho các môn đồ. "Các ngươi gọi ta bằng Thầy bằng Chúa; các ngươi nói phải, vì ta thật vậy. Vậy, nếu ta là Chúa là Thầy, mà đã rửa chân cho các ngươi thì các ngươi cũng nên rửa chân lẫn cho nhau. Vì ta đã làm gương cho các ngươi, để các ngươi cũng làm như ta đã làm cho các ngươi. Quả thật, quả thật, ta nói cùng các ngươi, đầy tớ chẳng lớn hơn chủ mình, sứ giả cũng chẳng lớn hơn kẻ sai mình. Ví bằng các ngươi biết những sự này, thì có phước, miễn là các ngươi làm theo". (Giăng 13:13-17).

Tôi đã quyết định sẽ là người rửa chân. Tôi sẽ là người đầy tớ cho người khác. Tôi sẽ làm mọi điều Chúa muốn tôi làm, tôi sẽ thực hiện mọi việc cần phải được thực hiện nếu không ai muốn làm công việc đó. Thân phận của tôi là người đầy tớ của Vua muôn vua. Một niềm vui rất lớn dâng trào trong lòng tôi để cho biết vấn đề đã được giải quyết xong.

Khi chúng tôi đến địa điểm tiếp theo, chúng tôi gặp được người giáo sĩ đến đón chúng tôi, còn người vợ thì có vẻ bẽn lẽn. Cô ấy giữ một tờ giấy ở trong tay và liên tục có thái độ bồn chồn. Sau đó, cô ấy nói rằng: "Darlene, tôi hy vọng điều này đúng thời điểm. Tôi không biết làm thế nào để liên lạc với chị trước khi đến đây". Cô ấy mở tờ giấy ra. Đó là một tờ giấy ghi rằng: "Darlene Cunningham, chia sẻ tại buổi Tốt nghiệp Y tá". Cô ấy đã sắp xếp cho tôi chia sẻ tại các buổi thông công dành cho y tá trong thành phố. Tôi đảm bảo với cô ấy là sẽ nhận lời để chia sẻ. Sau đó, tôi thưa với Chúa rằng tôi sẽ làm *bất kỳ điều gì* Ngài muốn!

Cơ hội được chia sẻ cho các y tá đã diễn ra tốt đẹp vô cùng vào buổi tối thứ Sáu, nó diễn ra vào cuối sự kiện chiến dịch truyền giảng của Loren, họ mời tôi làm diễn giả chính của đêm đó. Tôi cảm thấy hơi lo lắng một chút. Tôi sợ rằng mình không có đủ lời để chia sẻ, thế là tôi chuẩn bị phương án dự phòng với Loren. Tôi nói rằng: "Anh cũng lên ngồi trên sân khấu nhé! Em sẽ chia sẻ hết sức có thể, rồi sau đó em sẽ quay lại nói rằng: 'còn đây là Loren, giống như em được nói trước và sau đó em sẽ giới thiệu anh nói tiếp'.

Loren đồng ý. Nhưng buổi tối đã diễn ra tốt đẹp, tôi nhận được rất nhiều điều từ Chúa đến nỗi bài chia sẻ kéo dài đến 45 phút đồng hồ. Chẳng có phần nào để tôi đề cập "còn đây là Loren" cả. Anh ấy cũng tỏ ra ngạc nhiên nữa! Nhưng Chúa đã xức dầu cho bài chia sẻ của tôi, nhiều người đã tiến lên tiếp nhận Chúa Jêsus khi bài chia sẻ kết thúc.

Kể từ đó, tôi không bao giờ thiếu việc làm. Nhưng tôi muốn làm mọi thứ vì sự vinh hiển của Đức Chúa Trời và muốn Ngài vui lòng. Câu chuyện về A-bi-ga-in là bước ngoặt trong cuộc đời tôi.

Chúa Jêsus đã cảnh báo chúng ta về mối nguy hiểm của mô hình kinh doanh và hệ thống lãnh đạo "từ trên xuống". Trong Mác 10:42-45, Ngài phán rằng: "*Các ngươi biết những người được tôn làm đầu cai trị các dân ngoại, thì bắt dân phải phục mình, còn các quan lớn thì lấy quyền thế trị dân. Song trong các ngươi không như vậy; trái lại, hễ ai muốn làm lớn trong các ngươi, thì sẽ làm đầy tớ; còn ai trong các ngươi muốn làm đầu, thì sẽ làm tôi mọi mọi người. Vì Con người đã đến không phải để người ta hầu việc mình, song để hầu việc người ta, và phó sự sống mình làm giá chuộc cho nhiều người*".

Một người có tinh thần lãnh đạo đầy tớ không nhất thiết là người chịu trách nhiệm nấu ăn hay rửa chén hay lau chùi nhà vệ sinh. Một người có tinh thần lãnh đạo đầy tớ là người sẵn sàng làm việc vì cả cộng đồng, dù người đó có trách nhiệm hướng dẫn thì giờ cầu nguyện, lập kế hoạch dài hạn, tính toán tài chính, đón tiếp khách mời, tìm kiếm Chúa để đưa ra những quyết định quan trọng, hay thực hiện công tác môn đồ hóa những lãnh đạo trẻ.

Đám đông thường yêu cầu Chúa Jêsus làm nhiều thứ, nhưng Ngài hiểu rằng sứ mạng của Ngài phải đến từ Cha thiên thượng (Giăng 15:19). Một người có tinh thần lãnh đạo đầy tớ phải trước hết lắng nghe từ Chủ của mình, chứ không phải hành động theo yêu cầu và bị áp lực từ những người xung quanh! Chúa Jêsus chỉ làm việc theo ý muốn của Cha – Ngài không chữa lành cho người bệnh hay đáp ứng mọi nhu cầu! Tôi tin rằng nếu kẻ thù không thể khiến chúng ta lung lạc *trước* tiếng gọi của Chúa, thì nó sẽ tìm cách lèo lái chúng ta đến chỗ thất bại *ở trong* sự kêu gọi của Chúa, bằng cách dụ dỗ chúng ta làm hài lòng những người xung quanh!

Một người bạn "khôn ngoan đúng kỳ" đã từng nói với tôi rằng: Đức Chúa Trời không hề bất công. Ngài không yêu cầu chúng ta làm việc khó. Mỗi ngày có 24 giờ đồng hồ để làm theo ý muốn Chúa. Vậy, nếu bạn than phiền rằng "Tôi không có đủ thời gian làm việc" thì phải xem lại! Bạn phải hỏi bản thân rằng: "Những việc tôi đang làm có đúng với ý muốn Chúa không?" Hay là hỏi rằng: "Tôi cần làm gì để thứ tự lại mọi việc? Tôi cần phải giao lại trách nhiệm cho ai?"

Có tinh thần lãnh đạo đầy tớ nghĩa là gì?

Về mặt trọng tâm thì có tinh thần lãnh đạo đầy tớ nghĩa là: sẵn lòng từ bỏ kế hoạch của mình để làm theo kế hoạch của Chúa.

Phi-líp 2:1-8 là lời kêu gọi rõ ràng về vai trò lãnh đạo đầy tớ dành cho hết thảy người nào tin Chúa. Đây là câu Kinh Thánh khuyên chúng ta đừng làm việc vì lợi ích cá nhân, mà hãy hạ mình làm việc vì ích lợi của người khác. Chúng ta không nên tìm lợi ích cho riêng mình, mà phải tìm ích lợi cho người khác. Chúng ta phải là những người có tâm tình như Đấng Christ, Ngài vốn là Đức Chúa Trời, đã tự bỏ quyền hạn của mình và trở nên như người đầy tớ, chịu chết trên thập tự giá vì hết thảy chúng ta.

Ở nhiều cơ sở của chúng tôi, có những ngày phải làm việc vì những sự kiện đặc biệt hay phải chuẩn bị để đón sinh viên. Các nhân sự còn trẻ tuổi và những sinh viên của chúng tôi đều ngạc nhiên khi nhìn thấy các lãnh đạo lâu năm đang quét nhà, lau chùi cửa sổ, nhổ cỏ dại và làm nhiều việc khác nữa. Đối với ai là lãnh đạo, đừng bao giờ giữ thái độ cho rằng ấy là những việc "hèn mọn".

Khi đến dạy tại các cơ sở YWAM, tôi thường nhận được câu hỏi: "Ai là người có vai trò quan trọng nhất – người lãnh đạo hay người đầu bếp?" Khi Loren và tôi bắt đầu dự phần nhiều hơn vào công việc hằng ngày tại cơ sở Kona, thì mọi thứ vẫn diễn ra bình thường cho dù chúng tôi có vắng mặt nhiều tuần đi nữa. Nhưng khi người đầu bếp vắng mặt chỉ một ngày thôi, thì mọi thứ liền mất trật tự ngay! Vai trò nào được thực hiện bằng tấm lòng phục vụ đều rất quan trọng và làm vinh hiển Đức Chúa Trời.

Nếu ai đó chỉ muốn có thẩm quyền thì không nên giao phó vị trí ấy cho họ. Tuy nhiên, nếu người nào sẵn sàng chịu trách nhiệm, thì hãy giao vị trí ấy cho họ. Hãy giao cho họ thẩm quyền cần thiết để hoàn thành công việc. Sự khiêm nhường thật là sẵn sàng cho người khác biết bạn là ai, bao gồm cả điểm yếu và điểm mạnh của bạn.

Đừng chỉ phục vụ Hội thánh mà hãy phục vụ cả thế giới nữa

Các nhân sự YWAM nên có tinh thần lãnh đạo đầy tớ trong Hội thánh, cộng đồng, gia đình và bất kỳ cơ hội nào ở xung quanh họ. Tấm lòng phục vụ của chúng ta phải trước sau như một trong mọi hoàn cảnh, chúng ta phục vụ người tin Chúa như thế nào thì cũng phải phục vụ người không tin Chúa giống như vậy.

Vào cuối chiến tranh ở Đông Dương, người di cư đã cố gắng chạy sang Hồng Kông và những nơi khác. Rất nhiều người di cư đã chết trên đường thủy. Hàng ngàn người bị cướp bóc, đánh đập, cưỡng bức hoặc bị giết bởi cướp biển. Nhiều người sống sót ở Trại tạm cư của Hồng Kông.

Vì mật độ dân số ở trại tạm cư tăng cao vào năm 1979, hơn 8000 người di cư phải ở trong tòa nhà được thiết kế cho 800 người ở. Trong một ngôi nhà như vậy, chỉ có 9 trong số 144 nhà vệ sinh còn dùng được. Các cống rãnh đều bị rò rỉ, làm cho các phòng và khu vực bếp núc ngập nước và phân người đến mắc cá chân.

Cũng trong năm ấy, YWAM đã gửi một đội đến Hồng Kông để phục vụ người di cư ở Trại tạm cư. Vì tình yêu thương phải có hành động, họ đã lao mình vào việc lau dọn và sơn sửa mọi thứ. Vì những người di cư đã bị mất tinh thần, nhiều người cũng không muốn sống nữa. Nhưng sự tò mò của họ được khơi dậy khi nhìn thấy các bạn trẻ từ hải ngoại đến lần mò trong cống rãnh và sửa chữa các nhà vệ sinh cho họ. Thông điệp mà họ muốn gửi tới những người di cư là: "Các bạn là những người có giá trị ở trước mặt Chúa và đối với chúng tôi". Sự phục vụ bằng tinh thần đầy tớ rất thực tiễn đã làm cho tấm lòng của người di cư cởi mở hơn để lắng nghe Phúc Âm. Sau cùng, rất nhiều người di cư đã tìm được hy vọng, mục đích và số phận đời đời ở trong Đấng Christ.

Vì công việc ở Trại tạm cư tiến triển tích cực, chính quyền đã cho phép YWAM thuê một tòa nhà ba tầng ở đảo Hồng Kông với giá phải chăng! Nhân sự của chúng tôi đã tận dụng tòa nhà ấy trong 10 năm. Kể từ đó, họ đã tiên phong thành lập các Đội Truyền giáo Viễn Đông, các mục vụ xây nhà tình thương, cho đến các chương trình cứu đói, giúp đỡ người nghiện và bắt đầu mục vụ Quyền Sản Phụ để bài trừ tệ nạn phá thai ở các bà mẹ trẻ gặp vấn đề về tâm lý.

Vài nhân sự Hồng Kông bắt đầu mở ra *Trường Mẫu giáo Cơ Đốc Thế giới nhỏ* vẫn còn hoạt động cho đến ngày hôm nay. Mặc dù họ biết rằng đây là Trường Cơ Đốc, nhưng các cha mẹ đạo Hồi, đạo Phật và ngay cả những gia đình vô tín vẫn gửi con cái đến học vì họ biết rằng chúng sẽ nhận được "giáo dục tốt".

Mở tiệc cho mọi người

Một phương án cụ thể để nuôi dưỡng tinh thần lãnh đạo đầy tớ là *Trường Đào tạo Lãnh đạo* (LTS). Vào năm 1989, sau khi hướng dẫn vài trường, tôi đã tập hợp một đội lãnh đạo để cầu nguyện và lượng giá. Sau đó, có khoảng 85 phần trăm các lãnh đạo lâu năm của chúng tôi đã tốt nghiệp trường LTS, thế là câu hỏi được đưa ra: "Chúa ơi, tiếp theo là gì?"

Câu trả lời của Chúa đã làm cho hết thảy chúng tôi phải kinh ngạc. Chúng tôi thấy rằng hết thảy các trường lãnh đạo vào lúc bấy giờ đều sử dụng tiếng Anh và chỉ diễn ra ở các nước đã phát triển. Chúa đã phán với chúng tôi rằng: "Hãy mở tiệc, là trường đào tạo lãnh đạo, cho mọi người". Hãy làm sao để các nước đang phát triển cũng được học trường này ngay tại địa phương của họ; hãy làm sao để học phí ở mức phù hợp; hãy làm sao để họ được học trong ngôn ngữ tại khu vực của họ".

Kể từ năm 1991, tôi và đội của tôi đã vận hành các kỳ huấn luyện lãnh đạo khắp toàn cầu. Mục tiêu chính của chúng tôi là trang bị cho thế hệ lãnh đạo tiếp theo đến từ các nước ngoài Tây phương.

Chúng tôi đã hướng dẫn sự kiện được gọi là *YWAM DNA* ở Cam-pu-chia dành cho khu vực Đông Nam Á (được thực hiện bằng tiếng Khmer, tiếng Burma, tiếng Việt, tiếng Hoa và tiếng Hàn); ở Nam Phi dành cho khu vực Trung Nam của châu Phi (được thực hiện bằng tiếng Anh và tiếng Pháp, thờ phượng bằng tiếng Afrikan, tiếng Bantu và tiếng Zulu); ở Hàn Quốc dành cho khu vực Đông Á (được thực hiện bằng tiếng Hàn, tiếng Mông Cổ, tiếng Hoa phổ thông, tiếng Nhật và tiếng Anh); ở Úc dành cho khu vực Thái Bình Dương; ở Brazil, Chile và Mê-xi-cô dành cho khu vực La-tinh (được thực hiện bằng tiếng Tây Ban Nha, tiếng Bồ Đào Nha và tiếng Anh); và ở Ai-cập dành cho khu vực Trung Đông, Bắc Phi và Trung Á (được thực hiện bằng tiếng Anh và tiếng Ả-rập).

Tại sao tôi lại viết một cách chi tiết như trên? Để nhấn mạnh một điều. Có tinh thần lãnh đạo đầy tớ đòi hỏi chúng ta phải đi thêm một dặm để bao gồm tất cả mọi người, phải đến cùng họ và mở cửa cho người khác nữa.

Làm vậy thì cá nhân mình có được lợi gì và Vương Quốc có đạt được kết quả gì chăng? Tôi không nghĩ vậy. Tôi cảm thấy người được phước nhất quả đất là người làm được điều mình thích nhất – tức là đầu tư cho thế hệ tiếp theo và mai sau!

Vào tháng 3 năm 2004, có hơn 300 lãnh đạo của YWAM và gia đình của họ đến từ 52 quốc gia đã tập trung tại cơ sở YWAM Guadalajara để tham dự Trường Đào tạo Lãnh đạo, đây là nơi có cảnh đẹp tại Hồ Chapala.

YWAM Guadalajara đã thực hiện tốt công tác chuẩn bị một cách đáng nể. Có hơn 150 thợ xây dựng tình nguyện đã làm việc hàng giờ đồng hồ để xây nhà cho Trường LTS.

Nhưng khi tôi và đội ngũ nhân sự quốc tế đến sớm hai tuần trước khi sự kiện diễn ra, ngôi nhà ba tầng dùng để đón tiếp chúng tôi mới chỉ hoàn thành được 85 phần trăm mà thôi. Không hề có nhà vệ sinh, nhà tắm hay cửa sổ gì cả!

Đội nhân sự LTS đã cầu nguyện, chúng tôi đã gạt bỏ kế hoạch chuẩn bị lớp học và sử dụng lịch làm việc của cơ sở. Chúng tôi dâng hiến để mua nhà vệ sinh và vật liệu xây dựng; rồi xắn tay áo lên và bắt đầu làm việc! Có tinh thần lãnh đạo đầy tớ là dọn đường cho người khác, cho dù giá phải trả là gì đi nữa. Chúa Jêsus làm nghề thợ mộc – tôi dám chắc rằng Ngài cũng làm vậy nếu ở trong tình cảnh tương tự!

Các nhân sự YWAM gần xa cũng dâng hiến và gửi nhân sự đến giúp đỡ! Đến cuối tuần đầu tiên của trường, chúng tôi đã có nhà vệ sinh và nhà tắm bằng nước lạnh ở cả ba tầng của toàn nhà, tôi vô cùng biết ơn nỗ lực hy sinh và tinh thần quả cảm của rất nhiều người!

Một ngày kia, tôi đang ngồi ở phố Ohana tại Hawaii, đây là nơi tổ chức các sự kiện thể thao và các buổi hội họp, để trò chuyện với một người bạn. Một nhóm các em nhỏ đang chơi bóng rổ ở phía cuối sân. Một cô bé người châu Á đến gần tôi. Cô bé hỏi: *"Bà có phải là Darlene Cunningham không?"* Tôi gật đầu trả lời *đúng rồi*. Cô bé nói rằng: *"Ồ! Bà là người quan trọng lắm! Bà lãnh đạo rất nhiều người!"*

Tôi nhướng cặp lông mày lên rồi hỏi rằng: "Con có biết điều ấy có nghĩa là gì không? Có nghĩa là bà đang có rất nhiều người để phục vụ hơn bất kỳ ai khác đấy!" Cô bé ấy bị sốc, nhưng lại cười rất tươi. Mong rằng cô bé ấy sẽ sớm hiểu rằng Chúa Jêsus là một lãnh đạo vĩ đại và cũng là một đầy tớ vĩ đại. Chúng ta phải sống và và lãnh đạo như tấm gương của Chúa Jêsus, phục vụ người khác có nghĩa là giúp họ phát triển khả năng của mình và hoàn thành sự kêu gọi của họ.

Phần 3 – Quý trọng mọi người

<u>Các giá trị</u>
Quý trọng cá nhân
Quý trọng gia đình
Mối quan hệ
Bày tỏ sự hiếu khách

YWAM tôn trọng từng cá nhân là người mang ảnh tượng của Đức Chúa Trời. Chúng tôi tin tưởng và tôn trọng Lời Chúa phán cùng họ. Chúng tôi tin rằng cơ hội và công lý là bình đẳng cho mọi người. Chúng tôi tôn trọng sự đóng góp của mọi người dù họ đến từ quốc gia nào và bao nhiêu tuổi. Chúng tôi tôn trọng khả năng lãnh đạo của người nam và người nữ. Chúng tôi làm việc bằng mối liên hệ, sống và phục vụ trong các cộng đồng có cùng sứ mạng, gắn kết nhau bằng tình yêu thương như Đấng Christ đã yêu, minh bạch và khiêm nhường, chứ không bằng cơ cấu hay luật lệ. Chúng tôi khẳng định tầm quan trọng của gia đình trong công tác phục vụ Chúa, mỗi thành viên đều có quyền đóng góp khả năng của mình để bổ sung cho nhau. Chúng tôi vui mừng bày tỏ sự hiếu khách để cho thấy tấm lòng rộng rãi của Đức Chúa Trời và giá trị của mọi người ở trong Ngài.

Chương 14

Giá trị 14 – Quý trọng cá nhân

YWAM được kêu gọi phải tôn trọng giá trị của từng cá nhân. Chúng tôi tin rằng cơ hội và công lý là bình đẳng cho mọi người. Họ được tạo dựng theo ảnh tượng của Đức Chúa Trời, cho nên hết thảy mọi người dù đến từ quốc gia nào, bao nhiêu tuổi và khả năng là gì đều có quyền đóng góp và sự kêu gọi đặc biệt. Chúng tôi cam kết tôn trọng khả năng lãnh đạo và ân tứ mà Chúa ban cho người nam và người nữ. (Sáng thế ký 1:27; Lê-vi-ký 19:13-16; Phục Truyền 16:18-20; Thi thiên 139:13-16; Mác 8:34-37; Công-vụ 10:34-35; Ga-la-ti 3:28; Ê-phê-sô 6:5-9; Hê-bơ-rơ 2:11-12; Gia-cơ 2:1-9).

Sáng thế ký 1:27 chép rằng: "Đức Chúa Trời dựng nên loài người như hình Ngài…Ngài dựng nên người nam cùng người nữ". Khái niệm mỗi người đều có giá trị cao trọng là những kẻ mang ảnh tượng của Đấng Tạo Hoá là điều rất cốt lõi trong niềm tin của chúng ta về Đức Chúa Trời và loài người.

Đức Chúa Trời tạo nên chúng ta để có mối liên hệ với Ngài. Trước giả Thi Thiên và tiên tri Giê-rê-mi nhắc chúng ta nhớ rằng kế hoạch và sự kêu gọi của Ngài dành cho từng đời sống bắt đầu từ khi được hoài thai. Vua Đa-vít nói rằng: "Vì chính Chúa nắn nên tâm thần tôi, dệt thành tôi trong lòng mẹ tôi. Tôi cảm tạ Chúa, vì tôi được dựng nên cách đáng sợ lạ lùng. Công việc Chúa thật lạ lùng, lòng tôi biết rõ lắm" (Thi thiên 139:13-14).

Giê-rê-mi chép rằng: "Có lời Đức Giê-hô-va phán cùng tôi như vầy: Trước khi tạo nên ngươi trong lòng mẹ, ta đã biết ngươi rồi; trước khi ngươi sanh ra, ta đã biệt riêng ngươi, lập ngươi làm kẻ tiên tri cho các nước" (Giê-rê-mi 1:4-5). Phân đoạn này tiếp tục trong câu 12 rằng: "Đức Giê-hô-va bèn phán…ta sẽ tỉnh thức, giữ lời phán ta đặng làm trọn".

Ồ! Đức Chúa Trời đã định trước cho mỗi người chúng ta và Ngài còn tỉnh thức để làm trọn kế hoạch ấy nữa! Những khả năng mà Ngài đã ban cho chúng ta luôn được bày tỏ ra, cho dù chúng ta có biết Đức Chúa Trời hay sử dụng những khả năng ấy để phục vụ Ngài hay không. Rô-ma 11:29 chép rằng: "Vì các sự ban cho và sự kêu gọi của Đức Chúa Trời chẳng hề đổi lại được bao giờ".

Tìm kiếm kho báu

Một trong những niềm vui trong đời tôi đó là được giúp đỡ người khác tìm thấy khả năng độc nhất mà Đức Chúa Trời đã ban cho họ. Ngài đã ban cho tôi đức tin để giúp đỡ họ khám phá và phát triển những ân tứ để hoàn thành những mục đích của Nước Trời. Tôi thích trở thành "người khai phóng tiềm năng". Tôi tin rằng ấy không chỉ là sự kêu gọi cá nhân dành cho tôi – mà cũng là một phần xức dầu của Đức Chúa Trời dành cho YWAM nữa. Chúng tôi tin rằng mỗi người – dù là nhân sự, sinh viên, tình nguyện viên hay khách vãng lai – đều có thể dự phần vào Nước Trời.

Vào những ngày đầu tiên của YWAM, lúc ấy chỉ có nhà Cunningham mà thôi, chúng tôi không có nhân sự để hướng dẫn các chương trình. Chúng tôi tin rằng Đức Chúa Trời sẽ gửi tới những người có kỹ năng cần thiết, thế là chúng tôi tìm kiếm họ bằng đức tin và niềm hy vọng. Khi có người mới tham gia, tôi xin Chúa giúp tôi "nhìn thấy" họ theo góc nhìn của Ngài. Sau đó, tôi bắt đầu quan sát những phẩm chất của họ, điểm mạnh cá nhân của họ, ân tứ lãnh đạo và kỹ năng thực tiễn của họ. Tôi còn đưa ra nhiều câu hỏi (bây giờ vẫn còn làm vậy đấy!) để tìm kiếm sở thích và động lực ở trong họ.

Loren và tôi lựa chọn một "đầu tàu" cho từng lĩnh vực – phương tiện đi lại, đi thực tập, nấu ăn. Nhưng hết thảy chúng tôi đều san sẻ công việc. Ai cũng phải phụ giúp nấu ăn; ai cũng phải phát truyền đạo đơn; ai cũng phải giảng hay chia sẻ lời chứng. Mặc dù chúng tôi làm việc theo đội nhóm (là một trong những giá trị của chúng tôi), chúng tôi đều học cách nhìn nhận và khẳng định khả năng lãnh đạo của người khác. Mỗi người đều có đóng góp quan trọng như nhau.

Nếu có sinh viên bước vào các trường học của chúng tôi mà được Chúa ban cho khả năng lãnh đạo, tôi luôn khích lệ người lãnh đạo cho phép sinh viên ấy giúp hướng dẫn kỳ thực tập! Chúng tôi muốn phân bổ các vai trò lãnh đạo theo phẩm chất và ân tứ Chúa ban. Đây là cách để chúng tôi tăng trưởng.

Từ buổi ban đầu của YWAM, chúng tôi đã dạy về "chức thầy tế lễ nhà vua" cho mọi người (Hê-bơ-rơ 7:23-28). Có nghĩa là mỗi người chúng tôi đều có trácnh nhiệm xây dựng mối quan hệ cá nhân với Đức Chúa Trời. Chúng tôi không cần phải có thầy tế lễ, mục sư, hay lãnh đạo YWAM là "cầu nối" giữa chúng tôi với Đức Chúa Trời. Mỗi người chúng tôi đều có quyền liên hệ với Đức Chúa Trời một cách trực tiếp và cá nhân thông qua Chúa Jêsus.

Cơ hội bình đẳng trong Đấng Christ

Trong YWAM, chúng tôi tin vào công lý và cơ hội bình đẳng cho mọi người. Chúng tôi mở rộng cửa đầu vào; chúng tôi không chấp nhận sự thiên vị, chúng tôi yêu quý và trân trọng sự đa dạng mà Đức Chúa Trời ưa chuộng – tức là những người nam và người nữ thuộc mọi dân và mọi nước, mọi độ tuổi, mọi vai trò và chức năng.

Chúng tôi nương cậy vào sức lực của mọi người đến từ hơn 200 quốc gia ở trong YWAM! Chúng tôi không chỉ đón nhận sự đa dạng của văn hóa, mà còn tôn trọng những nguyên tắc Thánh Kinh có thể loại trừ những quan điểm sai trật từ văn hóa nữa.

Trong việc theo đuổi công lý và cơ hội bình đẳng, chúng tôi còn mở rộng phạm vi của mình để cung ứng nhu cầu của hết thảy mọi người. Vào năm 1981, Loren đã khởi xướng một khía cạnh vẫn còn phổ biến cho đến ngày nay đó là Bản hiến chương Cơ Đốc Magna Carta chép rằng:

Mọi người trên đất đều có quyền:
1. Lắng nghe và hiểu biết về Phúc Âm của Đức Chúa Jêsus Christ,
2. Nhận được Kinh Thánh ở trong tiếng mẹ đẻ của họ,
3. Thông công với cộng đồng Cơ Đốc gần nhất thường xuyên mỗi tuần, được học Kinh Thánh và thờ phượng cùng với những người khác ở trong thân thể của Đấng Christ,
4. Cho con cái của họ thừa hưởng nền giáo dục Cơ Đốc theo Kinh Thánh.
5. Nhận được các nhu cầu thiết yếu trong đời sống như: đồ ăn, nước uống, quần áo, nhà cửa và chăm sóc sức khỏe.
6. Nhận được sự sống đầy trọn về thuộc linh, thuộc thể, cảm xúc, tâm lý và xã hội.

Trong sự kêu gọi về việc theo đuổi công lý, chúng ta tìm cách mở ra chương trình huấn luyện càng ngày càng nhiều trong các thứ tiếng (Trường UofN hiện đang dạy dỗ mỗi ngày trong 97 thứ tiếng) và cũng là đơn vị chủ động đem Kinh Thánh đến với các ngôn ngữ nào chưa có Kinh Thánh ở trên đất này.

YWAM được kêu gọi đón nhận đa thế hệ

YWAM chủ yếu là thanh niên – và phải luôn giữ như thế. Nhưng bất kỳ ai có tấm lòng muốn chinh phục giới trẻ đều được chào đón ở trong YWAM. Đức Chúa Trời đã kêu gọi chúng tôi phải vận hành theo mô hình đa thế hệ, hầu cho giới trẻ có được những tấm gương và cố vấn để học hỏi. Rất nhiều học viên tham gia các chương trình của chúng tôi ngày hôm nay đều đến từ các gia đình có sự tan vỡ và chưa bao giờ nhìn thấy một hôn nhân hạnh phúc. Chúng tôi muốn họ được học từ những cặp vợ chồng và gia đình tin kính đang sống hạnh phúc ở trong các cơ sở. Khi giới trẻ làm theo sự khôn ngoan từ những người tin Chúa lâu năm thì họ có thể tránh khỏi những sai lầm đáng tiếc! Đối với những ai "trưởng thành hơn" thì tìm được mục đích và hy vọng trong tương lai khi nhìn thấy giới trẻ ngày nay tin theo Chúa Jêsus.

Một người bạn thân của tôi tên là Russ đã bước vào sự hiện diện của Chúa trong năm 2020 khi ông được 95 tuổi, ông là một "thanh niên" với sứ mạng rất kỳ cựu. Ông và vợ là Dorie đã nghỉ hưu sớm vào năm 1985 để đi học DTS Crossroads và các khoá tâm vấn của UofN. Sau nhiều năm, họ đã mở ra mục vụ hôn nhân ở Kona, dẫn dắt giới trẻ trở về với Chúa Jêsus và nhìn thấy rất nhiều cuộc hôn nhân được phục hồi. Dorie đã qua đời vào năm 2019 (sau khi kết hôn được 72 năm), nhưng Russ tiếp tục phục vụ cùng với DTS dành cho gia đình.

Gần đây, tôi biết được cặp vợ chồng đã được Russ và Dorie tâm vấn có người con trai đang dự định đính hôn. Người cha nói rằng: "Con trai à, con nên gặp nói chuyện với ông Russ về hôn nhân. Ông ấy là người đã giúp đỡ cho cha mẹ". Thế là chàng trai hẹn gặp và dành cả buổi chiều với người đàn ông đã được 90 tuổi, ông đã cho chàng trai ấy những lời khuyên tiền hôn nhân theo Kinh Thánh! Đối với tôi, Russ là một thí dụ tuyệt vời về sự bền bỉ. Ông thường nói câu này mỗi lần nói chuyện: "Tôi không nghỉ việc để về hưu; mà tôi nghỉ việc để giữ lửa".

Tôn trọng khả năng lãnh đạo của người nam và người nữ

Trong YWAM, người lãnh đạo không mang tính "quyết định" – mà quan trọng là lãnh đạo phải có "nam và nữ". Nadia đến từ Brazil và Magdy đến từ Ai-cập; YoungSook đến từ Hàn Quốc và George đến từ Canada. YWAM không được xây dựng dựa trên tên tuổi của một cá nhân nào đó. Mà "thanh niên" mới là đặc điểm khác biệt của gia đình này: thanh niên, là những người có ân tứ tiềm tàng và khả năng chưa được khai thác, đang chờ đợi để được khai phóng. Chúng tôi biết rằng sự nhân rộng chỉ xảy ra nếu chúng tôi coi trọng từng cá nhân mà Đức Chúa Trời đã gửi tới trong các khoá huấn luyện!

Chúng tôi cũng cam kết tôn trọng khả năng lãnh đạo mà Đức Chúa Trời đã ban cho người nam và người nữ. Loren bắt đầu dạy về đề tài phụ nữ cũng được quyền làm mục vụ vào những năm đầu 1970. YWAM được xem là một tổ chức huy động giới trẻ đến từ các quốc gia và gửi họ vào công tác ngắn kỳ như thế nào, thì khái niệm về phụ nữ có giá trị bình đẳng như đàn ông và là những người được Chúa ban cho khả năng lãnh đạo cũng đi ngược lại với rất nhiều Hội thánh ngày hôm nay.

Sau này, Loren đã cùng với David Joel Hamilton chỉ rõ về đề tài này trong quyển sách đồng tác giả của họ là *Phụ nữ thì sao?* David là một học giả Kinh Thánh hàng đầu và đã hoàn thành rất nhiều nghiên cứu về Kinh Thánh nói về phụ nữ. Kẻ thù rất thích đè bẹp khả năng lãnh đạo của chị em phụ nữ trong công tác truyền giáo và mục vụ, nhưng Đức Chúa Trời không hề muốn điều này xảy ra.

Loren luôn nhìn thấy và tin tưởng vào vai trò lãnh đạo của tôi. Tôi đã từng giữ vai trò lãnh đạo hồi còn đi học và trong những năm học trở thành y tá, nhưng khi bước vào YWAM thì tôi không hề muốn chia sẻ trước mặt mọi người. Tôi thà lãnh đạo bằng cách tác động người khác thì hơn. Vào giữa những năm 1980, rất nhiều lãnh đạo YWAM bắt đầu nói rằng: "Darlene cần dự phần vào hội đồng trưởng lão". Họ muốn công nhận vai trò lãnh đạo của tôi bằng một vị trí thiết thực. Tôi nghĩ họ muốn vậy là vì điều ấy phù hợp với niềm tin của chúng tôi về người nam và người nữ đều có giá trị bình đẳng ở trước mặt Đức Chúa Trời.

Tôi biết rằng ấy cũng là thời điểm để lãnh đạo bằng cách làm gương cho "các chị em nhỏ tuổi hơn", là những người mà Đức Chúa Trời đã kêu gọi bước vào vị trí lãnh đạo. Tôi cần phải là người mở cửa cho họ vì tôi có được mặt bằng lãnh đạo và sự hỗ trợ của rất nhiều người mà họ lại không có. Kể từ dạo ấy đến nay, tôi vẫn sẵn sàng và vui vẻ đón nhận các vai trò lãnh đạo khác trong sự vâng lời Chúa.

YWAM là cánh cửa cho những người mở cửa

Vào những ngày đầu tiên của chúng tôi, nếu một đứa trẻ cùng đi thực tập hỏi rằng: "Con nghĩ Đức Chúa Trời cũng sai con đi nữa. Con biết chơi đá bóng. Đức Chúa Trời có thể dùng con không?" Thì tôi trả lời là: "Đức Chúa Trời muốn chúng ta có một đội bóng. Không lẽ Ngài chỉ gửi một cầu thủ bóng đá thôi sao?" Không lâu sau, một mục vụ thể thao được hình thành. Điều này đã dẫn tới rất nhiều mục vụ đa dạng khác ở trong YWAM. Gần như mục vụ nào cũng tìm được cách bao gồm cả ba lĩnh vực: Truyền giáo, Huấn luyện và Thương xót.

Một trong những điều đáng nể về sự hình thành YWAM đó là cách Đức Chúa Trời kéo đến những người có kỹ năng chuyên môn trong mục vụ mà chính họ cũng không nhận ra. Trong chính gia đình quốc tế của chúng tôi có những hoạ sĩ, nhà khoa học, huấn luyện viên, bác sĩ, vũ công, kế toán, thợ mộc, đầu bếp, giáo viên, nhà văn, nông dân và nhiều lĩnh vực đặc biệt khác đã tận dụng kỹ năng của họ để xây dựng Vương Quốc của Đức Chúa Trời. Họ giống như Ô-hô-li-áp là một thợ chạm và cũng là nhà thiết kế mà Đức Chúa Trời đã chỉ định để xây dựng Đền thờ (Xuất Ê-díp-tô-ký 38:23).

Một ngày nọ, có anh chàng trung niên tên là Doug McClure xuất hiện ở cơ sở Kona. Anh ấy muốn gặp Loren là người được "thôi thúc" trong tâm linh rằng cuộc gặp này rất quan trọng. Khi họ gặp nhau ở trên nóc Trung tâm toà nhà GO của Kona, Loren biết rằng Doug là một người chơi trung hồ cầm. Sau này, chúng tôi biết rằng anh đã từng chơi đàn biểu diễn ở trước mặt các giáo hoàng, các tổng thống và các thủ tướng! Doug biết rằng Đức Chúa Trời kêu gọi anh sử dụng khả năng này ở trong YWAM. Chúng tôi không có dàn nhạc hòa tấu hay hội trường hòa nhạc trong cơ sở lúc bấy giờ.

Loren có thể đã nói rằng: "Xin lỗi, chúng tôi chỉ chào đón những người trẻ". Hay là anh ấy có thể nói rằng: "Chúng tôi không có chỗ cho người chơi trung hồ cầm chuyên nghiệp". Anh ấy cũng có thể nói rằng: "Hãy quay trở lại sau 10 năm nữa thì chúng tôi sẽ biết sử dụng khả năng của anh như thế nào". Nhưng thay vì thế, anh ấy đã lắng nghe sự thôi thúc từ Đức Thánh Linh rồi nói rằng: "Hãy tham gia cùng chúng tôi và để xem Đức Chúa Trời muốn làm gì".

Kể từ đó, Doug đã bắt đầu một mục vụ toàn cầu gọi là Bản giao hưởng hy vọng. Ở Ấn Độ, anh đã dạy đàn vĩ cầm cho trẻ em có cha mẹ là những người tin Chúa đã bị giết hại vì đức tin của họ. Doug hình thành một dàn hợp xướng gồm 25 trẻ mồ côi đã biểu diễn tại rất nhiều sự kiện công cộng. Hãy tưởng tượng xem các em ấy đã tự tin hơn về giá trị của bản thân như thế nào!

Ở Hawaii, anh đã mở ra Mục vụ Dàn nhạc Hy vọng Thái Bình Dương gồm có 60 em từ 5-17 tuổi là người Polynesia, Micronesia và Melanesia. Một chương trình biểu diễn của Dàn nhạc Hy vọng được thực hiện ở Bad Blankenburg, nước Đức, để phục vụ người di cư từ Afghanistan, Syria, I-rắc, Yemen và các quốc gia thuộc khu vực Trung Đông khác. Các nhạc công là người di cư này được phép thể hiện bài thánh ca của Martin Luther có tựa đề là "Chúa, bức thành kiên cố ta" trước mặt Thủ tướng Đức là Angela Merkel.

Vì Loren đã quyết rằng: "Nếu Đức Chúa Trời sai anh ta đến đây, thì Ngài đã có kế hoạch rồi", tất cả những cánh cửa này đã mở ra. Câu chuyện của Doug là một thí dụ cho thấy chúng ta không nên coi mọi người chỉ là những mảnh ghép dùng để lắp vào chỗ trống của tổ chức; mà chúng ta phải luôn đặt câu hỏi là: "Tại sao Chúa lại gửi người này đến đây? Hãy là người mở cửa. Có thể bạn là cánh cửa cho người mở cửa.

Chương 15

Giá trị 15 – Quý trọng gia đình

YWAM khẳng định tầm quan trọng của gia đình phục vụ Chúa cùng nhau trong sứ mạng, không chỉ cha và/hoặc mẹ. Chúng tôi cũng đón nhận những gia đình có cha mẹ đơn thân. Chúng tôi khuyến khích sự phát triển lành mạnh của gia đình, mỗi thành viên đều chia sẻ tiếng gọi và có quyền đóng góp ân tứ của mình bằng những cách độc nhất và bổ trợ cho nhau. Chúng tôi ủng hộ và vui mừng trước ý định của Đức Chúa Trời ở trong Kinh Thánh dành cho hôn nhân thánh giữa một người nam và một người nữ (Sáng thế ký 2:21-24; Sáng thế ký 18:17-19; Phục truyền 6:6-7; Châm ngôn 5:15-23; Châm ngôn 31:10-31; Ma-la-chi 2:14-16; Ma-thi-ơ 19:3-9; 1 Cô-rinh-tô 7:1-16; 1 Ti-mô-thê 3:2-5; Hê-bơ-rơ 13:4).

Sự tò mò của chúng tôi đã bị khơi dậy! Loren và tôi đang có mặt tại hội nghị nhân sự quốc tế ở Colorado. Rất nhiều nhân sự YWAM thuộc thế hệ thứ hai cũng tham dự - những đứa trẻ lớn lên trong YWAM và giờ đây tham gia hội nghị với tư cách là những người đã trưởng thành. Có khoảng 30 người tập hợp lại với nhau, họ muốn được gặp Loren và tôi.

Vì sao họ muốn gặp chúng tôi? Tôi không thể tưởng tượng được, nhưng chúng tôi rất quý các bạn trẻ, nên đã đồng ý gặp họ cho dù lịch làm việc đã chật kín. Tôi rất vui vì đã làm điều đúng!

Khi Chúng tôi bước vào phòng, có một cảm giác đầy hy vọng ở trong phòng. Chúng tôi đã biết rất nhiều gương mặt trẻ tuổi này từ lúc chúng còn nhỏ (hoặc là từ trước khi chúng ra đời nửa kia), cho nên họ đã chào đón chúng tôi một cách nồng hậu bằng những cái ôm, nhưng rồi họ lùi lại một bước. Họ đã chọn một người thay mặt để phát biểu mục đích của buổi gặp mặt hôm đó, thế là anh chàng ấy bước ra.

"Chúng tôi muốn gặp ông bà vì chúng tôi muốn nói 'cảm ơn'. Tất cả chúng tôi đã được lớn lên ở trong YWAM. Chúng tôi đã sống ở rất nhiều nơi trên thế giới. Hầu hết chúng tôi đều nói được từ hai đến rất nhiều thứ tiếng. Chúng tôi là những người bạn lâu năm ở rải rác khắp địa cầu – kết bạn với nhau, làm nhân sự trong YWAM, rồi phục vụ những người ở địa phương.

"Chúng tôi thấy mình đang sống một cuộc đời khác biệt hoàn toàn với những bạn bè cùng trang lứa. Rất nhiều người không biết quốc gia này quốc gia kia. Họ không hề muốn nói về văn hóa và những gì họ đang làm có tác động đến người khác hay không. Còn chúng tôi thì rất biết ơn vì nền tảng giáo dục vô cùng đặc biệt trong 'môi trường quốc tế' từ khi còn là các em thiếu nhi YWAM.

Loren và tôi hoàn toàn sững sờ. Giống như những cha mẹ đang cảm thấy vô cùng tự hào, chúng tôi rất vui và cũng biết ơn mấy đứa nhỏ này nữa.

Anh chàng trẻ tuổi ấy tiếp tục nói rằng họ đã được trang bị rất tốt nhờ môi trường quốc tế không chỉ để thành công trong thế kỷ 21 mà còn để dẫn đầu nữa. Hầu hết đều đang học tập hay làm việc trong công tác truyền giáo hoặc là trong các lĩnh vực xã hội như khoa học, giáo dục và truyền thông.

Tấm lòng của chúng tôi rất vui sướng khi nghe được những lời chứng ấy, nhưng Loren đã nói cách khôn ngoan rằng: "Tôi chắc rằng các em cũng cảm thấy buồn khi lớn lên ở trong YWAM phải không?"

Anh chàng đại diện cả nhóm trả lời: "Chúng tôi đã nói chuyện về vấn đề này, nhưng chúng tôi đồng ý là bất kỳ trải nghiệm đau buồn nào dù là rất nhỏ cũng không thể so sánh bằng những lợi ích mà chúng tôi đã nhận được! Chúng tôi muốn cảm ơn ông bà vì chúng tôi biết ông bà sẽ chúc phước cho chúng tôi, cho dù chúng tôi có sử dụng những ân tứ của mình ở trong YWAM hay chúng tôi được Chúa kêu gọi bước vào những lĩnh vực khác đi nữa. Chúng tôi biết rằng những lẽ thật Kinh Thánh đã học được trong YWAM đều có thể áp dụng trong các khía cạnh khác của đời sống".

Họ đã thay phiên nhau kể lại những câu chuyện đời tư của mình. Tất nhiên là chúng tôi đã cầu nguyện chúc phước và "sai phái" họ bước theo sự kêu gọi của mình trước khi chào tạm biệt!

Trong YWAM, chúng tôi tin rằng gia đình có vai trò quan trọng trong việc phục vụ Chúa cùng nhau trong công tác sứ mạng, mỗi người đều có quyền đóng góp ân tứ của mình vào mục vụ khi họ cùng làm việc với nhau. Chúng tôi tin rằng mỗi thành viên trong gia đình đều được Đức Chúa Trời kêu gọi – cả hai vợ chồng, chứ không chỉ một người thôi đâu. Khi có con cái, chúng tôi muốn chúng cũng được dự phần vào mục vụ. Tuỳ theo độ tuổi và khả năng cho phép, chúng có thể dự phần vào mục vụ trong việc đưa ra những quyết định có thể ảnh hưởng đến cả gia đình. Đây là một trong những lợi ích của việc có nhiều thế hệ và cả gia đình cùng phục vụ. Thường thì mấy đứa nhỏ có thể lắng nghe tiếng Chúa rõ ràng như Sa-mu-ên vì đức tin như con trẻ của chúng! Các nhân sự thuộc thế hệ thứ hai của YWAM gặp chúng tôi ở Colorado đã lớn lên như vậy.

Gia đình là tế bào hình thành nên xã hội, nhưng lại bị tấn công từ rất nhiều khía cạnh ngày hôm nay. Nhiều quốc gia ở châu Âu, Đông Âu và châu Á mong đợi dân số ngừng tăng trưởng từ bây giờ cho đến 2050 (tức là họ muốn nhiều người chết hơn là được ra đời). Xã hội đã khuyến khích sự tự do cá nhân hơn là ý định của Đức Chúa Trời dành cho hôn nhân, sự sanh sản thêm nhiều và tạo ra nhiều gia đình lành mạnh. Điều này sẽ ảnh hưởng lớn đến nhiều thập kỷ sau này. Mong rằng kết ước của chúng ta dành cho gia đình trong YWAM sẽ càng vững mạnh hơn khi chúng ta tìm kiếm gương mẫu và bày tỏ ý muốn của Đức Chúa Trời cho xã hội!

Khái niệm gia đình cùng nhau phục vụ với tư cách là giáo sĩ của YWAM vẫn còn lạ lẫm đối với đối với mô hình sứ mạng vào những năm 1960 khi YWAM mới được hình thành. Lúc ấy, rất nhiều tổ chức truyền giáo chỉ "tuyển mộ người chồng" – còn vợ và con cái chỉ là những người lệ thuộc vào hay người tùy tùng của họ mà thôi. Khi con cái đến tuổi đi học, chúng sẽ bị gửi tới các trường nội trú để được giáo dục. Chính sự chia rẽ này đã dẫn tới nhiều gia đình giáo sĩ không lành mạnh và gây ra nhiều sự tan vỡ.

Vậy thì giá trị "cả gia đình được kêu gọi bước vào sứ mạng" của YWAM đến từ đâu?

Nguyên tắc này đã xuất phát từ chính đời sống của gia đình Loren và của tôi. Chúng tôi được phước khi có cha mẹ là những người kính mến Đức Chúa Trời, tận tụy trong chức vụ, đam mê công tác sứ mạng và yêu thương gia đình. Cha mẹ đã cho phép chúng tôi dự phần vào công việc của họ - ngay từ lúc còn nhỏ, chúng tôi đã được khuyến khích đóng góp vào mục vụ.

Khi Loren và tôi nhìn lại, chúng tôi nhận ra không phải gia đình của mình giàu có về vật chất, mà chúng tôi giàu có về mối quan hệ, mục đích và sự thỏa lòng. Chúng tôi cảm thấy mình đang thực hiện nhiệm vụ quan trọng nhất thế giới!

Chúng tôi đã từng sống ở đằng sau, ở tầng hầm và ở tầng trệt của nhà thờ là nơi cha mẹ của chúng tôi đang làm mục sự của Hội thánh – không hề có sự tiện nghị nào cả. Có lần gia đình của Loren phải sống ở trong lều, dùng tay mình đúc gạch để xây nhà thờ mà họ vừa mới tiên phong. Tôi không hề có cảm giác "nghèo" trong gia đình.

Cha mẹ đã truyền thụ lại cho chúng tôi một ý thức đó là cả nhà đang làm điều quan trọng. Bởi vì họ đam mê những gì đang làm, đó là một thứ dễ lây nhiễm. Chúng tôi không bị bắt phải ngồi ở cuối phòng và chờ đợi cha mẹ làm xong "bổn phận" của họ. Chúng tôi được dự phần vào công việc của Đức Chúa Trời, còn cha mẹ đã tận dụng những lúc ấy để nuôi dưỡng và phát triển sự kêu gọi cá nhân của chúng tôi như là một phần trong sự kêu gọi của chính họ. Cả nhà chúng tôi đều thấy vui khi dâng hiến tiền của và thời gian để nhìn thấy công tác của Đức Chúa Trời được tấn tới và trở thành một điều rất bình thường trong cuộc đời.

Từ lúc bắt đầu, YWAM đã đón nhận từng cá nhân trong gia đình là một giáo sĩ. Chúng tôi đã cố gắng mở ra trường học, giúp đỡ những người làm cha mẹ dạy con cái tại nhà, hay tạo ra những phương pháp giáo dục đặc thù dành cho cha mẹ, và nhiều hướng khác để giúp các gia đình sinh hoạt ngay tại cánh đồng truyền giáo. Tại sao? Bởi vì gia đình được kêu gọi làm mục vụ cùng nhau ở trong YWAM. Con cái của chúng tôi thường dành nhiều thời gian với cha mẹ của chúng hơn là những mô hình gia đình trong Thế kỷ 21 này. Đặc biệt là ở các nước Tây phương là nơi cha mẹ thường đi làm cả ngày và dành ít thời gian với con cái của mình.

Chúng tôi tin Kinh Thánh dạy cha mẹ có vai trò chủ yếu trong việc môn đồ hóa và dạy dỗ con cái sống theo đường lối của Đức Chúa Trời. Thi thiên 145:4 chép rằng: "Dòng dõi này sẽ ca tụng công việc Chúa cho dòng dõi kia, và rao truyền việc quyền năng của Chúa".

Chúng tôi đã nuôi dạy và cho phép các con là Karen và David dự phần vào vai trò làm giáo sĩ của gia đình. Chúng tôi đã dạy chúng biết lắng nghe tiếng Chúa và làm theo Lời

Ngài; biết ban cho cách rộng rãi, biết sử dụng các nguyên tắc Kinh Thánh để đưa ra quyết định khôn ngoan. Chúng tôi đã khẳng định những ân tứ độc nhất mà Đức Chúa Trời đã ban cho chúng và cũng đầu tư vào sự phát triển những ân tứ ấy nữa. Chúng tôi cũng được phước vì các con đã được uốn nắn bởi gia đình YWAM ở khắp mọi nơi – nào là những người nam và người nữ tin kính có xuất thân khác nhau đã đầu tư thời gian với chúng bằng cách kể lại những câu chuyện về sự biến đổi và những người có tài xuất chúng. Họ là những người bạn có kinh nghiệm và khả năng mà chúng tôi không có đã ảnh hưởng đến con cái của chúng tôi.

Đức Chúa Trời của chúng tôi là Đấng nhân từ và công chính trong mọi việc Ngài làm. Vì thế, nếu cặp vợ chồng nào được kêu gọi bước vào công tác sứ mạng, thì các bạn có thể yên lòng vì sự kêu gọi ấy dành cho cả hai và cho từng đứa con khi Đức Chúa Trời cho phép xảy ra trong gia đình. Không có chỗ nào tốt hơn để nuôi dạy con cái bằng việc ở trong ý muốn của Đức Chúa Trời. Ngài sẽ không kêu gọi bạn sống cuộc đời đầy dẫy những điều kinh khủng cho con cái của bạn đâu! Chúng tôi lớn lên với nhận thức về việc lập gia đình bằng đức tin không nao sờn, lắng nghe tiếng Chúa, làm theo và không bỏ cuộc là phương cách để bắt đầu và kết thúc mọi thứ. Đó là điều chúng tôi cũng gắng sức truyền thụ lại trong YWAM.

Con cái là thành viên trong đội

Khi chúng tôi cầu xin Chúa tài chính để mua đất cho cơ sở Kona, Đức Chúa Trời đã dẫn dắt cả cộng đồng trong việc dự phần dâng hiến. Cá nhân Loren và tôi đã lắng nghe Chúa phán rằng chúng tôi phải dâng hết mọi thứ - tất cả tiền bạc mà chúng tôi có – để mua khu đất rộng 45 mẫu Anh. Con cái của chúng tôi hoàn toàn hiểu rằng khải tượng về khu đất này không phải là lần đầu tiên cả gia đình phải dâng hiến bằng tất cả số tiền hiện có. Chúng cũng tin cậy Chúa nữa.

Buổi sáng tiếp theo, Karen và David đã cầm theo một cái khăn bọc thứ gì đó ở bên trong. Cả hai đứa nói rằng: "Nếu cha mẹ đã dâng hết mọi thứ, thì tụi con nghĩ mình cũng phải làm như vậy nữa". Chúng đã vét sạch heo đất. Đó là một hành động rất can đảm vì cả hai đã dành tiền để mua xe đạp. Hai chiếc xe đạp mà chúng muốn mua chỉ tốn chừng 50 đô-la mà thôi, còn số tiền để dành chỉ mới được một nửa. Nhưng cả hai đứa không muốn né tránh cơ hội dâng hiến lần này.

Hai tuần sau, vài người bạn hồi còn thơ ấu của tôi đến thăm tại Kona. Chúng tôi đã có một cuộc thăm viếng rất tuyệt vời. Trước khi về, họ đã nói rằng: "Chúng tôi có một món quà dành cho hai đứa con của anh chị". Đó là hai cái ví. Tôi cảm ơn họ rằng: "Tôi sẽ để hai cái ví này dưới gối vào tối nay để khiến chúng bất ngờ vào sáng mai". Khi David và Karen tìm thấy cái ví rồi mở ra, mỗi ví có 50 đô-la ở trong đó! Mấy người bạn của chúng tôi không hề biết về khoản dâng hiến của hai đứa, nhưng Đức Chúa Trời biết. Ngài đã ban thưởng cho đức tin của chúng. Nhận được câu trả lời nhanh chóng giúp chúng nhận ra hai điều – sự vâng lời của chúng và sự rộng rãi của Đức Chúa Trời. Tôi ước rằng mình cũng nhận được câu trả lời nhanh như vậy!

Tôi tin rằng Đức Chúa Trời vui lòng bày tỏ sự thành tín của Ngài đối với con cái. Một trong những bà mẹ đơn thân cầu xin một cây thông để trang trí Giáng Sinh và những món quà dành cho con cái của mình. Cô ấy không có tiền, nhưng lại có đức tin và cũng cho phép những đứa con cùng cầu nguyện với mình nữa. Chỉ trong vài ngày, một cây thông Giáng Sinh được chuyển tới nhà của họ. Rồi những món quà cũng lần lượt được gửi tới từ những người mà họ không hề quen biết. Không hề dùng tới trang điện tử kêu gọi nào cả, nhưng Đức Thánh Linh đã cảm động tấm lòng của họ để làm phước cho gia đình này.

Đầu tiên là Đức Chúa Trời; thứ hai là Đức Chúa Trời; thứ ba là Đức Chúa Trời ... Đức Chúa Trời ở trong mọi sự

Có vài lần, tôi nghe ai đó nói rằng mình phải giữ sự cân bằng trong đời sống gia đình. Họ sẽ nói rằng: "Phải ưu tiên Đức Chúa Trời trước hết, gia đình là thứ hai và chức vụ là thứ ba". Tôi biết tấm lòng của họ đến từ đâu, nhưng tôi không tin như vậy, tôi cũng không nghĩ Kinh Thánh dạy như thế. Kinh Thánh dạy rằng: Đầu tiên là Đức Chúa Trời, thứ hai là Đức Chúa Trời, thứ ba là Đức Chúa Trời, cuối cùng cũng là Đức Chúa Trời. Ngài mới là đầu tiên và cuối cùng. Phải có Đức Chúa Trời trong mọi sự!

Đức Chúa Trời là Đấng hết sức thành tín với gia đình và mục vụ của chúng tôi hơn cả sự trung tín của chúng tôi nữa. Làm theo ý muốn của Ngài luôn là điều cao cả nhất và tốt nhất đối với mọi người. Khi Đức Chúa Trời ở đúng vị thế của Ngài, thì Ngài sẽ chi phối mọi sự. Ngài không kêu gọi ai đó dự phần vào công việc nào đó mà họ phải bỏ mặc con cái của mình. Nhưng Ngài cũng không muốn con cái trở thành hình tượng trong đời sống của chúng ta đâu.

Có nhiều cha mẹ quá lo lắng cho con trai và con gái là nhân sự YWAM khi chúng phải sống không lương bổng ở nơi đất khách quê người, rồi bắt đầu có thêm con cái nữa. Họ tưởng thế này: "Con cái của chúng sẽ ăn gì đây? Chúng sẽ đi học thế nào?" Đức Chúa Trời biết rõ nhu cầu của chúng, còn tôi thì biết rõ điều này sau nhiều thập kỷ: Đức Chúa Trời sẽ tiếp trợ mọi nhu cầu của từng đứa một để làm trọn sự kêu gọi của Ngài dành cho chúng. Đó là lời chứng của hơn 30 nhân sự YWAM thuộc thế hệ thứ hai mà chúng tôi đã gặp ở Colorado. Đó cũng là lời chứng cá nhân của chúng tôi nữa.

Con trai của chúng tôi là David đã sớm biết rằng nó sẽ trở thành một nhà làm phim. David đã hoàn thành vài khoá học tại Trường Đại học Các dân tộc, nhưng lại cần thêm vài chương trình huấn luyện đặc biệt nữa trong lĩnh vực làm phim. David đã nộp đơn vào Trường Đại học Nam California, sau khi được chấp thuận vào học thì có hai người bạn kia được Chúa cảm thúc đã dâng số tiền tiết kiệm để hỗ trợ David vì con trai của họ qua đời vài năm trước đó. David là một trong số những sinh viên đã tốt nghiệp đứng đầu chuyên ngành Điện ảnh Truyền hình của Trường Đại học Nam California, nó đã gửi lời cảm ơn họ vì món quà ấy đã giúp nó hoàn thành giấc mơ của mình.

Đức Chúa Trời không hề mắc nợ ai cả. Ngài là Đấng thành tín đối với gia đình, là tế bào chủ chốt để hình thành nên xã hội mà Ngài đã tạo ra. Khi bạn vâng lời Chúa bước đi theo sự kêu gọi của Ngài, thì phước hạnh mà Ngài tuôn đổ trên đời sống bạn không hề có ngõ cụt – và Ngài còn ban ân điển cho bạn trong những lúc khó khăn nữa.

Tôi bị cáo trách về rất nhiều thứ ở trong đời sống của mình, nhưng không bao giờ bỏ mặc con cái vì mục vụ hay bỏ mặc mục vụ vì con cái. Sự cân bằng này là điều không thể đạt được bằng trí khôn của tôi. Khi tôi đồng nhịp cùng với Đức Thánh Linh, tìm kiếm Ngài thật chi tiết về việc xây dựng gia đình, Ngài luôn thành tín bày tỏ với tôi những việc cần phải dự phần và không dự phần. Ngài phán với tôi khi nào cần phải cho phép con cái theo cùng và khi nào không cần phải làm điều đó; Ngài bày tỏ với tôi khi nào cần phải ở nhà với con cái khi chúng đi học về và khi nào không cần phải làm vậy. Có nhiều lý do trong cuộc sống và trong chính đời sống của con cái, điều quan trọng là chúng ta phải lắng nghe Đức Chúa Trời một cách thật chi tiết để biết được khi nào chúng cần ở gần mình và khi nào chúng cần không gian để tự phát triển bản thân.

Gia đình với sứ mạng

Kể từ khi YWAM đón nhận gia đình vào trong sứ mạng, thì cũng là lúc sự vui mừng nảy nở nhiều hơn khi các chương trình, trường học, mục vụ và kết quả xuất hiện từ chính giá trị này. Giờ đây, chúng tôi có nhiều trường học, những kỳ trại, các mục vụ và các chương trình giáo dục ở khắp nơi trên thế giới được xây dựng để giúp đỡ các gia đình.

Chúng tôi nghe thấy nhiều lời chứng từ các cặp vợ chồng khi bước vào YWAM là trạm cuối cùng để cứu vãn hôn nhân và gia đình của họ. Chúa là Đấng làm được những điều đó, khi tấm lòng của họ thuận phục hợp tác với Chúa. Các nhân sự trong trường cũng dạy những người làm cha thường vắng mặt ở nhà vì yêu cầu của công việc biết cách chơi đùa với con cái của họ. Nhiều người không biết làm thế nào để liên hệ với con cái của họ vì không biết dành thời gian và không có tấm gương để noi theo.

Người trẻ tuổi có thể lãnh đạo chúng ta

Mục vụ King's Kids Quốc tế do Dale Kauffman tiên phong đã khuyến khích các gia đình đi thực tập cùng nhau, chia sẻ Phúc Âm bằng âm nhạc, đóng kịch, giảng dạy, xây dựng và giúp đỡ đủ mọi hình thức. Họ làm việc với nhau trong tinh thần của Phục Truyền 6:6-7 chép rằng: "Các lời mà ta truyền cho ngươi ngày nay sẽ ở tại trong lòng ngươi; khá ân cần dạy dỗ điều đó cho con cái ngươi, và phải nói đến, hoặc khi ngươi ngồi trong nhà, hoặc khi đi ngoài đường, hoặc lúc ngươi nằm, hay là khi chổi dậy".

Mục vụ King's Kids đã trở thành một mục vụ năng động, họ đã phát triển một giáo trình hiệu quả để dạy các học viên về Đức Chúa Trời là Đấng lạ lùng và cách thức để giúp người khác biết Ngài. Khi các em thiếu nhi và thanh thiếu niên biết Chúa nhiều hơn, thì chúng đã đáp ứng bằng sự thờ phượng và còn khiến chúng tôi phải ngạc nhiên vì khả năng lắng nghe tiếng Chúa một cách chi tiết nữa.

Mục vụ King's Kids Quốc tế đã lan rộng đến các Hội thánh địa phương khi họ đón nhận khái niệm này và bắt đầu sống với nó. Không ai biết rõ đã có bao nhiêu người tham dự vào mục vụ này ở khắp nơi trên thế giới hay có bao nhiêu người sẽ bước vào thiên đàng vì họ đã gặp gỡ Chúa Jêsus qua mục vụ này.

Được nhận làm con nuôi trong gia đình của Đức Chúa Trời

Một mục vụ khác mà chúng tôi đã chứng kiến sự phát triển nhảy vọt và kết quả đáng chú ý là mục vụ gia đình của YWAM đã mở ra chương trình nhận con nuôi hay nhận nuôi trẻ em tạm thời dành cho các em gặp khó khăn. Vì chúng ta đã được nhận làm con nuôi ở trong gia đình của Đức Chúa Trời, nên chúng tôi biết được tầm quan trọng của việc nhận nuôi trẻ em có cha mẹ không thể chăm sóc vì họ qua đời sớm, nghiện ma tuý hay nghiện rượu, bị ở tù, gặp khó khăn về kinh tế... để chúng lớn lên trong một gia đình, chứ không phải trong các trụ sở.

Một gia đình mà tôi biết có hai con ruột đã nhận nuôi 11 đứa con trong vài năm trước để bảo vệ và chăm sóc cho đến khi chúng được nhận nuôi trong một gia đình lành mạnh sau này. Gia đình này đã được Cơ quan Dịch vụ Nhân sinh liên hệ nói rằng: "Chúng tôi có ba trẻ em cần gia đình nhận nuôi ngay".

Gia đình YWAM này đã được thôi thúc phải nhận nuôi ba đứa trẻ là anh em ruột với nhau. Chúng có những vết bầm và những dấu răng từ cha mẹ. Một ngày kia, đứa trẻ ba tuổi đã rỏ ra hung hăng với con gái út của cặp vợ chồng, nó tấn công và cào cấu đứa bé gái. Nhân sự YWAM tí hon ấy đã phản ứng rằng: "Dừng lại. Mình yêu bạn! Chúng ta không làm như vậy ở trong gia đình!" Đứa con trai liền dừng lại. Bao nhiêu người trong chúng ta có được Thánh Linh của Chúa Jêsus mạnh mẽ đến như vậy!

Chúng tôi có nhiều nỗ lực tiên phong ở khắp nơi trên thế giới để bảo vệ trẻ em chưa ra đời, chăm sóc trẻ em bị cha mẹ bỏ rơi và sắp xếp chỗ ở cho trẻ em được sống trong gia đình Cơ Đốc. Vì Thi thiên 34:18 chép rằng: "Đức Giê-hô-va ở gần những người có lòng đau thương, và cứu kẻ nào có tâm hồn thống hối".

Hôn nhân thánh

Phần cuối cùng của giá trị này nói về hôn nhân, tức là giao ước để bắt đầu và làm nền tảng cho một gia đình lành mạnh. YWAM đã từng là môi trường để các bạn trẻ độc thân tìm được nửa còn lại của mình – đó là những người có cùng sự kêu gọi, cam kết lắng nghe, vâng lời và dấn thân trọn đời vì Đức Chúa Trời!

Nhưng không phải ai cũng được kêu gọi để bước vào hôn nhân, bạn không cần phải kết hôn thì mới được trọn vẹn và sống có kết quả trong Vương Quốc của Đức Chúa Trời. Có những người độc thân đang sống cuộc đời hạnh phúc, chúng tôi không ám chỉ rằng ai cũng phải kết hôn hay tạo thêm áp lực trên đời sống của họ. Cũng có vài người sống độc thân lần thứ hai vì nửa còn lại đã qua đời hay đã ly dị. Đức Chúa Trời là Đấng có thể tạo ra sự đẹp đẽ và tươi mới ngay cả trong lúc tuyệt vọng. Trong YWAM có đủ chỗ cho người nào hết lòng phục vụ Đức Chúa Trời, rất nhiều người độc thân và cha mẹ đơn thân đóng vai trò quan trọng trong mục vụ và giới lãnh đạo của YWAM.

Nhưng đối với người nào được kêu gọi bước vào hôn nhân, thì điều quan trọng phải biết rằng YWAM ủng hộ và tán thành quan điểm của Kinh Thánh về ý muốn của Đức Chúa Trời dành cho[12] hôn nhân giữa một người nam và một người nữ. Trong Sáng thế ký 2, chúng ta thấy Đức Chúa Trời tạo ra người nam và người nữ (hai giới tính khác nhau). Hôn nhân được xác định rõ ràng bằng một giao ước trọn đời. Sáng thế ký 2:24 chép rằng: "Bởi vậy cho nên người nam sẽ lìa cha mẹ mà dính díu cùng vợ mình, và cả hai sẽ nên một thịt". Chúa Jêsus cũng khẳng định rằng hôn nhân là một giao

---

[12] Xem "Những suy nghĩ về Giá trị 15 của David Joel Hamilton: YWAMValues.com

ước hiệp một giữa một người nam và một người nữ đã được ký thuật lại trong Ma-thi-ơ 19:4-6.

Trên thế giới ngày nay, mỗi quốc gia có điều luật riêng để bảo vệ hôn nhân đồng tính và những điều luật liên quan đến các vấn đề giới tính và bản sắc cá nhân – đó là lĩnh vực riêng của chính quyền mỗi nước. Còn đối với YWAM và những ai đã chọn trở thành một phần trong YWAM thì cam kết vững chắc của chúng ta phải phù hợp với quan điểm của Đức Chúa Trời về giới tính và hôn nhân như đã được Kinh Thánh chỉ rõ.

Hôn nhân và vai trò mục vụ

Tôi có nhiều tuyển tập bài giảng về hôn nhân và vai trò mục vụ, nhưng tôi chỉ muốn nói về một khía cạnh. Vai trò mục vụ của mỗi người tuỳ thuộc vào sự kêu gọi, ân tứ và khả năng của từng cá nhân mà Đức Chúa Trời đã ban cho và muốn họ quản trị thật tốt. Rất nhiều lãnh đạo trẻ kết hôn với những lãnh đạo trẻ. Khi một người nữ bước vào hôn nhân, cô ấy vẫn giữ được ân tứ và sự kêu gọi mà Chúa đã ban cho trước khi kết hôn. Đối với người nam cũng vậy.

Trong Rô-ma 11:29, sứ đồ Phao-lô nói về ân tứ và sự kêu gọi là "chẳng bao giờ thay đổi" – có nghĩa là những điều Chúa đã ban không hề thay đổi và chúng ta cũng không "đánh mất" nó. Khi con cái ra đời, người mẹ phải biết cân đối thời gian sao cho hợp lý. Nhưng tôi vô cùng ấn tượng trước các cặp vợ chồng YWAM đều là những người có khả năng lãnh đạo giỏi, người chồng luôn đảm bảo vợ mình có được cơ hội để đóng góp và lãnh đạo.

Tôi còn nhớ một lần nọ ở trong văn phòng cùng với đôi bạn trẻ luyên thuyên về chuyện sắp sửa kết hôn của họ. Đó là một cuộc hôn nhân xuyên văn hóa. Tôi là người rất gần gũi với họ khi còn độc thân và cũng rất vui vì tôi có thể nhìn thấy tiềm năng ảnh hưởng của họ khi trở thành một đội với nhau ở trong công tác sứ mạng. Lúc ấy, tôi nhớ là mình đã nói với chàng trai ấy rằng: "Tôi nghĩ em đã biết điều này, em sắp sửa cưới một người rất xuất sắc vì cô ấy có khả năng lãnh đạo rất giỏi. Cô ấy sẽ không bao giờ đấu tranh để chứng minh khả năng lãnh đạo của mình, nhưng đó lại là bản sắc cá nhân của cô ấy. Nếu ân tứ của cô ấy không được phép biểu lộ, thì em sẽ phát hiện ra mình đã cưới một người nữ rất khác so với người phụ nữ mà em *tưởng* là mình đã kết hôn".

Tôi để ý chàng trai ấy đã có một quyết định chín chắn trong việc hỗ trợ và ủng hộ khả năng lãnh đạo của vợ mình. Tôi rất vui khi biết rằng ba đứa con của họ đều là những người kính mến Chúa Jêsus và phục vụ lẫn nhau trong vai trò riêng biệt của từng người. Gia đình của họ càng ngày càng tấn tới khi cả hai cùng hoàn thành vai trò lãnh đạo của mình.

Tấm lòng con đã buồn ngủ bấy lâu nay ...

Kể từ khi con gái của tôi là Karen trở thành giáo viên mầm non, nó thường đem về nhà những chuyện vặt rất hài hước hay rất sâu sắc sau một ngày làm việc ở trường. Hôm đó, nó kể chuyện này:

"Mẹ ơi, con biết làm thế nào để có những đứa trẻ YWAM và một cộng đồng dành cho trẻ em ở trong trường mầm non rồi".

Tôi gật đầu.

"Mẹ biết là tụi con luôn dành thời gian để trẻ con có cơ hội mời Chúa Jêsus ngự vào đời sống của mình phải không?"

"Đúng vậy".

"Một đứa bé 3 tuổi đã bỏ lỡ mất 'quyết định' ấy trong lớp vì nó bị bệnh. Sau khi trở lại, con đã nhờ giáo viên của lớp khác chia sẻ về sự cứu rỗi ở cấp độ mà nó có thể hiểu được. Con biết rằng nếu con là người mời các em trong lớp tiếp nhận Chúa Jêsus, thì tất cả các em đều sẽ 'đồng ý', vì chúng yêu mến con và muốn làm con vui lòng!"

Tôi cười thầm vì suy nghĩ ấy – đúng vậy! Mấy đứa nhỏ ấy nghĩ Karen là người quan trọng nhất thế giới, nên chúng sẽ dễ chìu theo ý muốn của nó!

"Khi đứa bé ấy trở lại lớp học sau khi nói chuyện với giáo viên kia, nó đã nói rằng: 'Con đã xin Chúa Jêsus ngự vào lòng của mình'. Con hỏi nó hãy giải thích điều ấy có nghĩa là gì. Nó trả lời rằng: 'Giống như tấm lòng con đã buồn ngủ bấy lâu nay, bây giờ nó mới tỉnh lại'. Con đã gặp giáo viên kia để kiểm tra lại, thì cô ấy đã giải thích như vậy với cậu bé – tấm lòng của nó đã được khai sáng!"

Đúng là một giây phút đáng vui mừng và thật là sâu sắc về cuộc gặp gỡ với Chúa Jêsus! Tôi tin rằng khi tấm lòng của cả gia đình được đánh thức vì sự kêu gọi của Chúa Jêsus để cùng nhau bước vào công trường sứ mạng, thì tất cả sẽ trở nên khác biệt – từ trong gia đình, cho đến cộng đồng và ở mọi nơi trên thế giới!

Chương 16

Giá trị 13 – Mối quan hệ

YWAM cam kết phải có mối liên hệ với nhau trong đời sống và công việc. Chúng tôi muốn được hiệp một trong lối sống thánh khiết, hỗ trợ qua lại, minh bạch, khiêm nhường và cởi mở trong giao tiếp, còn hơn là giữ cơ cấu hay nguyên tắc độc lập. (Lê-vi-ký 19:18; Thi thiên 133:1-3; Châm ngôn 17:17; Châmg ngôn 27:10; Giăng 13:34-35; Giăng 15:13-17; Giăng 17:20-23; Rô-ma 13:8-10; 1 Giăng 1:7; 1 Giăng 4:7-12).

Mỗi khi tôi hướng dẫn chương trình đào tạo lãnh đạo ở đâu đó trên thế giới thì chúng tôi đều học tập và sống cùng nhau một khoảng thời gian, thường thì một cơ sở YWAM tại địa phương sẽ đón tiếp chúng tôi. Khi đến nơi, tôi thường hỏi họ cho tôi biết danh sách những hướng dẫn mà họ thường phát cho học viên bởi vì tôi muốn họ dạy cho tôi biết những nguyên tắc góp phần hình thành nên những chính sách hay để đưa ra quyết định. Tôi muốn họ chỉ cho tôi thấy mô hình Cây Niềm Tin có những giá trị, niềm tin và những hướng dẫn phản ánh Đức Chúa Trời, con người và thế giới… Tôi muốn biết và hiểu được lý do cơ bản đằng sau một chính sách nào đó trước khi tôi làm theo.

Có vài thứ rất rõ ràng, chẳng hạn như các chính sách liên quan đến việc bảo vệ cơ sở vật chất mà họ đã tin tưởng giao phó cho chúng tôi. Nhưng có những điều khác lại không rõ ràng.

Tại một cơ sở kia, họ có quy định dành cho người nam và người nữ không được đi bơi cùng nhau. Cơ sở đón tiếp trường học của chúng tôi có một bể bơi màu ngọc lam lấp lánh nằm tại vị trí trung tâm của cơ sở. Tôi gãi đầu không hiểu vì sao lại có ý tưởng "không được đi bơi cùng nhau". Tôi muốn biết ý tưởng này đến từ đâu, thế là tôi bắt đầu đưa ra câu hỏi:

"Điều này có liên quan đến văn hóa địa phương không?"

"Không". Tôi để ý thấy bể bơi không hề có thời gian quy định sử dụng hồ bơi riêng biệt dành cho đàn ông và phụ nữ. Người dân địa phương lại có thể đi bơi cùng nhau.

"Có phải là do các hệ phái trong nước quy định như vậy không?"

"Không phải".

"Có phải vì một số vấn đề liên quan đến đạo đức đã từng xảy ra khi nam nữ đi bơi với nhau không?"

"Không phải".

"Vậy thì quy định này đến từ đâu?"

Cuối cùng, tôi biết được rằng có một nữ giáo sĩ (không phải từ quốc gia ấy) đã nói với các nhân sự YWAM tiên phong cơ sở tại đó là không cho phép nam nữ đi bơi với nhau. Họ đã tôn trọng lời đề nghị của người nữ giáo sĩ mà áp dụng. Từ năm này qua năm nọ, nhân sự đến tham dự các hội nghị trong nước – được tổ chức ở những nơi có hồ bơi – nhưng không được phép đi bơi với nhau, cho dù khí hậu nóng đến ngột ngạt. Tôi bị sốc khi biết rằng chẳng có ai dám thách thức "quy định" này và đặt câu hỏi "vì sao" cả. Những người lãnh đạo phải luôn trả lời câu hỏi "vì sao" bằng cách đưa ra mô hình Cây Niềm Tin đối với những chính sách mà họ muốn tất cả phải áp dụng.

Tôi nói rằng: "Tôi xin lỗi, nhưng tôi không thể ủng hộ quy định này ở trong khoá học mà tôi đang hướng dẫn vì tôi không thể giải thích được điều này đến từ giá trị nào hay dựa trên nguyên tắc Thánh Kinh nào cả".

Các nhân sự hoàn toàn sững sốt. Họ phản đối rằng: "Không được đâu Darlene, chúng tôi cần phải giữ chắc quy định này vì…đây là đường lối đã được áp dụng bấy lâu nay".

Tôi nói rằng: "Tôi sẽ không công khai chống lại quy định này, nhưng tôi cũng không cho mọi người biết về quy định này và bày tỏ sự tán thành nào cả. Chúng tôi sẽ cho phép các học viên tự mình quyết định. Người nào muốn đi bơi thì cứ đi bơi. Nếu tôi phát hiện có sự chia rẽ ở trong cơ sở vào tuần thứ hai hay thứ ba, thì tôi sẽ công khai hạ mình xin lỗi anh chị em".

Không lâu sau hồ bơi hoàn toàn chật kín người. Tôi nhìn thấy niềm vui của các bà mẹ, các ông bố và trẻ con được thông công vui vẻ và nô đùa trong hồ bơi cùng nhau, bên cạnh những người bạn độc thân và đã kết hôn. Không có ai đến gặp tôi để than phiền về chuyện đó nữa.

Trong YWAM, chúng tôi luôn tin tưởng giới trẻ và mong rằng họ cũng là những người đáng tin cậy. Chúng tôi không muốn tạo ra một "văn hóa nghi ngờ" lẫn nhau. Chúng tôi muốn đối xử với các nhân sự YWAM bằng sự kính trọng như là những người cùng địa vị xã hội. Chúng tôi muốn mọi người được môn đồ hóa, phát triển và tăng trưởng ở trong Chúa một cách vững vàng và sống theo sự hướng dẫn của Ngài.

Sống bằng luật yêu thương

Ngay từ khi thành lập YWAM, chúng tôi muốn các đội ngũ được sống trong một gia đình, không phải liên hệ với nhau theo mô hình tổ chức hay kinh doanh. Mục tiêu của chúng tôi đó là họ sẽ kính yêu Chúa Jêsus đến nỗi muốn sống giống như Ngài bằng cách liên hệ với nhau – trong sự yêu thương, sự tử tế, sự khiêm nhường, sự thành thật, sự thẳng thắn, giàu ân điển và tin tưởng lẫn nhau.

Chúa Jêsus phán rằng: "Ta ban cho các ngươi một điều răn mới, nghĩa là các ngươi phải yêu nhau; như ta đã yêu các ngươi thể nào, thì các ngươi cũng hãy yêu nhau thể ấy. Nếu các ngươi yêu nhau, thì ấy là tại điều đó mà thiên hạ sẽ nhận biết các ngươi là môn đồ ta". (Giăng 13:34-5). Chúng tôi cam kết làm theo Đại Điều Răn cũng như hoàn thành Đại Mạng Lệnh.

Vì vậy mà tình yêu thương được mỗi thành viên trong các đội ngũ bày tỏ cho nhau – họ là những người đến từ nhiều quốc gia, khác tiếng nói, đa thế hệ, nhiều hệ phái và có những khác biệt – đã ảnh hưởng rất lớn đến những người được họ chia sẻ về Đấng Christ. Không phải lời lẽ mà hành động của chúng tôi mới nói lên tất cả. Ai nấy đều thấy rằng chúng tôi yêu thương lẫn nhau cho dù có nhiều khác biệt.

Sống minh bạch với nhau

Trong các trường đầu tiên ở Thụy Sĩ, chúng tôi thường ngồi trên sàn nhà để hội ý với nhau. Khi chúng tôi trò chuyện và cầu nguyện, Đức Thánh Linh cáo trách chúng tôi phải xưng nhận tội lỗi ở trước mặt Chúa và với nhau, từ đó có sự ăn năn và tha thứ. Chúng tôi không hề bắt buộc nhau phải có "lương tâm trong sạch ở trong Cơ Đốc giáo". Ấy là công tác dịu dàng mà sâu sắc của Đức Thánh Linh đã hành động trong lòng người nào cầu xin Đức Chúa Trời bày tỏ với họ bất kỳ điều gì không đẹp lòng Ngài.

Chúng tôi bắt đầu hiểu rằng con người không thể đến gần Đức Chúa Trời thánh khiết nếu vẫn còn miệt mài trong tội lỗi. Thi thiên 66:18-19 chép rằng: "Nếu lòng tôi có chú về tội ác, ắt Chúa chẳng nghe tôi. Nhưng Đức Chúa Trời thật có nghe; Ngài đã lắng tai nghe tiếng cầu nguyện tôi". Chúng tôi cũng nhận ra nếu không có mối liên hệ thành thật với Đức

Chúa Trời, thì chúng tôi không thể mở lòng để có mối liên hệ minh bạch với nhau.

"Sự thánh khiết" không phải là từ vựng phổ biến trong thời bấy giờ. Nhưng Đức Chúa Trời là Đấng thánh khiết, Ngài muốn chúng ta giống như Ngài. Không hề có một dấu vết hay sự thoả hiệp với tội lỗi ở trong đặc tánh của Ngài. Chúa ghét tội lỗi vì Ngài biết nó sẽ khiến chúng ta xa cách Ngài. Chúng ta có thể sống thánh khiết vì những gì Chúa Jêsus đã làm trên thập tự giá. Đức Chúa Trời là Đấng công bình; Ngài không yêu cầu chúng ta làm việc gì khó khăn, nhưng chúng ta có thể làm được mọi sự nhờ sức của Ngài.

Theo tôi thì lý do đầu tiên khiến mọi người rời bỏ cánh đồng truyền giáo là vì những vấn đề về mối quan hệ. Tôi tin rằng điều này sẽ không xảy ra nếu mọi người duy trì đời sống có "lương tâm trong sạch ở trong Cơ Đốc giáo". Khi chúng tôi gặp nhau để bắt đầu một ngày mới, các đội của chúng tôi cần phải chủ động đưa ra câu hỏi: "Sự hiệp một của chúng ta đang như thế nào?"

Từ các trường đầu tiên, chúng tôi đã thực hành việc tra xét lòng mình ở trước mặt Chúa để từ bỏ những điều không làm đẹp lòng Chúa hay làm tổn thương người khác. Chúa là Đấng thành tín trong việc cáo trách, bày tỏ sự thông cảm và sự sửa phạt mỗi khi chúng tôi cần. Kết quả là chúng tôi đã có được sự hiệp một không tưởng được và một đời sống tràn ngập niềm vui trong sự ăn năn và tha thứ.

Đức Chúa Trời thường phán với chúng tôi rằng nếu có ai làm tổn thương người khác bằng lời nói, ngay cả khi không cố ý, thì chúng tôi phải sửa ngay lại điều đó. Sự hiểu lầm rất dễ xảy ra, đặc biệt là trong bối cảnh xuyên văn hóa giống như YWAM! Tôi đã quyết rằng "sẽ không nuôi dưỡng sự cay đắng". Điều này không có nghĩa là chúng tôi không gặp nhau để giải quyết nan đề cách ổn thoả. Mà có nghĩa là chúng tôi không nên từ chối việc tha thứ cho nhau. Chúng tôi biết Thi thiên 133 chép rằng: "anh em ăn ở hòa thuận nhau…vì tại đó Đức Giê-hô-va đã ban phước" và chúng tôi cũng nhìn thấy sự tăng trưởng trong những năm đầu tiên ấy!

Người có các mối quan hệ minh bạch sẽ "mở ra những cánh cửa" cho nhau, họ cho phép mình phục hòa những bất đồng và sống với nhau trong sự hòa thuận. Nếu họ không có những mối quan hệ lành mạnh, thì mọi người sẽ đối xử với nhau bằng luật lệ.

Thỉnh thoảng trong một cộng đồng, các lãnh đạo sẽ đưa ra những quy định mới trên cơ sở vì có một hay hai người làm sai. Họ bắt đầu lưu ý bằng cách nói rằng: "Đừng làm điều này hay điều kia" hoặc là đưa ra một thông báo dài ngoằng về quy định mới. Kết quả là cả cơ sở bị khiển trách vì một hai hai cá nhân nào đó làm sai. Nếu có nan đề xảy ra, hãy tuân theo kế hoạch phục hòa ở trong Ma-thi-ơ 18. Hãy đến với (những) người đó bằng tình yêu thương và sự khiêm nhường, làm sao để cách cư xử và mối quan hệ đó đi đúng hướng.

Làm theo những hướng dẫn của Ngài

Khi tôi nói chỉ cần có "vài quy định", tôi không có ý nói rằng chúng ta phải bỏ hết mọi quy định; Tôi muốn nói là chúng ta nên làm theo một nguyên tắc chỉ đạo đó là Kinh Thánh và tuân theo Luật Vàng đó là: "Hễ điều chi mà các ngươi muốn người ta làm cho mình, thì cũng hãy làm điều đó cho họ, vì ấy là luật pháp và lời tiên tri" (Ma-thi-ơ 7:12).

Chúng ta cần vài hướng dẫn để bảo đảm an toàn, trật tự và tạo điều kiện cho mọi người có cùng phương hướng. Nhưng các nguyên tắc chỉ đạo ấy cần phải phục vụ cho mục đích của Đức Chúa Trời, chứ không phải để kiểm soát mọi người. Chỉ nên có vài nguyên tắc mà thôi, bởi vì luật lệ là phương cách kém hiệu quả nhất để thúc đẩy mọi người có hành động tích cực.

Khi một chính sách được đưa ra, giống như thí dụ về hồ bơi không được có hai giới tính, thì chúng ta cần phải chia sẻ được lý do hình thành nên chính sách ấy sao cho phù hợp với Cây Niềm Tin. Khi một quyết định được đưa ra ở cấp độ chính sách (nhánh cây), thì chúng ta cần phải giải thích được giá trị (thân cây) và niềm tin về Đức Chúa Trời (gốc rễ).

Ở thành phố Lausanne, đã từng có (và hiện có) một quy định đó là sinh viên không được đốt nến ở trong phòng, ngay cả khi người Thụy Sĩ rất thích cảm giác ấm áp khi có đèn cầy trong phòng. Tại sao? Bởi vì chính quyền liên bang đã đưa ra luật cấm các khu ký túc xá đốt lửa. Luật này được đưa ra để bảo vệ người dân, chứ không cấm đoán ai cả. Dù đó là luật pháp do chính quyền đưa ra, chứ không phải YWAM, nhưng đó là điều luật muốn đem lại ích lợi cho người dân, ấy cũng là giá trị mà Đức Chúa Trời muốn ban cho từng cá nhân.

Nếu có ai vi phạm những hướng dẫn đã được đưa ra, thì vấn đề phải được xử lý bằng "mối quan hệ", tức là phải mang lại sự sống và sự biến đổi. Nếu xử lý vấn đề theo hướng "tổ chức", thì sự việc sẽ gây ra sự cay đắng và chia rẽ các mối quan hệ.

Nếu mọi người chỉ biết làm theo quy định, thì họ chỉ làm theo quy định ấy trong một thời gian ngắn mà thôi. Nhưng nếu họ không được dạy về những niềm tin và các giá trị đằng sau những quy định hay chính sách, thì họ rất dễ lặp lại những sai phạm, thói quen hay tội lỗi khi họ không còn ở trong môi trường ấy nữa. Trong YWAM, chúng tôi không muốn mọi người tuân thủ những quy định hay tiêu chuẩn ở bề ngoài; chúng tôi muốn họ hiểu rõ, "sở hữu" và bị chi phối bởi các nguyên tắc Thánh Kinh từ bề trong.

Khi ai đó tin rằng "thà kiểm soát mọi người bằng luật lệ còn hơn là tin tưởng họ bằng sự tự do", thì thái độ ấy không những không mang lại kết quả lâu dài mà còn khiến mọi người rơi vào chỗ thất bại nữa. Chúng tôi thà làm việc với nhau bằng mối quan hệ - tức là phục vụ mọi người trong vai trò cố vấn và huấn luyện viên, tin tưởng họ như Đức Chúa Trời đang làm. Chúng tôi muốn dạy họ đường lối của Ngài và giúp họ xây dựng nền tảng trong lòng để đưa ra những quyết định khôn ngoan trong cuộc đời.

Một trong những người đồng công với tôi kể lại câu chuyện về Rusty, anh ta là người hướng dẫn thờ phượng còn trẻ tuổi ở Hội thánh của bà. Anh ta đến thành phố Amsterdam để học DTS do Maureen Menard (là Giám đốc của Trung tâm DTS Quốc tế và cũng là Phó chủ tịch của Trường Đại học Các dân tộc) hướng dẫn. Người bạn của tôi đến Amsterdam trong khi Rusty đang học ở đó, bà ấy hỏi rằng: "DTS của em như thế nào?"

Cậu ta trả lời rằng: "Rất tuyệt vời – còn khác với những gì em tưởng nữa".

"Khác như thế nào?"

"Em nghĩ DTS giống như một doanh trại quân đội có rất nhiều quy tắc và luật lệ. Khi tới nơi, em đến gặp Maureen và những lãnh đạo khác để nói rằng: 'Em muốn đầu phục vai trò lãnh đạo của mọi người. Nếu có điều gì trong đời sống của em cần được chỉnh đốn, xin hãy cho em biết'. Em hoàn toàn bất ngờ trước câu trả lời! Bà ấy nói rằng: 'Cảm ơn em. Chúng tôi cũng muốn nói điều tương tự như vậy: nếu em có thắc mắc bất kỳ điều gì trong đời sống hay vai trò lãnh đạo của chúng tôi, hay có điều gì không đúng, xin hãy cho chúng tôi biết'".

Đây là lối sống có xu hướng mối quan hệ, chứ không bị lèo lái bởi luật lệ.

Thay vì giới hạn sự phục vụ của Rusty trong DTS, họ đã nhận ra những ân tứ và phẩm chất tin kính của cậu ta để mời anh chàng này vào đội hướng dẫn thờ phượng ở trong trường. Họ còn mời cậu ta hướng dẫn thờ phượng tại những buổi liên hiệp các thành phố của YWAM nữa. Chàng trai trẻ ấy kết luận rằng: "Bởi vì em được tin tưởng nên em muốn là người đáng tin cậy! Em được tăng trưởng rất nhiều trong mối liên hệ với Chúa Jêsus và người khác, những ân tứ của em cũng được phát triển ở trong DTS nữa!"

Giải quyết xung đột theo Kinh Thánh

Có lẽ bạn đang hỏi rằng: "Làm thế nào để sống trong mối liên hệ yêu thương thật cởi mở với những người đã từng làm tổn thương mình?" Điều đầu tiên tôi muốn khuyến khích bạn cần phải làm đó là xin Chúa tra xét và bày tỏ cho bạn biết điều gì không đẹp lòng Ngài. Chúa Jêsus hỏi rằng: "Sao ngươi dòm thấy cái rác trong mắt anh em ngươi, mà chẳng thấy cây đà trong mắt mình? Sao ngươi dám nói với anh em rằng: Để tôi lấy cái rác ra khỏi mắt anh, mà chính ngươi có cây đà trong mắt mình? Hỡi kẻ giả hình! Trước hết phải lấy cây đà khỏi mắt mình đi, rồi mới thấy rõ mà lấy cái rác ra khỏi mắt anh em mình được" (Ma-thi-ơ 7:3-5).

Một khi lòng bạn có thái độ tốt, thì Ma-thi-ơ 18:15-16 có những hướng dẫn rõ ràng về cách tiếp cận những người đó và giải quyết tình huống theo đường lối của Thánh Kinh. Hãy nhớ là Kinh Thánh nói rằng lời nói đúng lúc – giống như quả táo vàng có cẩn bạc (Châm ngôn 25:11).

Nhưng chuyện gì sẽ xảy ra nếu người khác "đi guốc trong bụng" của bạn, ai đó đối chất cùng bạn về một điều nào đó mà bạn đã làm tổn thương họ?

Trước hết, hãy cầu xin Chúa bày tỏ với bạn nếu điều đó là đúng, rồi nhanh chóng ăn năn. Nhưng chuyện gì nếu điều ấy không đúng? Tôi có một "bản năng luật sư" ở trong mình, nếu ai đó liên tục sử dụng thứ vũ khí "bạn thế này – bạn thế kia – bạn thế nọ", thì tôi sẵn sàng bắn trả lại là "Không – bạn thế nọ – bạn thế này – bạn thế kia…mới đúng!" Nhưng tôi cố gắng hiểu rõ lời lẽ của người đó và tấm lòng của họ. Cách họ tiếp cận có thể rất dữ dằn hoặc thiếu khôn ngoan, nhưng tôi thấy rằng nếu dâng những lời phàn nàn của họ cho Chúa trong sự hạ mình, thì tôi thường học được vài điều. Hãy tìm kiếm lẽ thật. Ngay cả khi người nói tỏ ý "phớt lờ" hay người kiện cáo chẳng có lý do chính đáng, thì lúc nào cũng có bản chất thật được bộc lộ ra. Một câu hỏi quan trọng cần phải hỏi bản thân đó là: "Điều gì đã khiến người này nhìn nhận tình huống như vậy?" Có thể vì hiểu lầm hay vì thiếu thông tin cần phải được chỉnh sửa lại.

Một trường hợp vô cùng nhục nhã trong đời sống của tôi đã xảy ra khi tôi đang hướng dẫn các hoạt động tại cơ sở Kona. Một ngày nọ, có một phụ nữ đến gặp tôi nói rằng: "Darlene, tôi có bảy điều muốn nói cùng bà – năm trong số đó là những điều tiêu cực và hai điều còn lại là tích cực". Cô ấy liền nói hết bảy điều giống như những quả đạn bắn ra từ cây súng săn hai nòng. Khi nói xong, tôi không thấy hai điều tích cực nào cả.

Trước đó, tôi biết cô ta là người hay cáu kỉnh. Chúa đã cho tôi biết rằng không cần phải vội vàng trả lời ngay. Tôi đã lắng nghe và đáp lại rằng: "Cảm ơn bạn đã nói ra những điều mà tôi cần phải lưu ý. Tôi biết mình còn phải học nhiều lắm. Tôi sẽ đem những điều này ra trước mặt Chúa và xin Ngài tra xét lòng của tôi".

Không lâu sau, cô ấy bỏ đi, tôi đã kêu cầu Chúa rằng: "Ngài có nghe thấy mấy lời cô ấy nói về con không? Điều này có thật không, thưa Chúa?" Ngài đã đáp lời tôi một cách dịu dàng rằng: "Một chút". Nhưng sự cáo trách của Chúa còn dễ đón nhận hơn lời kiện cáo của cô ấy, tôi đã làm theo những gì Chúa cáo trách tôi.

Mặt đối mặt

Thanh Niên Với Sứ Mạng không tồn tại nhờ có cấu trúc hay tổ chức. Người nào biết rõ chúng tôi sẽ đều khẳng định như vậy! Chúng tôi được gắn kết với nhau bằng khải tượng, niềm tin, giá trị và mối quan hệ.

Từ những ngày đầu của YWAM, chúng tôi nhận ra mỗi khi tập hợp gia đình toàn cầu lại để gặp nhau mặt đối mặt, thì Đức Chúa Trời luôn bày tỏ với tập thể về hướng đi, sự khích lệ và sự sửa phạt. Điều quan trọng đó là chúng tôi không hề sống độc lập hay cô lập mình.

Hê-bơ-rơ 10:25 chép rằng: "Chớ bỏ sự nhóm lại như mấy kẻ quen làm…" Trong Cựu Ước, chúng tôi thấy dân Y-sơ-ra-ên đã tụ họp lại vào những sự kiện như Lễ Vượt Qua, Lễ Ngũ Tuần và Lễ Lều Tạm. Khi các gia đình này gặp nhau, người Do thái đã củng cố các mối quan hệ và lắng nghe Lời Chúa với nhau. Họ kể lại lịch sử gia đình cho con cháu của họ, duy trì sự kêu gọi và bản sắc dân tộc. Họ thà chịu mất thời gian, sức lực và sự trả giá để được gặp nhau.

YWAM cũng vậy. Nhân sự của chúng tôi trải rộng ở khắp nơi trên thế giới. Mặc dù chúng tôi thường liên hệ với nhau qua các kênh truyền thông trực tuyến, chúng tôi cũng ưu tiên gặp gỡ nhau trong khu vực và trong các nhóm mục vụ, cũng có lúc ở các sự kiện quốc tế nữa. Tại sao? Bởi vì những mối quan hệ mà chúng tôi cố gắng xây dựng và Lời Chúa mà chúng tôi đón nhận tại các cuộc gặp gỡ này đã thắt chặt hết thảy chúng tôi lại với nhau một cách sâu sắc hơn. Đối với tôi và rất nhiều nhân sự YWAM khác, chúng tôi luôn "sẵn sàng" một cách tự động mỗi khi có cơ hội gặp nhau như thế. Trừ khi Đức Chúa Trời không muốn chúng tôi làm điều đó, ngoài ra thì chúng tôi không cho phép thời gian, tài chính, đường sá xa xôi hay những chuyện vặt ngăn trở chúng tôi gặp nhau.

Kinh Thánh nhắc nhở chúng tôi rằng: "Kìa, anh em ăn ở hòa thuận nhau thật tốt đẹp thay! ...Vì tại đó Đức Giê-hô-va đã ban phước, tức là sự sống cho đến đời đời" (Thi thiên 133:1 & 3b)

Chương 17

Giá trị 17 – Bày tỏ sự hiếu khách

YWAM khẳng định rằng sự hiếu khách là cách để bày tỏ đặc tánh của Đức Chúa Trời và tôn trọng giá trị của người khác. Chúng tôi tin rằng sự cởi mở của tấm lòng, sự chuẩn bị nhà cửa, cơ sở YWAM để phục vụ và tôn trọng lẫn nhau, tiếp đón khách mời, người nghèo và người gặp cảnh khó khăn là rất quan trọng, ấy không phải là hành động xã giao, mà là cách bày tỏ sự rộng rãi. (Sáng thế ký 18:1-8; 2 Sa-mu-ên 9:1-11; Thi thiên 68:5-6; Châmg ngôn 22:9; Ê-sai 58:7; Ma-thi-ơ 25:31-46; Công-vụ 28:7-8; Rô-ma 12:13; Hê-bơ-rơ 13:1-3; 1 Phi-e-rơ 4:9).

"Tôi đã chuẩn bị hết giường chiếu cần thiết! Tôi đã chiên bánh kếp xong rồi! Tôi không muốn có thêm một VỊ KHÁCH nào nữa ở thành phố Lausanne này!" Tôi đã thốt ra mấy lời xưng nhận thiếu tử tế như vậy trước mặt Chúa trong "giờ tĩnh nguyện" ở khu rừng bên cạnh cơ sở của YWAM.

Từ lúc kết hôn với Loren, cứ hè đến là chúng tôi cùng nhau dẫn dắt các đội thực tập đi tiên phong những chỗ mới – ngoại trừ mùa hè LẦN NÀY! Karen Joy dễ thương của chúng tôi đã được hai tuổi. Khi em bé còn nhỏ thì việc đi lại và làm mục vụ dễ hơn. Nhưng khi Karen lớn thêm một chút và bắt đầu biết tung tăng, thì tôi cần phải làm sao để cả gia đình cùng dự phần vào sứ mạng.

Vào mùa hè năm ấy, tôi ở lại cơ sở YWAM cùng với Karen. Tôi còn nhớ rõ mình thường dõi theo những chuyến xe buýt chở các bạn trẻ từ cơ sở tiến ra cổng trước để bắt đầu chuyến đi thực tập đầy hào hứng của họ. Khi đó, ở cơ sở chỉ còn có tôi là Giám đốc Quản lý, Trưởng bộ phận bếp núc, Giám đốc giữ nhà, Trưởng ban hướng dẫn du lịch. Tôi trở thành "lãnh đạo" của mọi việc, nhưng chẳng có ai để lãnh đạo cả. Tôi đã làm hầu hết mọi chuyện và không thích một tí nào!

Tôi vẫn biết cách bày tỏ sự hiếu khách từ góc nhìn xã giao – gia đình của riêng tôi và gia đình của Loren đều phục vụ và tìm cách giải trí cho các vị khách mời, nhưng lần này thì mọi chuyện "đã đi quá đà".

Khi tôi vùng vằng đi vào cánh rừng, tôi hỏi Chúa về sự bất công đang xảy ra ở trên cuộc đời tôi. Ngài đáp rằng: "Darlenen, tại sao con không tìm hiểu Kinh Thánh nói gì về *mục vụ* hiếu khách?" Tôi hoàn toàn điếng người. Tôi chưa bao giờ nghĩ rằng sự hiếu khách là một "mục vụ". Tôi cứ tưởng đó chỉ là hoạt động xã giao mà thôi. Khi tôi nghiên cứu, tôi hoàn toàn sững sốt khi biết rằng Lời Chúa dạy rất nhiều về sự hiếu khách (Tôi tìm được 36 địa chỉ Kinh Thánh). Đó là những điều xuất phát từ tấm lòng của Đức Chúa Trời, Ngài là Đấng vô cùng rộng rãi và cũng là Đấng có lòng hiếu khách nhất trong cả cõi vũ trụ này! Đó chính là một phần trong bản chất của Ngài và đã được bày tỏ rất nhiều qua đặc tánh của Ngài! Ngài cũng kêu gọi chúng ta trở nên giống như Ngài nữa.

Trong 1 Phi-e-rơ 4:9-10 chép rằng: "Người này người khác phải tiếp đãi nhau, chớ có cằn rằn. Mỗi người trong anh em hãy lấy ơn mình đã được mà giúp lẫn nhau, khác nào người quản lý trung tín giữ các thứ ơn của Đức Chúa Trời".

Ga-la-ti 6:9 chép rằng: "Chớ mệt nhọc về sự làm lành, vì nếu chúng ta không trễ nải, thì đến kỳ, chúng ta sẽ gặt". Còn Hê-bơ-rơ 10:24 chép rằng: "Ai nấy hãy coi sóc nhau để khuyên giục về lòng yêu thương và việc tốt lành".

Yêu thương khách lạ

Sự hiếu khách có nghĩa gốc trong tiếng Hy-lạp là *philoxenos*, có nghĩa là "yêu thương khách lạ". Trong thư tín cuối cùng của Phao-lô, ông đã bày tỏ suy nghĩ về một người bạn có tên là Ô-nê-si-phô-rơ. Ông đã mô tả người này là "người nhiều phen yên ủi ta, chẳng hề lấy sự ta bị xiềng xích làm xấu hổ" (2 Ti-mô-thê 1:16). Tinh thần hiếu khách làm tươi tỉnh người khác; khiến họ tỉnh táo bằng sự tốt lành; sự hiếu khách nói với người khác rằng: "Chúng tôi yêu quý và tôn trọng bạn".

Tôi học được rất nhiều về tấm lòng hiếu khách của Đức Chúa Trời từ tổ chức Tin lành Chị em của Mary ở thành phố Darmstadt ở nước Đức. Khi Loren và tôi còn sống ở Thụy Sĩ, chúng tôi thỉnh thoảng tới thăm trung tâm nghỉ dưỡng của họ là nơi tràn ngập tinh thần hiếu khách. Cách đáp ứng nhu cầu của người khác, những ly nước lạnh được cách ngôn, từ bỏ sự thoải mái để phục vụ nhu cầu và đòi hỏi của người khác. Đời sống của họ ảnh hưởng chúng tôi, mục vụ hiếu khách đã trở thành một phần của YWAM.

Sự hiếu khách thật được hình thành từ giá trị tôn trọng người khác – từ bỏ kế hoạch định sẵn của mình để đón nhận sự can thiệp "từ thiên thượng". Ấy là cách để bày tỏ tình yêu thương và sự nhân từ của Đức Chúa Trời, ngay cả khi chẳng thổ lộ một lời nào.

Trong chuyến đi truyền giáo, gia đình tôi được ở lại tại nhà của một đôi vợ chồng nông dân người Ba-lan. Người chủ nhà không nói được tiếng Anh và chúng tôi cũng không nói được tiếng Ba-lan, thế là tất cả đã trở thành những chuyên gia ngôn ngữ ký hiệu. Chúng tôi dùng bữa với nhau nhiều lần, họ còn cho con cái của chúng tôi mọi thứ ở ngoài ruộng. Sau khi chúng tôi nói lời tạm biệt, tôi nói với Karen và David là: "Các con có thấy gia đình này không hề biết chúng ta là ai, nhưng họ đã mở cửa đón tiếp và chia sẻ với chúng ta những gì họ có không? Chúng ta không nói được ngôn ngữ của nhau, nhưng chúng ta lại yêu thương và phục vụ Đức Chúa Trời cùng nhau. Tấm lòng của chúng ta được gắn kết với nhau, còn Chúa Jêsus được vinh hiển bằng sự hiếu khách niềm nở của họ dành cho chúng ta".

Nhân sự YWAM thường kinh nghiệm được sự tử tế như vậy rất nhiều lần. Bởi thế cho nên chúng tôi là những người hiếu khách nhất quả đất! Khi chúng tôi đi lại và làm mục vụ, chúng tôi đã ở lại nhà của mọi người, dùng bữa tại bàn ăn của họ, di chuyển bằng xe, tàu, máy bay…của họ hoặc là cưỡi lừa, tiếp nhận sự khôn ngoan, lời cầu nguyện và sự hỗ trợ tài chính của họ. Chúng ta thực sự là những người được phước!

Bạn không có cơ hội thứ hai để gây ấn tượng lần đầu tiên!

Vào những ngày đầu của YWAM Lausanne, chúng tôi thường gặp nhau vào mỗi tối Chúa Nhật hàng tuần để dạy dỗ và thông công. Buổi nhóm này mở ra cho mọi người, có một người đàn ông tên là Donald Hoke nghe nói về buổi nhóm này thì xuất hiện vào một Chúa Nhật nọ. Nhân sự YWAM không biết ông ta là ai, nhưng họ đã tiếp đón ông rất tử tế như một vị khách. Họ mời ông uống cà phê và ăn bánh quy sau giờ nhóm và muốn tìm hiểu về ông như là một người quan trọng.

Hê-bơ-rơ 13:1-2 chép rằng: "Hãy hằng có tình yêu thương anh em. Chớ quên sự tiếp khách; có khi kẻ làm điều đó, đã tiếp đãi thiên sứ mà không biết".

Ông Hoke trở về nhà và nói cùng vợ mình rằng: "Martha, anh vừa gặp những người trẻ tuổi rất dễ thương, nồng hậu và vô cùng hiếu khách tại YWAM". Ông mô tả cho vợ mình biết ông đã được đón tiếp tử tế như thế nào.

Vợ ông liền phản ứng: "Họ chỉ cư xử như vậy vì họ biết ông đang làm việc cho Hội đồng Lausanne của tổ chức Truyền giáo Thế giới và họ chỉ muốn kết nối với Billy Graham mà thôi".

"Không – họ chẳng biết tôi là ai hay tôi đang làm gì. Lòng hiếu khách của họ rất thành thật!"

Martha Hoke đã quyết định đến dự vào ngày Chúa Nhật tiếp theo để tự mình trải nghiệm lòng hiếu khách của nhân sự YWAM – bà đã đến!

Cuộc gặp gỡ ấy đã dẫn đến một mối liên hệ giữa YWAM và Hội đồng Lausanne. Sau đó, nhiều cánh cửa đã mở ra cho Loren để được làm bạn với Billy Graham và được trở thành một thành viên trong ủy ban mục vụ của ông. Đức Chúa Trời đã mở ra cánh cửa này chỉ vì hai người khách lạ đã được đón tiếp một cách nồng hậu trong danh của Đấng Christ.

Sự hiếu khách thật có thể bày tỏ bằng nhiều cách. Tổ chức Chị em của Mary đã dạy chúng tôi biết trân trọng từng vị khách. Tức là nếu họ đi đường sá xa xôi, thì có lẽ họ cần được no bụng. Chúng tôi thường chuẩn bị cho các vị khách một túi trái cây, đồ ăn nhẹ và một thiệp mừng tiếp khách. Túi đồ ăn là một cử chỉ rất sâu sắc để đáp ứng nhu cầu của họ. Chúng tôi cung ứng xà bông, khăn tắm, giường sạch để nghỉ ngơi, mật khẩu WiFi để họ báo tin cho gia đình biết rằng mình đã đến nơi an toàn. Nhưng việc làm này có thể trở thành hình thức – một nghi thức được thực hiện cách "tự động". Hay là được giao cho một bộ phận nào đó mà "công việc" của họ là chuẩn bị quà tiếp khách. Sự hiếu khách không phải là một phương pháp, mà là cách bày tỏ tấm lòng của Đức Chúa Trời.

Sự hiếu khách đòi hỏi sự chu đáo

Để bày tỏ lòng hiếu khách thì phải trả giá – bằng thời gian, sức lực và tài chính. Điều này đòi hỏi phải có kế hoạch, mua sắm, chuẩn bị đồ ăn, phòng ốc, trang trí. Thường thì vào ngày chuẩn bị cuối cùng cho một sự kiện nào đó (cảm tạ Chúa vì giá trị đội nhóm của chúng ta!), tôi thường thắc mắc là *Mình đang nghĩ gì vậy? Tại sao mình lại đồng ý tổ chức sự kiện này? Thật là mệt!* Sau đó, trong lúc dọn dẹp, tôi ngẫm nghĩ về những gì Đức Chúa Trời đã làm qua sự kiện ấy – mối thông công sâu sắc, sự gắn kết của mọi người, sự khích lệ từ mục vụ của nhau – tôi thường rất vui vì mình đã nỗ lực hết sức. Kết quả của sự kiện làm tươi tỉnh tinh thần của tôi và chính Đức Chúa Trời là Đấng phục hồi sức lực của tôi.

Hê-bơ-rơ 6:10 chép rằng: "Đức Chúa Trời không phải là không công bình mà bỏ quên công việc và lòng yêu thương của anh em đã tỏ ra vì danh Ngài, trong khi hầu việc các thánh đồ và hiện nay đương còn hầu việc nữa".

Chúng tôi muốn cách bày tỏ lòng hiếu khách của mình luôn có được sự tươi mới, mang lại sức sống và thật gần gũi với từng người – vì đó chính là cách bày tỏ Đức Chúa Trời là ai. Tôi được phước rất nhiều lần vì tấm thiệp tiếp khách. Người viết thiệp chắc hẳn đã xin Chúa bày tỏ một lời khích lệ dành cho tôi và những điều ấy luôn có ý nghĩa sâu sắc.

Sự hiếu khách là một đòi hỏi dành cho Lãnh đạo thuộc linh

Trong Tít 1:7-9, sứ đồ Phao-lô nói với Ti-mô-thê phải chọn ra những trưởng lão để coi sóc Hội thánh ở mỗi nơi. Ông tiếp tục hướng dẫn Ti-mô-thê biết phải chọn như thế nào: "Vì người giám mục làm kẻ quản lý nhà Đức Chúa Trời thì phải cho không chỗ trách được. Chẳng nên kiêu ngạo, giận dữ, nghiền rượu, hung tàn, tham lợi; nhưng phải hay **tiếp đãi khách**, bạn với người hiền, khôn ngoan, công bình, thánh sạch, tiết độ, hằng giữ đạo thật y như đã nghe dạy, hầu cho có thể theo đạo lành mà khuyên dỗ người ta và bác lại kẻ chống trả".

Trong mấy lời chỉ dẫn "bắt buộc phải có" nào là không chỗ trách được, tiết độ, thánh sạch và hằng giữ đạo thật như đã nghe dạy, thì người đó cũng phải hay tiếp đãi khách! Tại sao Đức Chúa Trời lại muốn người lãnh đạo phải biết tiếp đãi khách?

- Sự hiếu khách thường gắn kết người khác vào đời sống cá nhân và gia đình của bạn khi mời họ vào nhà của mình.
- Sự hiếu khách bày tỏ sự cởi mở và sự minh bạch.
- Sự hiếu khách bày tỏ sự tiếp nhận; không loại trừ người khác.
- Sự hiếu khách bày tỏ tấm lòng rộng rãi của Đức Chúa Trời.

Bạn bè và những người đồng công với tôi gồm David và Christine Hamilton là một trong số những người rất hiếu khách và rộng rãi với người khác mà tôi từng biết. David cũng là người nổi tiếng với lòng nhiệt thành dành cho số liệu. Chúng tôi thường gọi ông là "Nhà toán học Hamilton" bởi vì ông thường lưu trữ mọi thứ - nào là bảng điểm của các đội bóng mà ông yêu thích; số giường ngủ mà ông đã dùng trong một năm qua; số dặm bay mà ông đã đi được. Ông còn lưu lại số khách mời đã dùng bữa tại nhà của mình nữa. Họ đã tính được mỗi năm có khoảng 1,700 vị khách mời đã dùng bữa tại nhà của mình. Con số này không được tính vào trong dự chi thông thường của một nhân sự YWAM; David và Christine tin cậy Đức Chúa Trời sẽ chu cấp tài chính để tiếp đãi khách mời vì họ tìm thấy niềm vui trong việc làm này!

YWAM phải có tinh thần hiếu khách trong các mục vụ và tại các địa phương. Chúng ta phải ưu tiên việc làm này trong dự chi tài chính của cá nhân và của tập thể. Chúng tôi khuyến khích các cơ sở ở khắp mọi nơi nên có một khoản dự chi ở trong mục vụ cho phần hiếu khách. Nếu chúng ta keo kiệt và hẹp hòi trong khía cạnh này, thì ơn phước của Đức Chúa Trời cũng trở nên ít ỏi trên đời sống của chúng ta. "Hãy cho, người sẽ cho mình; họ sẽ lấy đấu lớn, nhận, lắc cho đầy tràn, mà nộp trong lòng các ngươi; vì các ngươi lường mực nào, thì họ cũng lường lại cho các ngươi mực ấy".

Cách bày tỏ giá trị

Tôi đã từng rất được khích lệ khi nhìn thấy các nhân sự YWAM ở nhiều nơi trong thành phố tổ chức các bữa tối thịnh soạn bằng những khăn trải bàn rất dễ thương cho người vô gia cư, người nghèo và người gặp cảnh khó khăn. Sau đó, họ ngồi lại với nhau để trò chuyện cùng họ, lắng nghe cuộc đời của người khác và cầu nguyện cho họ. Sau mỗi bữa ăn như vậy, một người đàn ông đã mở lòng nói rằng: "Chưa từng có người nào làm điều này cho tôi. Tôi chưa từng cảm thấy mình có giá trị trước đây". Đó chính là điểm quan trọng – Đức Chúa Trời yêu thương và trân trọng từng cá nhân mà Ngài đã tạo nên. Sự hiếu khách là cách bày tỏ sự chấp nhận của Ngài.

Các đội YWAM khác đã tổ chức những ngày cắt sửa móng tay/móng chân/xoa bóp cho những giáo viên ở các trường học tại địa phương để nói rằng: "Chúng tôi quý trọng bạn". Điều này nói lên tình yêu và giá trị mà Cha trên trời đã dành cho họ, từ đó mở ra nhiều cánh cửa để phục vụ những người như thế.

Vài năm trước, chúng tôi tổ chức một sự kiện dành cho các lãnh đạo quốc tế đến từ nhiều mục vụ không hề đồng công với YWAM. Chiếc lều màu trắng ở phía trước cơ sở của chúng tôi được trang trí bằng những bông hoa rất đẹp, các sinh viên quốc tế ăn bận quần áo bản địa của họ để phục vụ bữa ăn. Sau đó, tôi đi ra khỏi lều cùng một vị khách mời. Tôi biết buổi nhóm trước đó của họ được tổ chức tại một khách sạn năm sao, nhưng người phụ nữ lại thốt lên rằng:

"Thật không thể tin được!" Tôi đáp rằng: "Ồ, tôi biết chị có một sự kiện vừa rồi, chắc là phải hoành tráng hơn thế này". Người phụ nữ ấy đáp rằng: "Ồ, đúng vậy! Sự kiện ấy rất tốt. Nhưng cái đó được thực hiện bởi một công ty tổ chức sự kiện; còn sự kiện này được tổ chức bởi tấm lòng thành thật!"

Chúng tôi muốn các mục vụ bày tỏ cho khách mời biết rằng "sự hiện diện của bạn là niềm vinh hạnh của chúng tôi" cho dù sự hiếu khách được thực hiện bằng hành động tử tế hay những lời khích lệ.

Sự hiếu khách trong văn hóa khác biệt

Khi tôi đi lại nhiều nơi trên thế giới, tôi biết rằng sự hiếu khách được thực hiện rất khác biệt trong từng nền văn hóa.

Một trong những người bạn Nam Phi đã từng nói với tôi rằng: "Nhận được quà tiếp khách và thiệp mừng khi đến ở tại một cơ sở của YWAM là điều rất tuyệt vời. Nhưng tôi là người La-tinh – điều tôi muốn là người ta dành THỜI GIAN với tôi!"

Ông nói rằng những ai đến từ nền văn hóa mang đậm chủ nghĩa cá nhân thường bày tỏ sự tôn trọng cho người diễn giả của mình bằng cách chuẩn bị một căn phòng yên tĩnh và cách xa mọi người. Nhưng đối với người La-tinh thì ông không muốn bị cô lập như vậy. Nếu được, hãy thử mọi cách để làm vừa lòng khách mời của bạn – những gì người hướng ngoại thích thì không phù hợp với người hướng nội; còn những gì người hướng nội thích sẽ vắt kiệt sức người hướng ngoại. Nếu bạn là người có lòng muốn người khác cảm thấy được phước, được tươi tỉnh và được phục vụ, thì bạn sẽ hiếm khi làm sai.

Người ta sẽ đoán được nếu bạn chỉ muốn tỏ ra tử tế, hay bạn là người thực sự muốn quan tâm người khác. Hãy đảm bảo rằng gương mặt của bạn nói lên tấm lòng của mình. Trước khi tôi gặp gỡ Chúa ở trong khu rừng bên cạnh cơ sở Lausanne nhiều năm trước, thì tôi dám chắc rằng mọi hành động bề ngoài của mình đều "đúng". Nhưng các vị khách mời đều đọc được sự lằm bằm ở trong lòng tôi.

Nếu bạn đang sống và làm việc ở hải ngoại, thì hãy để ý cách bạn bày tỏ sự hài lòng hay không hài lòng đối với văn hóa của người chủ nhà. Các giáo sĩ cũng có lúc phàn nàn về người dân địa phương và cách họ làm mọi việc; chúng ta cũng có lúc lằm bằm về khí hậu và muốn được thưởng thức đồ ăn của quê nhà, thay vì thỏa lòng với những gì mình có. Nếu chúng ta truyền đạt góc nhìn ấy cho các vị khách mời, thì chúng ta sẽ giúp họ thoát khỏi cảm giác bị chơi khăm.

Khi có người đến thăm, ấy là cơ hội để bày tỏ tình yêu của bạn dành cho văn hóa và ẩm thực của đất nước mà Đức Chúa Trời đã kêu gọi bạn. Tôi cam đoan rằng người chủ nhà sẽ rất thích mỗi khi người nước ngoài thưởng thức truyền thống và ẩm thực của địa phương. Đó chính là sợi dây kết nối của sự hiếu khách. Đó là điều mà Loren đã làm với tôi trong chuyến đi tuần trăng mật ở khắp nơi trên thế giới! Anh ấy *rất thích các dân tộc* và đã giúp tôi được mở tầm mắt để trân trọng sự sáng tạo rất đa dạng của Đức Chúa Trời ở mỗi nơi.

Chúa Jêsus là tấm gương hoàn hảo về sự hiếu khách

Chúa Jêsus đã bày tỏ hành động hiếu khách và chấp nhận vĩ đại nhất trong lịch sử khi Ngài từ bỏ vinh hiển ở thiên đàng để trở nên giống như chúng ta! Ngài quan tâm đến các môn đồ của mình với tư cách là Đấng chăn chiên hiền lành. Ngài đã chu cấp cho họ đồ ăn và sự nghỉ ngơi. Ngài đã chuẩn bị Lễ Vượt Qua cho họ; Ngài đã chuẩn bị bữa sáng cho họ ở trên bờ biển Ga-li-lê; cho dù Ngài không phải là người chủ nhà, Chúa Jêsus đã rửa sạch đôi chân mệt mỏi đầy bụi bẩn của họ. Ngài là Đấng bày tỏ sự hiếu khách một cách rất thực tiễn!

Hãy làm theo tấm gương của Chúa Jêsus và suy gẫm về tình yêu thương của Ngài bằng cách bày tỏ lòng hiếu khách cho người tin Chúa lẫn người chưa tin Chúa mỗi ngày và ở mọi nơi.

Phần 4 – Chúng ta là phong trào truyền giáo toàn cầu

Các giá trị

Cấu trúc không tập trung
Thực hành sự lệ thuộc Đức Chúa Trời
Làm việc theo đội nhóm
Quốc tế và liên hệ phái
Truyền thông trung thực

YWAM là một phong trào tình nguyện toàn cầu có cấu trúc không tập trung. Chúng tôi được hiệp một bằng cách chia sẻ chung khải tượng, niềm tin cốt lõi, giá trị nền tảng và mối quan hệ. Chúng tôi mở ra các cộng đồng học tập và các mục vụ để phục vụ người khác và hoàn thành các mục đích của Đức Chúa Trời. Chúng tôi không lệ thuộc vào mô hình thứ bậc nhưng coi đó là một vinh dự và trách nhiệm thuộc linh để liên hệ với ban trưởng lão ở khắp nơi trong YWAM. Chúng tôi hoạt động theo đội nhóm, làm việc hỗ tương với các ân tứ và sự kêu gọi của người khác để nhìn thấy các mục đích của Đức Chúa Trời được hoàn thành. Chúng tôi thực hành sự lệ thuộc vào Đức Chúa Trời để chu cấp nhu cầu cá nhân và cho bất kỳ đội nhóm hay cộng đồng nào của YWAM. Chúng tôi chào đón từng dân tộc, từng sắc tộc, văn hóa và tiếng nói trong phong trào quốc tế của mình. Chúng tôi còn có đặc điểm liên hệ phái nữa. Chúng tôi thông công và đồng công với tất cả anh chị em ở trong thân thể của Đấng Christ. Chúng tôi tôn trọng quy cách truyền thông trung thực, chính xác, đúng thời điểm và phù hợp để duy trì các mối liên hệ lành mạnh và mục vụ hiệu quả.

Chương 18

Giá trị 7 – Cấu trúc không tập trung

YWAM là phong trào tình nguyện toàn cầu được vận hành bằng đức tin và có trọng tâm là Đấng Christ, YWAM được hiệp một bằng cách chia sẻ chung khải tượng, niềm tin cốt lõi, giá trị nền tảng và mối quan hệ. Chúng tôi không có cấu trúc tập trung. Mỗi mục vụ YWAM đều có được vinh dự và trách nhiệm thuộc linh để phát triển và duy trì các mối liên hệ lành mạnh với các bậc lãnh đạo và ban trưởng lão phù hợp. (Xuất 18:13-26; Dân số ký 1:16-19; Dân số ký 11:16-17, 24-30; Phục Truyền 29:10-13; Giô-suê 23:1-24:28; Công-vụ 14:23; Công-vụ 15:1-31; 1 Cô-rinh-tô 3:4-11; Tít 1:5-9; Hê-bơ-rơ 13:7,17).

Người nào ở ngoài YWAM thường cảm thấy khó hiểu về cách chúng tôi điều hành hàng ngàn nhân sự ở hơn 200 quốc gia, với bối cảnh đa dạng về truyền giáo, mục vụ thương xót và huấn luyện, các cấp đào tạo của trường đại học, mà không cần đến cấu trúc quản lý tổ chức ở một địa điểm nhất định. Tôi thường lấy làm lạ về cách mọi thứ được vận hành, nhưng tôi cũng không nên ngạc nhiên, vì đó lý ý định của Đức Chúa Trời từ lúc ban đầu.

Trong quyển sách *Sao biển và Con nhện* của tác giả Ori Brafman và Rod A. Beckstrom, họ đã giải thích rõ ràng về khái niệm và sự khác biệt giữa cấu trúc tập trung (con nhện) và cấu trúc không tập trung (sao biển). Với một tổ chức có cấu trúc như con nhện thì chiến lược và các quyết định đều mang tính tập trung. Các quyết định đều được đưa xuống từ cơ quan đầu não và được chuyển xuống cho các cấp trong tổ chức. Khi bạn cắt đứt đầu của con nhện thì mọi thứ đều sẽ sụp đổ theo.

Ngược lại, một tổ chức có cấu trúc như sao biển lại nắm giữ DNA và sự sống của toàn cục trong từng thành viên. Điểm độc nhất đó là sao biển có khả năng tự nhân bản trong từng tế bào. Do đó, nếu bạn cắt đôi sao biển, thì nó không chết đi; mà bạn lại có được hai sao biển – hai thực thể sống động. Gen di truyền và khả năng tự nhân rộng được tiêm nhiễm trong từng tế bào của nó.

Hội thánh đầu tiên là một phong trào dạng sao biển, vận hành trong vòng 300 năm mà không hề có cơ quan đầu não hay cấu trúc lãnh đạo thứ bậc nào cả. Sức sống của phong trào được duy trì bởi vai trò trưởng lão không gò bó và tuỳ thuộc vào từng cá nhân. Khi sự bắt bớ xảy ra, họ bị tản lạc khắp nơi, Hội thánh đã nhân rộng ngay trong chính thời điểm ấy vì mỗi thành viên đều mang trong mình bản sắc đặc trưng của Hội thánh.

Có một cấu trúc đàng hoàng không hề sai bởi vì có những quốc gia và chính quyền đòi hỏi YWAM phải có các cấp độ tại địa phương hay trên phương diện toàn quốc. Cho dù trong YWAM của chúng tôi đang có cấu trúc nào đi nữa thì hệ thống ấy phải phục vụ chính nhân sự và các mục đích của Đức Chúa Trời. Nói tới sứ mạng thì chúng tôi được lèo lái bởi Đức Thánh Linh, chứ không phải bởi ban ngành trong bộ phận. Chúng ta nên sẵn sàng thay đổi các cấu trúc nếu cần và cũng đừng bao giờ dùng cơ cấu tổ chức để kiểm soát công việc của Đức Chúa Trời hay dân sự của Ngài. Tôi biết rằng có nhiều mục vụ và hệ phái rất tốt đang có cơ cấu tổ chức khác với YWAM, họ được Đức Chúa Trời đại dụng để xây dựng Vương Quốc của Ngài. Nhưng đối với YWAM thì đây là đường hướng mà Chúa đã kêu gọi chúng tôi.

Tôi còn nhớ rất rõ mấy buổi cầu thay vào những ngày đầu tiên, Lời Chúa phán cho một nhân sự YWAM thì kết quả là một mục vụ mới được hình thành. Loren và tôi là những "trưởng lão lâu năm" dày dạn kinh nghiệm nhất của YWAM vào lúc bấy giờ, nhưng chúng tôi vẫn còn rất trẻ. Chúng tôi đã cẩn thận ngẫm nghĩ về "Lời Chúa" cùng với những người khác đang lắng nghe từ nơi Ngài và khuyến khích họ làm theo sự dẫn dắt của Chúa.

"Lúc cần thì nên thêm vào; lúc không cần thì nên bớt đi"

Khi YWAM phát triển vào những năm 1970, vai trò lãnh đạo của chúng tôi đã giúp tạo ra những cơ cấu phù hợp về mặt pháp lý để hỗ trợ cho các công tác mới được vận hành theo đúng quy định của nhiều quốc gia mà nhân sự YWAM đang làm việc và cũng phù hợp với nhu cầu của phong trào YWAM. Chúng tôi không bao giờ tạo ra những cơ cấu cố định hay tập trung hóa nhân sự. Chúng tôi đã tin – và vẫn tin – rằng **lúc cần thì nên thêm vào và lúc không cần thì nên bớt đi**. Cơ cấu ở trong YWAM không hề có sự kết nối hay dính líu với nhau, mà tất cả đều có sự tách biệt rõ ràng tuỳ theo cách vận hành và quản lý. Chúng tôi đã chăm chỉ làm việc để duy trì tốt các mối quan hệ lành mạnh và minh bạch với những người đã hỗ trợ, với chính quyền và các anh chị em khác ở trong thân thể của Đấng Christ. Kể từ khi YWAM được thành lập, chúng tôi luôn tìm kiếm lời khuyên từ các lãnh đạo Cơ Đốc khác.

Khi YWAM tăng trưởng, Đức Chúa Trời đã ban cho chúng tôi những đội ngũ lãnh đạo và nhiều hình thức đa dạng để cùng nhau chờ đợi Chúa trong công việc và đưa ra những quyết định.

Vào năm 1972, chúng tôi đã lập ra Hội đồng Quốc tế để hỗ trợ về mặt giám sát và bao phủ thuộc linh trước sự tăng trưởng mau chóng của YWAM. Các lãnh đạo lâu năm của chúng tôi đã họp lại mỗi năm tại Hội nghị Lãnh đạo Quốc tế, sau này gọi là Hội nghị Chiến lược Quốc tế.

Vào năm 1995, trước sự phát triển liên tục của YWAM trên toàn cầu, một mô hình mới được thành lập gọi là Ban Lãnh đạo Toàn cầu (GLT).

Vào năm 2002, YWAM đã có mặt ở hơn 1,000 khu vực tại 166 quốc gia cùng với 14,000 nhân sự trọn thời gian. Đức Chúa Trời đã mở mắt chúng tôi để nhìn thấy những khía cạnh bị trượt dốc và cần phải "sửa ngay" lại tấm lòng của mình để theo đúng đường lối của Ngài. Sự cầu nguyện khẩn thiết của chúng tôi đã xảy ra dẫn tới nhiều cơ cấu lãnh đạo được thay đổi để nhường chỗ cho Đức Chúa Trời và sự tấn tới về mặt khải tượng cũng như các mục đích của YWAM.

Buổi họp GLT vào năm 2009 tại Lausanne, Đức Chúa Trời đã phán một lần nữa, Ngài cảnh báo chúng tôi không được là bản sao của bất kỳ cơ cấu tổ chức hay nhà thờ nào cả, Ngài đã bày tỏ trong 1 Sa-mu-ên 8 nói về câu chuyện dân Y-sơ-ra-ên đã từ chối vai trò lãnh đạo của Đức Chúa Trời. Họ muốn có một "vua" giống như các dân tộc khác. Dân Y-sơ-ra-ên muốn có một vị vua hữu hình hơn là vị Vua vô hình và toàn năng. Với tư cách là các lãnh đạo toàn cầu đã hiệp lại với nhau trong sự cầu nguyện để kêu cầu Đức Chúa Trời rằng: "Chúng con chẳng muốn vị vua nào khác, ngoài Ngài là Vua Jêsus".

Khi buổi cầu nguyện trở nên trầm xuống, chúng tôi chờ đợi Chúa trong sự im lặng, một trong các lãnh đạo lâu năm của chúng tôi hiện đang làm việc tại Ấn Độ đã chia sẻ một khải tượng mà ông nhận được từ Chúa. Ông nhìn thấy nhiều người đang đứng trên những bậc thang có chiều cao khác nhau. Họ di chuyển lên xuống từ bậc thang này đến bậc thang nọ mà chẳng có xung đột hay ganh đua nào cả. Những bậc thang ấy cứ tiếp tục gia tăng cho đến khi không thể đếm được nữa. Khi ông nhìn thấy sự nhân rộng như vậy, thì các bậc thang ở giữa họ liền biến mất và tất cả đều có chiều cao bằng nhau – tức là không có bậc thang nào cao hơn bậc thang kia. Chính khải tượng này và phân đoạn Kinh Thánh trong 1 Sa-mu-ên 8 là lời khẳng định quan trọng dành cho các lãnh đạo lâu năm rằng Đức Chúa Trời đang có một sự thay đổi triệt để về cơ cấu lãnh đạo toàn cầu sẽ trở nên bằng phẳng. Chúng tôi bắt đầu sử dụng phạm trù "vòng trưởng lão" để mô tả đúng những gì ông nhìn thấy.

Đức Chúa Trời kêu gọi chúng tôi vận hành trong các vòng trưởng lão tại địa phương và các khu vực trong phong trào YWAM. Vai trò trưởng lão không nhất thiết phải là người lớn tuổi, nhưng phải là người đã trưởng thành thuộc linh. Ti-mô-thê là một lãnh đạo trẻ được sứ đồ Phao-lô chỉ định làm trưởng lão. Một vài phẩm chất dành cho người trưởng lão được liệt kê ở trong 1 Ti-mô-thê 3 và Tít 1.

Vào năm 2014, chúng tôi chuyển sang cơ cấu trưởng lão toàn cầu gọi là Vòng tròn Khu vực (ACTS). Trong đó gồm có vòng trưởng lão là những người có mối liên hệ và sự trưởng thành thuộc linh bao phủ phong trào YWAM của chúng tôi. Chính sự thay đổi này đã tạo ra sự tăng trưởng không chừng mực của cấu trúc không tập trung, với các vòng trưởng lão mới được hình thành theo nhu cầu ở nhiều khu vực địa lý và cấp độ đề tài, hoặc là để điều phối các sự kiện và các buổi họp mặt.

Sự tăng trưởng và những thay đổi về thời gian sẽ luôn đòi hỏi chúng tôi phải đánh giá lại những điều cần thiết, hầu cho chúng tôi có thể linh hoạt để thích ứng với các cấu trúc lãnh đạo.

Một cho tất cả; tất cả vì một; tất cả cho tất cả

Từng cá nhân, khu vực và mục vụ nên cam kết với đại gia đình YWAM chứ không chỉ riêng khu vực cụ thể nào đó.

Người nào phục vụ trong hệ thống Trường Đại học Các dân tộc nên quý mến, tôn trọng và bảo vệ người nào phục vụ trong các Mục vụ Tiên Phong và ngược lại; người nào đang làm việc trong các trường Biểu diễn Nghệ thuật hay Thể thao nên đón nhận và chinh phục người nào đang phục vụ người nghèo và người gặp cảnh khó khăn; người nào phục vụ trong Mục vụ Con tàu YWAM nên vẫy cao ngọn cờ ủng hộ những ai đang phục vụ trẻ em… Chúng tôi có cơ cấu không tập trung nhưng lại là một gia đình toàn cầu!

Một nguyên tắc đã giúp YWAM giữ vững cơ cấu không tập trung và đạt được nhiều kết quả đó là cách Đức Chúa Trời đã hướng dẫn chúng tôi về việc không trả lương cho nhân sự của mình, mà YWAM phải là một tập hợp các giáo sĩ tình nguyện. Chính quyết định này đã tạo ra một sự tự do đáng kể cho Đức Chúa Trời kêu gọi và sắp đặt mọi người ở đúng vị trí mà họ có thể ảnh hưởng tốt nhất.

Khi Loren và tôi cố gắng trả lương cho người thư ký văn phòng vào đầu những năm 1960, động cơ của chúng tôi không phải dùng tiền lương để kiểm soát những gì cô ấy làm mà chỉ muốn ủng hộ cô ấy bước theo sự kêu gọi của mình. Tuy nhiên, Đức Chúa Trời đã làm rõ một điều đó là Ngài không muốn chúng tôi trả tiền cho nhân sự của mình từ một quỹ chung nào đó. Nếu chúng tôi cương quyết trả lương cho nhân sự ngay từ đầu, thì có lẽ YWAM vẫn còn là một nhóm thiểu số cho đến ngày hôm nay.

Hãy thử tưởng tượng xem một nhân sự YWAM đến từ Chi-lê tên là Pedro muốn đi thực tập sáu tháng ở châu Phi. Pedro đã cam kết với một cộng đồng YWAM ở địa phương tại Chi-lê là nơi anh ấy phải trải qua tiến trình làm theo sự hướng dẫn. Anh ấy cũng nhận được sự hỗ trợ tài chính từ gia đình và bạn bè là những người biết rõ về anh và được kêu gọi để hỗ trợ và cầu thay cho anh. Anh ấy cũng làm trọn bổn phận giải trình với những người hỗ trợ và cộng đồng YWAM là nơi mình đang sinh sống và phục vụ. Pedro sẽ tự động cập nhật thông tin và kết quả từ chuyến đi thực tập ở châu Phi cho người nào đang cùng phục vụ với anh và người nào đang hỗ trợ anh.

Khi có từng nhân sự YWAM cam kết với một cộng đồng sứ mạng trong việc đưa ra quyết định và chịu trách nhiệm với những người đang hỗ trợ mình chính là khuôn mẫu mang lại hiệu quả cao và có thể nhân rộng ra thêm. Những nguyên tắc hướng dẫn và lệ thuộc vào Đức Chúa Trời về tài chính này có thể áp dụng cho tất cả cơ sở đang có mặt trên thế giới. YWAM có cấu trúc không tập trung, có sự giải trình, hiệp một trong công tác sứ mạng toàn cầu!

Ba khái niệm: Vòng tròn, Vòng tuần hoàn và Vòng địa phận

Vài năm trước, Chúa phán với Loren về cách vận hành YWAM theo hình tròn, tuần hoàn và địa phận. Mô tả này là điều rất hữu ích dành cho phong trào của chúng tôi. Chúng tôi đã nhìn thấy Chúa ban cho chúng tôi các **vòng tròn** ảnh hưởng, các **vòng tuần hoàn** hay giai đoạn để hoàn thành nhiệm vụ trong Chúa, và các **vòng địa phận** (những nơi Chúa gọi phải đi tới và phục vụ). Điều này chỉ thực sự hiệu quả khi đã có các mối liên hệ và truyền thông mạnh mẽ. Hãy nghĩ tới một hình ảnh giống như biểu tượng Thế vận hội Olympic có những vòng tròn gối lên nhau và hòa quyện vào nhau thì sẽ hiểu.

Những người bạn của tôi gồm Maida và Magdy đến từ Ai-cập là một minh hoạ tốt cho nguyên tắc này. Họ sống và phục vụ với YWAM ở thành phố Lausanne của đất nước Thụy Sĩ, hướng dẫn các trường học và các đội thực tập đến khu vực Trung Đông. Nhưng họ cũng cảm thấy được kêu gọi để phục vụ cùng với tôi trong các chương trình phát triển vai trò lãnh đạo. Trong nhiều giai đoạn khác nhau, họ liên kết với các đội từ Kona đến khu vực Trung Đông. **Vòng địa phận** của họ là ở Thụy Sĩ, Trung Đông và Kona. Họ đi **vòng tuần hoàn** qua các địa điểm này trong nhiều giai đoạn bởi vì họ có các **vòng tròn** liên hệ. Chỉ có sự khôn ngoan của

Đức Chúa Trời đã hình thành nên YWAM có cấu trúc không tập trung mới cho phép các khái niệm này được vận hành hiệu quả.

Khi ai đó nghe thấy phạm trù "không tập trung", họ liền tưởng đến mỗi người làm theo ý mình cho là phải, không có trật tự và liên kết chặt chẽ ở khắp nơi trên thế giới. Đó không phải là hiện trạng của phong trào YWAM. Đức Chúa Trời đã kêu gọi chúng tôi có cấu trúc không tập trung, nhưng mọi thứ được vận hành như một dàn nhạc giao hưởng và được lèo lái bởi Đức Thánh Linh. Chúng tôi được hiệp lại nhờ bốn điều sau đây:

- Khải tượng chung
- Niềm tin cốt lõi
- Giá trị nền tảng
- Có mối liên hệ và đầu phục lẫn nhau

Nếu bạn lấy đi một trong số những yếu tố trên, thì YWAM sẽ dừng kết quả. Cơ quan đầu não của chúng tôi là ở thiên đàng, còn chúng tôi chẳng có vị vua nào khác ngoài Chúa Jêsus là Đấng đang dẫn dắt chúng tôi.

Chương 19

Giá trị 16 – Sống lệ thuộc Đức Chúa Trời

YWAM là một phong trào tình nguyện được kêu gọi phải sống lệ thuộc Đức Chúa Trời về tài chính. Đối với từng cá nhân và bất kỳ đội ngũ hay cộng đồng nào của YWAM, điều này đến từ chính dân sự của Ngài. Vì Đức Chúa Trời đã rộng rãi với chúng tôi, nên chúng tôi muốn sống rời rộng, cống hiến bản thân, thời gian và tài năng cho Đức Chúa Trời mà không đòi hỏi phải được đền đáp. (Sáng thế ký 22:12-14; Xuất Ê-díp-tô-ký 36:2-7; Dân số ký 18:25-29; Ma-la-chi 6:25-33; Lu-ca 19:8-9; 2 Cô-rinh-tô 8:1-9:15; Phi-líp 4:10-20; Tít 3:14; 3 Giăng 5-8).

Tại sao Đức Chúa Trời kêu gọi nhân sự YWAM phải sống lệ thuộc Ngài về tài chính? Vì điều này giữ chúng tôi trong sự khiêm nhường và luôn biết rằng chúng tôi cần có Ngài. Chúa là Đấng tiếp trợ của chúng tôi, ngoài Ngài ra chúng tôi không thể kết quả được. Đức Chúa Trời là Đấng cảm động mọi người dâng hiến cho nhân sự và các mục vụ của chúng tôi. Chính cách tiếp cận tuỳ theo mối liên hệ này cho phép bất kỳ ai dù xuất thân thế nào có thể đi theo tiếng gọi của Chúa Jêsus, được hỗ trợ tài chính từ các mối liên hệ cá nhân của mình, còn hơn là nhận tiền lương từ tổ chức có cấu trúc tập trung. Chính cách tiếp cận này giúp kết nối gia đình và bạn bè của nhân sự YWAM lại với nhau để trở thành những người đồng công trong công tác của Đức Chúa Trời.

Sự phối hợp giữa "người đi ra" và "người hỗ trợ" là cách Đức Chúa Trời muốn chúng tôi vận hành như một phong trào. Chúng tôi không thể đi ra mà không có những người sẵn sàng đồng công với chúng tôi. Sự chiến thắng của chúng tôi cũng là thắng lợi của họ; khó khăn của chúng tôi cũng là của họ. Trong Ma-thi-ơ 6:21, Chúa Jêsus phán rằng: "… của cải ngươi ở đâu, thì lòng ngươi cũng ở đó". Người nào hỗ trợ tài chính cho chúng tôi cũng cầu nguyện cho chúng tôi nữa, lời cầu nguyện cùng với sự hỗ trợ rời rộng đầy hy sinh của họ có sức mạnh lớn.

Chính đời sống bằng đức tin lệ thuộc vào Đức Chúa Trời này củng cố các mối quan hệ và khiến chúng tôi có trách nhiệm giải trình với người nào đã dâng hiến cho mục vụ của chúng tôi. Chúng tôi đáp lại sự hỗ trợ rời rộng của họ bằng cách cầu thay cho họ và nhu cầu của họ, báo cáo với họ về mục vụ và thường xuyên kết nối với họ về những bài học và các nguồn tư liệu mục vụ khác.

Đức Chúa Trời là Đấng ban cho rộng rãi nhất trong toàn cõi vũ trụ. Tôi có thể viết thành truyện dài tập về những phép lạ mà tôi đã chứng kiến trong nhiều năm qua. Tôi thấy điều này xảy ra trong mỗi DTS khi các bạn sinh viên đặt lòng tin cậy Chúa để chu cấp cho những nhu cầu đi lại, tiền học phí và các khoản tiêu dùng trong chuyến đi thực tập khác. Điều này đã trở thành một lối sống cho hàng ngàn nhân sự YWAM, họ là những người đã cống hiến hết mình trước hết là để tìm kiếm nước Đức Chúa Trời.

Tôi đã nhìn thấy tận mắt sự tiếp trợ dư dật của Đức Chúa Trời cho nhu cầu cá nhân và gia đình như: con cái được đi học, nhu cầu y tế, đám cưới, đám tang, nghỉ dưỡng, xe cộ, công cụ âm nhạc và nhiều thứ cơ bản khác như thực phẩm, quần áo và nhà cửa. Tôi cũng nhìn thấy Đức Chúa Trời tiếp trợ cho cả một tập thể là các đội và cộng đồng của YWAM một cách lạ lùng. Chúng tôi đã kinh nghiệm sự dư dật của Đức Chúa Trời với tư cách là một tổ chức sứ mạng, chúng tôi đã được trao tặng rất nhiều tài sản ở khắp nơi trên thế giới một cách lạ lùng.

Hãy sống rộng rãi

Khi Đức Chúa Trời rời rộng với chúng ta và khi chúng ta sống lệ thuộc vào Ngài, thì Chúa thường thách thức chúng ta ban cho cách rộng rãi. Một trong những buổi dâng hiến đáng nhớ nhất đối với tôi ở trong YWAM là vào tháng 8 năm 1976, khi 150 nhân sự YWAM gặp nhau ở sông Eagle thuộc tiểu bang Wisconsin.

Đúng ba năm trước tại một buổi nhóm tương tự, Đức Chúa Trời đã sửa phạt và khiến chúng tôi phải hạ mình vì cớ những tội lỗi mà chúng tôi đã vi phạm khi kiên quyết mua cho bằng được một chiếc tàu New Zealand gọi là M/V Maori. Trong sự sốt sắng về mục vụ con tàu, Đức Chúa Trời đã cáo trách chúng tôi về việc tôn sùng một thứ bằng sắt – tức là con tàu – mà quên mất Chúa Jêsus đang bị lu mờ đằng sau cánh gà. Giống như đám đông ở thành Giê-ru-sa-lem năm xưa đã quá tập chú vào con lừa thay vì thờ lạy chính Chúa Jêsus là Vua trên muôn vua!

Chúng tôi đã ăn năn vì đã cướp mất sự vinh hiển vốn thuộc về Đức Chúa Trời và Ngài đã đưa ra câu hỏi này dành cho chúng tôi: "Các con muốn khải tượng về con tàu được sống lại hay được chữa lành?" Chúng tôi đã chọn xin Đức Chúa Trời làm cho khải tượng ấy sống lại, vì chúng tôi biết rằng làm như vậy thì Chúa Jêsus mới nhận được sự vinh hiển vốn thuộc về Ngài. Chúng tôi đã từ bỏ con tàu và chiếc Maori cuối cùng đã bị kéo đi bán làm phế liệu.

Loren và tôi đi từ thành phố này đến thành phố kia ở đất nước New Zealand, công khai hạ mình trước mọi người để giải thích cách Đức Chúa Trời đã sửa phạt chúng tôi và sự kiêu ngạo của chúng tôi. Rất nhiều người ở khắp nơi trên thế giới đã hỗ trợ tài chính để mua con tàu Maori, ngay cả khi khải tượng về con tàu ấy đã chết rồi, chúng tôi vẫn phải trung tin quản lý số tiền đã được hỗ trợ để mua tàu cho YWAM trong tương lai.

Trước buổi họp tại sông Eagle, Loren đã nói cùng tôi rằng: "Em biết gì không Dar, chúng ta vẫn có 130,000 đô-la tiền dâng hiến để mua tàu trong tương lai, còn tổ chức Operation Mobilization (OM) đang gây quỹ để mua con tàu M/V Doulos. Họ cần 150,000 đô-la. Không biết Đức Chúa Trời có muốn chúng ta dâng số tiền này cho họ chăng?"

Tôi giật mình, nhìn thẳng vào mắt của Loren và nói rằng: "Đó sẽ là tiếng còi kết liễu khải tượng con tàu YWAM của chúng ta đấy – rất nhiều nhân sự YWAM và bạn bè đã dâng hiến cho khải tượng này". Loren dừng lại suy nghĩ về những ẩn ý trong quyết định này. Cả hai chúng tôi đều muốn dâng số tiền ấy nếu đó là ý muốn của Đức Chúa Trời.

Khi chúng tôi đến dự hội nghị tại sông Eagle, chúng tôi ngồi trên những cái ghế nóng hổi đầy bụi bẩn dưới một cái lều màu trắng. Nếu tôi nhớ không lầm, thì nhóm thờ phượng đang chơi bài hát "Nhưng trước hết hãy tìm kiếm nước Đức Chúa Trời" trong khi những người khác tiến vào. Không lâu sau, rất nhiều lãnh đạo muốn kéo Loren một bên để hỏi rằng: "Tôi cảm thấy chúng ta phải dâng số tiền mua tàu cho OM. Điều này có đúng chăng?" Không ai biết Loren và tôi đã bàn luận và cầu nguyện về ý tưởng này rồi.

Lúc ấy, trong buổi nhóm cũng có Lời Chúa dành cho chúng tôi về việc sẽ trở thành một tổ chức sứ mạng có sự rộng rãi ở cấp độ mới hơn và Chúa muốn "ban phước cho chúng tôi như mưa từ trời".

Loren và tôi hội ý cùng với vài thành viên trong Hội đồng Quốc tế về việc dâng 130,000 đô-la cho OM để mua tàu. Tất cả đều đồng ý. Sau đó, Loren đã chia sẻ với tất cả mọi người điều Chúa phán với ban lãnh đạo. "Xin mỗi người chúng ta dành vài phút để hỏi Chúa về việc dâng số tiền 130,000 đô-la cho OM để mua tàu". Một sự im lặng liền xuất hiện dưới mái lều. Loren hỏi rằng: "Chúa phán gì với các bạn?" Tiếng mọi người vang lên từ nhiều nơi dưới mái lều rằng: "ĐỒNG Ý!". Sau đó, Loren nói OM cần 150,000 đô-la và mời tất cả dự phần dâng hiến cho đủ số còn thiếu. Chúng tôi lấy tiền dâng hiến thì tổng cộng được 150,000 đô-la. Khi số tiền đã được công bố cho mọi người, thì ai nấy đều vui mừng, nhảy nhót và ngợi khen Đức Chúa Trời. Tôi không nghĩ mình đã từng chứng kiến một buổi dâng hiến sôi động đến như vậy bao giờ.

Khi chúng tôi chuyển sang giờ thờ phượng, tôi nghĩ mình nghe thấy tiếng mưa rơi. Tôi nhìn ra ngoài nhưng chẳng thấy giọt mưa nào rơi xuống đất, thế là tôi đi ra để tìm hiểu xem tiếng động ấy là gì. Khi tôi nhìn lên trời thì có một đám mây đang trôi qua. Cơn mưa ấy chỉ rơi xuống trên mái lều của chúng tôi mà chẳng xuất hiện ở chỗ khác! Ấy là sự khích lệ của Đức Chúa Trời dành cho tôi khi chúng tôi trở thành một tổ chức sứ mạng có sự rời rộng, Ngài sẽ tiếp tục đổ phước xuống trên chúng tôi.

Tôi đã từng nói rằng: "Nếu bạn muốn sống bằng đức tin thì bạn phải ban cho một cách quyết liệt". Đức Chúa Trời đã kêu gọi từng nhân sự YWAM phải sống thật rộng rãi. Chúng tôi phải là những người biết cống hiến thời gian, tài năng và nguồn lực cho người khác mà không đòi hỏi phải được đền đáp. Tôi thấy rất vui vì điều này đang xảy ra trong phong trào sứ mạng ở nhiều nơi trên thế giới.

Mượn nhiều bình; đừng mượn ít

Vâng lời Đức Chúa Trời một cách chi tiết là điều cần thiết trong việc ban cho và nhận lãnh vì Ngài thường tiếp trợ cho tôi còn Chúa một cách cụ thể. Các cuộc gặp gỡ với Đức

Chúa Trời sau đây cho chúng ta có được sự mặc khải sâu sắc về đặc tánh và đường lối của Ngài.

Tôi rất thích câu chuyện ở trong 2 Các-vua 4 mô tả về tiên tri Ê-li-sê cư xử với người đàn bà góa đang mắc nợ không thể trả nổi. Các chủ nợ sắp sửa đến bắt hai đứa con trai của bà để trả nợ. Câu chuyện tiếp tục cho thấy sự tiếp trợ của Đức Chúa Trời là rất chi tiết. Ê-li-sê bắt đầu hỏi người đàn bà ấy đang có gì trong nhà. Bà đáp rằng "một bình dầu nhỏ". Ê-li-sê bèn kêu bà đi hỏi mượn hàng xóm những bình không một cách cụ thể rằng: "đừng mượn ít".

Nếu là bạn thì sẽ lấy bao nhiêu bình? Tùy vào sự vâng lời của bạn mà có được bấy nhiêu bình. Tôi là người chuộng tính thực tiễn, cho nên tôi sẽ đi hỏi mượn tất cả hàng xóm. Tôi sẽ không đến vào giờ ăn, tôi cũng sẽ chuẩn bị đủ chỗ trước khi hỏi mượn. Nhưng tôi biết Loren. Anh ấy sẽ đi thuê xe tải hay xe chở dầu – cả một nhà kho luôn đấy! Anh ấy sẽ đi bất kể ngày đêm.

Đức Chúa Trời phán "Hãy đi mượn thật nhiều bình – đừng mượn ít" cùng tôi rất nhiều lần khi tôi tin cậy Ngài tiếp trợ cả về nhân lực lẫn tài chính. Còn câu chuyện ở trong 2 Các-vua thì người đàn bà góa đã làm theo sự chỉ dẫn của Ê-li-sê, bà đổ đầy dầu vào từng bình đã mượn từ hàng xóm. Gia đình ấy đã xoay sở bán hết số bình dầu còn lại, trả hết nợ rồi mà vẫn còn dư tiền.

Trong Xuất Ê-díp-tô-ký 16, Đức Chúa Trời đã tiếp trợ bánh ma-na cho dân Y-sơ-ra-ên khi họ còn sống trong đồng vắng. Trong Xuất Ê-díp-tô-ký 17, Đức Chúa Trời đã tiếp trợ nước uống ra từ hòn đá. Trong Giăng 6, Chúa Jêsus đã dùng bánh và cá để nuôi đoàn dân đông sau khi lắng nghe lời dạy dỗ của Ngài. Trong Ma-thi-ơ 17, Chúa Jêsus phán cùng Phi-e-rơ đi bắt cá và mở miệng nó để lấy đồng bạc nộp thuế cho Sê-sa. Đức Chúa Trời là Đấng kỳ diệu khi bàn về cách tiếp trợ của Ngài cho chúng ta!

Khi Loren và tôi mới dọn đến sống tại thành phố Lausane, chúng tôi có một căn hộ nhỏ. Con gái của chúng tôi là Karen lúc ấy chỉ mới bốn tuổi đã nằm ngủ trên một cái giường nhỏ sát bên cạnh giường của chúng tôi, còn David thì nằm ngủ trên giường cũi. Chúng tôi biết gia đình kia cần một cái giường an toàn cho em bé mới biết đi chập chững. Nó thường ngủ lăn ra khỏi giường. Giường của Karen có thanh chắn hai bên, còn tôi cảm thấy Chúa muốn cho gia đình ấy cái giường của Karen. Tôi quyết định hỏi Karen về việc này. Karen suy nghĩ vài giây thì nói rằng: "Được mà mẹ, con muốn cho em bé ấy cái giường của con".

Tôi biết Karen chẳng nề hà việc phải ngủ trên ghế và trên sàn nhà thờ. Nó cũng biết dùng cái túi ngủ để nằm ngủ ở bất kỳ nơi nào. Nhưng tôi rất tự hào vì nó đã chia sẻ cái giường cho người khác.

Vài tuần sau, có một người tự lái xe chở tới một cái giường rất đẹp ở đằng sau xe tải – ông ta đem cái giường ấy đến cho chúng tôi! Đó là một cái giường gỗ được làm bằng tay, có những cái màn rất dễ thương nữa. Karen thấy rất vui.

Chúng tôi không ban cho với mong đợi sẽ được nhận lại; chúng tôi ban cho vì chúng tôi muốn giống Chúa Jêsus hơn. Phần thưởng thật trong đời này là được trở nên giống như Đức Chúa Trời trong sự rộng rãi. Như 1 Ti-mô-thê 6:18 chép rằng: "Họ phải làm việc thiện, làm nhiều việc phước đức, có lòng rộng rãi, sẵn sàng chia sẻ".

Trong YWAM, chúng tôi biết mình sẽ dự phần vào rất nhiều lần dâng hiến. Eliane, một trong những sinh viên người Thụy Sĩ, cảm thấy Chúa muốn cô dâng 60 đồng frăng trong giờ dâng hiến của Trường Truyền Giáo. Cô ấy trở về phòng để lấy tiền và chợt nhận ra mình chỉ có một tờ 50 đồng frăng và một tờ 20 đồng frăng trong ví. Cô ấy lần mò trong ví để tìm mệnh giá khác nhưng không còn tờ nào cả. Cô ấy kết luận rằng nếu dâng hiến nhiều hơn số tiền mà Chúa đã phán cũng chẳng sao, thế là cô ấy quyết định dâng 70 đồng frăng.

Vài giờ sau, Eliane trở về phòng, cô bị sốc khi mở ví ra thấy một tờ 10 đồng frăng. Đúng lúc ấy, người bạn cùng phòng bước vào. Eliane kể với cô bạn của mình về việc cô đã phải dâng 70 đồng frăng vì không tìm thấy mệnh giá nào khác trong ví. Cô bạn cùng phòng mỉm cười và nói rằng: "Vậy là tôi đã hiểu mọi chuyện. Khi tôi cầu nguyện về việc dâng hiến, Chúa đã phán cùng tôi về việc dâng tờ 10 đồng frăng cho *bạn* chứ không phải dâng hiến cho trường. Tôi cũng thấy lạ, nhưng tôi đã quyết định vâng lời Chúa, thế là tôi đã bỏ tờ 10 đồng frăng vào ví của bạn". Đức Chúa Trời còn thối tiền nữa đấy! Ngài đáp lời cầu nguyện một cách chi tiết, mỗi lần chuyện này xảy ra, đức tin của chúng ta được vững vàng hơn.

"Dâng hiến" không nhất thiết phải là tài chính. Trong Trường Đào tạo Lãnh đạo (LTS) ở thành phố Nairobi của Kenya, chúng tôi biết có nhiều người trong số 110 sinh viên (đến từ các quốc gia) gặp khó khăn về tài chính đến nỗi chẳng có đồng nào. Có người gợi ý rằng chúng tôi nên làm một "túi may mắn". Chúng tôi tìm được một túi xách được dệt theo kiểu châu Phi rất to và bán nó đi. Mỗi người được khuyến khích phải hỏi Chúa muốn họ nên bỏ gì *vào trong* giỏ; họ cũng được khuyến khích đến lấy bất kỳ vật gì ở trong giỏ để đáp ứng nhu cầu cá nhân của họ. Chúng tôi để giỏ ấy như vậy vài ngày, đồ vật được bỏ vào trong giỏ liên tục và được lấy đi khỏi giỏ nữa.

Một trong những câu chuyện rút ra từ lần dâng hiến ấy cho thấy Đức Chúa Trời là Đấng biết rõ nhu cầu của chúng ta, Ngài cũng là Đấng có sự hài hước nữa. Một người đàn ông nhỏ nhắn đến từ Phi-líp-pin đã mua được một cái quần lót mới trước khi bước vào trường LTS. Nhưng khi anh ta mở ra mới biết rằng mình đã mua một cái quần quá to. Anh ta quyết định bỏ cái quần lót vào trong giỏ may mắn. Trong trường LTS cũng có một anh chàng người Pô-li-nê-di vạm vỡ nói cùng vợ mình rằng: "Em có biết anh cần gì không – anh cần một cái quần lót. Nhưng chắc là chẳng có ai bỏ vào giỏ một cái quần vừa cái hông của anh cả". Bạn có biết chuyện gì xảy ra không – khi anh ta đến tìm trong giỏ may mắn thì có một cái quần lót mới toanh vừa vặn cái hông của anh ta luôn đấy!

Đức tin vượt qua thử thách

Sống bằng đức tin không phải dễ dàng. Vài nhân sự của chúng tôi đã sống vâng lời Chúa, họ đã cống hiến mọi thứ mình có và cũng chịu khổ rất nhiều. Họ đã bị bắt bớ, vài người đã bỏ mạng vì cớ Phúc Âm. Hê-bơ-rơ 11 là một chương nói về đức tin và sự vâng lời. Phân đoạn này cũng nói về đức tin trong thử thách. Hê-bơ-rơ 11:13-16 nhắc chúng ta nhớ rằng Cơ Đốc nhân là "khách lạ kiều ngụ" trên đất. Đức Chúa Trời kêu gọi chúng ta sống trong ánh sáng của cõi đời đời với tư cách là công dân trên trời. Như Jim Elliot là một giáo sĩ tử đạo ở Ecuador đã viết trước khi qua đời rằng: "Người khôn ngoan sẽ cho đi những gì không thể giữ lại để có được những điều không thể vuột mất".

Tôi có đề cập lúc đầu về người bạn của tôi tên là Paul, anh ấy đã tiên phong mở ra Trường Đại học Các dân tộc ở đất nước Togo, sau đó anh chuyển đến Cảng Harcourt ở Nigeria để mở ra một cơ sở mới. Trong khoá lãnh đạo mà tôi hướng dẫn ở Cảng Harcourt vào năm 2009, Loren và tôi đã sống trong một cái buồng hai tầng kế bên Paul và Rachel cùng hai cô con gái của họ. Tôi quan sát thấy tài chính của họ rất eo hẹp, một ngày kia tôi biết rằng họ không có tiền để mua bột giặt đồ. Tôi nói với anh ta rằng: "Paul à, tôi xin lỗi vì sau bao năm phục vụ ở trong YWAM, anh vẫn không có đủ sự hỗ trợ tài chính".

Anh ta đáp rằng: "Darlene ơi, bà không hiểu sao? Ở đây là Nigeria, có rất nhiều sự hối lộ và tham nhũng xảy ra. Nhiều người muốn lệ thuộc vào Rachel và tôi vì chúng tôi là những lãnh đạo. Chúng tôi thường xuyên nhận được những đề nghị hấp dẫn về tài chính, nhưng mà kèm theo đó là những điều khác nữa. Họ mong nhận được sự ưu đãi từ chúng tôi. Cho nên, tôi luôn cầu nguyện và cẩn thận trong việc tiếp nhận quà cáp. Nếu cá nhân tôi không có nhu cầu về tài chính, thì dập tắt tệ nạn đút lót chỉ là chuyện nhỏ. Nhưng vì tôi thực sự có nhu cầu về tài chính, cho nên mỗi lần từ chối của hối lộ là một hành động khiêu chiến về phương diện thuộc linh để đánh bại kẻ thù". Chúng tôi đã nhìn thấy Đức Chúa Trời sử dụng Paul một cách lạ lùng, người dân địa phương tin tưởng ông vì họ đã thấy được đời sống chính trực của ông.

Đức Chúa Trời của sự sống lại

Vài năm sau buổi họp tại sông Eagle, Đức Chúa Trời đã làm cho khải tượng về con tàu YWAM sống lại và chúng tôi đã mua được một con tàu lớn, đặt tên là M/V Anastasis. (*Anastasis* có nghĩa là sống lại trong tiếng Hy-lạp). Kể từ đó, Chúa đã mở rộng khải tượng này bằng cách sử dụng đủ loại tàu thuyền mọi kích cỡ để vươn đến các cù lao, các đảo quốc và các bộ tộc ở thượng nguồn chưa nghe về Tin lành. Ngày nay, chúng tôi có được hàng tá tàu thuyền đủ mọi kích cỡ để hoạt động tại các quốc gia, mục vụ Tàu YWAM tiếp tục tăng trưởng và kết quả.

Lệ thuộc Đức Chúa Trời và tôi con Chúa về tài chính giúp chúng tôi có được những kết nối với nguồn lực sống. Mọi vinh hiển quy về Vua Jêsus là Đấng lãnh đạo, là Đấng tốt lành và là Đấng chu cấp dư dật.

Chương 20

Giá trị 10 – Hoạt động theo đội nhóm

YWAM được kêu gọi để hoạt động theo đội nhóm trong mọi khía cạnh của mục vụ và vai trò lãnh đạo. Chúng tôi tin rằng một tập hợp gồm nhiều ân tứ, tiếng gọi, góc nhìn, mục vụ và thế hệ cùng làm việc với nhau trong sự hiệp một ở mọi cấp độ trong công tác truyền giáo mang lại sự khôn ngoan và sự an toàn. Tìm kiếm ý muốn của Đức Chúa Trời và cùng đưa ra những quyết định theo mô hình đội nhóm cho phép có sự giải trình và tạo ra sự kết nối, sự thôi thúc, trách nhiệm cao và làm chủ khải tượng. (Phục truyền 32:30-31; 2 Sử ký 17:7-9; Châm ngôn 15:22; Truyền đạo 4:9-12; Mác 6:7-13; Rô-ma 12:3-10; 2 Cô-rinh-tô 1:24; Ê-phê-sô 5:21; Phi-líp 2:1-2; 1 Phi-e-rơ 4:8).

Vào giữa những năm 1990, các lãnh đạo YWAM ở châu Âu đã mời Loren và tôi trở lại thành phố Lausanne của đất nước Thụy Sĩ để "tiên phong lại" công tác ở đó. Cơ sở đã đóng cửa một thời gian để tái thiết lại toà nhà mà chúng tôi gọi cách thân thương là "biệt thự nhỏ" được xây vào năm 1903. Sau đó, chính quyền Thụy Sĩ đã can thiệp và yêu cầu họ làm nhiều hơn dự định: phục hồi lại nền móng, lắp thêm hệ thống cống kép mới, xây tường chống cháy… Tất cả phải tốn đến hàng triệu đô-la – và chỉ có vài nhân sự còn lại tại cơ sở. Họ không được trang bị để hướng dẫn một dự án như thế.

Khi Loren và tôi nghe tin về cơ sở YWAM Lausanne thân thương rơi vào tình trạng mục nát, chúng tôi cảm thấy vô cùng lo lắng. Giống như Nê-hê-mi nhận được tin tức về các bức tường của Giê-ru-sa-lem cần phải tu sửa vậy. Không phải chúng tôi tôn thờ tài sản hay tòa nhà ấy đâu; mà vì đó là "mảnh đất thiêng liêng – là nơi thánh của Chúa" (Ê-xê-chi-ên 48:14) và chúng tôi biết rằng Ngài cũng buồn vì tình trạng "hết hạn" của nó.

Khi chúng tôi cầu nguyện, chúng tôi biết ngay rằng mình phải trở về Lausanne. Chúng tôi không nghĩ sẽ có bất kỳ đội ngũ quốc tế nào đi cùng với chúng tôi. Nhưng mỗi người trong nhóm đã tìm kiếm ý Chúa và gần như tất cả đều đi cùng chúng tôi đến Lausanne. Các lãnh đạo quan trọng khác đến từ khắp nơi trên thế giới cũng tạm dừng trách nhiệm của họ để bày tỏ sự hỗ trợ bằng cách tham gia vào đội và đóng góp khả năng lãnh đạo của họ. Một trong số đó là Markus Steffen, sau này ông đã trở thành Hiệu trưởng Trường Đại học Các dân tộc.

Chúng tôi phải "lộn ruột" của toà nhà lên và khi những mái ngói được dời đi, bạn có thể nhìn thấy được bầu trời. Khiếu hài hước của Loren thường xuất hiện vào những lúc khó khăn, anh ấy sẽ nói với các vị khách là: "Người ta thì có khách sạn 5 năm, còn chúng ta lại có khách sạn ngàn sao!"

Một trong những điều đầu tiên chúng tôi đã làm đó là thuê một ngôi nhà lớn gần đó để bắt đầu chạy Trường Huấn luyện Môn đồ và các khóa học khác. Bạn không thể "nghỉ Sa-bát" trong khi vẫn còn sự kêu gọi! Chúng tôi cũng dự phần dâng hiến – bằng số tiền cá nhân của mình – cho cơ sở YWAM tại Thụy Điển cũng đang gặp khủng hoảng.

Đức Chúa Trời là Đấng thành tín, còn YWAM Lausanne được cứu. Đến hôm nay, hơn 25 năm sau, cơ sở ấy đang phát triển rất mạnh và "đứng dậy từ vết sẹo" cùng với rất nhiều nhân sự và các mục vụ mới. Họ hiện đang tái cấu trúc lại các phòng học và phòng ký túc xá ở khu đất kế bên. Mọi vinh hiển quy về Chúa Jêsus!

Nếu Loren và tôi không trở về Lausanne cùng với một đội thì mọi thứ sẽ rất khó khăn. Sức mạnh của đội nhóm là điều quan trọng để đòi lại cơ nghiệp. Chúng tôi đã cùng nhau đối diện với những khó khăn, hỗ trợ lẫn nhau, lắng nghe sự dẫn dắt từ Đức Chúa Trời, cùng nhau cầu nguyện để vượt qua thử thách. Tôi không biết phải nhấn mạnh thêm về tầm quan trọng của giá trị hoạt động theo đội nhóm ở trong YWAM như thế nào nữa.

Vì sao hoạt động theo đội nhóm mang lại thành công?

Giá trị hoạt động theo đội nhóm của YWAM có liên quan đến giá trị tôn trọng cá nhân. Hoạt động theo đội nhóm phải bao gồm luôn yếu tố tôn trọng ân tứ của cá nhân, sự tương tác của các ân tứ, tính cách và góc nhìn, và đón nhận tất cả những điều này vì đó là ý định của Đức Chúa Trời. Các đội nhóm của chúng tôi phản ánh sự hiệp một và sự đa dạng vốn thuộc về Ba Ngôi Đức Chúa Trời. Từng cá nhân trong đội không chỉ có những điểm mạnh của riêng mình mà còn có các điểm mạnh về văn hóa nữa.

Các đội nhóm lành mạnh là những trụ cột vững chắc để dẫn chúng tôi đến với các dân tộc. Cho dù mục vụ là gì, chúng tôi cần có đội nhóm để cầu thay và thờ phượng cùng nhau, tìm kiếm sự dẫn dắt của Đức Chúa Trời, tiếp nhận lời khen, đưa ra quyết định và cùng nhau hoàn thành ý định của Ngài. Chúng tôi cần tất cả khả năng và ân tứ của từng thành viên trong đội để đạt được thành công. Chúng tôi cần sự minh bạch và giải trình ở trong đội để bảo vệ mọi người khỏi những lời buộc tội. Cần phải có sự tra xét và sự cân bằng, bởi vì chúng tôi là con người.

Không có cá nhân nào hội tụ tất cả ân tứ cần thiết để hoàn thành khải tượng, đó chính là ý định của Đức Chúa Trời. Khi một thành viên trong đội ngã xuống, người khác có thể giúp thành viên ấy đứng lên. Đức Chúa Trời đã tạo nên trong mỗi người một khao khát cần có sự liên hệ, Ngài muốn chúng ta tìm đến những người có ân tứ bổ sung để hoàn thành sự kêu gọi của Ngài dành cho chúng ta.

Chúng tôi không muốn có "tư duy tập thể" trong đội lúc nào cũng "đồng ý" với quyết định của người lãnh đạo. Thay vì thế, chúng tôi muốn có yếu tố "sắt mài nhọn sắt" (Châm ngôn 27:17) trong đội để mọi người nhận được những góc nhìn và ân tứ khác nhau.

Rô-ma 12 là một trong những đoạn Kinh Thánh nói về các ân tứ mà Đức Chúa Trời đã cài sẵn ở trong mỗi người chúng ta. Phân đoạn ấy nói rằng, trong một thân thể có nhiều chi thể, mỗi chi thể không có cùng chức năng mà vẫn thuộc về một thân thể, thì cũng vậy chúng ta có rất nhiều ân tứ trong đội, chúng ta nên sử dụng tùy theo lượng đức tin của mình, nào là: nói tiên tri, phục vụ, dạy dỗ, khích lệ, ban cho, lãnh đạo, thương xót (Rô-ma 12:4-7).

Phân đoạn ấy tiếp tục nói về tình yêu thương, rồi tiếp tục trong câu 16 rằng: "Hãy sống hòa hợp với nhau; đừng có ý tưởng kiêu ngạo, nhưng hòa mình với những người thấp kém. Đừng tự cho mình là khôn ngoan". Nói cách khác, đừng bày tỏ cách đối xử thiên vị.

Tất cả những gì tôi nói về hoạt động theo đội nhóm ở trong YWAM cũng phải thật như vậy khi làm việc trong đội với những tổ chức Cơ Đốc khác. YWAM có được vinh dự là một đối tác liên minh với các tổ chức khác. Ngay từ đầu, một thái độ cởi mở để học hỏi từ các chi thể khác trong thân thể của Đấng Christ đã thêm cho công tác truyền giáo toàn cầu có được sức mạnh đáng kể. Mỗi đối tác với những điểm mạnh riêng đã tạo ra một sự kết hợp tuyệt vời để xây dựng

Vương Quốc của Đức Chúa Trời ở cấp độ rộng lớn hơn thành quả của một tổ chức độc lập.

Đội nhóm trong công tác tiên phong

Trong Công-vụ 13:2-4, chúng ta thấy rằng Hội thánh Tân Ước "biệt riêng Ba-na-ba và Sau-lơ" để thực hiện sự kêu gọi của Đức Chúa Trời dành cho họ. "Sau khi kiêng ăn và cầu nguyện, họ đặt tay trên hai người và sai đi". Đây là mô hình của chúng tôi ở trong YWAM, cho dù chúng tôi sai các đội ngắn kỳ hay các đội tiên phong dài kỳ đi ra. Đây là chìa khóa thành công.

Một thí dụ nữa, khi tôi hướng dẫn một DTS lớn ở Kona có đến 205 sinh viên. Lúc nào cũng vậy, tôi luôn bật chế độ "phát hiện tài năng" và đã để ý tới một nhân sự DTS trẻ tuổi tên là Garth. Anh ấy nhận được sự kêu gọi đi đến Cambodia, tôi có thể nhìn thấy tâm tánh trưởng thành của chàng ta. Khi trường kết thúc, anh ta nói với tôi là: "Darlene ơi, sau khi trường kết thúc, em nghĩ mình sẽ dọn đến Cambodia và mở ra một cơ sở YWAM ở đó".

Tôi chắc rằng chàng ta được kêu gọi đến Cambodia, nhưng tôi đã nói rằng: "Garth à, em có thể cầu nguyện làm nhân sự cho một trường nữa ở Kona, với mục đích xây dựng một đội nhân sự và sinh viên cùng em đi thực tập ở Cambodia, sau đó hãy ở lại và tiên phong một cơ sở YWAM mới cùng với em được không?"

Em ấy đã đồng ý cùng lãnh đạo DTS tiếp theo, còn Đức Chúa Trời đã tiếp trợ một "vụ mùa bội thu" gồm có các nhân sự tuyệt vời đã được Ngài kêu gọi đến Cambodia. Họ kết ước cùng với anh tiên phong ở một thành phố gọi là Battambang. Garth có thể đã đi một mình, nhưng đó sẽ là một chặng đường chông gai để tiến tới thành công. Cùng với một đội đa dạng về ân tứ và sự cam kết, họ đã chạy nhiều DTS, giáo dục hơn 400 trẻ em mỗi ngày bằng chương trình phụ đạo, phục vụ cộng đồng ở các trại trẻ mồ côi, bệnh viện và các Hội thánh.

Hoạt động theo đội nhóm có được lợi thế về điểm mạnh và sự nhân rộng! Như Phục Truyền 32:30 chép rằng: "Làm sao một người đuổi được nghìn người, và hai người làm cho mười nghìn người tháo chạy".

Đừng là siêu nhân

Trong khi chúng tôi khuyến khích mọi người khám phá những ân tứ độc nhất của họ, chúng tôi không muốn sản sinh những siêu nhân và siêu sao. Một người cố gắng tiên phong mục vụ mới một mình, họ thường thất bại. Chúng tôi làm việc theo đội nhóm vì đó là sự xức dầu của chúng tôi. Trong Tân Ước, chúng tôi thấy Chúa Jêsus đã hành động theo đội nhóm. Ngài luôn có ít nhất ba người và thường là mười hai môn đồ cùng sống, cùng ăn và cùng phục vụ với Ngài. Vì thế, chúng tôi là ai mà nghĩ rằng mình có thể "đi một mình"?

Một điều nữa mà tôi đã nói với người nào đồng công với tôi, đó là: "Tôi không phải là một lãnh đạo hung dữ. Nếu bạn có ý tưởng hay hơn để thực hiện công việc, hãy đưa ra ý tưởng của bạn. Nếu bạn nghĩ tôi quên mất một điều nào đó, hãy đến hỏi tôi để giải thích nguyên tắc đằng sau quyết định ấy là gì". Nếu tôi lập luận của tôi không dựa vào những giá trị và niềm tin, thì bạn *cần* phải đối chất với tôi về điều đó ngay, vì tôi cần phải giải thích được vì sao hầu cho người khác có thể hiểu rõ!" Chúng ta không nên lo sợ trước điểm mạnh của người khác, thay vì thế chúng ta cần phải đón nhận họ và kêu gọi họ tiến tới phía trước hầu cho chúng ta có thể hoàn thành công việc tốt hơn cho Vương Quốc của Đức Chúa Trời!

Phải đấy, hãy cùng làm với nhau nhé!

Khi Loren chia sẻ khải tượng về YWAM với những người bạn và các cố vấn của anh ta, Bob và Lorraine Theetge vào đầu những năm 1960, họ đã không nói rằng "Đó là ý tưởng rất hay, Loren. Anh nên tiến hành ngay!" Mà họ đã nói rằng:

"Phải đấy, hãy cùng làm với nhau nhé!" Họ đã bao gồm cả chính họ trong đội để giúp tiên phong một công tác sứ mạng mới hoàn toàn. Họ đã làm y như lời! Họ đã trung tín đưa ra những lời khuyên và đóng góp quý báu vào những năm đầu còn non nớt của chúng tôi.

Trong kỷ niệm lần thứ 50, vào lúc khai mạc tại một trong tổng số 44 sự kiện diễn ra khắp nơi trên thế giới, tôi phải đi ra sân khấu và nói lời cảm ơn đến từng cá nhân đã giúp YWAM trở nên như ngày hôm nay, nào là các mục sư, giáo sư, ân nhân, cha mẹ, doanh nhân, bác sĩ, quan chức nhà nước và còn nhiều nữa – tất cả những ai đã đáp lại sự kêu gọi của Đức Chúa Trời, giống như Bob và Lorraine đã làm. Chúng tôi đã không sống sót nếu không có họ – cho dù chúng tôi có cố gắng cách mấy! Chúng tôi vô cùng biết ơn những tổ chức, đoàn thể và các hệ phái mà YWAM đã có dịp đồng công với nhau. Những đối tác này ngày càng gia

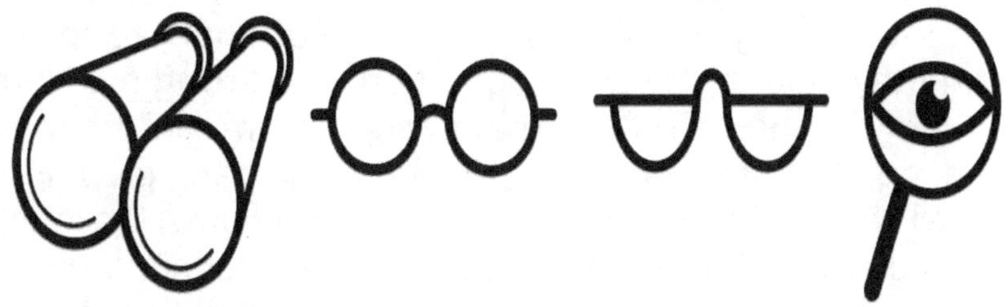

tăng, đặc biệt là trong nỗ lực chấm dứt nạn đói Kinh Thánh.

Các vì sáng, dịch giả và thông dịch viên

Tôi sử dụng một minh hoạ về đội nhóm mà rất nhiều người thấy hữu ích. Thử nghĩ đến những ân tứ giống như các cặp mắt kính mà xem. Hình bên trái ngoài cùng là một ống nhòm, dùng để nhìn thật xa. Kế bên là cặp mắt kính viễn thị có thể giúp nhìn thấy những biển hiệu trên đường. Tiếp theo là cặp mặt kính dùng để đọc sách giúp phóng to chữ trên máy tính, điện thoại hay sách báo. Cuối cùng là một kính lúp giúp chúng ta phóng to các vật thể rất nhỏ.

Ân tứ khải tượng của Loren giống như ống nhòm. Anh ấy nhìn thấy rất xa trong tương lai. Khải tượng của anh ấy về Tàu YWAM và Trường Đại học Các dân tộc giống như thế. Anh ấy rất vui khi nuôi dưỡng những giấc mơ ấy trong đầu và trong lòng rất nhiều năm trước khi chia sẻ ra với người khác.

Các bạn làm kế toán là những thí dụ thích hợp dành cho người nào có ân tứ nhìn thấy mọi việc bằng kính lúp. Họ muốn mọi thứ được thực hiện một cách xuất sắc và hoàn hảo đến từng chi tiết nhỏ nhất. Trong bối cảnh của YWAM, người nào có khải tượng cần phải trân trọng người nào có khả năng về kế toán bằng cách đem về những hóa đơn hầu cho họ có thể hoàn thành công việc thật tốt. Kế toán viên cũng cần trân trọng người nào có khải tượng để dẫn dắt chúng ta theo đúng mục đích của Đức Chúa Trời.

Chính tôi là người ở giữa hai thái cực này. Tôi nghĩ mình là người diễn giải khải tượng. Tôi "hiểu" khải tượng đang nhìn thấy điều gì và có thể đón nhận khải tượng ấy. Nhưng tôi cũng có thể nhìn thấy khải tượng sẽ "trả giá" bằng thời gian, nguồn lực và tài chính. Vì vậy, tôi cố gắng giúp những người có khải tượng biết trân trọng những người lăn lộn trên chiến trường để thực hiện khải tượng ấy; tôi cũng giúp đỡ người nào hiểu rõ tấm lòng của người có khải tượng, chỉ ra "vì sao" và giúp họ thực hiện phần "làm thế nào". Không gì có thể dập tắt khải tượng nhanh chóng bằng kẻ cự tuyệt, đây là người sau khi nghe xong khải tượng thì bắn tỉa lại bằng mười lý do vì sao khải tượng ấy không thể thành công. Tốt hơn là nên lắng nghe khải tượng, cầu nguyện với Chúa, hỏi Ngài xem bạn có nên dự phần vào khải tượng này hay không, nếu có thì bằng cách nào.

Tại buổi lễ kỷ niệm ở Kona, Dean Sherman đã nói rằng: "Hãy nhìn vào Loren và Darlene, cũng như cách họ đồng công với nhau mà xem. Tôi đã quan sát họ trong năm thập kỷ vừa qua. Loren là người nhận 'việc'. Còn Darlene là người có khả năng tập hợp mọi người lại và giúp tìm ra 'ai' và 'làm thế nào'. Ông ấy nói rất đúng. Tất cả chúng ta nên lắng nghe tiếng Chúa, nhưng Loren thường nghe được tiếng của Ngài ở bình diện rộng hơn. Tôi đã giúp "diễn giải khải tượng". Tôi giúp mọi người hiểu được "vì sao" và "làm thế nào" để thực hiện một cách thực tiễn nhất. Cũng phải nói đến sự kiên trì của cả đội với tinh thần "tôi không bỏ cuộc" và đó là cách để khải tượng được hoàn thành, tức là bằng quyền phép của Đức Thánh Linh.

Cộng đồng xuyên văn hóa và đa thế hệ

Làm việc theo đội nhóm có những thách thức đặc biệt khi các cộng sự đến từ nhiều văn hóa khác nhau. Họ thường có những khái niệm khác nhau về quyền riêng tư, quyền sở hữu, thời gian, sự sửa phạt, tôn trọng người lớn tuổi và vô số những đề tài khác nhau.

Một vài văn hóa có sự "thẳng thắn" và sẽ chia sẻ rõ suy nghĩ của họ, chứ không muốn làm bạn phật lòng, nhưng chỉ muốn nói thật. Những văn hóa khác thì lại đi lòng vòng vấn đề. Một câu hỏi đơn giản như "bạn có muốn uống cà phê không" có thể là vấn đề nan giải trong một số văn hóa. Đối với họ thì nói "có" ngay lần đầu tiên sẽ bị coi là thiếu khiếm nhã! Bạn cần phải hỏi họ theo hướng khác. Sau khi đã hỏi họ vài lần rồi, thì họ mới thực sự trả lời là muốn uống cà phê.

Những ai xuất thân từ các nền văn hóa đề cao chủ nghĩa cá nhân thường muốn "ở một mình", còn những ai đến từ các nền văn hóa đề cao tinh thần tập thể lại muốn ở cùng với nhiều người hơn.

Khi tôi bắt đầu làm việc với một phụ nữ châu Á, cô ấy tỏ ra khó chịu mỗi khi cô ấy làm phiền tôi nên tôi đã hỏi cô ấy rằng: "Em đang suy nghĩ gì vậy?" Tôi nhận ra cô ấy có thế mạnh trong vai trò lãnh đạo nên tôi muốn khai thác điều này. Nhưng tôi cũng khám phá được rằng trong chính văn hóa của cô ấy, thì người lãnh đạo không lần mò quan điểm của nhân viên. Câu hỏi của tôi làm cho cô ấy rất ngạc nhiên: *"Tại sao bà này lại hỏi mình như vậy? Bà ấy là lãnh đạo nên bà phải biết hết câu trả lời chứ sao lại hỏi mình!"* Chúa Jêsus thường đặt câu hỏi với các môn đồ như là cách để dạy họ. Ấy không phải là suy nghĩ của Tây phương. Mà đó là khuôn mẫu của Kinh Thánh!

Một điều nữa cần phải xem xét đó là: làm thế nào mọi người trong văn hóa liên hệ với những người lớn tuổi? Có những văn hóa bày tỏ nhiều sự tôn trọng dành cho người lớn tuổi. Điều này rất tốt nếu họ muốn học hỏi từ người lớn tuổi hơn mình. Nhưng cũng không tốt nếu văn hóa ấy không cho phép người nhỏ tuổi chất vấn người lớn tuổi.

Nếu không thuộc về văn hóa ấy, thì làm thế nào biết được những điều này? Cần phải có thời gian, kỹ năng quan sát và một tấm lòng cởi mở, nghĩa là bạn phải có động cơ tìm hiểu và biết rõ anh chị em của mình.

Có nhiều cách để đánh gục gã khổng lồ

Trong YWAM, chúng tôi muốn có một môi trường đa thế hệ cũng như đa văn hóa, nên cần phải điều chỉnh rất nhiều để khai thác hết những lợi ích và điểm mạnh của mọi người.

Một thí dụ rất hay về cách truyền thông xuyên văn hóa được tìm thấy trong Cựu Ước, đó là câu chuyện về cậu bé Đa-vít đối diện với Gô-li-át. Vua Sau-lơ đã tôn trọng sự dũng cảm của Đa-vít, nhưng ông đã gắng hết sức "bảo vệ" Đa-vít bằng cách bắt ông mang bộ giáp nặng trịch. Sau-lơ là người đã giành được nhiều thắng lợi trên chiến trường cùng với bộ giáp ấy – cho nên ông nghĩ Đa-vít cũng cần bộ giáp này. Nhưng có nhiều cách để đánh gục gã khổng lồ. Cậu bé Đa-vít đã sử dụng tuổi trẻ và kỹ năng chiến đấu được rút tỉa từ sự nghiệp chăn chiên của mình. Đa-vít tiến ra chiến trường với một cái tránh và năm viên đá nhỏ.

Công việc chính của người lãnh đạo kỳ cựu là chuẩn bị cho cả đội sẵn sàng tham chiến bằng khải tượng lớn, những niềm tin và các giá trị. Nhưng thế hệ tiếp theo sẽ có hướng áp dụng khác hơn rất nhiều. Các lãnh đạo kỳ cựu của chúng tôi phải cẩn thận trong việc đề nghị thế hệ tiếp theo "mặc bộ giáp của Sau-lơ".

Đừng so sánh mình

Mọi thứ trong văn hóa và gia đình khiến chúng ta có xu hướng so sánh. Trong trường học, điểm số bị đem ra so sánh, nhưng cũng có những thứ khác như quần áo, kích cỡ, tốc độ, lời nói cũng bị đem ra so sánh. Chúng ta cũng nhìn thấy nhiều biển quảng cáo ghi rằng: "Nếu bạn lái xe này, bạn sẽ rất ngầu" hay là "nếu bạn uống nước này, bạn sẽ giống người mẫu". Những chiêu thức quảng cáo ấy hứa hẹn những điều hư không. Cho dù tôi có tắm mình trong hồ nước ngọt CocaCola đi nữa, thì tôi vẫn không thể nào giống người mẫu được! Nếu như so sánh bản thân mình và cảm thấy kém cỏi hơn, thì chúng ta không thể tận dụng hết ân tứ mà Đức Chúa Trời đã cài sẵn trong chúng ta được, như vậy thì kẻ thù đã giành được thắng lợi trong cuộc chiến này sao! Nó chiến trận để đánh bại người nào và tổ chức nào tận hiến vì Chúa Jêsus. Nó muốn chúng ta không làm được những việc lớn mà Đức Chúa Trời muốn hoàn thành qua chúng ta.

Chúng ta giống như một dàn nhạc giao hưởng có nhiều thành viên, với những kỹ năng khác nhau, nhưng tất cả đều góp phần quan trọng để có được sự thành công. Nhưng đến ngày biểu diễn, chuyện gì sẽ xảy ra nếu người điều khiển âm thanh không xuất hiện? Chuyện gì sẽ xảy ra nếu bảo vệ không xuất hiện để mở cửa nhà vệ sinh? Tất cả mọi người đều phải hòa nhịp cùng nhau thì mới thành công.

Đức Chúa Cha là Đấng sáng tạo, Đức Thánh Linh là Đấng chi phối, Ngài ban cho mỗi người bản nhạc khi đôi mắt của chúng ta tập trung nhìn vào Chúa Jêsus. Có lẽ tôi chỉ biết thổi sáo, là một nhạc cụ rất nhỏ nhưng có được âm thanh rất đặc trưng. Nhưng chuyện gì sẽ xảy ra nếu tôi có sự ghen tị với người chơi trống vì tiếng trống rất to và mạnh? Nếu tôi bắt đầu tập trung nhìn vào người chơi trống, thì tôi sẽ làm lộn xộn phần của tôi trong ban nhạc. Khi người chỉ huy dàn nhạc ra hiệu cho người thổi sáo, tôi sẽ không chơi được các nốt nhạc vì đang mải mê tập trung vào nhạc cụ khác. Tôi sẽ làm cho dàn nhạc không còn sự hòa hợp nữa và tiếng nhạc sẽ không được hoàn hảo như dự kiến vì phần chơi sáo của tôi không được hay. Mỗi chi thể đều có tầm quan trọng. Đức Chúa Trời đã tạo nên bạn để góp phần đặc biệt vào trong thân thể. Hãy sử dụng những ân tứ Chúa đã ban cho bạn vì sự vinh hiển của Ngài.

Một mình bạn không thể tạo ra một dàn nhạc giao hưởng được. Chúng ta cần lẫn nhau. Khi chúng ta đóng góp trong tinh thần hiệp một, thì mọi người chắc chắn sẽ nhìn thấy và tôn vinh Chúa Jêsus.

Chương 21

Giá trị 8 – Quốc tế và liên hệ phái

YWAM là phong trào quốc tế và liên hệ phái trên bình diện toàn cầu cũng như ở tại địa phương. Chúng tôi tin rằng mỗi sắc dân, tiếng nói và hệ phái, với góc nhìn của sự cứu rỗi trong văn hóa, là những yếu tố tích cực để góp phần vào sự phát triển và sự lành mạnh của công tác sứ mạng. (Sáng thế ký 12:1-4; Sáng thế ký 26:2-5; Thi thiên 57:9-10; Giê-rê-mi 32:27; Dân-số-ký 7:13-14; Công-vụ 20:4; 1 Cô-rinh-tô 12:12-31; Ê-phê-sô 4:1-16; Cô-lô-se 3:11; Khải huyền 7:9).

Tình yêu của tôi dành cho các nền văn hóa và các dân tộc bắt đầu khi tôi còn là thiếu niên. Cha mẹ của tôi chuyển từ Bờ Tây đến Akron thuộc tiểu bang Ohio, là nơi cha tôi làm mục sư quản nhiệm cho một Hội thánh vừa thành lập. Nhà máy Goodyear Tire to đùng của thành phố đã thu hút các công nhân đến từ nhiều quốc gia – nào là Hy-lạp, Ý, Ukraina, Hungari, Cộng hòa Séc và Nga. Nhiều người đến từ các quốc gia này đã nhóm lại tại Hội thánh mà cha tôi đang làm quản nhiệm.

Tôi chưa bao giờ ở trong một môi trường đa sắc tộc như thế! Tôi thích giọng nói của họ, các cuộc đối thoại sinh động và có lúc hơi lớn tiếng, góc nhìn khác biệt của họ về mọi thứ. Tôi còn thích những món ăn của họ nữa! Tôi "được sống" trong mấy gia đình nhập cư, tôi rất thích yếu tố "quốc tế". Sống chung với các nền văn hóa như thế làm tôi "không còn thích theo lệ thường nữa".

Một buổi tối nọ, sau bài giảng về sứ mạng trong Hội thánh, tôi đã ngồi cứng đơ ở trên băng ghế nhà thờ. Lúc ấy, tôi đã được 14 tuổi. Bạn bè đang đợi tôi đến ăn khoai tây nướng và uống Coca. Nhưng Đức Chúa Trời vẫn đang hành động ở trong tôi. Tôi bắt đầu khóc. Ở trong đầu, tôi đang nhìn thấy những gương mặt của người Ấn Độ và Đức Chúa Trời đang bày tỏ cho tôi thấy lòng thương xót của Ngài dành cho họ.

Từ chỗ ngồi, tôi có thể nhìn thấy bạn bè đang ngồi đợi tôi, nhưng giây phút gặp gỡ Chúa vẫn còn tiếp diễn. Ngài đang gieo vào lòng tôi tấm lòng của Ngài dành cho các dân tộc. Sau đó, tôi đến cùng bạn bè, nhưng vẫn còn nức nở khi ngồi ở băng sau của chiếc xe hơi, tôi cảm nhận được tình yêu vô biên của Đức Chúa Trời dành cho *tất cả* dân tộc. Đó là một trải nghiệm đánh dấu bước ngoặt cuộc đời của tôi với Đức Chúa Trời. Không lâu sau, tôi đã dẫn hai người bạn đến tiếp nhận Chúa – Jeanie là một người nhập cư đến từ Cộng hòa Séc và Teresa là người Mỹ gốc Phi.

Tôi nghĩ nếu là một người YWAM thực thụ, thì người đó phải tấm lòng yêu mến các dân tộc. Tình yêu dành cho các dân tộc là muốn nhìn thấy họ trở thành những người mang ảnh tượng của Đức Chúa Trời – tức là phải có tấm lòng vươn đến các dân tộc vì cớ Đấng Christ và trang bị cho họ để hoàn thành tiếng gọi Đức Chúa Trời.

Chúng tôi là phong trào quốc tế về phạm vi và cơ cấu

Một trong những chuyến đi quốc tế đầu tiên của Loren, anh ấy chia sẻ với những người Nigeria trẻ tuổi về Đại Mạng Lệnh. Anh đã thách thức họ trở thành những giáo sĩ. Sau buổi nhóm ấy, vị giáo sĩ Tây phương đã mời Loren đến chia sẻ đã kéo anh ấy một bên để nói rằng: "Loren, anh không thể chia sẻ như vậy được; họ là những người bản xứ; họ không thể trở thành giáo sĩ được; chúng ta mới là giáo sĩ", ông ta nói với ngón tay chỉ thẳng vào Loren và ông ấy.

Loren trả lời cách từ tốn rằng: "Nhưng Kinh Thánh của họ cũng giống như của tôi. Lời Chúa cũng truyền lệnh cho họ phải "đi khắp thế gian". Vị giáo sĩ ấy suy nghĩ một hồi. "Anh nói đúng, tôi chưa bao giờ nghĩ như thế". Ông ấy đang làm công tác truyền giáo với một ý thức hệ được truyền thụ lại từ các giáo sĩ Tây phương. Nhưng YWAM đã trở thành một phong trào quốc tế và liên hệ phái bằng cách chào đón tất cả mọi người cùng dự phần.

Lily là một nhân sự YWAM người Mê-xi-cô đã huy động một đội thanh niên Mê-xi-cô đồng công cùng một mục sư người Mê-xi-cô đang tiếp đón các đội đến từ Canada và Mỹ. Khi đến nơi, cô ấy cho vị mục sư biết rằng một đội có 15 giáo sĩ đã đến nơi.

Vị mục sư chào đón Lily và nói rằng: "Tôi muốn đến chào các giáo sĩ từ xa đến!" Ông ấy đi ra xe, nhìn vào trong xe, đóng cửa lại, nói rằng: "Tôi không thấy giáo sĩ nào cả". Lily mở cửa xe lần nữa và nói rằng: "Các giáo sĩ ấy đang ngồi trong xe!" Vị mục sư nói cách chê bai rằng: "Họ không phải là giáo sĩ, họ là người Mê-xi-cô". Lily vẫn giữ nguyên thái độ vững vàng để giải thích cho vị mục sư hiểu rằng Đại Mạng Lệnh của Đấng Christ dành cho tất cả người nào đã tin Chúa đều phải vâng lời, bao gồm cả người Mê-xi-cô.

YWAM đang tăng trưởng rất nhanh ở những quốc gia đã từng tiếp nhận giáo sĩ. Hiện đang có rất nhiều làn sóng trẻ gia tăng ở khắp nơi trên thế giới đến từ mọi nơi và đi đến mọi nơi. Lily đã kết hôn và đang phục vụ với tư cách là giáo sĩ ở Tây Ban Nha.

Tôi cảm thấy lo lắng mỗi khi nhìn thấy số lượng nhân sự và lãnh đạo ở các cơ sở YWAM đều là những người nói cùng một thứ tiếng, đến từ một quốc gia hay một nền văn hóa nào đó. Nếu tôi tìm hiểu về lý do vì sao cơ sở của họ không có nhân sự đến từ quốc gia khác, thì họ thường trả lời là: "Chúng tôi vẫn có yếu tố quốc tế mà – chúng tôi thường tiếp đón các đội ngũ đến từ quốc gia khác". Mặc dù các đội thực tập là một phần trong việc định nghĩa một cơ sở có yếu tố quốc tế, nhưng bấy nhiêu vẫn chưa phải là hình ảnh hoàn chỉnh mà Đức Chúa Trời muốn. Ở bất kỳ cơ sở YWAM nào, sắc dân của quốc gia ấy thường chiếm đa số (đôi khi có những trở ngại về thị thực), nhưng chúng ta cần phải tạo khoảng trống cho yếu tố quốc tế đến phục vụ và dự phần vào vai trò lãnh đạo. Chúng ta cần phải chủ động suy nghĩ đến những cách thu hút họ - các khóa học ngôn ngữ, các trường DTS song ngữ, thức ăn… Chúng ta có thể giúp thế giới có được góc nhìn về công tác sứ mạng rộng hơn.

YWAM có các nhân sự đại diện cho hơn 200 hộ chiếu, chúng tôi có các đội phục vụ ở từng quốc gia. Chính Loren là người đã đến từng quốc gia trên đất, nhiều người trong số các lãnh đạo của chúng tôi đã phục vụ ở hàng tá quốc gia. Chúng tôi cố gắng học đòi tấm gương của sứ đồ Phao-lô là người đã đến sống ở nhiều quốc gia và có các cộng sự là những người đến từ các nền văn hóa, ngôn ngữ, sắc tộc, quốc tịch khác nhau.

Đức Chúa Trời cứu rỗi các nền văn hóa

Vào năm 1980, Đức Chúa Trời đã dấy lên một mục vụ được dẫn dắt bởi các nhân sự đến từ các quốc đảo ở Thái Bình Dương gọi là đảo Breeze. Ngài đang sử dụng họ để chuộc lại âm nhạc, điệu múa và lễ nghi thuộc văn hóa của họ cho các mục đích của Ngài. Nếu Tin lành phải trở thành điều thiết thực trong văn hóa của mọi người, thì Tin lành phải được bày tỏ thật phù hợp ở trong và bởi các văn hóa ấy. Tôi không nói về thuyết hổ lốn, tức là sự trộn lẫn các tôn giáo và văn hóa, vì chúng ta được kêu gọi để thờ phượng một Đức Chúa Trời thật là Đức Chúa Trời của Kinh Thánh. Mục tiêu của chúng tôi là muốn khuyến khích người bản địa thờ phượng Ngài bằng chính ngôn ngữ, bài hát, nhạc cụ và cách thể hiện văn hóa của họ.

Rất nhiều giáo sĩ đầu tiên đã truyền thụ lại văn hóa riêng của họ và cố gắng áp đặt vào lối sống của "người bản địa" như là một phần của công tác truyền giáo. Ở khu vực Nam Thái Bình Dương, là xuất thân của đảo Breeze, các giáo sĩ đầu tiên đã truyền thụ cách ăn mặc, âm nhạc và cửa sổ bằng kính của Tây phương. Đây là những điều rất kỳ và không thích hợp mà các giáo sĩ đã gieo trồng trong đời sống của người dân trên đảo. Áp đặt văn hóa Tây phương trên người địa phương nhân danh Cơ Đốc giáo đã trở thành một hiện tượng phổ biến gọi là "thuộc địa hóa".

Đảo Breeze là tấm gương cho YWAM và nhiều người khác về cách Đức Chúa Trời có thể cứu chuộc những biểu hiện văn hóa trong mọi khía cạnh đời sống, mà vẫn giữ được Đấng Christ ở vị trí trọng tâm. Trong Khải huyền 7:9, chúng ta thấy sẽ có vô số người được chuộc không ai đếm được nhóm lại xung quanh ngôi của Đấng Christ, họ đến từ mọi dân, mọi chi phái, mọi thứ tiếng. Đức Chúa Trời muốn hành động trong mọi nền văn hóa và mọi thứ tiếng của mọi dân tộc, Ngài muốn họ dâng lên Ngài sự vinh hiển bằng sự thờ phượng. Các đội từ đảo Breeze sử dụng y phục, điệu múa và phong cách âm nhạc theo văn hóa của đảo quốc để thờ phượng Đức Chúa Trời và vươn đến những người hư mất. Trong những năm đầu tiên phong hòn đảo này, một vài mục sư đã chống lại điều này vì những hình thức ấy khác với phong cách văn hóa thịnh hành của họ. Vài người còn nói rằng đó là những cách biểu hiện văn hóa "của ma quỷ".

Đảo Breeze quyết tin rằng Đức Chúa Trời là Đấng sáng tạo ra nền văn hóa, ngôn ngữ, nghệ thuật và âm nhạc, Ngài vui lòng khi nhìn thấy sự tán dương và sự thờ phượng được biểu hiện một cách đa dạng. Vào những ngày đầu, họ dành nhiều thời gian để cầu nguyện, tìm kiếm tấm lòng của Đức Chúa Trời và khao khát bày tỏ đặc tánh của Ngài trong mọi việc làm, đặc biệt là trong sự thánh khiết. Họ tin rằng mình đã nghe được từ Đức Chúa Trời phán về "văn hóa nước trời", họ đã vâng lời và không bỏ cuộc!

Tất nhiên, không có văn hóa nào là hoàn hảo, nếu có khía cạnh xấu ở trong văn hóa, thì chúng tôi sẽ không ủng hộ. Nhưng một nhạc cụ nào đó không phải là xấu chỉ vì nó từng được dùng để thờ lạy hình tượng ngày xưa. Chính nhạc cụ ấy cũng có thể được dùng để thờ lạy Chúa Jêsus, đây là điều xảy ra ở nhiều nơi trên thế giới. Tôi rất thích nhìn thấy người Hàn Quốc múa quạt để thờ phượng Chúa Jêsus, điệu múa ấy bày tỏ ân điển và màu sắc rất đẹp – hoặc là lắng nghe tiếng trống hùng hồn của người Hàn Quốc. Tôi rất thích phong cách thờ phượng của người châu Phi với những vũ điệu và âm thanh sinh động để ca ngợi Đức Chúa Trời. Tôi cũng thích "những bài hát ngọt ngào" của người Tonga nữa. Tôi tin rằng chúng ta được kêu gọi để hòa lòng với những nét đặc trưng của mọi dân, mọi nền văn hóa và mọi thứ tiếng.

Khi các nhân sự YWAM gặp lại nhau ở một phương trời nào đó trên thế giới, chúng tôi luôn có phần thông dịch, lúc nào cũng có nhiều ngôn ngữ. Tại sự kiện Mục tiêu Thế giới trước chiến dịch truyền giảng của Thế Vận Hội Atlanta vào năm 1996, có 6000 trẻ em của mục vụ King's Kids đến từ 100 quốc gia. Họ có tới 21 thông dịch viên để phục vụ cho 22 thứ tiếng làm đại diện tiêu biểu – đây là thống kê của YWAM. Chúng tôi thực hiện phần thông dịch vì chúng tôi muốn tôn trọng tôi con Chúa và ngôn ngữ của họ. Các thông dịch viên của chúng tôi đều là những người giỏi nhất trên thế giới, họ có vai trò rất quan trọng trong việc giúp đỡ công tác của Đức Chúa Trời được nhân rộng ở trong YWAM.

Khi chúng tôi đón nhận sự giàu có của các dân tộc và làm việc xuyên văn hóa, địa lý và ngôn ngữ, Đức Chúa Trời thường sử dụng những biểu hiện văn hóa đầy sáng tạo để đạp đổ những đồn lũy đã trói buộc mọi người trong tội lỗi.

Tại hội nghị Viva của châu Mỹ La-tinh vào năm 2005, có khoảng 1600 nhân sự YWAM đến từ hơn 80 quốc gia đã nhóm lại tại Belo Horizonte của đất nước Brazil. Các hành lang chật kín những cuộc hội ngộ, có nhiều điều thú vị xảy ra khi chúng tôi gặp nhau vào buổi sáng đầu tiên. Nhưng tôi không được chuẩn bị cho sự kiện đã xảy ra tiếp theo.

Hai người bản địa đến từ rừng Amazon là Naru và Xagani đã đứng một mình trên sân khấu với gương mặt đã được tô điểm bằng màu sắc và những sợi lông vũ màu cam vắt ngang tai. Chẳng có ban nhạc, cũng không có đèn sân khấu – chỉ có hai người ăn bận bộ y phục văn hóa đặc sắc. Khi họ bắt đầu cất tiếng hát, một sự yên lặng tràn ngập cả khán phòng. Cứ như thời gian ngừng trôi trong tích tắc. Giọng hát của họ được vang lên thật kỳ lạ và rất tuyệt vời, cầu xin Đức Thánh Linh ngự xuống và ban phước trên kỳ hội nghị. Đó là một giây phút đầy thiêng liêng – một âm thanh từ thiên quốc mà chẳng đâu có được ngoài rừng rậm Amazon, tôi là người chứng kiến! Hai mươi năm trước, bộ tộc trong rừng Amazon của họ chưa hề nghe biết về Chúa Jêsus. Giờ đây, nhờ có mục vụ của YWAM là Life Giver đã đến sống cùng họ. Bài hát ấy bày tỏ lẽ thật của Đức Chúa Trời đã tràn ngập trong văn hóa của họ. Tôi sẽ không bao giờ quên được giây phút được chìm đắm trong giai điệu thiên quốc ấy!

Một trong các trường lãnh đạo của chúng tôi ở Tonga có một sinh viên đã hỏi tôi rằng: "Thưa bà Darlene, chúng tôi nên tiếp nhận và trừ bỏ điều gì trong văn hóa của mình?" Câu hỏi này cần phải suy nghĩ mới trả lời được. Khi tôi ngẫm nghĩ tìm cách trả lời, người sinh viên ấy tiếp tục hỏi rằng: "Với lại chúng tôi nên tiếp nhận và né tránh văn hóa gì từ người khác?"

Mọi ánh nhìn đều hướng về tôi, khi tôi đi ra khỏi hàng ghế để tiến về trước lớp. Tôi đã nói rằng: "Tôi tin rằng Kinh Thánh là quyển sách duy nhất để chúng ta tìm được định nghĩa về sự tin kính hay thánh khiết. Kinh Thánh giúp chúng ta nhìn thấy những khía cạnh nào trong văn hóa đến từ Đức Chúa Trời và được Ngài cứu chuộc". Tôi đã chia sẻ mấy lời này với hơn 200 sinh viên nói được 60 thứ tiếng khác nhau đến từ 42 quốc gia. Với số lượng sinh viên đến từ nhiều quốc gia đang ngồi học trong căn phòng chật hẹp và trong hoàn cảnh đầy khó khăn như thế, thì tôi cảm thấy các sinh viên đang để cho văn hóa của họ trở thành chướng ngại vật hơn là nhịp cầu gắn kết. Vấn đề văn hóa trong môi trường sứ mạng như YWAM là rất phức tạp. Điều này đòi hỏi phải có sự từ bỏ quyền tự quyết thì mới nhìn thấy được sự đột phá.

Khi cảm thấy đó là giây phút thích hợp và nhờ có Đức Thánh Linh, tôi đã nói rằng: "Đức Chúa Trời muốn sự đa dạng về văn hóa là nguồn phước, chứ không phải trở ngại, khi chúng ta được kêu gọi để phục vụ Chúa Jêsus cùng với nhau trong công tác sứ mạng. YWAM được kêu gọi phải có yếu tố quốc tế, chứ không chỉ có nhiều quốc gia. Bản chất cốt lõi trong phong trào của chúng tôi đòi hỏi mỗi người phải hết lòng đón nhận bản sắc riêng của mọi người – bạn không thể là một nhân sự YWAM nếu thiếu điều này".

Tôi dừng lại vài phút để xin Đức Thánh Linh bày tỏ sự mặc khải cho từng bạn sinh viên. Đức Chúa Trời bắt đầu hành động ở giữa chúng tôi, sự tha thứ và sự phục hòa bắt đầu xảy ra. Đức Chúa Trời không chỉ giúp chúng tôi được hòa thuận với nhau. Ngài còn giúp chúng tôi biết trân trọng lẫn nhau và tôn trọng nét đa dạng trong văn hóa của chúng tôi nữa. Chúng tôi có được niềm vui và ân điển khi hiểu rằng chúng tôi được kêu gọi phải có yếu tố quốc tế thực sự.

Ai cũng có lòng kiêu hãnh về dân tộc của mình. Ngôn ngữ và văn hóa mà chúng tôi đề cập đã trở thành "chuyện thường ngày" của chúng tôi, nó ảnh hưởng đến cách chúng tôi nhìn thế giới và liên hệ với người khác. Điều này còn thách thức chúng tôi trong việc phải có yếu tố quốc tế. Hết thảy chúng ta đều có điểm mù văn hóa đang ảnh hưởng tới đường lối suy nghĩ của chúng ta.

Tôi tin rằng chìa khóa để chuộc lại các nền văn hóa và vui mừng trước sự đẹp đẽ của các dân tộc đều bắt nguồn từ chính mỗi người biết đón nhận "văn hóa nước trời" là tiêu chuẩn của mình. Chúa phải là Chủ của mọi nền văn hóa. Trong các cộng đồng sứ mạng rất đa dạng của chúng tôi trên thế giới, chúng tôi nhìn vào Chúa Jêsus để cùng sống với nhau. Những nơi nào chúng tôi có yếu tố quốc tế và đón nhận văn hóa nước trời nhiều nhất, thì ở đó mới có được kết quả và niềm vui trong đời sống cộng đồng.

Chủ nghĩa phân biệt chủng tộc là một trong những thế lực gây chia rẽ và hủy hoại xã hội ngày nay nhất. Chúng tôi chống lại chủ nghĩa phân biệt chủng tộc bằng cách bày tỏ đạo đức trong lối sống của mình, đây là cách hiệp một được tìm thấy trong đời sống của Chúa Jêsus. Khi Ngài phán "các ngươi hãy yêu thương nhau", Ngài không có ngụ ý là chỉ yêu người nào thích chúng ta. Loren cũng nói rằng chữ "chủng tộc", "phân biệt chủng tộc" và "niềm kiêu hãnh về nòi giống" đều không có trong Kinh Thánh. Hết thảy chúng ta đều là một phần của một nòi giống – đó là loài người. Nhưng trong chính nòi giống ấy, chúng ta có được niềm vui và vẻ đẹp của nhiều sắc tộc và văn hóa.

Chúng ta là liên hệ phái

Lớn lên với tư cách là con gái của mục sư, tôi luôn yêu mến Hội thánh địa phương, nhưng tôi chưa thấy vị mục sự nào đã từng làm việc liên hệ phái bao giờ. Các mục sư và hội chúng của họ đều chỉ liên hệ trong vòng hệ phái của họ. Có những trường hợp hy hữu xảy ra trong một sự kiện trọng đại như chiến dịch Billy Graham, thì các mục sư mới kết nối với nhau, đó là những trường hợp lâu lâu mới có một lần.

Khi chúng tôi nói chúng tôi tin rằng YWAM là phong trào liên hệ phái, thì các lãnh đạo Cơ Đốc nói rằng chúng tôi đang phạm sai lầm lớn, điều này sẽ không thành công. Rất khó để có được một mô hình như thế.

Nhưng khi chúng tôi chạy Trường Truyền Giáo, thì chúng tôi mời các diễn giả đến từ nhiều hệ phái khác nhau. Đúng vậy, chỉ có rất ít khác biệt về thần học, nhưng cam kết của chúng tôi đó là nhìn vào Lời Chúa là kim chỉ nam tuyệt đối để dẫn dắt đời sống đã giúp chúng tôi đón nhận lẫn nhau. Rất nhiều cuộc bàn cãi lành mạnh vào bữa tối đã thúc đẩy chúng tôi nương cậy Lời Chúa hơn là quan điểm của mình.

Chúng tôi đã nhận được nhiều điều phong phú thuộc linh từ rất nhiều chi thể trong thân thể của Đấng Christ đến từ khắp mọi nơi trên thế giới. Chúng tôi yêu những người bạn từ hệ phái Báp-tít thường nhấn mạnh về sự cứu rỗi cá nhân và làm báp-tem bằng nước; những người đến từ hệ phái Luther và đóng góp của họ vào nguồn gốc của cuộc Cải Chánh; những người đến từ hệ phái Giám lý giúp Hội thánh có được phương pháp đọc Kinh Thánh; những người đến từ hệ phái Ngũ Tuần nhấn mạnh về các ân tứ của Đức Thánh Linh; những người đến từ hệ phái Tự trị Giáo đoàn có tinh thần đón nhận mọi người; những người đến từ phong trào ân tứ có tinh thần tự do thờ phượng và muốn nhìn thấy dấu kỳ phép lạ. Chúng tôi yêu quý cách hành lễ của hệ phái Anh giáo, Chính thống và Thiên Chúa giáo, đặc biệt là khi Thánh Linh của Đức Chúa Trời hà hơi sống vào những cách thức cổ điển ấy. Chúng tôi yêu quý và tìm thấy ích lợi từ những quan điểm của các hệ phái ở trong các giáo sư và học viên.

YWAM có thể không phải là nơi thích hợp cho mọi người, nhưng hàng triệu người ở khắp nơi trên thế giới đã từng dự phần với chúng tôi kể từ lúc bắt đầu vào năm 1960, thì biết rằng đây chỉ là một góc nhìn thoáng qua của sự hiệp một sau này ở thiên quốc. Chúng tôi rất biết ơn vì sự ấm áp mà các hệ phái và các quốc gia mang đến trong YWAM.

Đức Chúa Trời cũng ban cho chúng tôi sự khôn ngoan và các quy tắc về việc sống với nhau trong YWAM. Thí dụ, bạn không nhất thiết phải đến từ phong trào ân tứ thì mới là YWAM, nhưng bạn cũng không nhất thiết phải là người chống đối phong trào ân tứ. Tất cả nhân sự của chúng tôi đều được khuyến khích phải tham dự Hội thánh địa phương, họ được tự do lựa chọn hệ phái mà họ muốn đến thông công. Chúng tôi càng dự phần vào các Hội thánh địa phương chừng nào thì càng tốt chừng nấy. Điều này cho phép chúng tôi đón nhận và thông công với hàng trăm hệ phái khác nhau ở khắp nơi trên thế giới. Chúng tôi được thân thể của Đấng Christ đón nhận vì mối quan hệ mà chúng tôi đã phát triển ở tại nơi sinh sống và phục vụ.

Một lý do quan trọng mà Đức Chúa Trời đã kêu gọi YWAM là phong trào liên hệ phái vì chúng tôi thường đồng công với những anh chị em khác trong thân thể của Đấng Christ để hoàn thành Đại Mạng Lệnh. Chúng tôi muốn được Chúa dùng làm nhịp cầu kết nối, gắn kết các hệ phái lại với nhau để hoàn thành mục đích của Ngài. Có những Hội thánh và các hệ phái không biết nhau nhưng lại biết YWAM. Khi các hệ phái làm việc với nhau, chúng tôi thường có được vinh dự trở thành nhịp cầu kết nối để kéo họ lại với nhau. Qua nhiều thập kỷ, Chúa đã sử dụng các lãnh đạo YWAM của chúng tôi để điều phối và đăng cai các sự kiện trong thành phố, quốc gia và toàn cầu để giúp kết nối các hệ phái, mục sư và lãnh đạo của các tổ chức truyền giáo lại với nhau. Các giáo sư của chúng tôi thường được mời đến chia sẻ tại các chương trình truyền giảng và các Hội thánh ở khắp nơi trên thế giới. Chính sự giao kết trong thân thể của Đấng Christ đã mang lại sự sống và sự hiệp một trong vòng tôi con Chúa.

Một sự việc kỳ diệu đã xảy ra tại Đại hội Tin lành Thế giới vào năm 2000 tại Amsterdam, được Hiệp hội Truyền giáo Billy Graham tài trợ, đã thu hút khoảng 10,000 người Tin lành là đại diện của rất nhiều quốc gia đến dự. Tiến sĩ Steve Douglass của tổ chức Chinh phục Sinh viên cho Đấng Christ (Cru) và Mark Anderson của YWAM cũng có mặt trong đại hội này. Vào một trong những buổi thảo luận giữa giờ, có rất nhiều lãnh đạo hệ phái ngồi lại thành 75 bàn nhỏ để thảo luận câu hỏi: "Cần phải làm gì để hoàn thành Đại Mạng Lệnh?" Tiến sĩ Douglass và Mark ngồi cạnh nhau ở bàn số 71. Sau 20 giờ đồng hồ trong vài ngày, có 600 đại biểu được giới thiệu danh sách 253 nhóm dân tộc chưa được vươn đến – đó là các nhóm sắc tộc thiểu số đang có mặt ở khắp nơi trên thế giới chưa bao giờ nghe Tin lành của Chúa Jêsus trong tiếng mẹ đẻ của họ.

Hôm đó, các lãnh đạo được yêu cầu phải "tiếp nhận" một hoặc nhiều nhóm dân tộc chưa được vươn đến này; một nửa trong tổng số 230 nhóm dân tộc đã được các tổ chức tiếp nhận để vươn đến. Nhưng một nửa còn lại là các nhóm dân tộc rất khó vươn đến cần phải được tiếp nhận. Cả khán phòng đều im lặng. Đó là lúc Tiến sĩ Douglass nghiên mình sang hỏi Mark rằng: "Tại sao hai tổ chức của chúng ta không nhận hết số dân tộc còn lại?" Trong đầu vẫn còn chóng mặt vì những ngụ ý về sự đồng công với nhau, Mark đã đồng ý bằng đức tin, thế là một cuộc phiêu lưu mới đã bắt đầu. Không lâu sau, các lãnh đạo từ tổ chức khác ở các bàn thảo luận khác đến dự phần với Tiến sĩ Douglass và Mark khi họ hình thành một nhóm liên hệ phái gọi là *Bàn 71* để cùng nhau vươn đến các nhóm dân tộc chưa được vươn đến.

Vài năm sau đó, một phong trào có tên gọi là *Call2All* đã được hình thành dưới tài lãnh đạo của Mark. Khải tượng của họ là muốn giúp thân thể của Đấng Christ hiệp lại với nhau một cách chiến lược cùng với thiên quốc để chia sẻ về Chúa Jêsus ở trên đất, hướng tới việc hoàn thành Đại Mạng Lệnh. Phong trào Call2All đã thu hút mười ngàn lãnh đạo đến từ khắp mọi nơi trên thế giới, đây là đại diện của hơn 1,400 hệ phái, để hiệp lại vì mục tiêu vươn đến các nhóm dân tộc thiểu số, cuối cùng và đang hư mất một cách có chiến lược.

Qua sự đồng công liên tục này, một khía cạnh mới của sự hiệp một đã được phát triển trong thân thể của Đấng Christ và Đức Chúa Trời đã cho phép YWAM có được vinh dự làm chất xúc tác quan trọng cho phong trào toàn cầu này.

Tôi thích Thi thiên 133 nói về việc anh em ăn ở hòa thuận nhau thật tốt đẹp thay. Khi chúng tôi làm theo Lời, thì Chúa **ban** phước!

Chương 22

Giá trị 18 – Truyền thông trung thực

YWAM khẳng định rằng mọi thứ tồn tại vì Đức Chúa Trời phán. Do đó, YWAM cam kết truyền thông trung thực, chính xác, đúng thời điểm và thiết thực. Chúng tôi tin rằng truyền thông tốt là điều cần thiết để có mối liên hệ vững mạnh, gia đình và cộng đồng lành mạnh, mục vụ hiệu quả. (Sáng thế ký 1:3-5; Dân số ký 23:19; Châm ngôn 10:19; Châm ngôn 25:9-14; Xa-cha-ri 8:16-17; Ma-thi-ơ 5:33-37; Lu-ca 4:16-22; Giăng 1:1-5; Cô-lô-se 4:6; Gia-cơ 3:1-18).

Đức Chúa Trời là bậc thầy về truyền thông! Mọi thứ tồn tại vì Chúa phán. Ngài phán thì vũ trụ xuất hiện! Giăng 1:1-4 cho chúng ta biết rằng: "Ban đầu có Ngôi Lời, Ngôi Lời ở cùng Đức Chúa Trời, và Ngôi là là Đức Chúa Trời. Ban đầu Ngài ở cùng Đức Chúa Trời. Muôn vật bởi Ngài làm nên, chẳng vật chi đã làm nên mà không bởi Ngài. Trong Ngài có sự sống, sự sống là sự sáng của loài người".

Truyền thông – trọng tâm của mối quan hệ

Trong các chương vừa rồi, chúng ta nói rằng Đức Chúa Trời không chỉ là Đấng vô hạn mà còn rất gần gũi. Ngài tạo nên chúng ta để có mối liên hệ với Ngài, mối liên hệ cần phải có hai chiều. Đây là điều tuyệt vời nhất về Đức Chúa Trời là Đấng yêu thương chúng ta, Ngài là Đấng mà chúng ta có thể nhận biết, yêu thương và trò chuyện.

Truyền thông không chỉ là trọng tâm trong mối liên hệ với Đức Chúa Trời, nó còn là nền móng cho các mối liên hệ của chúng ta như đã được đề cập trong phần thứ hai của Giá trị 18.

Truyền thông là gì?

Có rất nhiều định nghĩa, nhưng điều cốt lõi về truyền thông là cách truyền tải ý nghĩa từ người này hay nhóm này đến người khác hay nhóm khác bằng những dấu hiệu, biểu tượng hay quy tắc quen thuộc – được thể hiện bằng chữ viết, lời nói, biểu tượng, ngôn ngữ ký hiệu, cử chỉ thân thể hay những ký hiệu trong văn hóa. Đó là một định nghĩa khá rộng. Khi bạn kể thêm về các nền văn hóa thiểu số, truyền thống…, thì có một vẻ đẹp cầu kỳ trong cách truyền thông của loài người. Truyền thông không phải là "truyền thông" cho tới khi thông tin không chỉ được gửi đi, mà người tiếp nhận thông tin phải nhận được và hiểu rõ. Khi có sự truyền thông liên tục hai chiều xuất phát từ tình yêu thương và sự tôn trọng lẫn nhau, thì mọi người mới cảm thấy được tôn trọng và yên ninh.

Đức Chúa Trời là Đấng có sự truyền thông trước sau như một, thành tín, chân thật, sáng tạo và bao quát, sự trung thực là tiêu chuẩn trong cách truyền thông của Ngài phải là mục tiêu của chúng ta trong việc xây dựng gia đình, mục vụ, cộng đồng và mối liên hệ.

Chúng ta đang sống trong thời kỳ thường được gọi là "Thời đại Truyền thông" khi các phương tiện truyền thông và kỹ thuật được phát triển ở cấp độ tối ưu nhất. Cách truyền thông đã từng phải mất đến hàng tháng trời để thông tin chuyển từ nơi này đến nơi kia bằng con la hay tàu bè, thì giờ đây đã được truyền tải trực tuyến bằng vệ tinh.

Sự truyền thông trung thực ngày càng được nhấn mạnh trong Thời đại Mạng xã hội bằng tin nhắn, Facebook, Twitter,… Từ ngữ và hình ảnh được đăng tải nhanh chóng trên mạng xã hội không thể "thu hồi lại" và có thể gây ảnh hưởng lớn – một cách tích cực như để bảo vệ tính mạng; hay một cách tiêu cực như việc chấm dứt tình bạn hay danh tiếng của một ai đó. Một thí dụ rất cụ thể ở trong YWAM đó là một bài viết được đăng tải không cẩn thận bởi một người trong đội thực tập ngắn hạn có thể gây nguy hiểm lâu dài ở trên các nhân sự hay mục vụ của chúng tôi tại địa phương.

Chúng tôi là một phong trào sứ mạng khá kiệm lời về thông tin của bản thân. Nhiều người đã nói rằng: "YWAM là tổ chức giữ bí mật tốt nhất trên thế giới". Điều này vừa có nghĩa tích cực và tiêu cực. Chúng tôi luôn cố gắng trung tín trong các mục vụ mà Đức Chúa Trời đã kêu gọi, không phô trương thân thế và cũng ít gặp sự chống đối và chiến trận thuộc linh.

Nhưng vào lần kỷ niệm thứ 50, hàng triệu người đã dự phần vào phong trào của chúng tôi trong một giai đoạn ngắn hay là đến trọn đời. Chúng tôi không còn ở trong chỗ "vô hình" được nữa. Đứng trước tình hình như vậy, chúng tôi nhận ra phải có sự truyền thông thật từ cá nhân và tập thể về Đức Chúa Trời và về chính bản thân chúng tôi trước khi ai đó tìm cách kể lại câu chuyện của chúng tôi bằng những góc nhìn sai trật.

Bây giờ, đã có hàng trăm trang điện tử và những bài viết góc nhìn của YWAM thuật lại các câu chuyện, chia sẻ các giá trị và những cơ hội dự phần vào công tác của chúng tôi. Vì có nhiều kênh truyền thông như vậy, chúng tôi càng phải giữ vững cách truyền thông chân thật, chính xác, đúng thời điểm và thiết thực, để phản ánh *tất cả* niềm tin và giá trị của chúng tôi.

Sự trung thực là gì?

Điều chúng tôi muốn nói trong chương này không phải là phương pháp truyền thông, mà là nội dung cần phải truyền thông và đặc điểm của sự truyền thông cần phải được gửi đi. Sự trung thực và chân thật của Đức Chúa Trời là điểm nhấn tạo nên sự đối lập với sự thật nửa vời, sự khoe mình, sự nói quá, sự mánh khoé và những khái niệm sai trật đang thịnh hành trong cách truyền thông hiện đại ngày nay.

C.S. Lewis nói rằng sự trung thực là "làm điều đúng, ngay cả khi chẳng ai nhìn thấy". Cũng vậy, John Maxwell nói rằng: "Hình dung là suy nghĩ của mọi người về chúng ta; sự trung thực là hình dung thật của chúng ta".

Sự trung thực không tiếp nhận sự thỏa hiệp. Đây là điều rất khó để định nghĩa, vì nó bao gồm rất nhiều yếu tố hình thành nên một ý nghĩa, nhưng nếu quay lại với minh họa về Cây Niềm Tin, thì sự trung thực xảy ra khi trái cây và gốc rễ có sự kết nối "không bị ngắt quãng".

Hãy suy nghĩ như sau: Trước kỷ nguyên hiện đại của chúng ta, những cột trụ được làm từ đá cẩm thạch đã chống đỡ sức nặng của một tòa nhà đồ sộ. Nếu người đẽo đá không có sự thành thật, thì người đó sẽ bôi sáp vào để che đi vết nứt ở trong đá cẩm thạch hầu cho cả khối có "góc nhìn" thật đẹp, vì người đó muốn bán loại đá cẩm thạch ấy với giá cao. Nhưng nếu thợ xây đá có sự khôn ngoan, khi chọn loại đá dùng để xây trụ, người đó sẽ nung khối đá cẩm thạnh bằng một cây nến. Nếu có chất sáp nào, thì vết nứt sẽ lộ ra và tan chảy. Còn đá nào không bị bôi sáp và chẳng có vết nứt, thì người đó sẽ nói "đây là đá nguyên khối". Đó là lối sống mà chúng ta cần phải có – khi nhiệt độ môi trường gia tăng và áp lực ùa đến, chúng ta cần phải truyền thông và cư xử trước sau như một bằng sự trung thực không được có tạp chất.

Sự trung thực có nghĩa là chúng ta phải cư xử trước sau như một bằng những niềm tin, các giá trị và những quy tắc mà chúng ta muốn gìn giữ. Bạn là người thế nào còn tùy thuộc vào cách bạn sống có xứng đáng với các giá trị mà bạn cho là quan trọng nhất trong cuộc đời mình hay không. Hãy sống làm sao khi ai đó nghĩ về sự trung thực, thì họ liên tưởng đến *bạn* – là người không chọn đường tắt hay lấp liếm trong mọi việc.

Ở Kona, chúng tôi có mục vụ thể thao và thể hình dành cho các nhân sự YWAM nào muốn có sức khoẻ và thể hình lành mạnh. Một trong những mục vụ chính của họ là phân phát Kinh Thánh cho các làng hẻo lánh ở dãy núi Hi-ma-lay-a. Họ cần có sức khoẻ và thể hình tốt để làm được điều đó. Mục vụ của họ được gọi là "Thẳng đường vuôn góc". Nói cách khác là không thỏa hiệp – không chọn đường tắt. Nếu làm vậy, thì "vết nứt" trong khâu chuẩn bị sẽ lộ ra vì bạn không tuân thủ những đòi hỏi khắt khe của việc luyện tập thể hình – giống như khi chất sáp trong kẽ đá tan chảy sẽ phơi bày những khiếm khuyết. Họ môn đồ hóa người khác biết đi "thẳng đường vuông góc", không chỉ về sức khoẻ và thể hình, mà còn trong từng khía cạnh khác của đời sống và mục vụ.

"Con có thể thấy Đức Thánh Linh hành động khi Ta có thể tin tưởng con là người thành thật!"

Trong lĩnh vực truyền thông, sự trung thực có nghĩa là chúng ta sẽ luôn truyền thông thành thật, cho dù hoàn cảnh có ra sao. Không có chuyện "đạo đức tuỳ tình hình".

Đức Chúa Trời đã dạy tôi về sự trung thực trong cách truyền thông trước khi tôi dạy về các Giá trị Nền tảng hay Cây Niềm Tin của YWAM. Ngài không đối xử dễ dãi cùng tôi, cho nên truyền thông trung thực trở thành một trong những "thông điệp đầu tiên" của tôi.

Điều này bắt đầu xảy ra khi Loren có chuyến đi đến New Zealand. Tôi dự định đi cùng anh, nhưng thật ngạc nhiên là Đức Chúa Trời phán với tôi không được đi cùng. Thế là, tôi ở lại California.

Ngày đầu tiên, tôi ở một mình, tôi đang nằm trên giường đọc về sự phấn hưng. Tôi trùm đầu lại và la lớn rằng: "Chúa ơi, không lẽ cơn phấn hứng chỉ là sự kiện lịch sử hàng trăm năm trước và cách đây hàng ngàn dặm sao? Con không thể nhìn thấy Ngài hành động giống như vậy ở trong cuộc đời của con sao?" Chúa đáp lời tôi ngay lập tức bằng tiếng phán nhỏ nhẹ trong tâm linh của tôi – nhưng lại đánh động rất mạnh mẽ ở trong tôi rằng: **Con có thể thấy Đức Thánh Linh hành động khi Ta có thể tin tưởng con là người thành thật**".

Tôi vô cùng ngạc nhiên và bối rối. Tôi nghĩ rằng: *mấy lời này phải dành cho ai đó mới đúng*. Tôi hỏi Chúa mình phải làm gì để được Ngài tin tưởng. Sau đó, giống như một bộ phim mà Đức Chúa Trời khải tỏ trong tâm trí của tôi, Ngài cho phép tôi nhìn thấy và nghe được tất cả những lần tôi đã nói quá hay thiếu cẩn thận về những tiểu tiết. Về bản chất, tôi là người luôn suy nghĩ tích cực, tôi muốn mọi thứ phải thật sáng chói – nhưng tôi không nghĩ nhiều đến tính xác thực. Tôi không cố ý lừa gạt ai cả – mà tôi cũng không biết rằng nói quá cũng là nói dối!

Khi Đức Chúa Trời nhắc lại hết viễn cảnh này đến viễn cảnh khác trong cuộc đời, tôi mới nhận ra nếu 20 người có mặt tại một sự kiện nào đó hỏi tôi rằng: "Có bao nhiêu người?" Tôi sẽ nói là "25 hay 30 người". Tôi thường cộng thêm để sự việc trở nên tốt hơn thực tế.

Ngày này qua ngày khác, Đức Chúa Trời tiếp tục cáo trách trong lòng tôi. Tôi đọc thấy trong Châm ngôn 12:22 chép rằng: "Môi dối trá là điều ghê tởm đối với Đức Giê-hô-va, còn người hành động chân thật làm vui lòng Ngài".

Chúa đã khiến lần ấy trở thành bài học quan trọng trong đời tôi. Tôi biết rằng nếu tôi không là người đáng tin cậy về sự thành thật trong những tiểu tiết, thì Chúa không bao giờ tin tưởng giao cho tôi những việc lớn mà tôi thường cầu xin Ngài. Trong Lu-ca 16:10 chép rằng: "Ai trung tín trong việc rất nhỏ, cũng trung tín trong việc lớn" và "ai bất nghĩa trong việc rất nhỏ, cũng bất nghĩa trong việc lớn".

Chúa cũng phơi bày những khía cạnh truyền thông khác của tôi. Ngài nhắc tôi nhớ đến những lần tôi đã hứa làm gì đó mà tôi đã không làm đúng lời hứa của mình. Những lần tôi đã tỏ ra thiếu khôn ngoan, lời lẽ của tôi chứa đựng sự tiêu cực và làm tổn thương người khác. Những lần tôi có những lời nói nghi ngờ người khác mà không hề có sự phân biện rõ ràng. Tôi đã ăn năn từng sự việc mà Ngài nhắc lại trong tâm trí của tôi. Dường như Đức Chúa Trời là Đấng giàu ân điển không hề cho phép dù là những chi tiết nhỏ nhất bị phớt lờ.

Tôi muốn cho bạn biết rằng tôi làm điều này hoàn hảo đến 100% và không hề có sự cường điệu hay phản ứng không thành thật từ môi miệng của tôi. Nói như vậy thì không đúng, nhưng mọi thứ đã giảm đi rất nhiều vì tôi hiểu được tiêu chuẩn của Đức Chúa Trời về sự truyền thông và tôi luôn cam kết truyền đạt thông tin một cách chân thật, chính xác, đúng thời điểm và thiết thực.

Khi Đức Chúa Trời bắt đầu xử lý tấm lòng của tôi về vấn đề này, tôi đã soạn ra 84 câu Kinh Thánh về sự truyền thông đã dẫn dắt đời sống tôi mỗi ngày, gồm có:

"Hỡi Đức Giê-hô-va là hòn đá tôi và là Đấng
cứu chuộc tôi, nguyện lời nói của miệng tôi,
sự suy gẫm của lòng tôi được đẹp ý Ngài!"
(Thi thiên 19:14).

"Sống chết ở nơi quyền của lưỡi; Kẻ ái mộ nó sẽ ăn bông trái của nó". (Châm ngôn 18:21)

"Lòng người khôn ngoan dạy dỗ miệng mình, và thêm sự học thức nơi môi của mình" (Châm ngôn 16:223).

Được đào tạo là một y tá, tôi đã viết tất cả câu Kinh Thánh này lên những cái thẻ nhỏ và chia chúng ra mỗi khi tôi được chỉ định chăm sóc một bệnh nhân nào đó. Tôi đặt chúng ở khắp nhà để tôi có thể suy gẫm suốt cả ngày. Bây giờ, mỗi khi tôi đối diện với một tình huống khó khăn nào đó, tôi đã học thuộc lòng rất nhiều câu Kinh Thánh để giúp tôi có phản ứng đúng đắn. Nếu có vấn đề "nóng bỏng" nào đó mà tôi cần phải nói chuyện với ai, thì tôi hiếm khi gặp người đó ngay lập tức, vì tôi không muốn hành động theo cảm xúc. Tôi cầu nguyện từ Thi thiên 141:3 chép rằng: "Hỡi Đức Giê-hô-va, xin hãy giữ miệng tôi, và canh cửa môi tôi".

Dấu răn trên lưỡi của tôi

Tôi thường nói với người khác rằng tôi có "những dấu răn trên lưỡi của tôi" vì không muốn nói ra những lời chỉ trích hay buộc tội! Châm ngôn 10:19 chép rằng: "…ai cầm giữ miệng mình là khôn ngoan". Tôi muốn nuôi dưỡng bông trái tiết độ nên tôi đã cầu xin Chúa sàng lọc lời lẽ của mình.

Chúa muốn sự truyền thông phải làm sao để lời lẽ của chúng ta chứa đựng ân điển, chứ không phải sự định tội. Đối với người nào biết trông đợi Chúa, thì Ngài sẽ ban sự khôn ngoan để biết phải nói gì và khi nào cần phải nói. Trong sự tiết độ cũng bao gồm cả việc không chỉ nói thật, mà phải nói thật đúng lúc để người khác tiếp nhận thông điệp dễ dàng.

Chúa Jêsus là người vĩ đại về truyền thông

Sứ điệp quan trọng nhất cần phải truyền đạt đó là thông điệp về tình yêu của Đức Chúa Trời, tấm lòng của Ngài muốn có mối liên hệ với loài người và sự tiếp trợ của Ngài để phục hồi mối liên hệ ấy.

Chúa Jêsus vừa là Đức Chúa Trời vừa là con người, Ngài đã mở ra con đường để chúng ta được trò chuyện với Cha trên trời. Ngài là tấm gương để chúng ta biết phải truyền thông như thế nào là tốt nhất. Ngài là người hoàn hảo nhất để chúng ta biết sống noi theo. Ngài là người vĩ đại về truyền thông. Ngài kể chuyện, dùng ẩn dụ mỗi ngày, dạy dỗ bằng cách đặt câu hỏi, khuyến khích mọi người phải suy nghĩ, Ngài chọn im lặng; có những lúc Chúa phán một thông điệp không lộ rõ ý nghĩa cho đến khi thông điệp ấy được sáng tỏ bằng sự mặc khải. Ngài luôn chọn thời điểm thích hợp. Ngài là Đấng rất thiết thực, có lòng nhiệt thành, biết quan tâm, có tình cảm. Ngài biết khi nào phải đối chất và khi nào phải yên ủi. Những câu chuyện Chúa dùng để truyền thông thường xảy ra mỗi ngày, khiến ai nấy cũng hiểu được.

Hãy sử dụng lời lẽ, biểu tượng và dấu hiệu để giúp họ hiểu hơn

Hết thảy chúng ta đều có tiếng mẹ đẻ tuỳ vào văn hóa xuất thân của mình. Để vươn đến những người đang sống trong các nền văn hóa khác, chúng ta cần truyền thông làm sao để ai nấy cũng hiểu được. Thông điệp chính vẫn được giữ nguyên, nhưng có thể truyền thông tuỳ vào bối cảnh khác nhau để lẽ thật được bày tỏ một cách độc nhất trong nền văn hóa ấy.

Một mục vụ của YWAM gọi là Sáng tạo Quốc tế đã thực hiện vai trò này trong vòng hơn 30 năm. Họ đã sản sinh các thước phim về truyền giáo trong nhiều ngôn ngữ và văn hóa của hơn 100 nhóm dân tộc chưa được vươn đến, gồm có người Banjara ở Ấn Độ. Bộ phim Banjara kể lại câu chuyện Con trai Hoang đàng, được ghi hình ở một làng Banjara, có các nam diễn viên là người địa phương và được thực hiện phù hợp với văn hóa của họ. Người Banjara đã đón nhận câu chuyện ấy như là của họ và đã nhìn thấy hàng trăm Hội thánh mọc lên khắp nơi ở Ấn Độ. Trong vòng 10 năm kể từ khi bộ phim được xuất bản, đã có hơn hai triệu người Banjara trở thành môn đồ của Chúa Jêsus.

Nhà truyền đạo Ấn Độ vĩ đại tên là Sadhu Sandar Singh đã từng nói rằng: "Nếu một người Ấn Độ khát nước, bạn cho anh ta uống nước bằng một cái chén kiểu nước ngoài, người đó sẽ không uống nước đâu. Nhưng nếu bạn cho người đó uống chén kiểu Ấn Độ, thì anh ta sẽ uống nước một cách vui vẻ". Người Banjara khát nước về phương diện thuộc linh đã tiếp nhận nguồn nước sống từ thông điệp của Phúc Âm vì câu chuyện được truyền thông "kiểu" Ấn Độ".

Truyền thông sáng tạo trong cơn khủng hoảng

Trong giai đoạn khủng hoảng, có thể xảy ra ở địa phương, ở cấp độ quốc gia và toàn cầu, nhu cầu về truyền thông và có mối liên hệ với nhau là rất quan trọng. Điều này được trở thành tâm điển trong cơn đại dịch COVID-19. Sau một đêm, mọi người đều phải tự cô lập mình vì những quy định về cách ly xã hội từ nhà nước và chính phủ để hạn chế sự lan rộng của con vi-rút. Các gia đình bị chia ly ở nhiều nơi trên thế giới vì sân bay đóng cửa và những quy định về cách ly; không ai được lại gần người thân của mình khi họ qua đời; hàng xóm láng giềng của không được sang nhà bên cạnh chơi vì người ta sợ lay nhiễm vi-rút. Ai nấy cũng sợ "đụng chạm".

YWAM cũng phải tuân thủ những quy định về cách ly xã hội – các cơ sở và mục vụ đều phải đóng cửa; người nào ở lại không được phép tụ họp để thông công. Kẻ thù muốn ngăn trở sự "RA ĐI" của chúng ta. Nhưng lúc nào cũng vậy, khi kẻ thù toan làm điều ác, thì Đức Chúa Trời toan làm điều ích cho chúng ta.

Tôi vô cùng ngạc nhiên trước sự sáng tạo đã được nảy sinh trong thời điểm ngặt nghèo và bắt đầu định hình lại cách truyền thông của chúng tôi. Những công cụ trực tuyến như Zoom, Skype, WhatsApp, Internet trở nên sinh động hẳn lên. Loren và tôi đang dự buổi họp của Ban Sáng Lập được thực hiện xuyên 6 châu lục – tất cả xảy ra từ phòng khách tại nhà riêng của chúng tôi theo lệnh đóng cửa! Các lớp học trực tuyến đã được tổ chức xuyên suốt toàn cầu; các lớp nấu ăn và vẽ hình cũng được tổ chức qua Zoom; các nhóm cầu nguyện kiểu Moravian 24/7 và các buổi học Kinh Thánh với nhau cũng xảy ra trực tuyến – tất cả dẫn việc mọi người có được nhiều cơ hội hơn trước đây. Một trang cầu nguyện trên Facebook đã được thành lập để mọi người kết nối và chia sẻ nan đề, những chuyện buồn và những thắng lợi. Các đội hợp xướng và dàn nhạc giao hưởng qua điện thoại cũng được hình thành. Các buổi tốt nghiệp và những đám cưới được xảy ra ngắn gọn. Từng hành vi như thế đều cho thấy mong muốn có mối liên hệ ở trong chúng ta và kích thích sự sáng tạo ở trong cộng đồng của chúng ta nữa.

Chữa lành hệ thống thần kinh của YWAM

"Truyền thông trung thực" (Giá trị 18) là giá trị cuối cùng đã được thêm vào danh mục Các Giá trị Nền tảng của YWAM. Một trong những thách thức của một tổ chức có cơ cấu không tập trung đó là sự khó khăn về truyền thông trên bình diện toàn cầu. Vì chúng tôi có sự lan rộng đến nhiều nơi hoặc là vì sự đa dạng về ngôn ngữ hoặc là vì nhu cầu đảm bảo an toàn, cho nên một vài nhân và mục vụ quốc tế phải ở trong tư thế bị cô lập.

Vào năm 2014, Đức Chúa Trời đã nhắc các lãnh đạo toàn cầu khi nhóm lại ở Singapore về một điều mà Ngài đã phán cùng chúng tôi vào một thập kỷ trước đó. Trong lần đó, Chúa đã nhấn mạnh về sức khoẻ của YWAM tuỳ thuộc vào truyền thông quan trọng như thế nào, giống như hệ thống thần kinh của cơ thể vậy. Ngay cả một nhiệm vụ thường ngày rất đơn giản như quan sát và chọn ly cà phê cũng bị tê liệt nếu có một sự cố hay "kẽ hở" trong hệ thống thần kinh trung ương của chúng ta. Vì vậy mà đối với gia đình YWAM cũng vậy. Nếu chúng tôi có "kẽ hở" trong khâu truyền thông, thì mọi hoạt động trong phong trào sứ mạng sẽ bị ảnh hưởng. Các lãnh đạo đã đáp ứng lại Lời Chúa bằng cách cầu nguyện xin Chúa chữa lành "hệ thống thần kinh" của YWAM, rất nhiều lãnh đạo ở khắp nơi trên thế giới đã cống hiến cả đời và mục vụ để dạy dỗ và làm gương tốt về mặt truyền thông ở trong và ở ngoài phong trào YWAM.

Đức Chúa Trời là bậc thầy về truyền thông, chúng tôi muốn trở nên giống như Ngài. Chúng tôi có những câu chuyện tuyệt vời để kể lại về sự thành tín của Đức Chúa Trời. Hy vọng rằng mỗi cá nhân và tập thể sẽ truyền thông – báo cáo bằng miệng, những bài viết về góc nhìn, các trang điện tử, các đoạn phim dài ngắn… – một cách chân thật, đúng thời điểm, chính xác và thiết thực. Hy vọng rằng những yếu tố này sẽ gắn kết chúng tôi lại với nhau, làm cho các mối quan hệ càng thêm phong phú và quy mọi vinh hiển về cho Chúa Jêsus.

Tiến vào tương lai...

Tôi hy vọng rằng bạn vừa trải qua một hành trình thú vị với những câu chuyện và những Lời Chúa đã phán để dẫn dắt YWAM có được "những niềm tin cốt lõi và các giá trị nền tảng". Nhưng không chỉ dừng lại ở việc cho rằng những điều ấy là thú vị, tôi cầu xin Chúa giúp bạn tỉnh thức trước những điều mới mẻ này và sẽ có được những thay đổi tích cực hơn. Hy vọng rằng bạn sẽ chọn sống với những suy nghĩ về Cây Niềm Tin một cách liên tục trong cuộc đời của mình, hãy đặt câu hỏi: "Những bông trái trong đời sống có kết quả từ những gốc rễ mà tôi đã đặt lòng tin cậy không?" Hy vọng rằng bạn sẽ tiến vào tương lai trong ánh sáng của lẽ thật mà bạn đã học được. Những niềm tin ấy rất quan trọng! Các giá trị ấy cũng quan trọng nữa!

Khi con cái của tôi còn học trung học trước thời kỳ có điện thoại di động, chúng thường phải di chuyển một đoạn ngắn để gặp được họ hàng hay các đội YWAM mà không có chúng tôi theo cùng. Trên đường đến sân bay, để làm xong bổn phận "mẹ yêu con", tôi thường gửi kèm một tờ giấy màu vàng để căn dặn chúng về đoạn đường phía trước rằng: "Sau khi hạ cánh, hãy đi đến chỗ lấy hành lý, con sẽ gặp các lãnh đạo YWAM ở đó". "Nếu chưa thấy ai đến, đây là tên và số điện thoại mà con cần phải gọi điện – đây là tiền để trả tiền điện thoại". Đó là một cách để tôi bày tỏ lòng tôn trọng đối với các con, tức là cho chúng có đủ thông tin cần dùng hoặc là phòng trường hợp có gì bất trắc xảy ra.

Tôi muốn tặng độc giả một vài hướng dẫn – đây là những điều bạn đã biết – những hướng dẫn thực tiễn để củng cố niềm tin và giá trị của bạn, làm sao để không đánh mất sự sốt sắng của bạn, hầu cho bạn có thể bền đỗ và nhìn thấy ý định của Đức Chúa Trời ứng nghiệm ở trên cuộc đời, vai trò lãnh đạo và di sản của bạn…

Ga-la-ti 6:9 dạy rằng: "Chớ mệt nhọc về sự làm lành, vì nếu chúng ta không trễ nải, thì đến kỳ, chúng ta sẽ gặt". Rô-ma 12:11 chép rằng: "Hãy siêng năng mà chớ làm biếng; phải có lòng sốt sắng; phải hầu việc Chúa". Sự bền đỗ là điều thiết yếu để giúp bạn có được thắng lợi sau một hành trình đòi hỏi phải có tinh thần "không bỏ cuộc" làm nhiên liệu cho đức tin của bạn. Sống bày tỏ niềm tin và giá trị sẽ làm cho hành trình của bạn mượt mà và kết quả hơn.

Tự nhắc bản thân nhớ rằng bạn không tự chọn mình hay YWAM chọn bạn – mà bạn được Chúa chọn

Cuộc đời bạn phải được xây dựng từ các giá trị biết Chúa và lắng nghe tiếng phán của Ngài. YWAM và nhiều người khác có thể khẳng định điều Chúa phán, nhưng bạn phải là người tiếp nhận Lời Chúa cho chính bản thân mình, hãy biết chắc rằng Chúa đã chọn bạn. Sự thật thì chúng ta KHÔNG BAO GIỜ cảm thấy đủ tư cách. Chúng ta thường nghĩ rằng "Tôi không thể làm được". Nhưng khi chúng ta biết mình được Chúa chọn, thì chúng ta nhận được sự xức dầu của Ngài.

Giăng 15:16 chép rằng: "Không phải các con đã chọn Ta, nhưng Ta đã chọn và bổ nhiệm các con, để các con đi, được kết quả, và quả của các con cứ còn mãi".

Nếu nghĩ rằng bạn tự chọn mình hay YWAM chọn bạn, thì bạn sẽ tìm kiếm sự công nhận từ người khác. Nhưng khi chúng ta biết mình được Chúa chọn, thì Chúa Jêsus phán rằng Ngài ở cùng chúng ta và ban cho chúng ta thẩm quyền để làm mọi sự mà Ngài đã kêu gọi chúng ta (Ma-thi-ơ 28:18-20). Hãy sống trong sự chọn lựa và sự xức dầu của Đức Chúa Trời.

Hãy có lối sống bày tỏ lòng biết ơn và sự rộng rãi

Kinh Thánh nói với chúng ta rằng: "Phàm việc gì cũng phải tạ ơn Chúa; vì ý muốn của Đức Chúa Trời trong Đức Chúa Jêsus Christ đối với anh em là như vậy". Lòng biết ơn và đức tin thường song hành cùng nhau; lằm bằm và than phiền thường dẫn tới sự vô tín.

Hãy tìm kiếm cơ hội để cảm tạ Chúa và cảm ơn người khác. Hãy luôn có lòng biết ơn và sự rộng rãi – như giá trị hiếu khách thường khuyến khích chúng ta làm vậy. Đây là cách biểu hiện đặc tánh của Đức Chúa Trời và sự tôn trọng người khác của chúng ta. Không có sự sáng tạo nào ở trong tâm trí tiêu cực, nhưng lòng biết ơn là cách để có được sự sáng tạo cùng với Đức Chúa Trời. Hãy có lòng rộng rãi đối với người nào rộng rãi cùng bạn và đối với người nào không làm điều đó cho bạn. Hãy cống hiến cuộc đời, thời gian và nguồn lực của bạn.

Hãy trung tín với Đức Chúa Trời, đừng chừa chỗ cho sự tự ti

Khi mọi thứ sụp đổ xung quanh bạn; khi bạn đối diện với thiên tai khốc liệt và mọi người đều cảm thấy quá tải; khi bạn rơi vào trạng thái thất vọng về bản thân mình; khi mọi thứ bạn tin tưởng bấy lâu nay không xảy ra – hãy nhắc bản thân mình nhớ rằng Đức Chúa Trời là Đấng tể trị. Bất kỳ lúc nào tâm trí bạn nghĩ rằng: "Chúa ơi, Ngài ở đâu?" – đó là lúc thích hợp để bạn khơi dậy lòng trung tín đối với Ngài và nhớ lại những niềm tin cốt lõi mà bạn biết là lẽ thật về bản chất và đặc tánh của Ngài. Chúa là Đấng tốt lành, nhân từ, công bình, yêu thương, thành tín và chân thật. Mọi hành vi và lời lẽ của bạn phải phản ánh niềm tin về Đức Chúa Trời. Hãy tự nói với bản thân mình rằng: "Đức Chúa Trời ơi, con không hiểu hết hoàn cảnh cuộc đời của mình, nhưng con muốn sống trung tín với Ngài. Chúa không hề làm sai; Ngài chưa từng làm sai và sẽ không bao giờ làm sai. Ngay cả khi con không hiểu, con vẫn trung tín với Ngài, tin cậy vào bản chất và đặc tánh của Ngài".

Không gì có thể chi phối sự trung tín của bạn đối cùng Đức Chúa Trời bằng sự tự ti. Nó là kẻ cướp đi niềm vui của bạn. Nếu bạn bắt đầu đánh mất niềm vui, hãy tra xét tấm lòng của bạn nếu trong đó có sự tự ti nào chăng!

Gốc rễ của sự tự ti là gì? Chính là sự kiêu ngạo. "Tôi xứng đáng nhận được điều tốt hơn". Từ ai? So sánh với người khác ư? Đây là bài tập hữu ích nếu bạn rơi vào trạng thái có lỗi với bản thân: hãy hình dung chính bạn đang ngồi tại chân thập tự giá, tuôn đổ hết mọi lời phàn nàn – với Chúa Jêsus là Đấng vô tội đã gánh lấy mọi tội và sự gian ác của thế gian! Trong thư tín Phi-e-rơ và Gia-cơ, Kinh Thánh nói rằng Đức Chúa Trời chống cự kẻ kiêu ngạo và ban ơn cho kẻ khiêm nhường. Khi tôi để cho sự tự ti thiêu đốt mình, Đức Chúa Trời đang chống cự tôi, không có ân điển nào cả! Đó là một tình trạng rất tồi tệ.

Trừ bỏ sự tự ti không phải chuyện dễ, điều này rất khó. Điều khó nhất là trừ bỏ sự tự ti khi bạn là nạn nhân của sự bất công. Bạn đã thực hiện lời thề hôn nhân và bị mắc kẹt ở trong lời thề ấy, còn người bạn đời của bạn thì không; bạn là người ngay thẳng trong kinh doanh, còn người khác là kẻ tham ô; bạn tin tưởng cha của mình, còn ông là người xâm phạm cuộc đời bạn. Chúng ta có thể bị ăn tươi nuốt sống chỉ vì người còn lại là kẻ làm điều ác.

Hãy trung tín với Đức Chúa Trời. Sự tự ti là đòn tấn công vào đặc tánh của Ngài. Nếu Chúa phán rằng sẽ có ân điển ban cho người khiêm nhường trong mọi hoàn cảnh, thì chắc chắn sẽ có như vậy. Khi bạn và tôi đứng trước mặt Chúa, Ngài không cho phép chúng ta biện minh cho lỗi lầm của mình bằng cách nói rằng: "nhưng đó là…nhưng người đó là…nhưng tôi phải chịu…". Hãy tin cậy Đức Chúa Trời là Đấng nhìn thấy mọi sự và biết lòng của mọi người để đoán xét một cách công bình.

Sự tha thứ không bao giờ chờ đợi thời điểm chín muồi – điều này phải xảy ra một cách tự động. Ngay cả khi người đó đã làm sai hay không bao giờ xin bạn tha thứ, chúng ta cần phải bày tỏ sự tha thứ cho họ.

Chúng ta phải nói rằng: "Chúa ơi, con cảm thấy tuyệt vọng…thất vọng…con không biết phải đối diện với điều này như thế nào. Nhưng con dâng hoàn cảnh này cho Ngài – con đóng đinh điều này lên thập tự giá. Con tin vào Lời Chúa khi Ngài phán rằng Đức Chúa Trời của cả đất sẽ đoán xét cách công bình. Con sẽ tập trung vào việc trở thành người nam hay người nữ của Đức Chúa Trời, còn sự phán xét thuộc về Ngài". Sự vui mừng sẽ trở lại và ân điển sẽ được ban cho, vì Ngài là Đức Chúa Trời đã phán vậy.

Đừng đón nhận sự xúc phạm

Cảm thấy bị xúc phạm từ người khác là điều rất mệt mỏi! Nó sẽ vắt kiệt sức của bạn và của mọi người xung quanh.

Hãy nghĩ tới những giá trị của YWAM: chúng ta tôn trọng các mối quan hệ, từng cá nhân, gia đình và đội nhóm. Chúng ta cần những ân tứ và sự đóng góp của người khác. Hãy nghĩ tới một gia đình có cha mẹ, anh chị em cùng lớn lên dưới một mái nhà, cùng nói một thứ tiếng. Họ có sự hiểu lầm không? Có chứ. Vậy thì hãy nghĩ tới môi trường YWAM, chúng ta thường là những người có xuất thân khác nhau và đang cố gắng làm mọi việc bằng ngôn ngữ thứ hai hay thứ ba của mình. Đôi khi chúng ta không cho người khác có được sự chú ý hay lời khẳng định nào cả. Điều này là chuyện bình thường. Tội lỗi là khi chúng ta dùng sự xúc phạm để chống đối người khác vì bị hiểu lầm hay đánh giá sai. Đôi khi chúng ta có thể đón nhận sự xúc phạm thay mặt những người mà chúng ta yêu thương, ngay cả khi họ đã xử lý vấn đề xong xuôi rồi, mà chúng ta vẫn còn mang lấy gánh nặng của sự xúc phạm.

Không gì có thể xúc phạm chúng ta hơn khi động cơ của chúng ta bị đưa ra đánh giá. Chúng ta không muốn làm tổn thương và xúc phạm lẫn nhau, nhưng đôi khi mọi chuyện lại diễn biến trái chiều. Chúng ta cần phải có sự tôn trọng dành cho nhau vì cớ Chúa Jêsus. Đúng là người kia làm bạn khó chịu…đúng là lãnh đạo xử lý tình huống thật nghèo nàn. Nhưng Chúa Jêsus ở trong bạn là đủ để vượt qua hoàn cảnh ấy.

Nếu tôi là ma quỷ – chỉ là thí dụ thôi nhé! – thì cám dỗ mọi người đón nhận sự xúc phạm sẽ là chiến lược để làm chậm sức ảnh hưởng của Vương Quốc. Khi chúng ta cảm thấy bị xúc phạm, thì không còn sự hiệp một nữa; chỉ có tạp chất ở trong lòng của mình, còn kẻ thù giành được thắng lợi.

Các lãnh đạo là những đối tượng thường rất năng nổ trong việc cố gắng dập lửa và phân xử thay cho những ai bị xúc phạm, nóng giận, căng thẳng và mất bình tĩnh. Tôi cũng thấy mệt vì các cuộc họp vô tận về người này nói người kia; ai làm chuyện đó; người nào đúng và người nào sai. Đối với tôi thì điều chúng ta cần phải đeo đuổi đó là xin Chúa tra xét đời sống của mình có đúng với tiêu chuẩn của niềm tin, giá trị, quyết định và hành động được định hình từ Cây Niềm Tin hay không: *Có vi phạm quy tắc Kinh Thánh nào không? Chúng ta đã làm sai điều gì trong khu vực của người khác? Chúng ta đã làm buồn Đức Thánh Linh điều gì chăng?* Khi chúng ta phân biện những điều đó và sửa ngay lại mọi thứ, chúng ta có thể tiến về lẽ thật nhanh hơn.

Đây là lời khuyên từ một người bạn có ơn tiên tri đã khuyên tôi hồi trước rằng: "Tôi cố gắng kiểm soát cảm giác bị xúc phạm bằng cách này: Chúa Jêsus là Đấng ngự trong lòng tôi và Chúa Jêsus cũng là Đấng ở trong lòng bạn. Vậy, Chúa Jêsus có bị xúc phạm vì chuyện đó không? Thường thì tôi không thấy Chúa Jêsus bị xúc phạm gì cả, mà Darlene mới là người cảm thấy bị xúc phạm. Hãy bày tỏ ân điển và ghi nhớ rằng sự vui vẻ của Đức Giê-hô-va là sức lực của bạn.

Ở cùng ai ủng hộ bạn, đừng ở gần ai nuông chiều bạn

Hãy quý mến lẫn nhau. Hãy vui vẻ với nhau. Đây là phần tuyệt vời trong việc tôn trọng lẫn nhau và tôn trọng đội ngũ mà Đức Chúa Trời đã kêu gọi chúng ta cùng làm việc với nhau. Một cách khác để thực hiện điều này đó là: "Hãy chơi với người nào thích "mùi tanh của cá" bởi vì họ cũng được kêu gọi trở thành tay đánh lưới người như bạn". Hãy ở cùng ai thích đi theo sự kêu gọi của Đức Chúa Trời – là những người dù ăn, ngủ, thở, nói và sống cũng đều bị chi phối bởi sự kêu gọi ấy. Hãy dành thời gian với người nào ủng hộ ân tứ và sự kêu gọi của bạn.

Phục vụ vì vinh hiển của Chúa, đừng vì bản thân hay sứ mạng

Nếu bạn không phục vụ vì vinh hiển của Đức Chúa Trời, thì bạn sẽ không bao giờ nhận đủ lời khen hay công trạng. Hãy ghi nhớ câu chuyện mà tôi chia sẻ cùng bạn ở trong chương nói về sự lãnh đạo đầy tớ từ cuộc đời của A-bi-ga-in, khi Chúa kêu gọi tôi trở thành "người rửa chân cho người nào rửa chân cho nhà vua". Đó là điều tự do nhất mà bạn có thể làm mỗi sáng khi thức dậy và nói rằng: "Cho dù chẳng có ai để ý – tôi vẫn làm vì sự vinh hiển của Chúa". Như vậy, bạn sẽ thành công.

Kính mến Chúa hết lòng, hết trí, hết linh hồn và hết sức

Đừng chỉ thờ phượng bằng cảm xúc, mà cũng thờ phượng bằng tâm trí nữa. Hãy trở thành người biết suy xét. Hãy ngẫm nghĩ về những điều tương ứng với thế giới quan Cơ Đốc theo Kinh Thánh (Giá trị 9). Bạn cần biết rõ điều bạn tin và tại sao bạn tin điều ấy; cũng hãy biết rõ điều bạn không tin và tại sao bạn không tin như vậy.

Hãy sống dưới uy quyền và sự xức dầu của Đức Chúa Trời. Hãy trung tín với Đức Chúa Trời. Hãy phục vụ vì vinh hiển của Ngài. Đây là cách để chúng ta trung tín sống đúng mục đích, niềm tin và giá trị mà Đức Chúa Trời đã kêu gọi chúng ta. Hãy là người làm Chúa vui lòng vì bạn lắng nghe, vâng lời và không bỏ cuộc!

Khám phá những niềm tin và các giá trị
David Joel Hamilton

Giới thiệu

Bạn vừa đọc xong câu chuyện về những kinh nghiệm và những Lời Chúa phán cùng YWAM để hình thành 6 Niềm tin Cốt lõi và 18 Giá trị Nền tảng. Khám phá những niềm tin và các giá trị là tựa đề rất chính xác của chương này. David Hamilton mời bạn đào sâu hơn, khám phá và và tìm hiểu kỹ hơn từng điều một, lấy Kinh Thánh làm nền tảng, sẽ giúp bạn khiến những điều này trở thành của bạn.

Như bạn đã thấy trong quyển sách Giá trị cốt lõi, từng niềm tin và giá trị đều có 10 phân đoạn Kinh Thánh để củng cố và bổ trợ - từ bốn đến sáu phân đoạn là từ Cựu Ước và từ bốn đến sáu phân đoạn là từ Tân Ước. Mỗi phần khám phá tập trung vào một phân đoạn hay câu Kinh Thánh mà thôi, đây chỉ là phần khởi động để bắt đầu khám phá sự phong phú ở bên trong. Đừng dừng lại. Kinh Thánh chứa đựng sự khôn ngoan và thông sáng để giúp bạn tiếp tục đeo đuổi những điều này. Hãy bắt đầu một cuộc phiêu lưu mới cho bản thân mình nhé!

Rất nhiều niềm tin và giá trị tập trung vào các câu/phân đoạn Kinh Thánh khác nhau đã có sẵn ở trang điện tử YWAMValues.com để giúp bạn đào sâu nghiên cứu.

- Darlene Cunningham

Niềm tin cốt lõi
Bắt đầu khám phá

Niềm tin 1 – Thờ phượng: Chỉ thờ phượng Đức Chúa Trời

Nền tảng Kinh Thánh:

"Đức Giê-hô-va đã lập giao ước với chúng, truyền dạy chúng rằng: Các ngươi chớ kính sợ các thần khác, chớ thờ lạy, hầu việc chúng nó, và đừng tế lễ chúng nó. Nhưng các ngươi khá kính sợ Đức Giê-hô-va, là Đấng dùng đại năng, và cánh tay giơ thẳng ra, đem các ngươi ra khỏi Ê-díp-tô; Đấng đó các ngươi phải kính sợ thờ lạy, và dâng của lễ cho. Các luật lệ, điều răn, qui tắc, và mạng lịnh mà Ngài chép cho các ngươi, các ngươi khá gìn giữ làm theo đời đời, chớ nên kính sợ các thần khác. Các ngươi chẳng nên quên giao ước mà ta lập với các ngươi; chớ kính sợ các thần khác; nhưng khá kính sợ Giê-hô-va Đức Chúa Trời của các ngươi, Ngài sẽ giải cứu các ngươi khỏi tay các kẻ thù nghịch". (2 Các-vua 7:35-39).

Khám phá:

Tiếng Do Thái là một ngôn ngữ rất cụ thể. Từ vựng tập trung vào động từ dẫn đến một hình thức giao tiếp mang tính trải nghiệm, giàu cảm xúc, theo hướng hành động. Từ *shachah* (#7812 từ điển Strong) được dịch là "thờ phượng" theo nghĩa đen có nghĩa là "cúi đầu xuống" hoặc "đầu phục". Từ đó tạo ra một hình ảnh trực quan về khát vọng mãnh liệt và sự tận hiến hoàn toàn. Nó thể hiện hành động đầu hàng và phục vụ, sự phủ phục và trung thành, tôn kính và quý trọng. Bạn không chỉ hình dung được sự vâng phục đầy tôn trọng của một người cúi đầu kính trọng trước một vị vua; mà bạn còn hình dung được tình yêu say đắm của một chàng trai quỳ gối cầu hôn người mình yêu.

Tất cả chúng ta đều có xu hướng thờ phượng. Tất cả chúng ta đều dành sự trung thành cho một ai đó. Tất cả chúng ta đều khao khát một điều gì đó. Tất cả chúng ta đều có xu hướng như vậy. Câu hỏi không phải là liệu chúng ta có thờ phượng hay không. Mà câu hỏi phải là: chúng ta sẽ thờ phượng ai hay cái gì. Chúng ta sẽ thờ phượng Đức Chúa Trời hằng sống hay là một sự khoái lạc nào khác, một mục tiêu nào đó chăng? Câu trả lời mà chúng ta đưa ra sẽ cho thấy thái độ và hành động của chúng ta. Sự thờ phượng thúc đẩy chúng ta. Sự thờ phượng định hướng cuộc đời của chúng ta. Sự thờ phượng quyết định sự tồn tại của chúng ta. Chúng ta sống vì cớ những điều chúng ta cho là quý trọng, vì đối tượng mà chúng ta thờ lạy.

Khi sự thờ phượng thể hiện những ước muốn sâu xa nhất của chúng ta, thì sự thờ phượng cũng quyết định số phận của chúng ta. Đây là một yếu tố mạnh mẽ trong việc đào tạo môn đồ. Trong Kinh thánh, chúng ta nói rằng những người đeo đuổi một đam mê không tin kính đã bị uốn nắn bởi lòng sùng kính lệch lạc trong sự thờ hình tượng. Con người trở nên giống như đối tượng mà họ tôn thờ. Vì vậy, "kẻ nào làm hình tượng…đều giống như nó" (Thi thiên 115:4-8; 135:16-18) – không nghe, không nói, không có quyền và không có sự sống. Nhưng Tin lành nói là người nào thờ phượng Đức Chúa Trời hằng sống bằng "tâm thần và lẽ thật" (Giăng 4:23) sẽ được biến đổi về tâm tánh càng ngày càng giống Ngài hơn. Giăng viết rằng: "Hỡi kẻ rất yêu dấu, chính lúc bây giờ chúng ta là con cái Đức Chúa Trời, còn về sự chúng ta sẽ ra thể nào, thì điều đó chưa được bày tỏ. Chúng ta biết rằng khi Ngài hiện đến, chúng ta sẽ giống như Ngài, vì sẽ thấy Ngài như vốn có thật vậy. Ai có sự trông cậy đó trong lòng, thì tự mình làm nên thanh sạch, cũng như Ngài là thanh sạch"(1 Giăng 3:2-3).

Hãy tiếp tục:

Hãy chọn ra một hoặc hai Thi thiên. Hãy đọc thật to. Suy gẫm những đặc tánh của Đức Chúa Trời được làm nổi bật lên trong khi bạn đọc. Hãy chuyển những suy gẫm của bạn từ Lời Chúa trở thành sự thờ phượng. Có lẽ bạn muốn quỳ xuống – một hành động của thân thể – khi bạn bày tỏ sự tận hiến của mình dành cho Đức Chúa Trời.

Niềm tin 2 – Thánh khiết: Hãy nên thánh

Nền tảng Kinh Thánh:

"Vậy ta đã làm cho chúng nó ra khỏi đất Ê-díp-tô, và đem chúng nó đến nơi đồng vắng. Ta ban cho chúng nó luật lệ của ta, và làm cho chúng nó biết mạng lịnh ta, là điều nếu người ta làm theo thì được sống bởi nó. Ta cũng cho chúng nó những ngày sa-bát ta làm một dấu giữa ta và chúng nó, đặng chúng nó biết rằng ta là Đức Giê-hô-va biệt chúng nó ra thánh". (Ê-xê-chi-ên 20:10-12).

Khám phá:

Ê-xê-chi-ên nói rõ mục đích của Đức Chúa Trời dành cho chúng ta đó là phải nên thánh. Lý do của Đức Chúa Trời đó là vì Ngài là thánh (Lê-vi-ký 11:44-45; 19:2) và Ngài muốn chúng ta trở nên giống như ảnh tượng của Ngài (Rô-ma 8:29) để chúng ta sống mối liên hệ gần gũi với Ngài (1 Cô-lô-se 1:9). Ngài muốn chúng ta cũng có đặc tánh của Ngài và tình bạn mật thiết với Ngài. Lời kêu gọi phải nên thánh không hề giới hạn chúng ta, mà là lời kêu gọi để chúng ta đeo đuổi việc bắt chước Đức Chúa Trời hầu cho chúng ta tìm được sự vui thích ở trong sự mất thiết với Ngài.

Ý định của Đức Chúa Trời trong việc muốn chúng ta phải nên thánh xuất phát từ trong bản chất của Ngài. Công tác cứu rỗi của Ngài ở trên đời sống của chúng ta chính là yếu tố tạo nên sự khác biệt – đó là vì sao chúng ta được nhắc đi nhắc lại rằng Ngài là Đấng duy nhất khiến chúng ta nên thánh (Xuất 31:13; Lê-vi-ký 20:8; 21:8,15,23; 22:9,16,32). Không phải Đức Chúa Trời làm hết mọi sự cho chúng ta đâu. Mà Ngài còn khuyên chúng ta "hãy giữ làm theo những luật pháp" của Ngài một cách thật chính xác vì Chúa là Đấng "làm cho các ngươi nên thánh" (Lê-vi-ký 20:8). Khi chúng ta vâng lời Chúa vì Ngài đã giải cứu chúng ta chính là yếu tố cho phép chúng ta sống theo ý định của Đức Chúa Trời.

Lời khuyên của Chúa Jêsus "Thế thì các con phải nên toàn thiện như Cha các con ở trên trời là toàn thiện" (Ma-thi-ơ 5:48) trong bài giảng trên núi, còn sự tương đồng "Hãy thương xót như Cha các ngươi hay thương xót" (Lu-ca 6:36) trong bài giảng ở nơi đồng bằng vang vọng mạng lệnh: "Hãy nên thánh, vì ta, Giê-hô-va Đức Chúa Trời các người, vốn là thánh" (Lê-vi-ký 19:2). Đức Chúa Trời là tiêu chuẩn để chúng ta sống noi theo. Thông thường, những lời bào chữa về đạo đức được nói thế này: "Chúng ta là con người". Đừng quên rằng chúng ta được Đức Chúa Trời là Đấng thánh khiết kêu gọi phải nên thánh. Chúa Jêsus đã đến để phục hồi chúng ta trở lại với ý định ban đầu bằng cách bày tỏ cho chúng ta biết ý nghĩa của việc làm người thực sự là gì. Ngài hóa thân làm người để sống cuộc đời mà Đức Chúa Trời đòi hỏi ở loài người. Chúa Jêsus "bị thử thách trong mọi việc cũng như chúng ta, song chẳng phạm tội" (Hê-bơ-rơ 4:15). Sứ đồ Phao-lô còn dạy chúng ta rằng: "Vậy anh em hãy trở nên kẻ bắt chước Đức Chúa Trời như con cái rất yêu dấu của Ngài; hãy bước đi trong sự yêu thương, cũng như Đấng Christ đã yêu thương anh em…" (Ê-phê-sô 5:1-2).

Hãy tiếp tục:

Khi Đức Chúa Trời muốn nhấn mạnh một điều nào đó, Ngài thường phán kèm theo mấy lời này: "Ta là Giê-hô-va Đức Chúa Trời". Chính Lời phán này xuất hiện đến 158 lần trong 70 đoạn Kinh Thánh được tìm thấy khắp 14 sách của Cựu Ước. Đoạn Kinh Thánh có số lần lặp đi lặp lại Lời phán này nhiều nhất đó là Lê-vi-ký 19, thường được gọi là phân đoạn trọng tâm của "Luật thánh khiết" là phần cuối cùng của sách Lê-vi-ký. Hãy xem thử những mạng lệnh được nhấn mạnh bằng "Ta là Giê-hô-va Đức Chúa trong đoạn này:

19:3   tôn kính cha mẹ mình và giữ ngày sa-bát

19:4	chớ xây đúc hình tượng
19:10	nghĩ cho người nghèo và khách lạ
19:12	chớ chỉ danh Chúa mà thề dối vì làm ô danh Chúa
19:14	nghĩ cho người khuyết tật
19:16	chăm sóc người đang gặp nguy hiểm
19:18	yêu kẻ lân cận như mình
19:25	chăm sóc môi trường
19:28	chớ vì người chết mà làm theo tập tục của dân ngoại
19:30	giữ ngày Sa-bát và tôn kính nơi thánh
19:31	chớ liên hệ với người chết
19:32	chăm sóc người già
19:34	quan tâm đến người di cư, nhập cư và nước ngoài
19:35	chớ dùng cân giả
19:37	gìn giữ và làm theo các luật pháp

Những mạng lệnh này giúp bạn hiểu về sự thánh khiết như thế nào? Có đề tài nào lặp đi lặp không? Điều nào nói về những vấn đề ở trong lòng và những vấn đề xã hội? Sự chính trực, tình yêu thương và lòng thương xót thể hiện sự thánh khiết như thế nào?

Niềm tin 3 – Làm chứng: Sự cải đạo của Phi-e-rơ

Nền tảng Kinh Thánh:

"Chúng ta từng chứng kiến về mọi điều Ngài đã làm trong xứ người Giu-đa và tại thành Giê-ru-sa-lem. Chúng đã treo Ngài trên cây gỗ mà giết đi. Nhưng ngày thứ ba, Đức Chúa Trời đã khiến Ngài sống lại, lại cho Ngài được tỏ ra, chẳng hiện ra với cả dân chúng, nhưng với những kẻ làm chứng mà Đức Chúa Trời đã chọn trước, tức là với chúng ta, là kẻ đã ăn uống cùng Ngài, sau khi Ngài từ trong kẻ chết sống lại. Lại Ngài đã biểu chúng ta khá giảng dạy cho dân chúng, và chứng quyết chính Ngài là Đấng Đức Chúa Trời đã lập lên để đoán xét kẻ sống và kẻ chết. Hết thảy các đấng tiên tri đều làm chứng này về Ngài rằng hễ ai tin Ngài thì được sự tha tội vì danh Ngài". (Công-vụ 10:39-43).

Khám phá:

Tiêu đề của phân đoạn này có nên đặt là Cọt-nây trở về đạo hay không? Hãy đọc lại, câu mở đầu của Phi-e-rơ khi bước vào nhà của Cọt-nây cho thấy sự e dè của ông khi đến với dân ngoại. *"Người Giu-đa vốn không được phép giao thông với người ngoại quốc hay là tới nhà họ; … Vậy ta hỏi vì việc chi mà các ngươi mời ta đến".* (Công-vụ 10:28-29). Ông không nghĩ rằng mình sẽ giảng cho dân ngoại! Cọt-nây đã giúp ông biết phải tiến hành như thế nào. Sau đó, Phi-e-rơ đã trích sai Lời của Chúa Jêsus. Ông nói rằng Chúa Jêsus *"đã biểu chúng ta khá giảng dạy cho dân chúng"*. Từ ngữ được dịch ra ở trong câu này không phải là *ethos* (là những gì Chúa Jêsus đã dùng để phán trong Ma-thi-ơ 28:18-20), mà là *laos*. Chữ *laos* chỉ được dùng để mô tả dân Do thái, còn *ethos* được dùng để nói về tất cả dân tộc – tức là gồm có cả dân ngoại. Ngay cả Chúa Jêsus đã nói thế này, thì Phi-e-rơ lại nghe thế khác. Giống như Phi-e-rơ, chúng ta thường bị điếc trước những lời lẽ đi ngược lại với văn hóa của mình.

Sách Công-vụ ký thuật lại câu chuyện về sự lan rộng của Phúc Âm. Đầu tiên, hết thảy những người tin theo Chúa Jêsus đều là người Do thái nói tiếng A-ram "người Ga-li-lê" (1:11). Sau đó, họ đã kể vào mấy người đàn bà (1:14) và những người Do thái không xuất thân từ Ga-li-lê (2:5-11). Số lượng người tin Chúa nói tiếng Hy-lạp gia tăng cũng bao gồm một người không phải là dân ngoại (6:1-6)! Câu chuyện tiếp tục kể thêm về những người có một nửa là dòng máu Do thái (người Sa-ma-ri trong 8:1-15) và một người muốn trở thành người Do thái (người Ê-thi-ô-pi trong 8:26-39). Điều này dẫn chúng ta đến với hai sự trở về đạo trong quyển sách này, đó là; Phao-lô (9:1-22) và Phi-e-rơ (10:1-47). Tại sao gọi là sự trở về đạo của Phi-e-rơ? Cọt-nây là người vâng lời ngay tức thì (10:7) còn Phi-e-rơ thì không như vậy. Khi Đức Chúa Trời thăm viếng ông thì phản ứng tức thời của ông là: "Lạy Chúa, không được!" (10:14) – hai chữ này không nên đi cùng nhau như vậy. Nếu Ngài là Chúa, thì câu trả lời phải là "được!" chứ? Nhưng cần phải có đến ba khải tượng và một lời tiên tri, Phi-e-rơ mới chịu vâng lời. Mặc dù cả hai người đều được biến đổi, nhưng sự trở về đạo của Phi-e-rơ tốn nhiều công sức hơn.

Hãy đi lùi lại để nhìn thấy bức tranh tổng quát hơn. Sách Công-vụ được xây dựng xung quanh câu chuyện về Phi-e-rơ và Phao-lô. Những câu chuyện trở về đạo của cả hai được kể lại đến hai lần (của Phi-e-rơ trong 11:4-18; 15:7-11; của Phao-lô trong 22:3-21; 26:2-23). Hai câu chuyện nổi bật này được kể đi kể lại hai lần chiếm một phần tám sách Công-vụ. Họ là đại diện cho thông điệp trọng tâm của sách, đó là: người nào muốn tin theo Chúa Jêsus đều được đón nhận! Vì thế mà chúng ta cần phải làm chứng cho mọi người.

Hãy tiếp tục:

Hãy xem xét hoàn cảnh của Phi-e-rơ. Bảy năm sau khi Chúa Jêsus truyền lệnh phải làm chứng cho mọi người (Mác 16:15), ông chỉ quanh quẩn ở trong khu vực an toàn và thoải mái của mình. Còn chúng ta thì sao? Có những điều nào Đức Chúa Trời muốn thay đổi trong suy nghĩ và lối sống của chúng ta giống như Ngài đã làm đối với Phi-e-rơ chăng? Chúng ta có dám bước ra khỏi chỗ quen thuộc của mình để vươn đến những người có văn hóa khác với chúng ta chăng? Chúng ta có tiếp tục truyền tải thông điệp cứu rỗi cho người nào đang sống ở ngoài những hoạt động thường ngày của chúng ta chăng? Hãy dành thời gian để suy xét làm thế nào để thoát ra khỏi chốn quen thuộc và chia sẻ Phúc Âm cho những người mà bạn không hề quen biết. Bạn phải làm thế nào để quan tâm đến những người đó? Bạn phải làm gì để tiếp cận họ? Hãy dành thời gian lắng nghe Chúa phán về vai trò của bạn trong việc mở rộng Vương Quốc của Ngài bằng lời kết ước: "Lạy Chúa, được!" khi Ngài phán cùng bạn.

Niềm tin 4 – Cầu nguyện: Một ngày thê thảm

Nền tảng Kinh Thánh:

"Ta đã tìm một người trong vòng chúng nó, đặng xây lại tường thành, vì đất mà đứng chỗ sứt mẻ trước mặt ta, hầu cho ta không hủy diệt nó; song ta chẳng tìm được một ai. 31 Vậy nên ta đổ cơn thạnh nộ trên chúng nó, và lấy lửa giận của ta đốt chúng nó; ta đã làm cho đường lối của chúng nó lại đổ về trên đầu chúng nó, Chúa Giê-hô-va phán vậy". (Ê-xê-chi-ên 22:31-31)

Khám phá:

Sự tác động qua lại của công lý và thương xót là một trong những đề tài tiêu biểu của Kinh Thánh. Cả hai đều chứa đựng tình yêu thương. Do đó, một người có tình yêu thương sẽ luông làm điều công bằng. Sự bất công không có chỗ trong đời sống của người có tình yêu thương. Cũng vậy, một người có tình yêu thương sẽ luôn tìm cơ hội để bày tỏ sự thương xót. Thiếu lòng thương xót là trái ngược với tình yêu thương. Vì "Đức Chúa Trời là sự yêu thương" (1 Giăng 4:8), Ngài làm mọi sự "trong sự công bình và chánh trực, nhân từ và thương xót" (Ô-sê 2:19). Là Đức Chúa Trời làm sự công bình, sự công bằng là tiêu chuẩn của Ngài, cho nên Ngài luôn đảm bảo rằng ai cũng có phần của mình. Nhưng là Đức Chúa Trời làm sự thương xót, ân điển là mục tiêu của Ngài, cho nên Chúa luôn tìm cơ hội để ban cho chúng ta nhiều hơn những gì đáng nhận được.

Các tiên tri ngày xưa đã nói trước về điều này. Họ hiểu rằng những hành động của một Đức Chúa Trời có sự công bình và thương xót sẽ đoán xét những hành động của chúng ta. Những việc làm của chúng ta đều được đánh giá bằng công lý của Đức Chúa Trời. Những việc làm khác cũng được đánh giá bằng sự thương xót của Đức Chúa Trời. Nguyên tắc này vốn dĩ là trọng tâm trong khải tượng của Giê-rê-mi tại xưởng của người thợ gốm (Giê-rê-mi 18:1-11) và mô tả của Ê-xê-chi-ên về tấm lòng của Đức Chúa Trời (Ê-xê-chi-ên 18:1-32). Bạn có thể thấy Đức Chúa Trời là Đấng luôn làm sự công bình và luôn tìm cơ hội để bày tỏ sự thương xót. Đây là câu chuyện đằng sau những sự kiện tiêu biểu được tìm thấy trong Xuất Ê-díp-tô-ký 32:7-14; Giô-na 3:4-4:2; và 2 Các vua 20:1-7. Sự cầu nguyện, kiêng ăn, ăn năn, cầu thay – mà loài người có quyền làm cách tự do – cho Đức Chúa Trời là Quan Án lý do để ban cho sự cứu rỗi thay vì hình phạt theo sự xứng đáng của họ. Đỉnh điểm của những câu chuyện này là khi mọi thứ được gói gọn bằng câu nói: "sự thương xót thắng sự đoán xét" (Gia-cơ 2:13).

Nhưng trong Ê-xê-chi-ên 22:30-31 thì không như vậy. Câu chuyện kết thúc bằng sự đoán phạt từ trời. Nhưng – lúc nào cũng vậy – Đức Chúa Trời vẫn chọn làm sự thương xót hơn là thi hành công lý. Ngài tìm kiếm người nào đang cầu nguyện để cho Ngài có lý do để không làm sự đoán phạt. Nhưng Ngài chẳng tìm được ai cả. Vì thế, Chúa không thể gia thêm sự thương xót. Ngài phải thi hành hình phạt mà họ đáng phải chịu. Với tấm lòng tan vỡ, Đức Chúa Trời đã không làm sự thương xót. Những việc làm của chúng ta đều có hậu quả. Sự cầu nguyện có thể thay đổi mọi sự. Đến ngày hôm nay vẫn không có ai cả, vì thế mà chẳng có sự thay đổi nào xảy ra. Thật là một ngày thê thảm!

Hãy tiếp tục:
Hãy dành thời gian đọc sách Giô-na từ đầu đến cuối. Chỉ mất bảy phút đồng hồ mà thôi. Sau khi đã có được tổng quan của sách thì hãy quay lại và suy gẫm những lời cầu nguyện được ghi lại trong sách này. Hãy tìm thử ai là người đã cầu nguyện; nội dung của lời cầu nguyện là gì; kết quả của lời cầu nguyện là thế nào; những lời cầu nguyện ấy có kết quả khác nhau ra sao; Đức Chúa Trời đã làm sự công bình và

bày tỏ sự thương xót như thế nào qua mỗi lời cầu nguyện. Hãy lưu ý những chi tiết sau:

- Lời cầu nguyện của những người đi biển trong Giô-na 1:14.
- Lời cầu nguyện của Giô-na trong Giô-na 2:2-9.
- Lời cầu nguyện của dân thành Ni-ni-ve trong Giô-na 3:6-9.
- Lời cầu nguyện của Giô-na trong Giô-na 4:3.

Niềm tin 5 – Thông công: Koinonia quyết liệt

Nền tảng Kinh Thánh:

"Tất cả tín hữu đều hiệp lại với nhau và lấy mọi vật làm của chung. Họ bán hết tài sản, của cải mình có mà phân phát cho nhau tùy theo nhu cầu của mỗi người. Ngày nào họ cũng chuyên tâm đến đền thờ; và từ nhà này đến nhà khác, họ bẻ bánh và dùng bữa cùng nhau với lòng vui vẻ, chân thành, ca ngợi Đức Chúa Trời và được ơn trước mặt mọi người. Mỗi ngày, Chúa thêm số người được cứu vào Hội Thánh". (Công-vụ 2:44-47)

Khám phá:

Tiếng Hy-lạp *koinonia* và *koinonos* có thể gợi lên những hình ảnh về những bữa tối thật ngon miệng và chiếc ghế xô-pha thật thoải mái mà chúng ta thường "thông công" với nhau. Đây không phải là hình ảnh xuất hiện trong tâm trí của các tín hữu vào thế kỷ đầu tiên. Một *koinonos* ám chỉ một xã hội loài người mà ai nấy đều dự phần bằng sự tự nguyện. Đây là một sự kết hợp có chủ đích của chính trị, giáo dục, tôn giáo, thể thao, hay là những lý do thương mại nào đó. Plato, trong bài diễn thuyết về *nền cộng hòa* của mình, đã nói rằng *koinonos* là thành phần cơ bản nhỏ nhất hình thành nên xã hội. Khi Hội thánh đầu tiên mô tả họ là một *koinonos* thì đó là một lời tuyên bố dũng cảm trái ngược với văn hóa, họ quả quyết mình là một xã hội mới đang đối đầu với trật tự của thế giới vào lúc bấy giờ.

Chúa Jêsus không kêu gọi chúng ta đến cùng Ngài với thái độ cá nhân hóa. Ngài kêu gọi từng cá nhân gia nhập vào một thân thể có Chúa Jêsus là trọng tâm. Đây là điều Ngài đã làm với mười hai người đầu tiên đã tin theo Ngài. Đây cũng là điều Ngài đang làm với người nào tin theo Ngài ngày hôm nay. Chúa Jêsus hứa rằng: "Vì nơi nào có hai, ba người nhân danh Ta họp nhau lại thì Ta sẽ *ở giữa họ*" (Ma-thi-ơ 18:20). Chúng ta được kêu gọi trở thành một *koinonia*. Sứ đồ Phao-lô viết về cách "Hội thánh" (1 Cô-rinh-tô 14:33) nên cư xử làm sao để "gây dựng thân thể Đấng Christ" (Ê-phê-sô 4:11-13). Điểm chính là mỗi người đều có thể góp phần của mình – giống như các đối tác trong một *koinonos* – và "làm hết thảy cho được gây dựng … để ai nấy đều được dạy bảo, ai nấy đều được khuyên lơn" (1 Cô-rinh-tô 14:26,31). Thật vậy, người tin Chúa đều được khuyên răn: "Ai nấy hãy coi sóc nhau để khuyên giục về lòng yêu thương và việc tốt lành; chớ bỏ sự nhóm lại như mấy kẻ quen làm, nhưng phải khuyên bảo nhau, và hễ anh em thấy ngày ấy hầu gần chừng nào, thì càng phải làm như vậy chừng nấy" (Hê-bơ-rơ 10:24-25).

Nhưng sự nhóm lại của con cái Chúa không chỉ mang lại sự gây dựng và sự khích lệ; mà còn trang bị cho công tác nhân rộng nữa. Phi-e-rơ viết rằng: "Nhưng anh em là dòng giống được lựa chọn, là chức thầy tế lễ nhà vua, là dân thánh, là dân thuộc về Đức Chúa Trời, hầu cho anh em rao giảng nhân đức của Đấng đã gọi anh em ra khỏi nơi tối tăm, đến nơi sáng láng lạ lùng của Ngài" (1 Phi-e-rơ 2:9). Dân tộc được lựa chọn được gọi là một *koinonos* vì một phong trào lội ngược văn hóa như thế sẽ cam kết trong việc mở rộng Vương Quốc của Đức Chúa Trời ra khắp đất.

Hãy tiếp tục:

Hãy thực hiện một vài nghiên cứu. Hãy tìm kiếm từ lịch sử. Hãy khám phá một giai đoạn nào đó trong lịch sử khi Hội thánh còn là chất xúc tác cho sự cải tiến đã đi đầu trong việc mang lại sự thay đổi trong xã hội. Hãy đọc một vài quyển sách. Bạn có thể làm gì để trở thành một phần của một *koinonos* năng động, để mở rộng vương quốc cứu chuộc của Đức Chúa Trời một cách thật mạnh mẽ? Hãy tập hợp bạn bè ở trong Đấng Christ. Hãy tìm kiếm mặt Ngài. Hãy cầu nguyện. Đọc Kinh Thánh. Hãy phục vụ cộng đồng. Hãy khám phá xem bạn có thể làm gì để mở rộng vương quốc của Đức Chúa Trời. Hãy cùng với những người khác trở thành một *koinonia* thật quyết liệt!

Niềm tin 6 – Phục vụ: Khi cả thành vui mừng

Nền tảng Kinh Thánh:

"Cả thành đều vui vẻ về sự may mắn của người công bình; nhưng khi kẻ ác bị hư mất, bèn có tiếng reo mừng. Nhờ người ngay thẳng chúc phước cho, thành được cao trọng; song tại miệng kẻ tà ác, nó bị đánh đổ". (Châm ngôn 11:10-11)

Khám phá:

Một lời phát biểu thật hùng hồn! Tại sao cả thành vui mừng khi người công bình được may mắn? Thông thường, mọi người vui mừng chỉ khi họ, hoặc là đội của họ, được thành công. Sự khác biệt ở đây là gì? Tiếng Hê-bơ-rơ "người công bình" là *tsadikkim*. Họ là những người "sẵn sàng từ bỏ chính mình vì cộng đồng, trong khi kẻ ác là những người đặt tầng lớp xã hội, nhu cầu cá nhân và tiền bạc của họ lên trên nhu cầu của cộng đồng" (Timothy Keller, trích dẫn từ quyển *Kingdom Calling* của Sherman).

Chúa Jêsus phán rằng "Hết thảy luật pháp và lời tiên tri đều bởi hai điều răn" yêu Chúa và yêu người lân cận mà ra (Ma-thi-ơ 22:37-40). Hai tội được Kinh Thánh chỉ ra nhiều nhất đó là thờ hình tượng (không yêu Chúa) và sự bất công trong xã hội (không yêu người). Trong luật pháp, bản chất của điều răn yêu người được minh hoạ bằng lời khuyên như sau:

"Chớ đoán xét bất công khách lạ hay là kẻ mồ côi; và chớ chịu cầm áo xống của người góa bụa. Khá nhớ rằng mình đã làm tôi mọi nơi xứ Ê-díp-tô, và Giê-hô-va Đức Chúa Trời ngươi đã chuộc ngươi khỏi đó. Cho nên ta dặn biểu ngươi phải làm như vậy". (Phục truyền 24:17-18)

Các tiên tri nói tiếp về đề tài này là:

"Đức Giê-hô-va vạn quân phán như vầy: Hãy làm điều gì thật công bình, và ai nấy khá lấy sự nhân từ, thương xót đối với anh em mình; chớ ức hiếp đàn bà góa, hoặc kẻ mồ côi, hoặc người trú ngụ, hay là kẻ nghèo khó, và ai nấy chớ mưu một sự dữ nào trong lòng nghịch cùng anh em mình". (Xa-cha-ri 7:9-10)

Xuyên suốt Kinh Thánh, Đức Chúa Trời mong đợi con cái của Ngài cư xử cách nhân từ đối với người yếu thế. Những ai bị bỏ ngoài lề xã hội thường là :góa phụ, trẻ mồ côi, khách lạ và người nghèo". Đức Chúa Trời được mô tả là "Cha của trẻ mồ côi và Đấng Phân xử cho người góa bụa" (Thi thiên 68:5). Vì con cái của Đức Chúa Trời phải bày tỏ tấm lòng của Ngài: "Các ngươi chớ ức hiếp một người góa bụa hay là một kẻ mồ côi nào" hoặc là bất kỳ người nào "gặp nguy hiểm" (Xuất 22:22-23). Bắt chước Đức Chúa Trời làm điều lành cho "một người thấp kém nhất trong những người này" (Ma-thi-ơ 25:31-46) phải là việc thường ngày của chúng ta. Chúng ta được kêu gọi để phục vụ một cách toàn diện: Phúc Âm là sự hợp nhất giữa việc vừa rao giảng lẽ thật của Đức Chúa Trời vừa bày tỏ tình yêu của Đức Chúa Trời cho người nào gặp cảnh khó khăn. Khi chúng ta làm điều này, cả thành sẽ vui mừng!

Hãy tiếp tục:

Ước tính vào năm 2030 sẽ có hơn 3,2 tỷ người sống trong 700 thành phố có dân số khoảng một triệu hay nhiều hơn thế nữa. Rất nhiều "góa phụ, trẻ mồ côi, khách lạ và người nghèo" sẽ đến sống ở các đô thị này. Danh sách sau đây là những phân đoạn Kinh Thánh chỉ ra vấn đề của từng cá nhân là những có giá trị đang gặp cảnh nguy hiểm trong xã hội của chúng ta. Các phân đoạn Kinh Thánh này là những mạnh lệnh, châm ngôn, lời khuyên, hình ảnh về tấm lòng của Đức Chúa Trời dành cho "người thấp kém nhất" giữa vòng chúng ta. Đây là một danh sách dài, vì Kinh Thánh nói nhiều về đề tài này. Đừng vội vàng lướt qua các địa chỉ Kinh Thánh dưới đây. Hãy chọn ra vài địa chỉ Kinh Thánh. Đọc thật chậm. Suy gẫm thật sâu. Hãy xin Chúa bày tỏ tấm lòng của Ngài cho bạn. Dưới ánh sáng của các phân đoạn Kinh Thánh này, hãy xin Chúa cho bạn biết Ngài muốn bạn làm gì. Sứ mạng từ trời của Ngài dành cho bạn là gì?

Hãy lắng nghe, vâng lời và đừng bỏ cuộc.

- Xuất 22:21-24; 23:3,6,9-11
- Lê-vi-ký 19:9-10,15,33-34; 23:22; 25:35-38
- Phục truyền 10:17-19; 14:28-29; 15:7-11; 24:12-15,17-22; 26:12-13; 27:19
- Gióp 29:11-17; 31:16-23,31-32
- Thi thiên 10:17-18; 12:5; 35:10; 68:5; 72:1-2,4,12; 82:3-4; 94:4-9; 107:41-43; 109:15-17; 113:5-9; 146:9
- Châm ngôn 14:21; 15:25; 19:17; 21:13; 22:9,16,22-23; 23:10-11; 28:8,27; 29:7; 31:8-9,20
- Ê-sai 1:17,21-23; 10:1-2; 11:1-5; 25:4; 61:1
- Giê-rê-mi 5:26-29; 7:5-7; 22:3,15-17; 49:11
- Ê-xê-chi-ên 16:49; 18:10-17; 22:6-12
- Đa-ni-ên 4:27
- A-mốt 2:6-7; 4:1-2; 5:10-12; 8:4-7
- Xa-cha-ri 7:10
- Ma-la-chi 3:5
- Ma-thi-ơ 19:21; 25:31-46
- Mác 10:21; 12:38-40
- Lu-ca 3:11; 4:16-21; 6:20; 11:39-41; 14:12-14; 18:22; 19:8-10; 20:45-47
- Công-vụ 10:2-4,31
- Rô-ma 15:26
- 1 Cô-rinh-tô 13:3

-    2 Cô-rinh-tô 9:9
-    1 Ti-mô-thê 5:3-7
-    Hê-bơ-rơ 13:2
-    Gia-cơ 1:9-11,27; 2:1-7
-    3 Giăng 5

Giá trị cốt lõi
Bắt đầu khám phá

Giá trị 1 – Biết Chúa:
Đeo đuổi mặc khải về mối quan hệ

Nền tảng Kinh Thánh:
"Trước lỗ tai tôi có nghe đồn về Chúa, nhưng bây giờ, mắt tôi đã thấy Ngài". (Gióp 42:5)

Khám phá:

Đi ngang qua một khu chợ trời tấp nập, tôi nghe thấy giọng một người địa phương nói với con của mình rằng: "Mẹ có chuyện phải đi một chút thôi Con đừng rời khỏi ghế nhé! Nếu con bỏ đi đâu, Chúa sẽ phạt con đấy!" Tôi cũng không biết phải làm gì! Giọng điệu đầy vẻ đe doạ của bà đã làm cho đứa nhỏ tưởng đến một con yêu tinh trong truyện tranh thích ăn thịt mấy đứa nhỏ hư đốn. Hãy tưởng tượng xem mấy lời lẽ như vậy sẽ ghi khắc trong lòng đứa nhỏ những gì? Có phải Đức Chúa Trời giống như vậy chăng? Có phải Ngài hay rình mò mấy đứa quậy phá, rồi cười thật nham hiểm mỗi khi bắt được chúng không?

Có rất nhiều điều người ta nói về Đức Chúa Trời. Có vài điều đúng. Rất nhiều điều sai. Chúng ta thấy điều này ngay cả trong sách Gióp. Cuối câu chuyện, Đức Chúa Trời phán cùng ba người bạn của Gióp đã không "nói đúng" về Ngài và đường lối của Ngài. Ngài không phán một lần, mà tới hai lần (Gióp 42:7,8)! Điều này thật kinh ngạc, vì lời lẽ của Ê-li-pha, Binh-đát và Sô-pha chiếm gần một phần năm câu chuyện đầy bi thảm này. Có thể nói lời lẽ của họ - nghe có vẻ rất suông – nhưng chẳng đẹp lòng Đức Chúa Trời.

Điểm trọng tâm đó là: đừng tiếp nhận những "thông tin" về Đức Chúa Trời. Chúng ta không muốn thông tin mơ hồ về Đức Chúa Trời. Chúng ta muốn chính Ngài. Chúng ta muốn có mối liên hệ mật thiết, muốn được gặp gỡ Đức Chúa Trời hằng sống. Vì thế mà Gióp đã từ chối các câu trả lời dường như đúng lúc của mấy người bạn và những lời viễn vong mang tính tôn giáo của họ. Trong lúc đau khổ, ông đã hết lòng đeo đuổi Đức Chúa Trời bằng những câu hỏi khó chịu cho đến khi ông nhận được mặc khải về mối liên hệ; cho đến khi ông có thể nói cùng Đức Chúa Trời rằng: *"Bây giờ, mắt tôi đã thấy Ngài"*. Chính loại kiến thức này mới thực sự mang lại sự biến đổi, không hề có sự tình cờ trong đó. Điều này chỉ xảy ra với người nào – giống như Gióp – ao ước được gặp Chúa. Sự đói khát Đức Chúa Trời trong lòng Gióp không thể bị dập tắt, sự đeo đuổi Đức Chúa Trời của ông không gì có thể ngăn cản được. Ông đã thốt lên sự trông cậy vững bền rằng: *"Chánh tôi sẽ thấy Ngài, mắt tôi sẽ nhìn xem Ngài, chớ chẳng phải kẻ khác, lòng tôi hao mòn trong mình tôi"* (Gióp 19:26-27). Hy vọng rằng điều này cũng là mục tiêu của chúng ta nữa.

Hãy tiếp tục:
Hãy đọc các câu Kinh Thánh sau và xem thử bạn có thể đeo đuổi Đức Chúa Trời một cách nhiệt thành như thế nào:
- Phục truyền 4:29
- 1 Sử-ký 28:9-10a
- Công-vụ 17:27
- Hê-bơ-rơ 11:6

Giá trị 2 – Giúp người khác biết Chúa: Chia sẻ với mọi người

Nền tảng Kinh Thánh:

"Trong các nước hãy thuật sự vinh hiển của Ngài; tại muôn dân khá kể những công việc mầu của Ngài. Vì Đức Giê-hô-va là lớn, rất đáng ngợi khen, đáng kính sợ hơn các thần. Vì các thần của những dân tộc vốn là hình tượng; còn Đức Giê-hô-va dựng nên các từng trời. Ở trước mặt Ngài có sự vinh hiển, oai nghi; tại nơi Ngài ngự có quyền năng và sự vui vẻ". (1 Sử-ký 16:24-27)

Khám phá:

Hãy nói với mọi người! Đức Chúa Trời muốn mọi người đều được cứu rỗi. Ngài phán cùng Áp-ra-ham rằng Chúa muốn ban phước cho mọi chi tộc trên đất (Sáng thế ký 12:1-3). Đa-vít khẳng định rằng Đức Chúa Trời muốn "Bốn phương thế gian sẽ nhớ và trở lại cùng Đức Giê-hô-va, các họ hàng muôn dân sẽ thờ lạy trước mặt Ngài" (Thi thiên 22:27). Đức Chúa Trời muốn "để giải cứu các người nhu mì trên" (Thi thiên 76:9). Thật vậy, Đức Chúa Trời "muốn mọi người được cứu rỗi và nhận biết chân lý" (1 Ti-mô-thê 2:3-4). Ngài chẳng muốn một người nào chết mất mà muốn mọi người đều ăn năn" (2 Phi-e-rơ 3:9). Mọi người. Tất cả. Từng người một. Đây là ý muốn của Đức Chúa Trời từ xưa tới nay.

Vậy, làm thế nào ý muốn của Đức Chúa Trời được ứng nghiệm? Qua chúng ta. Khi Áp-ra-ham được ban phước là nguồn phước, thì chúng ta cũng vậy. Chúa Jêsus phán rằng: "Các ngươi đã được lãnh không thì hãy cho không!" (Ma-thi-ơ 10:8). Vậy, hết thảy chúng ta là những đã biết Chúa nhờ công việc ân điển của Ngài đều được kêu gọi phải giúp người khác biết Ngài. Chúng ta phải nói về công tác cứu rỗi của Đức Chúa Trời cho người nào chưa biết tình yêu kỳ diệu và ân điển lạ lùng của Đức Chúa Trời.

Hãy nhớ, chúng ta được gọi phải "nói với mọi người về điều lạ lùng mà Ngài đã làm". Tập trung vào những hành động của Đức Chúa Trời. Việc làm của Ngài là trọng tâm cho lời công bố của chúng ta. Chính vì vậy mà trước giả Thi thiên nói cùng chúng ta rằng: "Công việc Đức Giê-hô-va đều lớn lao; phàm ai ưa thích, ắt sẽ tra sát đến; công việc Ngài có vinh hiển oai nghi; sự công bình Ngài còn đến đời đời" (Thi thiên 111:2-3). Chúng ta phải chia sẻ điều Chúa đã làm cho mọi người. Tại sao? Để họ cũng biết Đức Chúa Trời vĩ đại này. Vì "Chưa nghe nói về Ngài thì làm thể nào mà tin? Nếu chẳng ai rao giảng, thì nghe làm sao?" (Rô-ma 10:14). Vì Đức Chúa Trời đã cứu chuộc bạn, nên hãy "… rao giảng nhân đức của Đấng đã gọi anh em ra khỏi nơi tối tăm, đến nơi sáng láng lạ lùng của" (1 Phi-e-rơ 2:9b).

Hãy tiếp tục:

Hãy tăng trưởng trong sự mật thiết với Chúa bằng cách suy gẫm Lời Chúa có chủ đích. Kinh Thánh là một kho tàng chứa đựng rất nhiều sự mặc khải, cho chúng ta biết Đức Chúa Trời đã làm gì hầu cho chúng ta có thể kể lại với người khác. Trong Kinh Thánh, có hơn 1200 câu khác nhau mô tả công việc lạ lùng của Đức Chúa Trời. Vài từ được dùng một hai lần, vài từ khác được dùng đến hàng trăm lần. Hãy chọn ra một trong số những câu Kinh Thánh trong Thi thiên 4, 18, 25, 68, 103, 118, 139, 145. Khi đọc, hãy làm nổi bật từng câu mô tả hành động của Đức Chúa Trời. Hãy suy gẫm các phân đoạn ấy và thờ phượng Chúa vì các việc lạ lùng của Ngài đã được chép lại trong Kinh Thánh và được thực hiện ở trên cuộc đời bạn. Sau đó, hãy cam kết chia sẻ với người khác trong tuần này những việc Chúa đã làm. Bạn có thể chia sẻ với ai về công việc của Đức Chúa Trời?

Giá trị 3 – Lắng nghe tiếng Chúa:
Đức Chúa Trời đang phán

Nền tảng Kinh Thánh:

"Vả, Sa-mu-ên chưa biết Đức Giê-hô-va; lời Đức Giê-hô-va chưa được bày tỏ ra cho người. Đức Giê-hô-va lại gọi Sa-mu-ên lần thứ ba; người chỗi dậy, đi đến gần Hê-li, mà rằng: Có tôi đây, vì ông đã kêu tôi. Bấy giờ, Hê-li hiểu rằng Đức Giê-hô-va gọi đứa trẻ. Người nói cùng Sa-mu-ên rằng: Hãy đi ngủ đi, và nếu có ai gọi con, con hãy nói: Hỡi Đức Giê-hô-va, xin hãy phán, kẻ tôi tớ Ngài đương nghe! Vậy, Sa-mu-ên đi nằm tại chỗ mình. Đức Giê-hô-va đến đứng tại đó, gọi như các lần trước: Hỡi Sa-mu-ên! Hỡi Sa-mu-ên! Sa-mu-ên thưa: Xin hãy phán, kẻ tôi tớ Ngài đương nghe!". (1 Sa-mu-ên 3:7-10)

Khám phá:

Tầng số phát thanh đầy dẫy trong bầu không khí. Tiếng nhạc du dương bên tai; các sự kiện thể thao, tin tức, các buổi hội đàm, các thông báo công cộng. Chúng ở khắp quanh ta, nhưng chúng ta không nghe được nếu không có máy phát thanh. Vẫn chưa nghe gì cả. Thế là, chúng ta cắm điện vào. Vẫn chưa nghe gì! Chúng ta mở đài lên. Vẫn chưa nghe gì cả! Chúng ta kiểm tra tầng số. Vẫn chưa có gì luôn! Chúng ta dò tới kênh ưa thích. Thế là nghe được rõ ràng! Tầng số phát thanh lúc nào cũng có, nhưng chúng ta không nghe được vì không mở đài phát thanh. Đức Chúa Trời đang phán. Chúng ta có lắng nghe chăng?

Câu chuyện về Sa-mu-ên bắt đầu bằng một lời phê bình đầy bi kịch nhất trong lịch sử. Chúng ta biết rằng: "Trong lúc đó, lời của Đức Giê-hô-va lấy làm hiếm hoi" (1 Sa-mu-ên 3:1). Vấn đề không phải Đức Chúa Trời không phán gì cả, mà dân sự không còn muốn lắng nghe Ngài nữa. Trong tất cả những gì Kinh Thánh cho chúng ta biết về Đức Chúa Trời, thì tiếng Chúa phán là một trong những hành động được đề cập nhiều nhất! Trong Cựu Ước, chúng ta được cho biết là Đức Chúa Trời phán (tiếng Hê-bơ-rơ là *'amar*) hơn 1400 lần. Trong Tân Ước, Đức Chúa Trời phán (tiếng Hy-lạp là *lego*) hơn 500 lần. Những con số này – và nhiều từ ngữ khác nữa – được dùng để mô tả khả năng truyền thông của Đức Chúa Trời. Ngài đáp, hỏi, gọi, truyền, phán, sai, dạy, hứa, thề... Tất cả đều cho thấy khả năng vĩ đại của Đức Chúa Trời trong việc truyền thông được đề cập gần 3000 lần trong Kinh Thánh!

Không ai có thể truyền thông nhiều như Đức Chúa Trời. Nhưng chúng ta có đang lắng nghe chăng? Chúng ta có đang dò tìm tầng số? Chúng ta có thái độ lắng nghe của một tôi tớ như Sa-mu-ên chăng? Đức Chúa Trời phán rằng: "Than ôi! ước gì ngươi đã để ý đến các điều răn ta! thì sự bình an ngươi như sông, và sự công bình ngươi như sóng biển" (Ê-sai 48:18). Đức Chúa Trời lại bày tỏ tấm lòng của Ngài rằng: "Ôi! chớ chi dân ta khứng nghe ta ... Thì chẳng bao lâu ta bắt suy phục các thù nghịch chúng nó ... Ta sẽ lấy màu mỡ ngũ cốc mà nuôi họ và làm cho ngươi được no nê bằng mật ong nơi hòn đá" (Thi thiên 81:13-16).

Hãy tiếp tục:
Đọc Thi thiên 81:8-16 vài lần. Dành thời gian để suy gẫm phân đoạn này thật chậm rãi. Hãy lắng nghe bằng tấm lòng của bạn. Có điều gì nổi bật không? Ghi chép lại những gì đã nghe. Kết quả của việc tập chú vào Đức Chúa Trời là gì? Hậu quả của việc không lắng nghe Chúa là gì? Đức Chúa Trời muốn làm gì cho dân sự khi họ lắng nghe Ngài? Xin Chúa giúp bạn có một tấm lòng giống như Sa-mu-ên để lắng nghe và làm theo Lời Chúa.

Giá trị 4 – Thực hành thờ phượng và cầu thay:
Chiến trận thuộc linh

Nền tảng Kinh Thánh:

"Vậy nên, hãy lấy mọi khí giới của Đức Chúa Trời, hầu cho trong ngày khốn nạn, anh em có thể cự địch lại, và khi thắng hơn mọi sự rồi, anh em được đứng vững vàng. Vậy, hãy đứng vững, lấy lẽ thật làm dây nịt lưng, mặc lấy giáp bằng sự công bình, dùng sự sẵn sàng của Tin lành bình an mà làm giày dép. Lại phải lấy thêm đức tin làm thuẫn, nhờ đó anh em có thể dập tắt được các tên lửa của kẻ dữ. Cũng hãy lấy sự cứu chuộc làm mão trụ, và cầm gươm của Đức Thánh Linh, là lời Đức Chúa Trời. Hãy nhờ Đức Thánh Linh, thường thường làm đủ mọi thứ cầu nguyện và nài xin. Hãy dùng sự bền đỗ trọn vẹn mà tỉnh thức về điều đó, và cầu nguyện cho hết thảy các thánh đồ. Cũng hãy vì tôi mà cầu nguyện, để khi tôi mở miệng ra, Chúa ban cho tôi tự do mọi bề, bày tỏ lẽ mầu nhiệm của đạo Tin lành, mà tôi vì đạo ấy làm sứ giả ở trong vòng xiềng xích, hầu cho tôi nói cách dạn dĩ như tôi phải nói". (Ê-phê-sô 6:13-20)

Khám phá:

"Hỡi Đức Giê-hô-va! Trong vòng các thần, ai giống như Ngài? Trong sự thánh khiết, ai được vinh hiển như Ngài, đáng sợ, đáng khen, hay làm các phép lạ?" (Xuất 15:11). Nào có ai bằng Ngài! Chỉ có Đức Chúa Trời của chúng ta mới xứng đáng gọi là "Đấng lạ lùng" (Ê-sai 9:5) vì chỉ có Ngài mới khiến chúng ta lấy làm lạ. Chúng ta không phải là đối tượng duy nhất lấy làm lạ về Đức Chúa Trời đâu! *"Đức Chúa Trời thật rất đáng sợ trong hội các thánh, đáng hãi hùng hơn kẻ đứng chầu chung quanh Ngài. Hỡi Giê-hô-va Đức Chúa Trời vạn quân, ai có quyền năng giống như Chúa? Sự thành tín Chúa ở chung quanh Chúa"* (Thi thiên 89:7-8). Khả năng

vô song của Đức Chúa Trời và bản chất toàn hảo của Ngài xứng đáng nhận được sự tôn kính của chúng ta.

Chúng ta không bị ấn tượng trước Sa-tan là kẻ cừu thù của linh hồn chúng ta. Chúng ta không đánh giá thấp Sa-tan hay phớt lờ việc làm của nó. Nhưng chúng ta cũng chẳng khiếp sợ vì nó đã bị đánh bại rồi. Đức Chúa Trời là Đấng cực đại; còn Sa-tan thì không. Câu chuyện về thuật sĩ Si-môn (Công-vụ 8:9-13) minh họa rằng ngay cả khi kẻ thù tìm cách thu hút mọi người bằng sự giả dối; thì chỉ có công việc của Đức Chúa Trời mới thật lạ lùng. Chúng ta không khiếp sợ trước kẻ thù vì "những khí giới mà chúng tôi dùng để chiến tranh là không phải thuộc về xác thịt đâu, bèn là bởi quyền năng của Đức Chúa Trời" (2 Cô-rinh-tô 10:4). Thật vậy, chúng ta "cầm những khí giới công bình ở tay hữu và tay tả" (2 Cô-rinh-tô 6:7).

Chiến trận thuộc linh ở xung quanh chúng ta, nhưng Đức Chúa Trời "đã giải thoát chúng ta khỏi quyền của sự tối tăm, làm cho chúng ta dời qua nước của Con rất yêu dấu Ngài" (Cô-lô-se 1:13). Đức Chúa Trời mời gọi chúng ta dự phần vào cuộc chiến đòi lại hành tinh này. Vì thế, chúng ta cần phải "mặc lấy mọi khí giới của Đức Chúa Trời" (Ê-phê-sô 6:11) và đứng cùng Ngài. Chúng ta cần phải khoác lên người công việc quyền năng của Ngài – bằng lẽ thật, sự công bình, sự bình an, đức tin và sự cứu rỗi đến từ Đức Chúa Trời, lệ thuộc vào Đức Thánh Linh và Lời Chúa để giành thắng lợi. Sau này, chúng ta sẽ được kể vào hàng những kẻ "hát vui vẻ tại trên giường mình" vì họ "sự ngợi khen Đức Chúa Trời ở trong miệng họ, thanh gươm hai lưỡi bén ở trong tay họ" (Thi thiên 149:5-6) để hoàn thành mục đích tốt lành và nhân từ của Đức Chúa Trời trong thế gian này.

Hãy tiếp tục:

Một lần nữa, chúng ta đọc thấy trong Cựu Ước rằng Đức Chúa Trời "sẽ cứ làm việc lạ lùng" trước mặt mọi người (Ê-sai 29:14). Các trước giả của Phúc Âm cũng làm điều tương tự khi họ ký thuật lại cách mọi người ngạc nhiên và lấy làm lạ trước lời lẽ và việc làm của Chúa Jêsus. Hãy dành thời gian để nghiên cứu các phân đoạn sau: Ma-thi-ơ 7:28; 12:23; 13:54; 19:25; 22:33; Mác 1:22; 2:12; 5:42; 6:2,51; 7:37; 10:26; 11:18; Lu-ca 2:47-48; 4:32; 8:56; 9:43; 24:22. Hãy suy gẫm về những điều lạ lùng nhất về Đức Chúa Trời. Hãy hết lòng ngợi khen Chúa vì công việc đáng sợ và bản chất toàn hảo của Ngài.

Giá trị 5 – Có khải tượng: Làm đúng điều đúng

Nền tảng Kinh Thánh:

"Đức Giê-hô-va đáp lại cùng ta mà rằng: Ngươi khá chép lấy sự hiện thấy, và rõ rệt nó ra trên bảng, hầu cho người đương chạy đọc được. Vì sự hiện thấy còn phải ứng nghiệm trong kỳ nhứt định, sau cùng nó sẽ kíp đến, không phỉnh dối đâu; nếu nó chậm trễ, ngươi hãy đợi; bởi nó chắc sẽ đến, không chậm trễ". (Ha-ba-cúc 2:2-3)

Khám phá:

Khải tượng là gì? Như tiên tri Ha-ba-cúc đã nói sẽ "ứng nghiệm trong kỳ nhứt định", nó là mục tiêu lớn, mục tiêu tối hậu. Không có khải tượng, chúng ta sẽ không có đường hướng. Chúng ta sẽ loạng choạng. Chúng ta sống thiếu mục đích. Chúng ta bị lạc mất. Nếu bạn không có khải tượng về tương lai, thì bạn không thể sống đúng ở hiện tại. Một khải tượng đến từ Chúa là điều cần thiết để có một đời sống kết quả và đầy trọn. Nó giúp bạn biết điều gì là đúng.

Nhưng bấy nhiêu vẫn chưa đủ để biết phải "làm gì"; chúng ta còn phải biết "làm thế nào" nữa. Chúng ta phải hiểu được làm điều đúng thì phải làm thế nào. Điều quan trọng là phải biết được mục tiêu ("cái gì") và phương tiện ("làm thế nào") thật đúng đắn. Có cái này mà không có cái kia sẽ bị gọi là kẻ dại dột. Chúng ta thấy điều này trong cuộc chiến bại trận của Sau-lơ khi đối mặt với người Phi-li-tin (1 Sa-mu-ên 13:1-14). Ông biết phải "làm gì" – ông biết chắc mình sẽ chiến thắng nếu ông tìm kiếm sự chấp thuận của Đức Chúa Trời. Nhưng ông đã không biết "làm thế nào" – ông đã tự tay mình giết con chiên làm của tế lễ một cách rất dại dột mà không kiên nhẫn chờ vị tiên tri đến, đã nổi loạn chống lại mạng lệnh của Đức Chúa Trời. Cuối cùng, triều đại của ông phải kết thúc sớm. Thật là một thảm kịch! Nếu ông chịu vâng lời thì lịch sử đã diễn biến khác đi rồi. Nhưng cuộc đời của Sau-lơ đã minh hoạ cho câu châm ngôn này: "Con ruồi chết làm cho thúi dầu thơm của thợ hòa hương; cũng vậy, một chút điên dại làm nhẹ danh một người khôn ngoan sang trọng" (Truyền đạo 10:1).

Chúa Jêsus đã đưa ra một khải tượng tối hậu khi Ngài dạy chúng ta cầu nguyện: "Nước Cha được đến; Ý Cha được nên, ở đất như trời!" (Ma-thi-ơ 6:10). Đây là mục tiêu lớn nhất. Câu hỏi cho từng người phải là: "Phần của tôi trong khải tượng đến từ Chúa là gì?" Chúng ta không nên mong đợi một bản kế hoạch rõ ràng cho tương lai để rồi tự mình làm mọi thứ, rồi hy vọng sẽ gặp được Đức Chúa Trời ở phía cuối con đường. Không đâu – chúng ta đi đến đích <u>như thế nào</u> mới là điều tối quan trọng. Chúng ta cần phải đeo đuổi khải tượng bằng mối liên hệ mật thiết với Đức Chúa Trời; liên tục ở gần Em-ma-nu-ên từ lúc bắt đầu cho đến lúc hoàn thành chặng đường này.

Hãy tiếp tục:

Khi bạn tìm kiếm khải tượng của Đức Chúa Trời dành cho cuộc đời mình, hãy xem xét những câu hỏi sau. Như Ha-ba-cúc, hãy nhìn vào hoàn cảnh đang xảy ra xung quanh bạn và cầu xin Chúa giúp bạn nhìn bằng con mắt thuộc linh để biết được những gì xảy ra có khiến Ngài vui lòng hay buồn lòng? Nếu Chúa vui lòng, thì cầu xin Đức Thánh Linh giúp bạn biết phải làm gì để duy trì hoàn cảnh tốt đẹp như vậy. Nếu Chúa buồn lòng, thì cầu xin Chúa bày tỏ cho bạn biết phải làm gì để thay đổi hoàn cảnh ở xung quanh. Hãy cam kết lắng nghe một cách cẩn thận, nắm chắc khải tượng của Chúa, làm theo chỉ dẫn của Ngài và đừng bỏ cuộc.

Giá trị 6 – Chinh phục giới trẻ:
Đừng coi thường tuổi trẻ

Nền tảng Kinh Thánh:

"Chớ để người ta khinh con vì trẻ tuổi; nhưng phải lấy lời nói, nết làm, sự yêu thương, đức tin và sự tinh sạch mà làm gương cho các tín đồ. Hãy chăm chỉ đọc sách, khuyên bảo, dạy dỗ, cho đến chừng ta đến. Đừng bỏ quên ơn ban trong lòng con, là ơn bởi lời tiên tri, nhân hội trưởng lão đặt tay mà đã ban cho con vậy. Hãy săn sóc chuyên lo những việc đó, hầu cho thiên hạ thấy sự tấn tới của con. Hãy giữ chính mình con và sự dạy dỗ của con; phải bền đỗ trong mọi sự đó, vì làm như vậy thì con và kẻ nghe con sẽ được cứu". (1 Ti-mô-thê 4:12-16)

Khám phá:

Như sứ đồ Phao-lô viết cho "con thật của ta trong đức tin" (1 Ti-mô-thê 1:2), có hai điều khiến vị sứ đồ rất lo lắng là:

- Sức khoẻ của Ti-mô-thê và
- Sức khoẻ của Hội thánh.

Chính mối lo kép này là cấu trúc cho cả thư tín. Sứ đồ Phao-lô đã đề cập hai ý chính này nhiều lần. Có lúc ông dặn Ti-mô-thê về cuộc đời rao truyền Phúc Âm của ông. Có lúc ông tập trung nói về bản chất của mục vụ trong Hội thánh. Chính sự "đan xen" này có thể được trình bày như sau:

A1	1:1-4	Giao phó cho Ti-mô-thê
B1	1:5-17	Tập trung vào Hội thánh
A2	1:18-20	Giao phó cho Ti-mô-thê
B2	2:1-4:5	Tập trung vào Hội thánh
A3	4:6-5:2	Giao phó cho Ti-mô-thê
B3	5:3-20	Tập trung vào Hội thánh

	A4	5:21-23	Giao phó cho Ti-mô-thê
	B4	5:24-6:10	Tập trung vào Hội thánh
	A5	6:11-16	Giao phó cho Ti-mô-thê
	B5	6:17-19	Tập trung vào Hội thánh
	A6	6:20-21	Giao phó cho Ti-mô-thê

Mọi thứ ông viết trong thư đều phản ánh tình yêu và lòng tin tưởng của ông dành cho Ti-mô-thê trong việc giữ vai trò dạy dỗ Phúc Âm. Ti-mô-thê là một lãnh đạo trẻ được Phao-lô cố vấn, sau đó đã trở thành cố vấn cho những lãnh đạo trẻ khác. Trong phân đoạn của chúng ta, nằm trong phần sáu "Giao phó cho Ti-mô-thê", sứ đồ Phao-lô đưa ra tám mạng lệnh dành cho Ti-mô-thê: hai trong số đó là những gì không được làm; sáu trong số đó là những ưu tiên dành cho lãnh đạo trẻ:

- 12a   chớ để bị khinh là trẻ tuổi
- 12b   làm gương
- 13   chăm chỉ đọc sách, khuyên bảo, dạy dỗ
- 14   đừng bỏ quên ơn Chúa ban
- 15a   hãy săn sóc
- 15b   chuyên lo
- 16a   *Hãy giữ chính mình con và sự dạy dỗ của con*
- 16b   *phải bền đỗ trong mọi sự đó*

Những chỉ dẫn mà sứ đồ Phao-lô khuyên người lãnh đạo trẻ tuổi cho thấy ông tin tưởng Ti-mô-thê có thể đưa ra những lựa chọn trưởng thành về mặt thuộc linh. Bạn tin tưởng giao việc cho người đáng tin, thì vấn đề không phải là tuổi tác mà là tâm tánh. Sứ đồ Phao-lô tự tin giao phó cho Ti-mô-thê vai trò lãnh đạo trong Hội thánh. Đây là những lời lẽ vô cùng khích lệ.

Hãy tiếp tục:

Hãy suy gẫm tám mạng lệnh/chỉ dẫn mà Phao-lô giao cho Ti-mô-thê. Bạn thích những mạng lệnh này không? Bạn thấy điều nào là thách thức? Bạn nghĩ Chúa muốn bạn tập trung vào điều nào? Làm thế nào để bạn có thê trau dồi thêm ân tứ thuộc linh không chỉ cho bản thân, mà còn cho mọi người xung quanh nữa? Bạn có thể khích lệ lãnh đạo trẻ nào như Phao-lô đã làm với Ti-mô-thê chăng? Bạn sẽ khích lệ họ như thế nào trong chức vụ?

Giá trị 7 – Cấu trúc không tập trung: Phân quyền

Nền tảng Kinh Thánh:

"Qua ngày sau, Môi-se ra ngồi xét đoán dân sự; dân sự đứng chực trước mặt người từ sớm mai đến chiều. Ông gia thấy mọi điều người làm cho dân sự, bèn hỏi rằng: Con làm chi cùng dân sự đó? Sao con chỉ ngồi một mình, còn cả dân sự đứng chực trước mặt từ sớm mai cho đến chiều như vậy? Môi-se bèn thưa rằng: Ấy vì dân sự đến cùng tôi đặng hỏi ý Đức Chúa Trời. Khi nào họ có việc chi, thì đến cùng tôi, tôi xét đoán người này cùng người kia, và cho họ biết những mạng lịnh và luật pháp của Đức Chúa Trời. Nhưng ông gia lại nói rằng: Điều con làm đó chẳng tiện. Quả thật, con cùng dân sự ở với con sẽ bị đuối chẳng sai, vì việc đó nặng nề quá sức con, một mình gánh chẳng nổi. Bây giờ, hãy nghe cha khuyên con một lời, cầu xin Đức Giê-hô-va phù hộ cho. Về phần con, hãy làm kẻ thay mặt cho dân sự trước mặt Đức Chúa Trời, và đem trình mọi việc cho Ngài hay. Hãy lấy mạng lịnh và luật pháp Ngài mà dạy họ, chỉ cho biết con đường nào phải đi, và điều chi phải làm. Nhưng hãy chọn lấy trong vòng dân sự mấy người tài năng, kính sợ Đức Chúa Trời, chân thật, ghét sự tham lợi, mà lập lên trên dân sự, làm trưởng cai trị hoặc ngàn người, hoặc trăm người, hoặc năm mươi người, hoặc mười người, đặng xét đoán dân sự hằng ngày. Nếu có việc can hệ lớn, họ hãy giải lên cho con; còn những việc nhỏ mọn, chính họ hãy xét đoán lấy. Hãy san bớt gánh cho nhẹ; đặng họ chia gánh cùng con. Nếu con làm việc này, và Đức Chúa Trời ban lịnh cho con, con chắc sẽ chịu nổi được, và cả dân sự này sẽ đến chỗ mình bình yên. Môi-se vâng lời ông gia mình, làm y như mọi điều người đã dạy. Vậy, Môi-se bèn chọn trong cả Y-sơ-ra-ên những người tài năng, lập lên trên dân sự, làm trưởng cai tri, hoặc ngàn người, hoặc trăm người, hoặc năm mươi người, hoặc mười

người; họ xét đoán dân sự hằng ngày. Các việc khó họ giải lên cho Môi-se; nhưng chính họ xét lấy các việc nhỏ". (Xuất 18:13-26)

Khám phá:

Mặc dù Môi-se hết lòng phục vụ dân sự của mình, nhưng cha vợ của ông là Giê-trô đã nhìn thấy sự thiếu khôn ngoan của ông khi tự quyết định mọi thứ. Mô hình lãnh đạo tập trung rõ ràng "không tốt" này sẽ có ảnh hưởng tiêu cực ở trên Môi-se và dân sự (câu 17-18). Giê-trô đã khuyên Môi-se san sẻ thẩm quyền, đừng giữ mô hình lãnh đạo tập trung như vậy. Các lãnh đạo ngày nay cũng nên nghĩ đến cách trao quyền hạn cho người khác, thay vì gánh hết quyền hạn lên vai của họ.

Vì vậy, Giê-trô khuyên Môi-se thực hiện vài điều sau đây mà lãnh đạo ngày nay cũng nên ghi nhớ:

- 18:19 – Tiếp tục đến trước mặt Đức Chúa Trời, cầu thay cho dân sự. Cầu thay cho hội chúng của mình là dấu hiệu của người lãnh đạo tin kính.

- 18:20 – Dạy dỗ, dạy dỗ, dạy dỗ. Để dẫn dắt người khác biết đưa ra quyết định tốt, người lãnh đạo tin kính phải dành thời gian hướng dẫn họ biết cách sống thật khôn ngoan. Khi họ đã hiểu rõ điều cần phải làm trong vai trò quản lý, thì mô hình lãnh đạo tập trung từ xa không cần thiết nữa.

- 18:21 – Lựa chọn và chỉ định những lãnh đạo biết chịu trách nhiệm, trao quyền hạn cho họ. Những lãnh đạo này phải là những người có khả năng và tâm tánh tốt. Có khả năng nghĩa là phải đúng với kỹ năng và năng lực. Có tâm tánh nghĩa là phải chính trực và đáng tin cậy.

Thi thiên 119 là phân đoạn duy nhất trong Kinh Thánh sử dụng những từ ngữ Hê-bơ-rơ mà Giê-trô đã dùng để mô tả "mấy người <u>tài năng</u>, <u>kính sợ</u> Đức Chúa Trời, chân thật, ghét <u>sự tham lợi</u>" (Xuất 19:21). Trước giả Thi thiên...

1. Cầu xin sự chính trực/chân thật đến từ việc được uốn nắn bởi Lời Chúa rằng: "Xin chớ cất hết lời chân thật khỏi miệng tôi; Vì tôi trông cậy nơi mạng lịnh Chúa" (Thi thiên 119:43).

2. Cầu xin Ngài sẽ đặt để những người kính sợ Chúa ở cùng mình. Ông nói rằng: "Nguyện những kẻ kính sợ Chúa trở lại cùng tôi, thì họ sẽ biết chứng cớ của Chúa" (Thi thiên 119:79) và "Những người kính sợ Chúa thấy tôi sẽ vui vẻ; Vì tôi trông cậy lời của Chúa" (Thi thiên 119:74).

3. Cầu xin Chúa dùng sự yêu thích đường lối của Đức Chúa Trời khiến mình cách xa sự tham lam rằng: "Xin hãy khiến lòng tôi hướng về chứng cớ Chúa, chớ đừng hướng về sự tham lam!" (Thi thiên 119:36).

Hãy tiếp tục:

Một câu Kinh Thánh thường được dùng để mô tả ngắn gọn đời sống chính trực là "kính sợ Chúa". Câu này được dùng rất nhiều lần trong sách Châm Ngôn, một quyển sách rất thực tiễn nói về lối sống. Hãy suy xét những câu Kinh Thánh sau: Châm ngôn 1:7,29; 2:5; 8:13; 9:10; 10:27; 14:26,27; 15:16,33; 16:6; 19:23; 22:4; 23:17. Khi đọc các câu Kinh Thánh này, hãy cầu xin Đức Thánh Linh bày tỏ ý muốn của Ngài trong việc xây dựng những phẩm chất này trong đời sống của bạn.

Giá trị 8 – Quốc tế và liên hệ phái:
Đội truyền giáo của Phao-lô

Nền tảng Kinh Thánh:

"Sô-ba-tê, con Bi-ru, quê thành Bê-rê, cùng đi với người, lại có A-ri-tạc và Sê-cun-đu quê thành Tê-sa-lô-ni-ca, Gai-út quê thành Đẹt-bơ và Ti-mô-thê; Ti-chi-cơ và Trô-phim đều quê ở cõi A-si" (Công-vụ 20:4).

Khám phá:

Lu-ca ghi lại bảy người cùng đi với sứ đồ Phao-lô từ Ê-phê-sô đến Trô-ách trong chuyến truyền giáo thứ ba của ông. Đây chỉ là vài người đã từng phục vụ cùng với sứ đồ Phao-lô trong việc rao truyền Phúc Âm. Theo Eusebius là một sử gia về Hội thánh vào thế kỷ thứ 4 cho biết sứ đồ Phao-lô "có những bạn đồng lao, hay đồng chí là cách ông gọi họ, không thể đếm hết được... vì ông đã làm chứng về họ rất nhiều lần trong các thư tín" (*Lịch sử Giáo hội* 3.4.4).

Đúng vậy, sứ đồ Phao-lô đã dùng đến chín phạm trù khác nhau để ám chỉ 39 người đồng lao với mình trong mục vụ. Ông đã mô tả từng người là sứ đồ (*apostolos*), chấp sự (*diakonos*), đầy tớ (*sundoulos/doulos*), bạn tù (*sunaichmalotos*), đồng chí (*sustratiotes/stratiotes*), đồng lao (*sunergos*), người làm công (*kopiao*), cộng sự (*koinonos*), và/hoặc anh em/chị em (*adelphe/adelphos*). Các câu Kinh Thánh mà sứ đồ Phao-lô dùng để mô tả 39 cộng sự trong mục vụ là:

A-chai-cơ	1 Cô-rinh-tô 16:17
An-trô-ni-cơ	Rô-ma 16:7
A-pô-lô	1 Cô-rinh-tô 3:5-9; 4:6-9,12;16:12
Áp-bi	Phi-lê-môn 2

A-qui-la	Rô-ma 16:3
A-chíp	Cô-lô-se 4:17; Phi-lê-môn 2
A-ri-tạc	Cô-lô-se 4:10-11; Phi-lê-môn 24
Ba-na-ba	1 Cô-rinh-tô 9:5-7; Ga-la-ti 2:9
Cơ-lê-măn	Phi-líp 4:3
Đê-ma	Cô-lô-se 4:11,14; Phi-lê-môn 24
Ê-pháp-ra	Cô-lô-se 1:7; 4:11-13; Phi-lê-môn 23
Ép-ba-phô-đích	Phi-líp 2:25
Ê-vô-đi	Phi-líp 4:2-3
Phốt-tu-na	1 Cô-rinh-tô 16:17
Gia-cơ	Ga-la-ti 2:9
Giăng	Ga-la-ti 2:9
Giu-ni-a	Rô-ma 16:7
Giúc-tu	Cô-lô-se 4:11
Lu-ca	Cô-lô-se 4:11,14; Phi-lê-môn 24
Mác	Cô-lô-se 4:11; 2 Ti-mô-thê 4:11; Phi-lê-môn 24
Ma-ri	Rô-ma 16:6
Ô-nê-sim	Cô-lô-se 4:9; Phi-lê-môn 10-13,16
Ô-nê-si-phô-rơ	2 Ti-mô-thê 1:16-18
Bẹt-si-đơ	Rô-ma 16:12
Phi-e-rơ/Sê-pha	Ga-la-ti 2:9
Phi-lê-môn	Phi-lê-môn 1,6-7,10-13,17,20
Phê-bê	Rô-ma 16:1
Bê-rít-sin	Rô-ma 16:3
Qua-rơ-tu	Rô-ma 16:24
Si-la	2 Cô-rinh-tô 1:24; 1 Tê-sa-lô-ni-ca 2:6
Sốt-then	1 Cô-rinh-tô 1:1
Sê-pha-na	1 Cô-rinh-tô 16:17
Sin-ty-cơ	Phi-líp 4:2-3

Ti-mô-thê	Rô-ma 16:21; 1 Cô-rinh-tô 16:10; 2 Cô-rinh-tô 1:1,24; 3:3-6; 4:1; 6:3-4; 8:19-20; Phi-líp 1:1; Cô-lô-se 1:1; 1 Tê-sa-lô-ni-ca 2:6; 3:2; 1 Ti-mô-thê 4:6; 2 Ti-mô-thê 2:3-6; 4:5
Tít	2 Cô-rinh-tô 2:13; 8:16-9:5
Try-phe-nơ	Rô-ma 16:12
Try-phô-sơ	Rô-ma 16:12
Ti-chi-cơ	Ê-phê-sô 6:21; Cô-lô-se 4:7
U-rơ-banh	Rô-ma 16:9

Danh sách này minh hoạ đội ngũ rất đa dạng của sứ đồ Phao-lô. Trong đó có người châu Phi, châu Á và châu Âu, cũng như có cả nam lẫn nữ. Cả nhóm gồm có vài người giàu cũng như có cả nô lệ; người có vị thế chính trị và có người là tù nhân; người Do thái và Dân ngoại; người học thức và vô học. Sứ đồ Phao-lô không chỉ có bạn bè giống mình. Ông còn vươn đến rất nhiều người có xuất thân khác với mình và cùng họ thực hiện Đại Mạng Lệnh.

Hãy tiếp tục:

Sứ đồ Phao-lô, là một người Do thái, đã chinh phục Dân ngoại. Ông đề bạt người khác có xuất thân khác với mình. Dành thời gian để cầu nguyện suy gẫm. Bạn có ai đến từ quốc gia khác, có xuất thân khác, nói ngôn ngữ khác mà bạn cần chia sẻ với họ về Tin lành không? Bạn đang làm việc với họ như thế nào để rao truyền Tin lành của Chúa Jêsus? Bạn có thể làm gì trong tuần này để tiếp cận họ?

Giá trị 9 – Thế giới quan theo Kinh Thánh:
Tư duy và hành động!

Nền tảng Kinh Thánh:

"Cuối cùng, thưa anh em, hễ điều gì chân thật, điều gì đáng trọng, điều gì công chính, điều gì thanh sạch, điều gì đáng yêu chuộng, điều gì đáng biểu dương; nói chung là điều gì đức hạnh, đáng khen ngợi thì anh em phải nghĩ đến. Những gì anh em đã học, đã nhận, đã nghe và đã thấy trong tôi, hãy làm đi, thì Đức Chúa Trời của sự bình an sẽ ở với anh em". (Phi-líp 4:8-9)

Khám phá:

Như sứ đồ Phao-lô sắp sửa kết thúc "thư cảm ơn", ông có hai mạng lệnh cuối cùng (ngoại trừ việc chào thăm lẫn nhau trong 4:21): hãy suy nghĩ và hãy hành động. Sứ đồ Phao-lô giới thiệu mạng lệnh kép là "điều cuối cùng" – vì cả hai giống như hai mặt của đồng tiền. Hãy cùng tìm hiểu.

Sứ đồ Phao-lô khuyến khích những ai đang lắng nghe ông suy nghĩ về tám điều sau:

1. chân thật	5. đáng yêu chuộng
2. đáng trọng	6. đáng biểu dương
3. công chính	7. đức hạnh
4. thanh sạch	8. đáng khen ngợi

Thật là một danh sách kỳ diệu! Động từ Hy-lạp là *logizomai* (Từ điển Strong, mã số 3049) và được dùng với vao trò là mệnh lệnh đến năm lầm trong Tân Ước. Ngoài phân đoạn này ra, bạn có thể tìm thấy trong Rô-ma 6:11; 1 Cô-rinh-tô 4:1; và 2 Cô-rinh-tô 10:7,11 (hãy đọc qua; khám phá thêm!). Điều sứ đồ Phao-lô muốn nói đó là chúng ta không nên chỉ nhìn một lần rồi quên đi. Chúng ta cần phải suy gẫm thật sâu để biết phải sống với những điều này như thế nào. Khi chúng ta coi trọng những điều trên, chúng ta sẽ không còn xem chúng chỉ là một tiêu chuẩn ngoại hạng nào đó cần phải cố gắng kiệt sức mới đạt được. Chúng sẽ trở thành niềm vui ở trong lòng khi chúng ta đón nhận cách vui mừng vì biết rằng đó là những điều chúng ta muốn có và cũng là những điều ích lợi cho chúng ta.

Sứ đồ Phao-lô không đưa ra mạng lệnh chỉ dừng lại ở mức độ "suy gẫm", vì nếu đã biết lẽ thật Kinh Thánh thì phải có hành động. Nó cần phải thay đổi đời sống của chúng ta. Chúng ta cần phải biến hoá hành động của mình sao cho xứng hiệp với sự mặc khải của Đức Chúa Trời. Mục tiêu của công tác môn đồ hoá là hiểu rõ lẽ thật và có sự áp dụng. Lẽ thật được bày tỏ cần phải tái thiết lại những thói quen trong đời sống của chúng ta. Vì thế mà mạng lệnh tiếp theo của sứ đồ Phao-lô là *prasso* (Từ điển Strong, mã số 4238): "<u>Hãy tiếp tục áp dụng</u> những gì đã họ..." Sứ đồ Phao-lô đã sử dụng từ này trước đó, khi ông làm chứng trước mặt vua Ạc-ríp-pa. Sứ đồ Phao-lô bắt đầu biện hộ cho mình bằng cách nói rằng: trước hết, tôi rao giảng cho những người ở Đa-mách, kế đến tại Giê-ru-sa-lem và cả miền Giu-đê, rồi đến các dân ngoại rằng phải ăn năn và quay về với Đức Chúa Trời, <u>làm</u> công việc xứng đáng với sự ăn năn" (Công-vụ 26:20). Khi chúng ta ăn năn và tin theo Chúa Jêsus, chúng ta không chỉ nghĩ về những điều lành; chúng ta còn phải thực hiện những điều đó nữa! Hành động chính là quyền phép biến đổi của Phúc Âm.

Hãy tiếp tục:

Vậy, đây là gợi ý giúp bạn suy nghĩ và hành động theo lời khuyên của sứ đồ Phao-lô: sau đây là danh sách cho thấy số lần xuất hiện của tám từ ở trên trong Tân Ước mà chúng ta cần phải "nghĩ đến" và "hành động". Có rất nhiều câu Kinh Thánh mà bạn cần phải phám khá thêm những gì Đức Chúa Trời muốn dạy dỗ bạn. Vậy, hãy bắt đầu và hy vọng bạn sẽ nương cậy vào Đức Thánh Linh khi tìm cách áp dụng những điều này trở thành thói quen mặc định trong cách suy nghĩ và hành động của bạn:

- "điều chi **chân thật**" – *alethes* (#227) xuất hiện 25 lần: Ma-thi-ơ 22:16; Mác 12:14; Giăng 3:33; 4:18; 5:31,32; 7:18; 8:13,14,16,17,26; 10:41; 19:35; 21:24; Công-vụ 12:9; Rô-ma 3:4; 2 Cô-rinh-tô 6:8; Phi-líp 4:8; Tit 1:13; 1 Phi-e-rơ 5:12; 2 Phi-e-rơ 2:22; 1 Giăng 2:8,27; 3 Giăng 1:12.
- "điều chi **đáng trọng**" – *semnos* (#4586) xuất hiện 4 lần: Phi-líp 4:8; 1 Ti-mô-thê 3:8,11; Tit 2:2.
- "điều chi **công chính**" – *dikaios* (#1342) xuất hiện 81 lần: Ma-thi-ơ 1:19; 5:45; 9:13; 10:41a,41b,41c; 13:17,43,49; 20:4,7; 23:28,29,35a,35b; 25:37,46; 27:19,24; Mác 2:17; 6:20; Lu-ca 1:6,17; 2:25; 5:32; 12:57; 14:14; 15:7; 18:9; 20:20; 23:47,50; Giăng 5:30; 7:24; 17:25; Công-vụ 3:14; 4:19; 7:52; 10:22; 22:14; 24:15; Rô-ma 1:17; 2:13; 3:10,26; 5:7,19; 7:12; Ga-la-ti 3:11; Ê-phê-sô 6:1; Phi-líp 1:7; 4:8; Cô-lô-se 4:1; 2 Tê-sa-lô-ni-ca 1:5,6; 1 Ti-mô-thê 1:9; 2 Ti-mô-thê 4:8; Tit 1:8; Hê-bơ-rơ 10:38; 11:4; 12:23; Gia-cơ 5:6,16 1 Phi-e-rơ 3:12,18; 4:18; 2 Phi-e-rơ 1:13; 2:7,8a,8b; 1 Giăng 1:9; 2:1,29; 3:7a,7b,12; Khải huyền 15:3; 16:5,7; 19:2; 22:11.
- "điều chi **thanh sạch**" – *hagnos* (#53) xuất hiện 8 lần: 2 Cô-rinh-tô 7:11; 11:2; Phi-líp 4:8; 1 Ti-mô-thê 5:22; Tit 2:5; Gia-cơ 3:17; 1 Phi-e-rơ 3:2; 1 Giăng 3:3.
- "điều chi đáng **yêu chuộng**" – *prosphiles* (#4375) xuất hiện chỉ một lần trong Phi-líp 4:8.
- "điều chi đáng **biểu dương**" – *euphemos* (#2163) xuất hiện chỉ một lần trong Phi-líp 4:8.
- "điều chi **đức hạnh**" – *arete* (#703) xuất hiện 5 lần: Phi-líp 4:8; 1 Phi-e-rơ 2:9; 2 Phi-e-rơ 1:3,5a,5b.
- "hay đáng **khen ngợi**" – *epainos* (#1868) xuất hiện 11 lần: Rô-ma 2:29; 13:3; 1 Cô-rinh-tô 4:5; 2 Cô-rinh-tô

8:18; Ê-phê-sô 1:6,12,14; Phi-líp 1:11; 4:8; 1 Phi-e-rơ 1:7; 2:14.

Giá trị 10 – Hoạt động theo đội nhóm: Hai người một cặp

Nền tảng Kinh Thánh:

"Ngài bèn kêu mười hai sứ đồ, bắt đầu sai đi từng đôi, ban quyền phép trừ tà ma. Ngài truyền cho sứ đồ đi đường đừng đem chi theo hết, hoặc bánh, hoặc bao, hoặc tiền bạc trong dây lưng, chỉ đem một cây gậy mà thôi; chỉ mang dép, đừng mặc hai áo. Ngài phán cùng sứ đồ rằng: Hễ nhà nào các ngươi sẽ vào, hãy cứ ở đó, cho đến khi đi. Nếu có chỗ nào, người ta không chịu tiếp các ngươi, và cũng không nghe các ngươi nữa, thì hãy đi khỏi đó, và phủi bụi đã dính chân mình, để làm chứng cho họ. Vậy, các sứ đồ đi ra, giảng cho người ta phải ăn năn; đuổi nhiều ma quỉ, xức dầu cho nhiều kẻ bịnh, và chữa cho được lành". (Mác 6:7-13)

Khám phá:

Khi Chúa Jêsus kêu gọi các môn đồ của Ngài đi vào cộng đồng, họ đã sống và làm mục vụ cùng nhau như một đội. Vậy, khi Ngài sai họ đi trong chuyến truyền giáo đầu tiên, Ngài đã sai họ đi ra thành từng nhóm nhỏ, "hai người". Trước đó, Mác cho chúng ta biết rằng Chúa Jêsus "lập mười hai người, gọi là sứ đồ, để ở với Ngài, sai họ đi truyền giảng, và ban cho họ thẩm quyền đuổi quỷ" (Mác 3:14-15). Môn đồ hoá có một mục đích kép: Họ được kêu gọi để có mối liên hệ với Chúa Jêsus và giúp người khác có được mối liên hệ với Ngài. Họ phải làm điều này cùng với nhau như một đội.

Bằng cách nào đó thì đây là một đội khác thường. Trong số họ còn có Giu-đa Ích-ra-ri-ốt. Giu-đa không phải là người duy nhất có xuất thân là một tên trộm cắp (Giăng 12:6), nhưng chúng ta được cho biết rằng ông còn sửa lưng lãnh đạo của đội – là Chúa Jêsus! – ở trước mặt mọi người (Giăng 12:4-5). Điều này chắc hẳn đã thêm sự thú vị ở trong đội! Nhưng không chỉ có thế thôi đâu. Chúa Jêsus đã chọn cả Ma-thi-ơ (là kẻ thâu thuế, tức là tay sai của người La-mã) và Si-môn (là một Xê-lốt, tức là kẻ chống đối người La-mã) ở trong đội của mình. Chắc chắn hai phe chính trị này đã có những hiềm khích với nhau! Dầu vậy, Chúa Jêsus đã chọn làm mục vụ cùng với cả đội, hơn là đi một mình. Ngài đã thấy sự đa dạng ở trong đội là điều quý giá, chứ không phải là mối nguy hiểm, nhờ đó mà có cơ hội đặc biệt để "môn đồ hoá", khi người này gãi lưng người kia, mài giũa những góc cạnh của nhau. Tình yêu thương khác thường giữa những kẻ đã từng là thù địch sẽ minh chứng cách hùng hồn về quyền phép biến đổi của Phúc Âm. Ngài đã dạy cả đội rằng: Nếu các con yêu thương nhau, thì bởi đó, mọi người sẽ nhận biết các con là môn đồ Ta" (Giăng 13:35). Vào năm 197 S.C., Tertullian đã viết những bình luận về Hội thánh trong sự kinh ngạc rằng: "họ yêu thương nhau vô cùng!'" (Tertullian, *Apologeticus* 39.114).

Chúng ta không thể lớn lên trong ân điển nếu cô lập bản thân mình ở một góc nào đó, chúng ta cũng không đạt được những mục tiêu của Đức Chúa Trời nếu hành động cách độc lập. Chúa Jêsus là Đấng Em-ma-nu-ên đã cho thấy "với nhau" là nền tảng cho công tác "làm chứng" về Ngài. Chúa Jêsus đã chọn làm việc cùng cả đội này, còn Phi-e-rơ– một thành viên trong đội của Chúa Jêsus – nhắc chúng ta nhớ rằng Chúa Jêsus "lưu lại cho anh em một gương để anh em noi dấu chân Ngài" (1 Phi-e-rơ 2:21).

Hãy tiếp tục:

Sau đây là một danh sách hơn 100 câu Kinh Thánh trong Mác nói rất rõ về cách Chúa Jêsus ở cùng với các môn đồ và làm việc cùng họ như một đội. Những lần "với nhau" được ký thuật lại trong từng chương. Bạn có đang đi cùng Chúa Jêsus ở mức độ "với nhau" chưa? Bạn có đang làm việc với người khác như Chúa Jêsus đã làm với các môn đồ chưa? Hãy xem xét các câu Kinh Thánh sau đây: Mác 1:17-21, 29,

38; 2:14-15; 3:7, 13-14, 20, 34-35; 4:10, 34, 36; 5:24, 37, 40; 6:1, 7, 30-33, 35, 45, 48, 50-51, 53-54; 7:17; 8:1-2, 6-7, 10, 13-14, 27, 32; 9:2, 5, 8, 14, 28, 31-33, 35; 10:10, 13-14, 23, 27-30, 32-42, 46; 11:1, 11, 14, 19-22, 27; 12:43; 13:3-4; 14:14, 17-20, 22-26, 28, 33-34, 37, 40-41, 45, 47, 67; 15:41; 16:19.

Giá trị 11 – Có tinh thần lãnh đạo đầy tớ: Công chính, Thương xót, Khiên nhường

Nền tảng Kinh Thánh:

"Hỡi người! Ngài đã tỏ cho ngươi điều gì là thiện; cái điều mà Đức Giê-hô-va đòi ngươi há chẳng phải là làm sự công bình, ưa sự nhân từ và bước đi cách khiêm nhường với Đức Chúa Trời ngươi sao?". (Mi-chê 6:8)

Khám phá:

Đức Chúa Trời là tấm gương về vai trò lãnh đạo. Ê-than the Ếch-ha-rít đã nói về Đức Chúa Trời rằng: "Sự công chính và **mishpat** là nền của ngôi Chúa; **Hesed** và sự chân thật đi trước mặt Chúa" (Thi thiên 89:14). Hai từ này đã được chuyển ngữ từ tiếng Hê-bơ-rơ để mô tả về sự cai trị của Đức Chúa Trời cũng là những chữ mà Mi-chê dùng trong câu gốc của chúng ta. **Mishpat** là chữ thường dùng để chuyển ngữ thành công lý, để nói về sự cai trị của một quan xét là người thi hành luật pháp và xét xử. *Hesed* được chuyển ngữ thành nhân từ hay thương xót hay tử tế. Nó được dùng để mô tả người có một tấm lòng biết dung chịu mối quan hệ giao ước bằng tình yêu thương.

Khi nói về công lý và nhân từ, làm thế nào để chúng ta bắt chước Đức Chúa Trời? Trong 10 điều răn, Đức Chúa Trời phán rõ ràng rằng đi kèm theo luật pháp là hậu quả. Ngài phán rằng: "Đối với những kẻ ghét Ta, Ta sẽ vì tội đó của tổ tiên mà trừng phạt con cháu họ đến thế hệ thứ ba, thứ tư. Nhưng Ta sẽ ban ơn đến hàng nghìn thế hệ cho những người yêu mến Ta và vâng giữ các điều răn của Ta" (Xuất 20:5b-6; Phục truyền 5:9b-10). Để hiểu được hết trọng lượng của những chữ này, chúng ta cần phải biết làm toán. Khi nói công lý sẽ được thực thi cho đến 3 hay 4 thế hệ, còn sự nhân từ sẽ được thực thi đến 1000 thế hệ! Nói cách khác, dù Đức Chúa Trời là Đấng công bình, Ngài là Đấng muốn bày tỏ sự nhân từ gấp 250 cho đến 333 lần! Đức Chúa Trời là Đấng <u>làm</u> sự công chính, nhưng Ngài **ƯA** sự nhân từ. Thật là đối lập so với những gì tôi thường phản ứng. Khi ai đó làm hại tôi, thì khuynh hướng tự nhiên của tôi là phản ứng một cách sòng phẳng, chứ không nghĩ tới chuyện bày tỏ sự tử tế – thật ra tôi không muốn bày tỏ sự tử tế hơn sự công bằng đến mức gấp 250 lần hơn đâu!

Nếu chúng ta muốn trở thành lãnh đạo đầy tớ để bắt chước Đức Chúa Trời trong việc làm sự công chính và ưa sự nhân từ, thì phẩm chất thứ ba được Mi-chê liệt kê là điều vô cùng quan trọng! Chúng ta chỉ nhận được ân điển để bày tỏ tấm lòng đầy tớ nếu chúng ta "bước đi cách khiêm nhường với Đức Chúa Trời". Chúng ta không thể tự mình làm được điều này bằng sức riêng của mình. Chúng ta có thể làm được điều đó với Đức Chúa Trời. Tức là phải thực hiện trong mối liên hệ mật thiết với Đức Chúa Trời, khi đó chúng ta mới nhận được ân điển để đầu phục quyền hạn của mình và phục vụ người khác giống như Đấng Christ vậy.

Hãy tiếp tục:

Bảy phân đoạn Kinh Thánh sau đây trong Thi thiên đều chứa đựng những chữ ***mishpat*** (công lý) và ***hesed*** (nhân từ) trong tiếng Hê-bơ-rơ. Hãy đọc qua và suy gẫm những đặc tánh tuyệt vời của Đức Chúa Trời là Đấng bày tỏ những điều này một cách rất tài tình trong từng hành động đẹp đẽ của Ngài.

- Thi thiên 25:8-10
- Thi thiên 33:5
- Thi thiên 36:5-7
- Thi thiên 48:9-11
- Thi thiên 101:1
- Thi thiên 103:6-12
- Thi thiên 119:41-43

Trong khi suy gẫm, hãy nghĩ tới các bước mà bạn cần phải thực hiện để tăng trưởng lối sống *mishpat* (công lý) và *hesed* (nhân từ) khi bạn "bước đi cách khiêm nhường với Đức Chúa Trời". Khi bạn làm xong, hãy xin Chúa hành động trong đời sống của mình hầu cho bạn có thể bày tỏ tấm lòng đầy tớ của Ngài cho những người xung quanh mình.

Giá trị 12 – Làm trước, dạy sau: Hướng tiếp cận ba bước

Nền tảng Kinh Thánh:

"Vì Ê-xơ-ra đã định chí tra xét luật pháp của Đức Giê-hô-va, giữ làm theo, và dạy cho dân Y-sơ-ra-ên biết những luật pháp và giới mạng". (Ê-xơ-ra 7:10)

Khám phá:

Khi Ê-xơ-ra bước vào câu chuyện (Ê-xơ-ra 7:1-10), Kinh Thánh ghi lại đến hai lần rằng: "nhờ tay nhân lành của Đức Chúa Trời giúp đỡ" (7:6,9). Tại sao? Ấy không phải là sự ngẫu nhiên. Mà là vì (giống như rất nhiều bản dịch cũng nói rằng...) "Vì Ê-xơ-ra chuyên tâm... đã chuẩn bị lòng mình... đã hết sức... đã quyết... đã tận hiết... đã kiên quyết... đã hướng lòng mình... đã cống hiến cuộc đời..." làm ba điều:

- Nghiên cứu
- Tuân giữ
- Dạy

Tấm lòng nhiệt thành và sự cam kết có chủ đích mà Ê-xơ-ra bày tỏ thật là đáng ngưỡng một! Ê-xơ-ra đã làm gương một khía cạnh rất đáng để noi theo. Sự đói khát Đức Chúa Trời của ông đã uốn nắn thứ tự ưu tiên của ông, điều này cũng kêu gọi chúng ta muốn làm theo.

Lu-ca nói rằng Phúc Âm mà ông đã viết là "mọi điều Đức Chúa Jêsus đã làm và dạy" (Công-vụ 1:1). Làm và dạy. Những hành động của Chúa Jêsus hoàn toàn có chủ đích dạy dỗ. Ngài đã làm như lời và đó là lý do vì sao lời lẽ của Ngài vang vọng sự thật! Chúng ta nên noi theo tấm gương của Ngài. Khi lời lẽ của chúng ta làm chứng cho những hành động của mình, thì sự dạy dỗ của chúng ta mới đem lại sự biến đổi sâu sắc và trường tồn. Nhưng lời lẽ cao thượng thiếu sức sống đến từ môi miệng của những kẻ không làm như lời. Chúng ta biết rằng Chúa Jêsus là "một đấng tiên tri, có quyền phép trong việc làm và trong lời nói, trước mặt Đức Chúa Trời và cả chúng dân" (Lu-ca 24:19) và Ngài đang hành động để tạo nên trong chúng ta "mọi việc lành cùng mọi lời nói lành" (2 Tê-sa-lô-ni-ca 2:16-17). Việc làm và lời nói của chúng ta phải song hành với nhau.

Quay trở lại với Ê-xơ-ra. Ông đã tuân giữ và dạy dỗ, những điều này đến từ việc nghiên cứu. Từ darash trong tiếng Hê-bơ-rơ cũng được dùng trong các câu Kinh Thánh sau:

1. Đa-vít nói cùng A-sáp "Phải <u>tìm cầu</u> Đức Giê-hô-va và sức mạnh Ngài, phải tìm mặt Ngài luôn luôn" (1 Sử ký 16:11).
2. Giô-si-a đã truyền cho Sa-phan "đi <u>cầu vấn</u> Đức Giê-hô-va về các lời phán của sách nầy đã tìm lại được" (2 Sử ký 34:21).
3. Ê-sai khyên đọc giả của mình rằng: "Hãy <u>tìm</u> trong sách Đức Giê-hô-va và đọc lấy" (Ê-sai 34:16), và "Hãy tìm kiếm Đức Giê-hô-va đang khi mình gặp được; hãy kêu cầu đang khi Ngài ở gần!" (Ê-sai 55:6).
Nghiên cứu, tìm cầu, cầu vấn, tìm. Đây chỉ là một vài thí dụ về chữ darash. Đây là lời kêu gọi hãy biệt riêng tấm lòng của bạn để suy gẫm và đeo đuổi Đức Chúa Trời thật quyết liệt.

Hãy tiếp tục:
Ê-xơ-ra đeo đuổi Đức Chúa Trời quyết liệt đến nỗi ông có được mối liên hệ mật thiết với Đức Chúa Trời. Những gì ông đã biết về Đức Chúa Trời đều không phải là thứ kiến thức tầm thường, mà là kết quả từ cuộc gặp gỡ sâu nhiệm với Đấng hằng sống. Bài tĩnh nguyện này phản ánh sự mật thiết

ấy. Đối với ông, Đức Chúa Trời không phải là vị thần xa cách nhưng Ngài là – bằng chính lời lẽ của mình – "Đức Chúa Trời tôi". Ông cho chúng ta biết rằng: "Ta quì gối xuống, giơ tay ra hướng về Giê-hô-va Đức Chúa Trời ta, mà thưa với Ngài rằng: Ồ, Đức Chúa Trời tôi!...'" (Ê-xơ-ra 9:5-6). Khi Đức Chúa Trời trở thành "Đức Chúa Trời tôi" thông qua việc đeo đuổi một lòng vâng phục, sự dạy dỗ của chúng ta sẽ có sự biến đổi giống như Ê-xơ-ra đã làm vậy.

Ê-xơ-ra không phải là người duy nhất sử dụng cụm từ Hê-bơ-rơ đã chuyển ngữ thành "Đức Chúa Trời tôi", mà còn có những trước giả đáng chú ý khác trong Kinh Thánh như: A-sáp, Ca-lép, Đa-ni-ên, Đa-vít, Ê-li, Ê-than người Ếch-ra-hít, Ha-ba-cúc, Ô-sê, Ê-sai, Gia-cốp, Giô-na, Giô-suê, Mi-chê, Môi-se, Nê-hê-mi, Ru-tơ, Sa-lô-môn và Xa-cha-ri. Nhưng trong số đó, Đa-vít là người đã nói "Đức Chúa Trời tôi" nhiều hơn ai hết. Hãy dành thời gian đọc các câu Kinh Thánh mà Đa-vít đề cập "Đức Chúa Trời tôi" – 2 Sa-mu-ên 22:7, 22, 30; 24:24; 1 Sử ký 11:19; 17:25; 21:17; 22:7; 28:20; 29:2, 3a, 3b, 17; Thi thiên 3:7; 5:2; 7:1,3; 13:3; 18:2, 6, 21, 28, 29; 22:1a, 1b, 2, 10; 25:2; 30:2, 12; 31:14; 35:23, 24; 38:15, 21; 40:5, 8, 17; 59:1; 63:1; 68:24; 69:3; 86:2, 12; 109:26; 140:6; 143:10; 145:1. Khi bạn suy gẫm các câu Kinh Thánh trên, tôi khuyên bạn hãy cầu nguyện và biệt riêng lòng mình để tìm kiếm Đức Chúa Trời, hầu cho bạn cũng được kể vào danh sách những người biết Ngài là "Đức Chúa Trời tôi". Hy vọng bạn sẽ tiếp tục khám phá càng hơn về Đức Chúa Trời kỳ diệu một cách thật cá nhân. Hy vọng sự đói khát chính Ngài ở trong bạn sẽ hướng bạn tiếp tục nghiên cứu, tuân giữ và dạy về Đức Chúa Trời của bạn.

Giá trị 13 – Mối quan hệ: Có gì mới hơn chăng?

Nền tảng Kinh Thánh:

"Ta ban cho các ngươi một điều răn mới, nghĩa là các ngươi phải yêu nhau; như ta đã yêu các ngươi thể nào, thì các ngươi cũng hãy yêu nhau thể ấy. Nếu các ngươi yêu nhau, thì ấy là tại điều đó mà thiên hạ sẽ nhận biết các ngươi là môn đồ ta". (Giăng 13:34-35)

Khám phá:

Mạng lệnh này có quen thuộc chăng? Trước khi Chúa Jêsus đến, tiêu chuẩn đạo đức cao nhất là yêu người lân cận như mình. Vì mỗi cá nhân được Đức Chúa Trời tạo nên theo ảnh tượng của Ngài, ai cũng có giá trị bằng nhau và chúng ta nên yêu thương lẫn nhau. Nhưng sau khi Chúa Jêsus đến, cách Ngài yêu thương khác với mọi người. Ngài bày tỏ về tình yêu vĩ đại nhất (Giăng 15:13). Sứ đồ Phao-lô nói rằng: "Nhưng Đức Chúa Trời bày tỏ lòng yêu thương của Ngài đối với chúng ta, khi chúng ta còn là tội nhân thì Đấng Christ đã chết thay cho chúng ta" (Rô-ma 5:8). Tình yêu hy sinh của Chúa Jêsus vì cớ chúng ta đã nâng cao tiêu chuẩn về tình yêu. Ngài đã thay đổi dòng lịch sử.

Tình yêu của chúng ta dành cho người lân cận không còn được đánh giá bằng việc chúng ta yêu bản thân mình nhiều thế nào, mà được đánh giá bằng việc Chúa Jêsus đã yêu chúng ta như thế nào. Chúa Jêsus là tấm gương để định nghĩa về tình yêu thật. Chúng ta phải có "tâm tình như Chúa Jêsus" trong việc từ bỏ quyền tự quyết và khoác lên mình tinh thần tôi tớ – đây chính là chủ đề cao cả trong bài thánh ca Cơ Đốc đầu tiên (Phi-líp 2:5-11). Tấm gương của Chúa Jêsus kêu gọi chúng ta phải đối xử với người lân cận như Đấng Christ đã đối xử với chúng ta. Chúng ta phải làm theo tấm gương mới này. Do đó, "Đừng làm điều gì vì lòng ích kỷ... đừng chỉ quan tâm đến lợi ích riêng của mình... Tình yêu thương phải thành thật. Hãy yêu thương nhau thân thiết, hãy hết lòng kính nhường nhau" (Phi-líp 2:3-4; Rô-ma 12:9-10).

Chính tình yêu thương quên mình và tôn trọng người khác này không hề giống với việc bị mắc chứng tê liệt không kiểm soát. "Không ai cất mạng sống Ta đi được, nhưng Ta tự nguyện hi sinh" (Giăng 10:18). Tình yêu thương trong tinh thần đầy tớ của Chúa Jêsus được đâm rễ từ trong chính bản chất của Ngài. Vào đêm cuối cùng của Ngài và những người bạn thân, "Đức Chúa Jêsus... đã yêu thương những người thuộc về mình... cho đến cuối cùng... Đức Chúa Jêsus biết rằng Cha đã giao mọi sự trong tay Ngài, và Ngài từ Đức Chúa Trời đến, cũng sắp về với Đức Chúa Trời, nên đứng dậy khỏi bàn ăn, cởi áo ngoài ra" và rửa chân cho họ (Giăng 13:1-5), đây là phần mở màn cho những gì Ngài sắp sửa làm trên thập tự giá. Vì Ngài có sự yên ninh về thân phận của mình và Ngài biết mình sẽ đi về đâu, nên Chúa đã tình nguyện phục vụ bằng tình yêu vĩ đại nhất. Chúa Jêsus là tiêu chuẩn mới.

Hãy tiếp tục:
Chúng ta được nhắc đi nhắc lại đến tám lần về tình yêu thương (*agapao*) trong Tân Ước. Ba lần trong số đó là mạng lệnh phải yêu kẻ thù mình; ba lần khác dành cho người chồng phải yêu thương vợ mình; và hai lần về tình yêu thương giữa anh chị em trong thân thể của Đấng Christ. Hãy suy gẫm các câu Kinh Thánh này qua cách Chúa Jêsus đã sống trên đất để tái định nghĩa lại tình yêu thương thật là gì.

- Ma-thi-ơ 5:44 Song ta nói cùng các ngươi rằng: Hãy yêu kẻ thù nghịch, và cầu nguyện cho kẻ bắt bớ các ngươi.

- Lu-ca 6:27 Nhưng ta phán cùng các ngươi, là người nghe ta: Hãy yêu kẻ thù mình, làm ơn cho kẻ ghét mình.
- Lu-ca 6:35 Nhưng các con hãy yêu kẻ thù mình, hãy làm ơn, và hãy cho mượn mà đừng mong trả lại.
- Ê-phê-sô 5:25 Hỡi người làm chồng, hãy yêu vợ mình, như Đấng Christ đã yêu Hội thánh, phó chính mình vì Hội thánh.
- Ê-phê-sô 5:33 Thế thì mỗi người trong anh em phải yêu vợ mình như mình, còn vợ thì phải kính chồng.
- Cô-lô-se 3:19 Hỡi kẻ làm chồng, hãy yêu vợ mình, chớ hề ở cay nghiệt với người.
- 1 Phi-e-rơ 1:22 Anh em đã vâng theo lẽ thật làm sạch lòng mình, đặng có lòng yêu thương anh em cách thật thà, nên hãy yêu nhau sốt sắng hết lòng.
- 1 Phi-e-rơ 2:17 Hãy kính mọi người; yêu anh em; kính sợ Đức Chúa Trời; tôn trọng vua.

Hãy dành thời gian để suy gẫm những câu Kinh Thánh này. Hãy cảm tạ Chúa vì tình yêu vô lượng của Ngài. Hãy cầu xin Ngài bày tỏ với bạn góc nhìn của Ngài về mối quan hệ của bạn – bạn có thể yêu thương nhiều hơn như thế nào? Hãy cầu xin Ngài bày tỏ với bạn các bước mà bạn có thể tăng trưởng hơn trong tình yêu thương giống như Đấng Christ. Hãy thực hiện các bước này để phục vụ mọi người xung quanh bạn và tìm ra những phương cách mới để bày tỏ sự tôn trọng họ. Hãy dành thời gian kể cho ai đó biết bạn tôn trọng mối liên hệ với người đó nhiều thế nào.

Giá trị 14 – Quý trọng cá nhân: Không thiên vị!

Nền tảng Kinh Thánh:

"Hỡi kẻ làm tôi tớ, hãy run sợ, lấy lòng thật thà mà vâng phục kẻ làm chủ mình theo phần xác, như vâng phục Đấng Christ, không phải vâng phục trước mặt người mà thôi, như các ngươi kiếm cách làm đẹp lòng người ta, nhưng phải như tôi tớ của Đấng Christ, lấy lòng tốt làm theo ý muốn Đức Chúa Trời. Hãy đem lòng yêu mến hầu việc chủ, cũng như hầu việc Chúa, chẳng phải như hầu việc người ta, vì biết rằng bất luận tôi mọi hay tự chủ, mỗi người đều sẽ nhận lãnh của Chúa tùy việc lành mình đã làm. Hỡi anh em là người làm chủ, hãy đối đãi kẻ tôi tớ mình đồng một thể ấy, đừng có ngăm dọa chúng nó, vì biết rằng mình với chúng nó đều có một chủ chung ở trên trời, và trước mặt Ngài chẳng có sự tây vị ai hết". (Ê-phê-sô 6:5-9)

Khám phá:

Lời lẽ của sứ đồ Phao-lô dường như cho thấy ông tán thành tình trạng làm nô lệ. Có phải ông muốn duy trì hệ thống bất công này chăng? Chờ đã! Mặc dù lời lẽ của ông phản ánh một góc nhìn xã hội... nhưng sứ đồ Phao-lô lại có một sự bất ngờ! Sau khi nhắc lại nghĩa vụ của một người nô lệ, ông đã chuyển hướng sang những người làm chủ và khuyên họ phải đối xử với đầy tớ của họ "đồng một thể ấy"! Trong một câu ngắn như vậy, ông đã chuyển mô hình thứ bậc bất công của xã hội trở thành một mô hình có sự quân bình giống như tiêu chuẩn của Phúc Âm. Thật khó để bắt ai đó làm nô lệ cho mình nếu bạn muốn phục vụ họ giống như họ phục vụ bạn. Họ không còn là nô lệ của bạn nữa, mà là anh chị em của bạn.

Sứ đồ Phao-lô đã hình thành tư tưởng từ một nền móng vững chắc nhất đó là: bản chất và đặc tánh của Đức Chúa

Trời. Ông đã kết luận rằng điều này phải như vậy vì chúng ta có một chủ chung ở trên trời … chẳng có sự tây vị ai hết". Ông xây dựng điều này dựa trên sự hiểu biết của Môi-se về "Giê-hô-va Đức Chúa Trời các ngươi là Đức Chúa Trời của các thần, … không thiên vị ai, chẳng nhận của hối lộ, bào chữa công bình cho kẻ mồ côi và người góa bụa, thương người khách lạ, ban đồ ăn và áo xống cho người. Vậy, các ngươi phải …" (Phục truyền 10:17-19; xem Rô-ma 2:11; Ga-la-ti 2:6; Cô-lô-se 3:25).

Vậy, các ngươi phải... vì Đức Chúa Trời xem mọi người đều có giá trị, nên chúng ta cũng phải như vậy. Hễ khi nào xã hội của chúng ta phân chia giai cấp và coi trọng người này hơn người khác, thì họ không bày tỏ góc nhìn của Đức Chúa Trời. Dù là "người Giu-đa hoặc người Gờ-réc; không còn người tôi mọi hoặc người tự chủ; không còn đàn ông hoặc đàn bà" (Ga-la-ti 3:28) – tất cả đều có giá trị. Điều này đúng, ngay cả khi mọi người đều đã phạm tội và "thiếu mất sự vinh hiển của Đức Chúa Trời" (Rô-ma 3:23). Niềm tin đúng và thái độ đúng không phải là điều kiện tiên quyết để có được giá trị. Đức Chúa Trời tôn trọng và yêu thương hết thảy chúng ta ngay cả khi "chúng ta còn là người có tội" (Rô-ma 5:8). Ai nấy đều có giá trị, vì mỗi người được tạo dựng theo ảnh tượng của Đức Chúa Trời (Sáng thế ký 1:25-27; 9:6; 1 Cô-rinh-tô 11:7; Cô-lô-se 1:15-17; Gia-cơ 3:9). Ai nấy đều có giá trị (Thi thiên 72:14; Ma-thi-ơ 6:26; 10:31; 12:12; 16:26), được tạo nên có tài năng và ân tứ, cần được khám phá và phát triển hầu cho những tài năng Chúa ban ấy đều được bày tỏ ra.

Hãy tiếp tục:

Bạn có bao giờ nghĩ mình tốt hơn – hay kém hơn – người khác vì quốc tịch, học thức, kinh tế, hay vì lý do nào khác chăng? Nếu vậy thì bạn cần phải thay đổi điều gì? Hãy dành thời gian để ăn năn và cầu xin Chúa giúp bạn xem người khác như cách Ngài nhìn thấy họ. Hãy cầu xin Chúa giúp bạn nhìn thấy bản thân như cách Ngài nhìn thấy bạn. Bạn cần phải làm gì để cho người khác biết rằng họ có giá trị?

Giá trị 15 – Quý trọng gia đình:
Gia đình cùng làm mục vụ

Nền tảng Kinh Thánh:

"Vậy, người giám mục cần phải không chỗ trách được, là chồng chỉ một vợ mà thôi, có tiết độ, có tài trí, xứng đáng, hay tiếp khách và khéo dạy dỗ. Đừng mê rượu, cũng đừng hung bạo, nhưng phải mềm mại hòa nhã; lại đừng ham tiền bạc; phải khéo cai trị nhà riêng mình, giữ con cái mình cho vâng phục và ngay thật trọn vẹn; vì nếu có ai không biết cai trị nhà riêng mình, thì làm sao cai trị được Hội thánh của Đức Chúa Trời?". (1 Ti-mô-thê 3:2-5)

Khám phá:

Khi con cái của chúng tôi được 15, 13, 11 và 9 tuổi. Chúa phán cùng vợ tôi là Christine và tôi rằng Ngài muốn làm một điều mới ở trên gia đình của chúng tôi. Sau hai thập kỷ phục vụ các cơ sở YWAM, chúng tôi cảm thấy mình sắp sửa đi "trên con đường" – thăm viếng một vài cộng đồng YWAM ở vùng sâu vùng xa của châu Phi, châu Á và Thái Bình Dương. Chúng tôi gọi con cái của mình lại để bàn bạc và tìm kiếm Chúa. Chúng tôi không vội vàng đưa ra quyết định. Vài tuần sau, chúng tôi nói chuyện và cầu nguyện với nhau thường xuyên hơn. Khi chúng tôi chắc chắn rằng đó là Lời Chúa, thì chúng tôi thực hiện một chuyến phiêu lưu mới để thực hiện Đại Mạng Lệnh. Trong vòng 44 tháng sau đó, chúng tôi làm mục vụ cùng nhau ở 189 cơ sở YWAM tại 91 quốc gia. Hết thảy chúng tôi đều có vai trò quan trọng. Đến nửa đường, một lãnh đạo sứ mạng đến gặp Sarah, là đứa con gái chưa tới tuổi thiếu niên của chúng tôi, và hỏi con bé rằng: "Bạn cảm thấy thế nào khi cha mẹ dẫn bắt đi khắp thế giới như vậy?" Con bé nhìn vào thằng bé ấy và đáp rằng: "Ý cậu là gì? Tôi dẫn họ đi mới đúng". Con bé rõ ràng "đã sở hữu" mục vụ mà chúng tôi cùng nhau làm như một gia đình.

Vài người nói rằng ưu tiên của Đức Chúa Trời là: "Chúa là đầu tiên, gia đình là thứ hai, còn mục vụ là thứ ba". Mặc dù họ có ý tốt, nhưng mô hình này không được tìm thấy trong Kinh Thánh. Lời Chúa dạy rất đơn giản: Chúa là đầu tiên. Chấm hết. Không nên có sự xung đột giữa gia đình và mục vụ nếu chúng ta lắng nghe Chúa một cách kỹ càng, vì Ngài là nguồn cội của cả hai. Ngài là Đấng kêu gọi bạn bước vào mục vụ và Chúa không hề quên rằng chính Ngài đã kêu gọi bạn lập gia đình. Hai sự kêu gọi này bổ trợ cho nhau. Đơn giản như vầy: tìm kiếm Chúa trong mọi hoàn cảnh và cùng nhau đón nhận sự hướng dẫn của Ngài. Ngài là Chúa. Chúng ta cùng lắng nghe và vâng lời như một gia đình.

Trong lời dạy của sứ đồ Phao-lô dành cho Ti-mô-thê, chúng ta thấy rằng trách nhiệm của người lãnh đạo và đời sống gia đình có sự đan xen vào nhau. Hôn nhân và vai trò làm cha mẹ đều quan trọng. Thật ra, điều sứ đồ Phao-lô muốn nói cuối cùng đó người nào có gia đình thì mới đủ tiêu chuẩn trở thành người lãnh đạo trong gia đình của Đức Chúa Trời – tức là Hội thánh. Gia đình và mục vụ đều phải song hành với nhau. Chúng ta phải quan tâm đến gia đình và cũng phải vui mừng trước sự thật đó là chúng ta có thể bày tỏ vương quốc của Đức Chúa Trời cùng với gia đình.

Hãy tiếp tục:

Chúa Jêsus, trích dẫn Thi thiên 8:2, đã bảo vệ vai trò của trẻ em trong mục vụ khi Ngài phán cùng các lãnh đạo tôn giáo (Ma-thi-ơ 21:15-17). Khi Chúa Jêsus phán cùng các môn đồ (hầu hết đều còn độc thân), Ngài đã nhấn mạnh tầm quan trọng của trẻ em trong mắt của Ngài. Chúa Jêsus muốn đảm bảo rằng trẻ em cũng được bao gồm trong những gì Ngài đang làm (Ma-thi-ơ 19:13-15; Mác 10:13-16; Lu-ca 18:15-17). Hãy dành thời gian đọc các câu Kinh Thánh và – cho dù bạn kết hôn hay độc thân – hãy suy nghĩ làm thế nào để ghi nhớ Lời Chúa vào lòng mình và không chỉ bao gồm trẻ em vào mục vụ, mà còn đặt chúng ở phía trước và trung tâm như Chúa Jêsus đã làm. Hãy cầu xin Chúa chỉ cho bạn biết cách phát triển mục vụ sao cho gia đình cũng được dự phần.

Khám phá những niềm tin và các giá trị

để ghi nhớ Lời Chúa vào lòng mình và không chỉ bao gồm trẻ em vào mục vụ, mà còn đặt chúng ở phía trước và trung tâm như Chúa Jêsus đã làm. Hãy cầu xin Chúa chỉ cho bạn biết cách phát triển mục vụ sao cho gia đình cũng được dự phần.

Giá trị 16 – Sống lệ thuộc Đức Chúa Trời:
Cuộc thi ban cho

Nền tảng Kinh Thánh:

"Người ta có thể ăn trộm Đức Chúa Trời sao? Mà các ngươi ăn trộm ta. Các ngươi nói rằng; Chúng tôi ăn trộm Chúa ở đâu? Các ngươi đã ăn trộm trong các phần mười và trong các của dâng. Các ngươi bị rủa sả, vì các ngươi, thảy cả nước, đều ăn trộm ta. Các ngươi hãy đem hết thảy phần mười vào kho, hầu cho có lương thực trong nhà ta; và từ nay các ngươi khá lấy điều này mà thử ta, Đức Giê-hô-va vạn quân phán, xem ta có mở các cửa sổ trên trời cho các ngươi, đổ phước xuống cho các ngươi đến nỗi không chỗ chứa chăng! Ta sẽ vì các ngươi ngăn cấm kẻ cắn nuốt, nó sẽ không phá hại bông trái của đất các ngươi; và những cây nho các ngươi trong đồng ruộng cũng sẽ không rụng trái trước khi đến mùa, Đức Giê-hô-va phán vậy. Mọi nước sẽ xưng các ngươi là có phước, vì các ngươi sẽ là đất vui thích, Đức Giê-hô-va vạn quân phán vậy". (Ma-la-chi 3:8-12)

Khám phá:

Thử Đức Chúa Trời sao? Có lẽ chúng ta không hiểu được vì sao Chúa Jêsus phải đáp lời Sa-tan. Ngài đã trích dẫn Phục truyền 6:16, "Ngươi đừng thử Chúa là Đức Chúa Trời ngươi" (Ma-thi-ơ 4:7). Nhưng trong Ma-la-chi thì bối cảnh hoàn toàn khác hẳn, Đức Chúa Trời khuyên dân sự rằng: "… thử ta". Ngài đang thách thức họ trong cuộc thi bày tỏ sự rộng rãi. Dân sự không hề dâng phần mười trong vòng ba năm (Phục truyền 14:28-29; 26:12-14), số phần mười này được chuyển "vào kho" để giúp đỡ người Lê-vi, người goá bụa và trẻ mồ côi gặp cảnh túng thiếu. Đức Chúa Trời đã thách thức họ hãy thử Ngài.

Nếu bạn chấp nhận lời thách thức của Đức Chúa Trời, thì hãy biết rằng bạn đang đối đầu với Đấng rộng rãi nhất vũ trụ này! Trong Sáng thế ký, ba động từ mà Đức Chúa Trời thường dùng nhất để mô tả hành động của Ngài là: *nathan* (ban cho: 26 lần), *barak* (ban phước: 14 lần), và *'asah* (làm: 11 lần). Hơn hết mọi sự, Đức Chúa Trời muốn chúng ta biết rằng Ngài là Đức Chúa Trời rộng rãi nhất! Ngài là Đức Chúa Trời ban cho cách rộng rãi, bất ngờ, chu đáo, dư dật, gần gũi, ân cần, trước sau như một... Vì thế, ngay cả trong lúc đói kém nhất, chúng ta vẫn có thể là những người ban cho cách rộng rãi khi chúng ta chấp nhận lời thách thức của Ngài và tìm cách bắt chước Ngài! Đây là cuộc thi mà Đức Chúa Trời muốn mời gọi chúng ta dự phần.

Vì vậy, tôi rất yêu thích những buổi dâng hiến của YWAM! Một trong những điều tôi thích nhất đó là trong Trường Đào tạo Lãnh đạo ở Nam Phi vào năm 1998. Có khoảng 124 sinh viên đến từ 52 quốc gia. Trong lúc cầu nguyện cho tài chính để tiên phong mục vụ mới, một người cảm thấy muốn tặng một cây đàn ghi-ta. Đó là một hành động ban cho thật bất ngờ không hề có sự tính toán từ trước đã giải phóng tinh thần ban cho một cách khác thường. Khi mọi người cầu nguyện, từng người một quay trở về phòng rồi trở lại để bỏ thêm vào những món quà. Sau hai tiếng đồng hồ, mọi người đã đem những món quà của mình – từ lớn tới nhỏ – trước mặt Chúa. Người đầu tiên sau khi dâng hiến đã viết rằng:

Tôi tặng cây đàn ghi-ta của mình, họ tặng đôi giày của họ.

Tôi nhận được nhiều thứ, họ dâng những gì còn lại của mình.

Tôi có đức tin muốn sự thoải mái, còn họ sống bằng sự tiếp trợ hằng ngày.

Tôi dâng hiến với sự buồn rầu, còn họ dâng với niềm vui.

Tôi dâng điều quý giá nhất của mình, còn họ dâng những gì còn lại.

Tôi biết ngày mai sẽ thế nào, còn họ biết Đức Chúa Trời.

Hãy tiếp tục:

Hãy dành thời gian để suy gẫm về cách bạn có thể chấp nhận điều Chúa phán về cuộc thi bày tỏ sự rộng rãi. Hãy xem thử bạn có thể cho người khác một vật gì đó mà bạn chưa từng làm trước đây, người đó phải là đối tượng không hề mong đợi bạn sẽ làm như vậy với họ. Sự rộng rãi của bạn phải bao gồm cả việc ban cho tiền bạc hay một vật gì đó, hoặc là một hành động hay lời nói mang lại phước hạnh cho họ. hãy thực hiện điều này tuỳ vào khả năng của bạn. Khi bạn ban cho, hãy ghi nhớ lời khuyên của sứ đồ Phao-lô rằng: "Đấng phát hột giống cho kẻ gieo giống và bánh để nuôi mình, cũng sẽ phát hột giống cho anh em và làm cho sanh hóa ra nhiều, Ngài lại sẽ thêm nhiều trái của sự công bình anh em nữa. Như vậy, anh em được giàu trong mọi sự, để làm đủ mọi cách bố thí, hầu cho người khác bởi chúng tôi mà tạ ơn Đức Chúa Trời" (2 Cô-rinh-tô 9:9-11).

Giá trị 17 – Bày tỏ sự hiếu khách:
Cuộc hẹn thiên thượng

Nền tảng Kinh Thánh:

"Đức Giê-hô-va hiện ra cùng Áp-ra-ham nơi lùm cây dẻ bộp của Mam-rê, đương khi ngồi nơi cửa trại lúc trời nắng ban ngày. Áp-ra-ham nhướng mắt lên, thấy ba người đứng trước mặt. Vừa khi thấy, bèn bắt từ cửa trại chạy đến trước mặt ba người đó, sấp mình xuống đất, và thưa rằng: Lạy Chúa, nếu tôi được ơn trước mặt Chúa, xin hãy ghé lại nhà kẻ tôi tớ Chúa, đừng bỏ đi luôn. Xin các đấng hãy cho phép người ta lấy chút nước rửa chân các đấng, và xin hãy nằm nghỉ mát dưới cội cây này. Tôi sẽ đi đem một miếng bánh cho các đấng ăn vững lòng, rồi sẽ dời gót lên đường; vì cớ ấy, nên mới quá bộ lại nhà kẻ tôi tớ các đấng vậy. Các đấng phán rằng: Hãy cứ việc làm như ngươi đã nói. Đoạn, Áp-ra-ham lật đật vào trại đến cùng Sa-ra mà rằng: Hãy mau mau lấy ba đấu bột lọc nhồi đi, rồi làm bánh nhỏ. Áp-ra-ham bèn chạy lại bầy, bắt một con bò con ngon, giao cho đầy tớ mau mau nấu dọn; rồi lấy mỡ sữa và sữa cùng con bò con đã nấu xong, dọn ngay trước mặt các đấng; còn người thì đứng hầu trước mặt, dưới cội cây. Vậy các đấng đó bèn ăn". (Sáng thế ký 18:1-8)

Khám phá:

Câu chuyện hiếu khách của Áp-ra-ham đối cùng ba vị khách lạ đã tạo nên một bối cảnh đầy sự khích lệ mà chúng ta đọc thấy trong Hê-bơ-rơ 13:2, "Chớ quên sự tiếp khách; có khi kẻ làm điều đó, đã tiếp đãi thiên sứ mà không biết". Nhờ có câu chuyện này mà các giáo trưởng Do thái ngày xưa đã dạy rằng "Áp-ra-ham là người bày tỏ sự hiếu khách đầu tiên" trong thế gian (*Midrash Tanhuma Yelammedenu,*

Noach 14.2) nên vì vậy mà được gọi là "Đức hạnh của Áp-ra-ham" (*Chizkuni*, Sáng thế ký 21.21.1).

Mặc dù cả nhà của Áp-ra-ham có một sự nghiệp rất đồ sộ (nhờ vị thế của mình mà ông có thể tập hợp "318 gia nhân" theo như Sáng thế ký 14:14), khi phục vụ những vị khách không mời mà đến, ông đã không để cho các gia nhân làm. Chính ông đã tiếp đãi họ. Hãy thử nghĩ tới những động từ mô tả hành động của ông: Áp-ra-ham "đương khi ngồi, nhướng mắt lên, thấy, chạy, sấp mình xuống đất, thưa rằng: [được ơn, xin, xin], lấy, đem, trở về, nói, chạy, bắt, giao cho, đem, dọn ra, đứng hầu" các vị khách là thiên sứ. Hành động có chủ đích của Áp-ra-ham đã bày tỏ tấm lòng hiếu khách. Chúng ta đọc thấy rằng: "xin cho phép tôi đem một ít bánh để quý ngài lót dạ" – điều này đã mô tả hành động (đem) nhưng cũng cho thấy mục đích của sự hiếu khách (để lót dạ). Kinh Thánh ghi lại đến 3 lần về sự vội vàng của Áp-ra-ham để cho thấy sự sốt sắng của ông. Những hành động của ông đã thể hiện sự rộng rãi tột cùng khi ông nói với Sarah là "Hãy mau mau lấy ba đấu bột lọc" (tương đương với 28 chén!) "nhồi đi". Ông rõ ràng không chỉ đáp ứng những đòi hỏi tối thiểu của văn hoá. Ông đã bày tỏ sự hiếu khách rất rộng rãi đối với ba vị khách lạ và đã thực hiện mọi việc bằng tấm lòng đầy tới qua hành động "đứng hầu".

Ba vị khách lạ được gọi là *xenos* trong bản dịch Cựu Ước tiếng Hy-lạp: người nước ngoài, người ngoại tộc. Trong tiếng Anh, chúng ta nói *xenophobia*: nỗi sợ của những người không giống với chúng ta. Điều quan trọng cần lưu ý là khi sứ đồ Phao-lô liệt kê các đặc điểm về người lãnh đạo Cơ Đốc trong Tít 1:7-8, ông đề cập năm điều mà người lãnh đạo phải tránh xa trước khi tiếp tục với sáu điều mà người lãnh đạo phải đón nhận. Yêu cầu đầu tiên đó là người lãnh đạo phải *philoxenos*: yêu quý khách lạ, tức là đón tiếp người ngoại tộc vào trong gia đình của Đức Chúa Trời một cách thực tiễn. Đó mới là sự hiếu khách thật.

Hãy tiếp tục:

Khi Áp-ra-ham nhìn thấy các vị khách lạ đi ngang qua nhà của mình, ông đã mời họ ăn một bữa tại nhà. Có những vị khách lạ nào ở xung quanh mà bạn có thể mời họ dùng bữa không? Bạn có thể làm gì khác nữa để vươn đến những người đang sống ở xung quanh mà bạn chưa biết họ và bày tỏ tình yêu rời rộng của Đức Chúa Trời với họ không? Tại sao không dành thời gian cầu nguyện với những người trong gia đình của mình và lập kế hoạch bày tỏ sự hiếu khách với người nào là *xenos* trong tuần này?

Giá trị 18 – Truyền thông trung thực:
Quyết chân thật

Nền tảng Kinh Thánh:

"Các ngươi còn có nghe lời phán cho người xưa rằng: Ngươi chớ thề dối, nhưng đối với Chúa, phải giữ vẹn lời thề mình. Song ta phán cùng các ngươi rằng đừng thề chi hết: Đừng chỉ trời mà thề, vì là ngôi của Đức Chúa Trời; đừng chỉ đất mà thề, vì là bệ chân của Đức Chúa Trời; đừng chỉ thành Giê-ru-sa-lem mà thề, vì là thành của Vua lớn. Lại cũng đừng chỉ đầu ngươi mà thề, vì tự ngươi không thể làm cho một sợi tóc nên trắng hay là đen được. Song ngươi phải nói rằng: Phải, phải; không, không. Còn điều người ta nói thêm đó, bởi nơi quỉ dữ mà ra". (Ma-thi-ơ 5:33-37)

Khám phá:

Lúc còn nhỏ, tôi học cách không nói dối, hoặc là – ít ra – không bị phát hiện đang nói dối! Hình phạt dành cho việc nói dối là súc miệng bằng bột giặt. Bột giặt sẽ làm cho vị giác của bạn lúc nào cũng có vị xà phòng. Mặc dù hình phạt này có hiệu quả ở một mức độ nào đó, nhưng bột giặt không gột sạch tấm lòng của tôi. Không lâu sau, tôi học cách nói "thật" với ý định làm cho người khác hiểu sai. Thí dụ, khi cuộc cãi vả với đứa em gái "tình cờ" dẫn đến một cú thoi vào mặt, tôi biết mình sẽ gặp rắc rối. Thế là, tôi cố gắng thuyết phục đứa em gái đừng mách với mẹ. Nếu điều này không thành công, em gái của tôi sẽ đi xuống dưới nhà, tôi sẽ thét lên với sự khó chịu. "Được rồi … anh xin lỗi!" Tôi nổi đoá lên. Em gái của tôi đã mặc kệ cơn tức giận và giọng điệu không hối hận của tôi, nó đã mách với mẹ mọi chuyện. Không lâu sau, tôi nghe thấy có người gọi tên của mình. "Dạ", tôi thừa nhận rằng: "Con đã đánh nhẹ nó một chút, nhưng nó mới là người khởi xướng mọi chuyện". Sau đó, tôi còn nói thêm một cách đầy thuyết phục rằng: "Con đã nói xin lỗi rồi!" Thái độ giả vờ như thiên thần đã che đậy sự thật. Tôi đã cố tình tỏ ra thành thật với ý định giả dối. Nhờ vậy mà tôi đã tránh được phải ăn xà phòng.

Trong đoạn Kinh Thánh này, Chúa Jêsus dạy chúng ta về việc nói thật bất chấp giá trả – khi lời lẽ, hành động và tấm lòng giống nhau đến 100%. Sự dạy dỗ của Ngài được rút ra từ Ngũ Kinh: "Các ngươi chớ chỉ danh ta mà thề dối, vì ngươi làm ô danh của Đức Chúa Trời mình: Ta là Đức Giê-hô-va" (Lê-vi-ký 19:12). Đây là một trong sáu phân đoạn Kinh Thánh trong Lê-vi-ký cảnh báo về những tội lỗi sỉ nhục sự thánh khiết của Đức Chúa Trời trước mặt những kẻ bị hư mất. Đó là khi:

- Nói điều này mà làm điều khác (Lê-vi-ký 19:12)
- Dân sự không làm theo mạng lệnh của Đức Chúa Trời (Lê-vi-ký 22:31-33)
- Các thầy tế lễ không làm trọn phận sự của họ bằng sự chính trực (Lê-vi-ký 21:5-6; 22:2)
- Kẻ nào dâng con cái của mình cho thần Mo-lóc (Lê-vi-ký 18:21; 20:2-5)

Câu Kinh Thánh cuối cùng được xem là tội lỗi hèn hạ đến kỳ quái. Còn việc không nói thật cũng bị xem là như vậy.

Lạy Chúa, xin đừng chỉ gột sạch miệng lưỡi của con mà thôi, cũng hãy gột sạch tấm lòng con nữa.

Hãy tiếp tục:

Thi thiên 15 cho thấy những đặc điểm rất chi tiết về những người sống trong sự mật thiết với Đức Chúa Trời. Từ câu 2 cho đến dòng thứ hai của câu 5 có đến mười đặc điểm. Năm trong số đó – tức là một nửa! – cần phải có một cái lưỡi thành thật và chính trực thật triệt để. Hãy đọc qua Thi thiên và suy gẫm năm dòng dưới đây đã được in nghiêng. Hãy xin Chúa chỉ ra bất kỳ khía cạnh nào mà bạn cần phải sửa ngay lại. Bạn cần phải ăn năn điều gì không? Bạn cần phải sửa lại việc gì không? Bạn cần phải phục hồi mối liên hệ với ai đó chăng? Hãy lắng nghe Đức Chúa Trời và làm theo những gì Ngài dẫn dắt bạn.

Ai sẽ ở trên núi thánh Ngài?
Ấy là kẻ đi theo sự ngay thẳng, làm điều công bình,
và **nói chân thật trong lòng mình**;
Kẻ nào có lưỡi không nói hành,
chẳng làm hại cho bạn hữu mình,
không gieo sỉ nhục cho kẻ lân cận mình;
Người nào khinh dể kẻ gian ác,
nhưng tôn trọng kẻ kính sợ Đức Giê-hô-va;
Kẻ nào thề nguyện, dầu phải tổn hại cũng không đổi dời gì hết;
Người nào không cho vay tiền lấy lời,
chẳng lãnh hối lộ đặng hại người vô tội.
Kẻ nào làm các điều ấy sẽ không hề rúng động.

Phụ lục

<u>**PHỤ LỤC 1**</u>:

**Bản công bố mục đích, những
niềm tin cốt lõi và các giá trị
nền tảng của Thanh Niên Với
Sứ Mạng**
(Tháng 5/2020)

Đây là tài liệu trình bày mục đích, niềm tin cốt lõi và các giá trị nền tảng của YWAM đã được biên soạn để đáp ứng với đường lối cụ thể mà Đức Chúa Trời đã ban cho từ lúc bắt đầu hình thành YWAM vào năm 1960. Tất cả được ghi chép lại để lưu chuyển cho các thế hệ nối tiếp mà Đức Chúa Trời đã nhấn mạnh với chúng tôi. Đây là mục đích, niềm tin cốt lõi và các giá trị chung đã trở thành các nguyên tắc hướng dẫn cho sự phát triển Sứ Mạng trong cả quá khứ và tương lai của chúng tôi. Có vài chi tiết rất quen thuộc với Cơ Đốc nhân ở khắp mọi nơi, có những điều khác là đặc thù của Thanh Niên Với Sứ Mạng. Với tất cả mục đích, niềm tin và giá trị này đã hình thành nét đặc trưng riêng của YWAM – gọi là "ADN" của chúng tôi. Tất cả là một bộ khung quan trọng mà chúng tôi đã quyết giữ cho đến ngày hôm nay vì những điều này giúp chúng tôi xác định rõ chúng tôi là ai, chúng tôi phải sống như thế nào và phải đưa ra những quyết định ra sao. **Xin hãy sao chép và chia sẻ tài liệu này một cách nguyên vẹn như đã được trình bày.**

BẢN CÔNG BỐ MỤC ĐÍCH CỦA YWAM

Thanh Niên Với Sứ Mạng (YWAM) là một phong trào Cơ Đốc thế giới từ nhiều hệ phái cùng nhau tập trung vào việc bày tỏ Chúa Jêsus một cách cá nhân cho thế hệ này, để có thể huy động nhiều người tham gia vào nhiệm vụ này, để huấn luyện và trang bị những người tin Chúa để họ có thể hoàn thành Đại Mạng Lệnh. Là công dân trong Vương Quốc của Đức Chúa Trời, chúng ta được kêu gọi để yêu thương, thờ phượng và vâng lời Chúa, để yêu thương và phục vụ thân thể của Ngài, tức là Hội thánh, để trình bày đầy đủ về Tin lành cho mọi người trên toàn thế giới.

Chúng ta là Thanh Niên Với Sứ Mạng tin rằng Kinh Thánh được hà hơi bởi Đức Chúa Trời và Lời có thẩm quyền, bày tỏ Đức Chúa Jêsus Christ là Con Đức Chúa Trời; và loài người được tạo nên theo ảnh tượng của Ngài; Chúa đã tạo nên chúng ta để có được sự sống đời đời qua Đức Chúa Jêsus Christ; cho dù loài người đều đã phạm tội, thiếu mất sự vinh hiển của Đức Chúa Trời, nhưng Đức Chúa Trời đã ban sự cứu rỗi qua sự chết trên thập tự giá và sự sống lại của Đức Chúa Jêsus Christ; sự ăn ăn, đức tin và tình yêu thương cùng với sự vâng lời là những đáp ứng phù hợp với ân điển mà Chúa đã ban cho chúng ta; Ngài muốn mọi người đều được cứu và nhận biết lẽ thật; và quyền năng của Đức Thánh Linh được bày tỏ trong và qua chúng ta hầu cho có thể hoàn thành mạng lệnh cuối cùng của Đấng Christ đã chép rằng: *"Hãy đi khắp thế gian, giảng Tin lành cho mọi người"* (Mark 16:15) và *"Vậy, hãy đi và dạy dỗ muôn dân..."* (Ma-thi-ơ 28:19).

NIỀM TIN CỐT LÕI VÀ CÁC GIÁ TRỊ NỀN TẢNG CỦA YWAM

A. Những niềm tin cốt lõi của YWAM

Thanh Niên Với Sứ Mạng (TNVSM) nhấn mạnh Kinh Thánh là Lời có thẩm quyền và đã được hà hơi bởi Đức Chúa Trời, được Đức Thánh Linh soi dẫn, là kim chỉ nam cho mọi khía cạnh trong đời sống và mục vụ. Dựa vào Lời của Đức Chúa Trời, đặc tánh của Ngài và ý định cứu rỗi của Ngài, TNVSM nhấn mạnh những điều sau:

- *Sự thờ phượng: Chúng ta được kêu gọi để ngợi khen và thờ phượng một mình Đức Chúa Trời (Xuất 20:2-3, Phục truyền 6:4-5; 2 Các vua 17:35-39; 1 Sử ký 16:28-30; Nê-hê-mi 8:2-10; Mác 12:29-30; Rô-ma 15:5-13; Giu-đe 24-25; Khải huyền 5:6-14; Khải huyền 19:5-8).*

- *Sự thánh khiết: Chúng ta được kêu gọi để sống thánh khiết và công chính để làm chứng cho bản chất và đặc tánh của Đức Chúa Trời (Lê-vi-ký 19:1-2; Thi thiên 51:7-11; Giê-rê-mi 18:1-11; Ê-xê-chi-ên 20:10-12; Xa-cha-ri 13:9; Lu-ca 1:68-75; Ê-phê-sô 4:21-32; Tít 2:11-14; 1 Phi-e-rơ 2:9, 21-25; 1 Giăng 3:1-3).*

- *Chứng đạo: Chúng ta được kêu gọi để chia sẻ Phúc âm của Đức Chúa Jêsus Christ với những người chưa biết về Ngài (Thi thiên 76:1-7; Ê-sai 40:3-11; Mi-chê 4:1-2; Ha-ba-cúc 2:14; Lu-ca 24:44-48; Công vụ 2:32-26; 10:39-43; 1 Cô-rinh-tô 9:19-23; 2 Cô-rinh-tô 2:12-17; 1 Phi-e-rơ 3:15-18).*

- *Cầu nguyện: Chúng ta được kêu gọi để cầu thay cho nhân loại và nhiều điều trong tấm lòng của Đức Chúa Trời, bao gồm cả việc chống lại mọi thế lực của ma quỷ (Sáng thế ký 18:20-33; Xuất 32:1-16; Các-quan-xét 3:9-15; 1 Các vua 8:22-61; Ê-xê-chi-ên 22:30-31; 33:1-11; Ma-thi-ơ 6:5-15; 9:36-38; Ê-phê-sô 3:14-21; 2 Tê-sa-lô-ni-ca 3:1-5).*

- *Sự thông công: Chúng ta được kêu gọi để cam kết với hội thánh trong hai phương diện: trưởng dưỡng hội thánh và huy động mở mang hội thánh (2 Sử ký 29:20-30; Thi thiên 22:25-28; Thi thiên 122:1-4; Giô-ên 2:15-17; Ma-thi-ơ 18:19-20; Công vụ 2:44-47; 4:32-35; 1 Cô-rinh-tô 14:26-40; Ê-phê-sô 2:11-18; Hê-bơ-rơ 10:23-25).*

- ***Phục vụ**: Chúng ta được kêu gọi để **đóng góp vào các mục đích của Vương Quốc Đức Chúa Trời** trong mỗi lĩnh vực đời sống (Phục truyền 15:7-11; 24:17-22; Thi thiên 112:4-9; Châm ngôn 11:10-11; Xa-cha-ri 7:8-10; Ma-thi-ơ 5:14-16; 2 Tê-sa-lô-ni-ca 3:13; Tít 3:4-8; Hê-bơ-rơ 13:15; Gia-cơ 2:14-16).*

B. <u>Các Giá Trị Nền Tảng Của YWAM</u>

1. BIẾT CHÚA

YWAM cam kết trong việc biết Chúa, bản chất và đặc tánh của Ngài, đường lối của Ngài đã được bày tỏ qua Kinh Thánh, là Lời của Đức Chúa Trời được hà hơi và có thẩm quyền. Chúng tôi muốn bày tỏ Ngài là ai trong từng khía cạnh đời sống và mục vụ. Từ việc chủ động nhận biết và thông công với Đức Chúa Trời đã sản sinh ra mong muốn chia sẻ về Ngài cho người khác. (2 Các-vua 19:19; Gióp 42:5; Thi thiên 46:10; Thi thiên 103:7-13; Giê-rê-mi 9:23-24; Ô-sê 6:3; Giăng 17:3; Ê-phê-sô 1:16-17; Phi-líp 3:7-11; 1 Giăng 2:4-6).

2. GIÚP NGƯỜI KHÁC BIẾT CHÚA

YWAM được kêu gọi để giúp mọi người trên thế giới biết Chúa, trong từng lĩnh vực xã hội qua việc truyền giáo, huấn luyện và các mục vụ thương xót. Chúng tôi tin rằng sự cứu rỗi linh hồn là kết quả của sự biến đổi xã hội, đó mới là làm theo mạng lệnh dạy dỗ muôn dân mà Chúa Jêsus đã truyền dạy. (1 Cô-rinh-tô 16:24-27; Thi thiên 69:11; Thi thiên 71:15-16; Thi thiên 145:4-7; Ma-thi-ơ 28:18-20; Mác 16:15; Công-vụ 1:8; Công-vụ 13:1-4a; Rô-ma 10:8-15; Rô-ma 15:18-21).

3. LẮNG NGHE TIẾNG CHÚA

YWAM cam kết trong việc sáng tạo cùng với Đức Chúa Trời thông qua việc lắng nghe tiếng Chúa, cầu nguyện và làm theo những mạng lệnh của Ngài dù lớn hay nhỏ. Chúng tôi lệ thuộc vào việc lắng nghe tiếng Chúa, từ cá nhân cho đến các đội và trong các buổi họp mặt của tập thể, là một yếu tố góp phần vào việc đưa ra những quyết định. (1 Sa-mu-ên 3:7-10; 2 Sử ký 15:2-4; Thi thiên 25:14; Ê-sai 6:8; A-mốt 3:7; Lu-ca 9:35; Giăng 10:1-5; Giăng 16:13-15; Hê-bơ-rơ 3:7-8,15; Khải huyền 2:7,11,17,27; 3:6,13,22).

4. THỰC HÀNH SỰ THỜ PHƯỢNG VÀ CẦU THAY

YWAM cam kết trong việc hết lòng thờ phượng Chúa và dự phần vào sự cầu thay như là những khía cạnh không thể thiếu trong đời sống hằng ngày. Chúng tôi cũng nhận ra ý định của Sa-tan muốn huỷ hoại công tác của Đức Chúa Trời và chúng tôi lệ thuộc vào sự hiện diện năng quyền của Đức Thánh Linh để đắc thắng những mưu chước của ma quỷ trong đời sống cá nhân và trong những vấn đề của các dân tộc. (1 Sa-mu-ên 7:5; 2 Cô-rinh-tô 7:14; Thi thiên 84:1-8; Thi thiên 95:6-7; Thi thiên 100:1-5; Mác 11:24-25; Công-vụ 1:14; Ê-phê-sô 6:13-20; 1 Tê-sa-lô-ni-ca 5:16-19; 1 Ti-mô-thê 2:1-4).

5. CÓ KHẢI TƯỢNG

YWAM được kêu gọi phải có khải tượng, liên tục nhận lãnh, nuôi dưỡng và làm mới lại khải tượng đến từ Đức Chúa Trời. Chúng tôi ủng hộ tinh thần tiên phong những mục vụ và phương pháp mới, luôn sẵn sàng một cách quyết liệt để mang lại tính thiết thực cho từng thế hệ, từng nhóm dân tộc và từng lĩnh vực xã hội. Chúng tôi tin rằng sự kêu gọi sứ đồ của YWAM đòi hỏi phải có sự dự phần của vai trò trưởng lão thuộc linh, sự tự do trong Thánh Linh và mối quan hệ, có Lời Chúa làm trọng tâm. (Dân số ký 12:6; 1 Sa-mu-ên 12:16;

Châm ngôn 29:18; Ê-xê-chi-ên 1:1; Ha-ba-cúc 2:2-3; Mác 1:35-39; Lu-ca 9:1-6; Công-vụ 16:9-10; Công-vụ 26:19; 2 Phi-e-rơ 3:9-13).

6. CHINH PHỤC GIỚI TRẺ

YWAM được kêu gọi phải chinh phục giới trẻ. Chúng tôi tin rằng Đức Chúa Trời đã ban ân tứ và kêu gọi giới trẻ trở thành mũi nhọn về khải tượng và trong mục vụ. Chúng tôi muốn trân trọng, tin cậy, huấn luyện, ủng hộ, tạo cơ hội và phóng thích họ một cách hết lòng. Họ không chỉ là Hội thánh của tương lai; mà còn là Hội thánh của hôm nay. Chúng tôi cam kết sẽ theo họ trong ý muốn của Đức Chúa Trời. (1 Sa-mu-ên 17:32-50; Truyền đạo 4:13-14; Truyền đạo 12:1-7; Giê-rê-mi 1:5-10; Đa-ni-ên 1:17-20; Giô-ên 2:28; Giăng 6:9; Công-vụ 16:1-5; 1 Ti-mô-thê 4:12-16; 1 Giăng 2:12-14).

7. CẤU TRÚC KHÔNG TẬP TRUNG

YWAM là phong trào tình nguyện toàn cầu được vận hành bằng đức tin và có trọng tâm là Đấng Christ, YWAM được hiệp một bằng cách chia sẻ chung khải tượng, niềm tin cốt lõi, giá trị nền tảng và mối quan hệ. Chúng tôi không có cấu trúc tập trung. Mỗi mục vụ YWAM đều có được vinh dự và trách nhiệm thuộc linh để phát triển và duy trì các mối liên hệ lành mạnh với các bậc lãnh đạo và ban trưởng lão phù hợp. (Xuất 18:13-26; Dân số ký 1:16-19; Dân số ký 11:16-17, 24-30; Phục Truyền 29:10-13; Giô-suê 23:1-24:28; Công-vụ 14:23; Công-vụ 15:1-31; 1 Cô-rinh-tô 3:4-11; Tít 1:5-9; Hê-bơ-rơ 13:7,17).

8. QUỐC TẾ VÀ LIÊN HỆ PHÁI

YWAM là phong trào quốc tế và liên hệ phái trên bình diện toàn cầu cũng như ở tại địa phương. Chúng tôi tin rằng mỗi sắc dân, tiếng nói và hệ phái, với góc nhìn của sự cứu rỗi trong văn hóa, là những yếu tố tích cực để góp phần vào sự phát triển và sự lành mạnh của công tác sứ mạng. (Sáng thế ký 12:1-4; Sáng thế ký 26:2-5; Thi thiên 57:9-10; Giê-rê-mi 32:27; Dân-số-ký 7:13-14; Công-vụ 20:4; 1 Cô-rinh-tô 12:12-31; Ê-phê-sô 4:1-16; Cô-lô-se 3:11; Khải huyền 7:9).

9. THẾ GIỚI QUAN THEO KINH THÁNH

YWAM được kêu gọi phải có thế giới quan theo Kinh Thánh. Chúng tôi tin rằng Kinh Thánh – là cẩm nang cho mọi khía cạnh trong đời sống – vạch rõ điều lành và điều dữ; điều đúng và điều sai. Những khía cạnh thực tiễn trong đời sống không thua kém gì khía cạnh thuộc linh trong mục vụ. Mọi thứ được thực hiện trong sự vâng lời Đức Chúa Trời đều là những khía cạnh thuộc linh. Chúng tôi tìm cách tôn kính Đức Chúa Trời trong mọi việc, chúng tôi trang bị và huy động những người nam và người nữ của Đức Chúa Trời tiếp nhận vai trò phục vụ và ảnh hưởng từng khía cạnh xã hội. (Phục truyền 8:1-3; Phục truyền 32:45-47; 2 Các-vua 22:8; Thi thiên 19:7-11; Lu-ca 8:21; Giăng 8:31-32; Phi-líp 4:8-9; 2 Ti-mô-thê 3:16-17; Hê-bơ-rơ 4:12-13; Gia-cơ 4:17).

10. HOẠT ĐỘNG THEO ĐỘI NHÓM

YWAM được kêu gọi để hoạt động theo đội nhóm trong mọi khía cạnh của mục vụ và vai trò lãnh đạo. Chúng tôi tin rằng một tập hợp gồm nhiều ân tứ, tiếng gọi, góc nhìn, mục vụ và thế hệ cùng làm việc với nhau trong sự hiệp một ở mọi cấp độ trong công tác truyền giáo mang lại sự khôn ngoan và sự an toàn. Tìm kiếm ý muốn của Đức Chúa Trời và cùng đưa ra những quyết định theo mô hình đội nhóm cho phép có sự giải trình và tạo ra sự kết nối, sự thôi thúc, trách nhiệm cao và làm chủ khải tượng. (Phục truyền 32:30-31; 2 Sử ký 17:7-9; Châm ngôn 15:22; Truyền đạo 4:9-12; Mác 6:7-13; Rô-ma 12:3-10; 2 Cô-rinh-tô 1:24; Ê-phê-sô 5:21; Phi-líp 2:1-2; 1 Phi-e-rơ 4:8).

11. CÓ TINH THẦN LÃNH ĐẠO ĐẦY TỚ

YWAM được kêu gọi có lối sống lãnh đạo đầy tớ, hơn là mô hình lãnh đạo thứ bậc. Người có tinh thần lãnh đạo đầy tớ sẽ tôn trọng các ân tứ và sự kêu gọi của những người ở dưới quyền chăm sóc của mình và bảo vệ cho quyền lợi và đặc ân của họ. Chúa Jêsus đã phục vụ các môn đồ thế nào, thì chúng ta cũng nhấn mạnh trách nhiệm của người lãnh đạo trong việc phục vụ những người mà họ đang dẫn dắt thể ấy. (Phục truyền 10:12-13; Thi thiên 84:10; Ê-sai 42:1-4; Mi-chê 6:8; Mác 10:42-45; Giăng 13:3-17; Rô-ma 16:1-2; Ga-la-ti 5:13-14; Phi-líp 2:3-11; 1 Phi-e-rơ 4:10-11).

12. LÀM TRƯỚC, DẠY SAU

YWAM được kêu gọi phải làm trước, rồi dạy sau. Chúng tôi tin vào việc có kinh nghiệm thì mới có thẩm quyền trong lời nói. Một người có đời sống tâm tánh tin kính và nhận được sự kêu gọi từ Chúa còn quan trọng hơn cả việc có ân tứ, tài cán và chuyên môn. (Phục truyền 4:5-6; Ê-xơ-ra 7:10; Thi thiên 51:12-13; Thi thiên 119:17-18; Châm ngôn 1:1-4; Ma-thi-ơ 7:28-29; Công-vụ 1:1-2; Cô-lô-se 3:12-17; 2 Ti-mô-thê 4:1-5; 2 Phi-e-rơ 1:5-10).

13. MỐI QUAN HỆ

YWAM cam kết phải có mối liên hệ với nhau trong đời sống và công việc. Chúng tôi muốn được hiệp một trong lối sống thánh khiết, hỗ trợ qua lại, minh bạch, khiêm nhường và cởi mở trong giao tiếp, còn hơn là giữ cơ cấu hay nguyên tắc độc lập. (Lê-vi-ký 19:18; Thi thiên 133:1-3; Châm ngôn 17:17; Châmg ngôn 27:10; Giăng 13:34-35; Giăng 15:13-17; Giăng 17:20-23; Rô-ma 13:8-10; 1 Giăng 1:7; 1 Giăng 4:7-12).

14. QUÝ TRỌNG CÁ NHÂN

YWAM được kêu gọi phải tôn trọng giá trị của từng cá nhân. Chúng tôi tin rằng cơ hội và công lý là bình đẳng cho mọi người. Họ được tạo dựng theo ảnh tượng của Đức Chúa

Trời, cho nên hết thảy mọi người dù đến từ quốc gia nào, bao nhiêu tuổi và khả năng là gì đều có quyền đóng góp và sự kêu gọi đặc biệt. Chúng tôi cam kết tôn trọng khả năng lãnh đạo và ân tứ mà Chúa ban cho người nam và người nữ. (Sáng thế ký 1:27; Lê-vi-ký 19:13-16; Phục Truyền 16:18-20; Thi thiên 139:13-16; Mác 8:34-37; Công-vụ 10:34-35; Ga-la-ti 3:28; Ê-phê-sô 6:5-9; Hê-bơ-rơ 2:11-12; Gia-cơ 2:1-9).

15. QUÝ TRỌNG GIA ĐÌNH

YWAM khẳng định tầm quan trọng của gia đình phục vụ Chúa cùng nhau trong sứ mạng, không chỉ cha và/hoặc mẹ. Chúng tôi cũng đón nhận những gia đình có cha mẹ đơn thân. Chúng tôi khuyến khích sự phát triển lành mạnh của gia đình, mỗi thành viên đều chia sẻ tiếng gọi và có quyền đóng góp ân tứ của mình bằng những cách độc nhất và bổ trợ cho nhau. Chúng tôi ủng hộ và vui mừng trước ý định của Đức Chúa Trời ở trong Kinh Thánh dành cho hôn nhân thánh giữa một người nam và một người nữ (Sáng thế ký 2:21-24; Sáng thế ký 18:17-19; Phục truyền 6:6-7; Châm ngôn 5:15-23; Châm ngôn 31:10-31; Ma-la-chi 2:14-16; Ma-thi-ơ 19:3-9; 1 Cô-rinh-tô 7:1-16; 1 Ti-mô-thê 3:2-5; Hê-bơ-rơ 13:4).

16. SỐNG LỆ THUỘC ĐỨC CHÚA TRỜI

YWAM là một phong trào tình nguyện được kêu gọi phải sống lệ thuộc Đức Chúa Trời về tài chính. Đối với từng cá nhân và bất kỳ đội ngũ hay cộng đồng nào của YWAM, điều này đến từ chính dân sự của Ngài. Vì Đức Chúa Trời đã rộng rãi với chúng tôi, nên chúng tôi muốn sống rời rộng, cống hiến bản thân, thời gian và tài năng cho Đức Chúa Trời mà không đòi hỏi phải được đền đáp. (Sáng thế ký 22:12-14; Xuất Ê-díp-tô-ký 36:2-7; Dân số ký 18:25-29; Ma-la-chi 6:25-33; Lu-ca 19:8-9; 2 Cô-rinh-tô 8:1-9:15; Phi-líp 4:10-20; Tít 3:14; 3 Giăng 5-8).

17. BÀY TỎ SỰ HIẾU KHÁCH

YWAM khẳng định rằng sự hiếu khách là cách để bày tỏ đặc tánh của Đức Chúa Trời và tôn trọng giá trị của người khác. Chúng tôi tin rằng sự cởi mở của tấm lòng, sự chuẩn bị nhà cửa, cơ sở YWAM để phục vụ và tôn trọng lẫn nhau, tiếp đón khách mời, người nghèo và người gặp cảnh khó khăn là rất quan trọng, ấy không phải là hành động xã giao, mà là cách bày tỏ sự rộng rãi. (Sáng thế ký 18:1-8; 2 Sa-mu-ên 9:1-11; Thi thiên 68:5-6; Châm ngôn 22:9; Ê-sai 58:7; Ma-thi-ơ 25:31-46; Công-vụ 28:7-8; Rô-ma 12:13; Hê-bơ-rơ 13:1-3; 1 Phi-e-rơ 4:9).

18. TRUYỀN THÔNG TRUNG THỰC

YWAM khẳng định rằng mọi thứ tồn tại vì Đức Chúa Trời phán. Do đó, YWAM cam kết truyền thông trung thực, chính xác, đúng thời điểm và thiết thực. Chúng tôi tin rằng truyền thông tốt là điều cần thiết để có mối liên hệ vững mạnh, gia đình và cộng đồng lành mạnh, mục vụ hiệu quả. (Sáng thế ký 1:3-5; Dân số ký 23:19; Châm ngôn 10:19; Châm ngôn 25:9-14; Xa-cha-ri 8:16-17; Ma-thi-ơ 5:33-37; Lu-ca 4:16-22; Giăng 1:1-5; Cô-lô-se 4:6; Gia-cơ 3:1-18).

———————

GHI CHÚ LỊCH SỬ: Tài liệu này gồm có *Bản tuyên bố mục đích, những niềm tin cốt lõi và các giá trị nền tảng của Thanh Niên Với Sứ Mạng.*

Bản Tuyên Bố Mục Đích của YWAM được viết vào đầu những năm 1960. Ngay từ đầu, chúng tôi không bao giờ muốn viết ra một "Bản Tín Điều" vì chúng tôi là "một phong trào Cơ Đốc quốc tế từ nhiều hệ phái" và chỉ đơn giản muốn làm rõ vì sao Đức Chúa Trời kêu gọi sự xuất hiện của phong trào này.

Niềm Tin Cốt Lõi và Các Giá Trị Nền Tảng của YWAM được hình thành qua một quá trình lắng nghe tiếng Chúa và lắng nghe lẫn nhau kéo dài nhiều thập kỷ. Quá trình này xác định các giá trị của chúng tôi trước hết được đề xướng bởi Darlene Cunningham vào năm 1985 đúng vào thời điểm kỷ niệm lần thứ 25 ngày sáng lập tổ chức YWAM, để lưu chuyển cho thế hệ kế thừa. Sáu năm sau đó, tài liệu này được xác nhận bởi Hội Đồng Quốc Tế vào năm 1991.

Lúc bấy giờ, Hội Đồng Quốc Tế (IC) là Bộ Trưởng Lão được công nhận trên cánh đồng truyền giáo toàn cầu. Kể từ đó, hội trưởng lão toàn cầu đã được vận hành dưới nhiều tên khác nhau. Đầu tiên là Hội Đồng Quốc Tế (IC). Sau đó được đổi tên thành Nhóm Lãnh Đạo Toàn Cầu (GLT) rồi lại được đón nhận với tên khác là Hội Đồng Lãnh Đạo Toàn Cầu (GLF). Vào năm 2014 tại Singapore, nhóm này đã bị giải tán để thay thế vào đó là một khuôn mẫu lãnh đạo bình đẳng ở cấp độ xuyên địa phương, đặc biệt là ở những nơi đang hình thành nên một cấu trúc hạ tầng thứ bậc đang gia tăng. Hiện nay, đang có rất nhiều nhóm lãnh đạo thuộc linh ở khắp nơi trên cánh đồng truyền giáo – họ được biết với tên gọi là Hội Đồng Khu Vực (ACTs). Một nhóm các trưởng lão lâu đời đã được Loren và Darlene Cunningham triệu tập và được biết với tên gọi là Ban Sáng Lập (FC).

Qua rất nhiều thập kỷ, một vai trò chủ yếu của nhóm trưởng lão thuộc linh toàn cầu (dù được gọi là IC, GLT, GLF hay FC) là để xác nhận, quản trị và gìn giữ các tài liệu nền tảng cho công tác sứ mạng. Mặc dù FC không có bộ phận giám sát như các khuôn mẫu lãnh đạo lúc trước nữa, nhưng họ đang gánh lấy vai trò bảo vệ và làm rõ các tài liệu nền tảng của chúng ta.

Lịch sử các giá trị của YWAM, kể từ lúc được Darlene trình bày lần đầu tiên vào năm 1985 và được Ban Sáng Lập thông qua vào năm 1991, trong đó có những cập nhật của GLT vào năm 2003 và GLF vào năm 2011, 2014. Ban Sáng Lập đã xác nhận một thông tin cập nhật vào năm 2017 trong khi Hội Thảo UofN diễn ra tại Costa Rica về việc thêm vào "Sự Phục Vụ" trở thành một trong những đáp ứng trong Niềm Tin Cốt Lõi của chúng ta; và một bản cập nhật nữa vào năm 2018 trong khi Hội Nghị YWAM Together diễn ra tại Thailand, để làm rõ Giá Trị 15. Cũng trong thời điểm này, phiên bản mới này đã được thu thập để hình thành nên tài liệu chung gồm có Mục Đích, Niềm Tin Cốt Lõi, Các Giá Trị Nền Tảng và rất nhiều phân đoạn Kinh Thánh tham khảo đã được trình bày trong tài liệu này.

Tài liệu đã được cập nhật này cùng với sáu bản giao ước hình thành nên các tài liệu nền tảng của Thanh Niên Với Sứ Mạng.

- 1988: Giao Ước Manila (gồm có Bản Tuyên Bố Mục Đích và Bản Hiến Chương Cơ Đốc).
- 1992: Giao Ước Biển Đỏ.
- 2002: Giao Ước Naning.
- 2010: Giao Ước Tự Do Sau 50 Năm (Jubilee).
- 2014: Giao Ước Singapore
- 2014: Giao Ước Chấm Dứt Nạn Đói Kinh Thánh.

Nét đặc trưng và sứ mạng của YWAM được làm rõ hơn nhờ vào "Bốn Di Sản" mà Chúa ban cho Loren Cunningham trong nhiều năm qua về "tất cả" và "mỗi" trong sự kêu gọi của chúng ta. Đây là những lời quan trọng của Chúa, đã dẫn dắt lịch sử của chúng ta và hình thành nên di sản của chúng ta trong công tác sứ mạng. Đó là:

1. Khải tượng về những làn sóng mà Loren đã nhận được vào tháng 6 năm 1956 tại Bahamas không lâu trước lần sinh nhật thứ 21 của ông.
2. Lời kêu gọi Môn Đồ Hoá Muôn Dân qua Bảy Lĩnh Vực Xã Hội (1975).
3. Bản Hiến Chương Cơ Đốc (1981), và
4. Cam kết Chấm Dứt Nạn Đói Kinh Thánh (1967 và 2014).

Tất cả những điều này được đâm rễ vào những ngày đầu của công tác sứ mạng, còn chúng ta phải tiếp tục tăng trưởng trong sự hiểu biết và áp dụng Bốn Di Sản này.

© 1991 đã cập nhật vào 2003, 2011, 2014 và 2020, Thanh Niên Với Sứ Mạng (một tổ chức được thành lập vào năm 1961 tại California, USA): "Bản công bố mục đích, niềm tin cốt lõi và giá trị nền tảng của Thanh Niên Với Sứ Mạng" (Phụ lục 1). Được phép sử dụng.

Cây niềm tin

Bởi Darlene Cunningham và Dawn Gauslin

Chiến lược của Chúa Jêsus để truyền giáo cho cả thế giới là sự nhân bội bản sắc của Ngài ở trong các môn đồ, họ cũng sản sinh ra những người nam và người nữ có cùng khải tượng và các giá trị, những người này cũng sẽ nhân bội các môn đồ ra như vậy, cứ thế mà tiếp diễn (2 Ti-mô-thê 2:2). Mục tiêu ngày xưa và ngày nay là rao giảng Phúc Âm cho mọi người (Mác 16:15), để môn đồ hoá muôn dân (Ma-thi-ơ 28:19) và để sản sinh bông trái còn đến đời đời (Giăng 15:16). Đây chính là sự kêu gọi của Thanh Niên Với Sứ Mạng

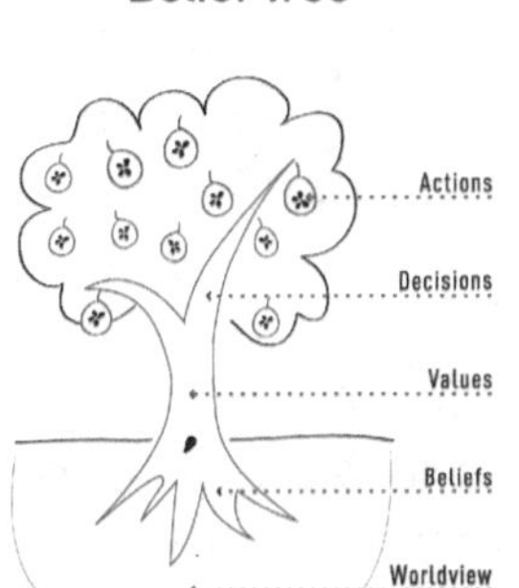

và Trường Đại học Các dân tộc, từng môn đồ theo Chúa Jêsus cũng nên đón nhận mục tiêu này cho mình.

Bông trái tốt đẹp và còn đến đời đời được sản sinh như thế nào? Chúng ta phải sản sinh ở trong những người khác khải tượng và các giá trị mà Đức Chúa Trời đã ban cho YWAM như thế nào? Có một tổ chức trật tự và chuyển tải thông tin là không đủ: chúng ta cần phải biết tiêu hoá những niềm tin cốt lõi về đức tin và các giá trị của Sứ Mạng để chuyển tải cho những làn sóng sau này. Nếu điều này không xảy ra, thì chúng ta sẽ chỉ có mô hình sao chép và sẽ không bao giờ trả lời được câu hỏi "vì sao".

Chúng ta cần phải biết chúng ta tin gì và tại sao lại tin như vậy; chúng ta cần biết chúng ta không tin gì và tại sao lại không tin như thế.

Kinh Thánh sử dụng rất nhiều minh họa về cây cối, đất đá, gốc rễ, tỉa sửa, bông trái, lá cây và hạt giống để nói về đời sống, mục vụ và kết quả. Lần đầu tiên tôi nghe về "Cây

Niềm Tin" là từ Darrow Miller của tổ chức Liên hiệp Môn đồ hoá Muôn dân, ông nói về thế giới quan theo Kinh Thánh. Ông dạy rằng: "ý tưởng nào cũng có hậu quả" – tức là có một sự kết nối trực tiếp giữa gốc rễ và bông trái; nghĩa là chúng ta tin gì và chúng ta đang hành xử ra sao. Tôi đã nghiên cứu phát triển hình ảnh này và sử dụng nó làm nền tảng cho sự dạy dỗ của mình. Hình ảnh minh họa rất đơn giản này có thể dùng để tham khảo – một thước đo – cho việc đưa ra những quyết định và đánh giá kết quả mục vụ của từng cá nhân và tập thể. Tôi tin rằng Đức Chúa Trời sẽ dùng hình ảnh minh họa này để mang lại sự thông sáng và gieo vào trong đời sống bạn sự sâu sắc hầu cho nó sẽ trở thành một phần trong "hộp dụng cụ" của bạn.

Khi nhìn vào cây niềm tin, đất đại diện cho thế giới quan; gốc rễ đại diện cho những niềm tin cốt lõi; thân cây đại diện cho các giá trị; nhánh cây đại diện cho những quyết định; trái cây đại diện cho hành động. Hạt giống đại diện cho việc nhân bội. Tất nhiên, gen di truyền phải đi từ gốc rễ, đến thân cây, đến nhánh cây và đến trái cây … hạt giống trong trái cây bắt đầu tiến trình này một lần nữa.

ĐẤT = THẾ GIỚI QUAN

Một trong những điều đầu tiên rất quan trọng cần phải xác định về bản thân mình là "Tôi được lớn lên với môi trường thế giới quan như thế nào … và thế giới quan của những người mà tôi thường liên hệ là gì?" Ngay cả khi bạn đã tiếp nhận Đấng Christ qua công tác cứu chuộc ở trên thập tự giá đi nữa, thì những gì đã ảnh hưởng trên gia đình, văn hoá và lối suy nghĩ của bạn – ngay cả khi điều đó xảy ra một cách vô hình là gì? Đây là mảnh đất mà "cây" của bạn được nuôi trồng. Có phải là thuyết duy linh không? … Ấn Độ giáo? … Hồi giáo? … chủ nghĩa nhân văn thế tục? Điều này sẽ ảnh hưởng đến lăng kính mà bạn đeo vào để định nghĩa mọi vật. Đối với Tây phương thì đó là xuất thân của đạo Do thái giáo và Cơ Đốc giáo, nhưng điều này đã bị lụi tàn trong thế giới quan của chủ nghĩa nhân văn thế tục: "Tất cả đều là cái tôi. Nếu thấy tốt thì làm. Lẽ thật là tương đối – tức là bất kỳ điều gì tôi cho là đúng". Ngay cả trong cách trình bày Phúc Âm, điều quan trọng đó là chúng ta không tiêu hóa sự dối trá này. Chúng ta quý trọng từng cá nhân, nhưng chúng ta không thờ lạy họ! Tất cả đều là vì Chúa Jêsus mới phải!

Thường thì những sai sót của thế giới quan mà chúng ta đã lớn lên cùng với chúng cần phải được biến đổi sao cho phù hợp với thế giới quan Cơ Đốc của Kinh Thánh, hầu cho mọi sự sẽ được đâm rễ trong những niềm tin của chúng ta. Bốn lẽ thật căn bản đầu tiên dưới đây mô tả những ngụ ý của các trước giả Kinh Thánh. Trong YWAM, chúng tôi học về bộ khung theo Kinh Thánh của Tiến sĩ Francis Schaeffer, nhà sáng lập tổ chức L'Abri. Chúng tôi đã thêm vào năm ngụ ý để khẳng định mục đích mà Đức Chúa Trời đã tạo nên chúng ta:

1) ĐỨC CHÚA TRỜI LÀ ĐẤNG VÔ HẠN VÀ GẦN GŨI. Ngài là Đấng không có giới hạn và không thể đo lường; Ngài là Đấng tự hữu và không có sự bắt đầu hay kết thúc. Ngài là Đấng có sự gần gũi/mối liên hệ bằng trí tuệ, ý chí và cảm xúc. Chỉ có Đức Chúa Trời của Kinh Thánh mới là Đấng vô hạn và gần gũi.

2) NGƯỜI NAM VÀ NGƯỜI NỮ LÀ TẠO VẬT CÓ GIỚI HẠN VÀ CÓ TÍNH CÁ NHÂN. Chúng ta được tạo nên theo ảnh tượng của Đức Chúa Trời là Đấng có sự gần gũi (có trí tuệ, ý chí và cảm xúc), được tạo nên để có mối liên hệ với Ngài và người khác. Nhưng chúng ta có giới hạn – tức là chúng ta có khởi đầu và kết thúc.

3) LẼ THẬT KHÔNG THAY ĐỔI VÀ CÓ THỂ NHẬN BIẾT. Lẽ thật không có sự thay đổi; lẽ thật là tuyệt đối. Chúng ta có thể biết lẽ thật ("Các ngươi sẽ biết lẽ thật, và lẽ thật sẽ buông tha các ngươi" (Giăng 8:32).

4) NHỮNG LỰA CHỌN ĐỀU LÀ QUAN TRỌNG VÀ ĐỀU CÓ HẬU QUẢ. Hậu quả của những quyết định tốt/đúng/khôn

ngoan sẽ là phần thưởng và sự sống; hậu quả của những quyết định xấu/sai/tội lỗi sẽ là hình phạt và sự chết.

5) CHÚNG TA ĐƯỢC KÊU GỌI TRỞ THÀNH NHỮNG NHÀ KIẾN TẠO CÙNG ĐỨC CHÚA TRỜI. Chúa là Đức Chúa Trời có tinh thần giáo sĩ, Con Đức Chúa Trời là Đấng Mê-si có tinh thần giáo sĩ, Thánh Linh của Ngài là Đấng Yên Ủi có tinh thần giáo sĩ, Lời Chúa là Quyển Sách có tinh thần giáo sĩ.

GỐC RỄ = NHỮNG NIỀM TIN.

Gốc rễ của cây là những niềm tin căn bản của chúng ta phải được lớn lên từ lẽ thật của Lời Chúa, nếu không cây của chúng ta sẽ không có trái tốt. Tất cả niềm tin của chúng ta phải được đâm rễ từ Kinh Thánh.

Những yếu tố khác trong hệ thống gốc rễ căn bản của chúng ta bao gồm cả những niềm tin thật về BẢN CHẤT CỦA ĐỨC CHÚA TRỜI (Ngài là ai: toàn năng, toàn tri, toàn tại...) và ĐẶC TÁNH CỦA NGÀI (Ngài chọn bày tỏ bản chất của Ngài như thế nào: Ngài là Đấng yêu thương, nhân từ, công chính, thánh khiết, thương xót...). Tất nhiên, chúng ta có thể viết ra thành tuyển tập cho đến cõi đời đời cũng không thể mô tả hết những gốc rễ căn bản này, vì chẳng có giới hạn nào để mô tả về sự bao la và tuyệt vời của Đức Chúa Trời vĩ đại! Nhưng có vài điều căn bản nhất mà chúng ta phải học biết từ Lời Chúa và dạy lại cho những môn đồ của mình, để phát triển những gốc rễ có thể nuôi dưỡng đời sống của họ và ảnh hưởng từng quyết định của họ.

Tất cả các Trường Huấn luyện Môn đồ của YWAM đều dành ra một khoảng thời gian đủ lâu để dạy dỗ và vật lộn với hệ thống gốc rễ trong những niềm tin căn bản của chúng ta. Giáo trình được hình thành bởi Trung tâm DTS Quốc tế và được chấp thuận bởi Ban Lãnh đạo Toàn cầu của YWAM đưa ra những hướng dẫn xuất sắc cần phải tuân theo để xây dựng những gốc rễ vững chắc (www.ywamdtscentre.com).

Khi chúng ta thực sự biết Đức Chúa Trời... khi chúng ta học biết cách lắng nghe tiếng Chúa trong sự mật thiết với Ngài... khi chúng ta hiểu rằng vì Ngài yêu chúng ta, nên ý muốn của Ngài lúc nào cũng cao hơn và tốt hơn cho chúng ta, cho người người khác, cho chính Ngài và cho cả cõi vũ trụ này, chúng ta sẽ dành ít thời gian đầu tư vào hội chứng "Tôi phải có … có thể có … nên có …". Chúng ta sẽ càng kiên định trong việc biết rằng ý muốn của Ngài lúc nào cũng tốt lành và ân điển của Ngài lúc nào cũng đủ dùng.

THÂN CÂY = CÁC GIÁ TRỊ

Trong Thanh Niên Với Sứ Mạng, chúng ta nhấn mạnh "Các giá trị nền tảng". Tôi là người bắt đầu tiến trình xác định và viết xuống các giá trị này hầu cho chúng ta có thể truyền lại cho các thế hệ tiếp theo của YWAM để tiếp tục sự kết quả. Tôi đã tưởng rằng ai cũng có thế giới quan và hệ thống niềm tin cốt lõi giống như khi nhìn thấy các giá trị, nhưng thật ra lại không phải như vậy. Đó là lý do vì sao trong những năm gần đây tôi đã bắt đầu dạy về "Cây Niềm Tin" – vì các giá trị của chúng ta được lớn lên và làm rõ những niềm tin cốt lõi của chúng ta. Giống như thân cây không tự nhiên lớn lên từ đất, thì các giá trị của chúng ta không tự nhiên mà có được. Để bắt đầu có được kết quả thì chúng ta phải trước hết có hạt giống của Chúa Jêsus được gieo trồng trong đời sống, rồi xây dựng thế giới quan của mình theo như thế giới quan Cơ Đốc của Kinh Thánh, rồi hệ thống gốc rễ được hình thành từ Kinh Thánh: Đức Chúa Trời là ai? Con người là ai? Lẽ thật là gì? Thí dụ, Giá trị Nền tảng 14 nói rằng: "YWAM được kêu gọi phải quý trọng từng cá nhân..." Tại sao? Vì Đức Chúa Trời là Đấng có sự gần gũi, Ngài đã tạo ra loài người theo ảnh tượng của Ngài, tức là những tạo vật có tính cá nhân, hầu cho chúng ta có thể sống cùng với Ngài trong mối liên hệ yêu thương. Chúng ta phải quý trọng những gì Chúa quý trọng.

NHÁNH CÂY = NHỮNG QUYẾT ĐỊNH

Các nhánh cây đại diện cho những quy tắc mà chúng ta dựa vào để đưa ra quyết định cho cá nhân mình hay cho cả tập thể. Một lần nữa, những quyết định của chúng ta phải được hình thành từ các giá trị, nếu không nó sẽ mất đi điểm mạnh. Jill Garrett đã giới thiêu với tôi về quyển sách *Strengthsfinders* làm công cụ đánh giá cho YWAM, trong đó sử dụng định nghĩa của lĩnh vực kiến trúc để giải thích chữ "chính trực" minh họa cho quá trình trước sau như một của mục đích, khải tượng, niềm tin và hành động. Tất cả phải gắn kết với nhau và với Lời Chúa để toàn bộ hệ thống có sự vững chắc và có "sự chính trực".

Bạn có bao giờ gặp phải trường hợp đưa ra một chính sách (thí dụ: một quyết định tập thể) không "phù hợp" chăng? Thường thì lý do là vì chính sách ấy không dính dáng gì đến giá trị mà chúng ta nói. Những quyết định và hành động của chúng ta nên được hình thành từ những niềm tin và các giá trị: chúng phải là sự mở rộng cho những gì đã có. Khi một hành động được thực hiện, cần phải có một sự đồng ý ở trong tâm linh của chúng ta nói rằng: "Tất nhiên! Nếu chúng ta tin và quý trọng *điều này*, thì kết quả tự nhiên từ những quyết định *như thế* là phải!"

Để tôi đưa ra một thí dụ thực tiễn hơn: một lần nọ, tôi là người lãnh đạo các hoạt động. Khi tôi vắng mặt tại cơ sở, một người lớn tuổi có bề dày kinh nghiệm được chọn ra để chịu trách nhiệm điều phối ban vận chuyển. Khi tôi trở về, tôi phát hiện ra có một chính sách mới được áp dụng cho các tài xế của YWAM là: người nào dưới 25 tuổi không được phép lái xe của YWAM! Tôi nghĩ rằng: "Chắc là chúng ta đã chuyển sang sử dụng công ty dịch vụ khác nên họ đưa ra những yêu cầu cứng nhắc như thế", sau đó tôi đã tìm được nguyên nhân vì sao có quy định mới này. Khi tôi hỏi: "Tại sao chúng ta lại có quy định này? Có phải nhà nước đã thay đổi luật mới rồi chăng? Hay là chúng ta đổi sang dùng công ty bảo hiểm khác?" Tôi phát hiện ra chẳng phải vì những lý do trên: người quản lý ban vận chuyển đã nghĩ rằng giới trẻ thường rất cẩu thả và thiếu trách nhiệm hơn những tài xế đã có tuổi, cho nên ông đã đưa ra giới hạn này!

Đức Chúa Trời đã kêu gọi chúng ta là THANH NIÊN Với Sứ Mạng! Giá trị Nền tảng thứ sáu nói rằng: "YWAM được kêu gọi để chinh phục giới trẻ". Chúng ta không thể thách thức nam nữ còn trẻ đến những nơi khó khăn và nguy hiểm, chưa nói đến việc từ bỏ mạng sống vì Phúc Âm, rồi bảo họ rằng chúng ta không tin tưởng họ lái mấy chiếc xe ấy sao! Nếu đưa ra quy định các tài xế phải có đậu bằng lái xe để có được những kỹ năng cở bản cần thiết thì không sao, nhưng đưa ra một phán quyết cho rằng "giới trẻ thường thiếu trách nhiệm" một cách tự động như thế là không đúng.

Hãy nghĩ thử xem: nếu những quyết định tại cơ sở hay trong khóa học không bày tỏ chính xác về Đức Chúa Trời, hoặc là không bày tỏ đúng về sự kêu gọi của Đức Chúa Trời dành cho chúng ta, thì hãy đoán thử xem điều gì cần phải thay đổi? Tôi luôn muốn bản thân mình phải trải qua tiến trình lượng giá như vậy, cũng như mời gọi những người bạn thân thách thức mình bằng câu hỏi đại loại như: "Darlene ơi, quyết định này hay phán quyết kia có bày tỏ Đức Chúa Trời là Đấng công chính và sự kêu gọi có yếu tố quốc tế không?" Đức Chúa Trời đã kêu gọi chúng ta bước vào giai đoạn "tái thiết lại" công tác sứ mạng này – chúng ta cần phải trung tín trong việc đảm bảo rằng những niềm tin, các giá trị, những quyết định và hành động của mình có sự thống nhất với nhau. Điều này cần phải được lượng giá một cách liên tục.

Chúng ta đã có "chính sách" – một quyết định chung của ban lãnh đạo – trong Trường Đại học Các dân tộc rằng chúng ta cần phải có ít nhất ba tiếng đồng hồ để cầu thay trong tất cả các khóa học. Tại sao? Nếu điều này chỉ là một "quy định" không được rút ra từ các giá trị và những niềm tin, thì buổi cầu nguyện có thể trở thành thì giờ thiếu sức sống. Vì từ lâu, chúng ta đã tin rằng Đức Chúa Trời vừa là Đấng vô hạn vừa là Đấng rất gần gũi, cho nên chúng ta muốn có thì giờ cầu nguyện để trò chuyện với Đức Chúa Trời là Đấng lắng nghe, quan tâm và có quyền hành động. Không những thế thôi đâu, Ngài còn là Đấng đã tạo nên chúng ta để cùng sáng tạo với Ngài thông qua sự cầu nguyện! Chúa muốn chúng ta dự phần với Ngài để thực hiện ý muốn của Ngài "ở dưới đất cũng như ở trời" thông qua việc cầu thay theo ý muốn của Ngài. Điều này sẽ biến đổi đời sống cầu nguyện khi chúng ta hiểu rõ và sẵn sàng lắng nghe Chúa giống như chúng ta tin rằng Ngài muốn cùng chúng ta sáng tạo qua sự cầu nguyện!

TRÁI CÂY = NHỮNG HÀNH ĐỘNG

Trái cây là bằng chứng cho thấy sự sống từ cây. Về mặt cá nhân, tức là hành động và cách cư xử của chúng ta; về mặt tập thể, tức là chương trình và hoạt động của chúng ta. Đối với cây có sự sống lành mạnh, thì gốc rễ sẽ cung cấp chất dinh dưỡng cho thân cây và nhánh cây để sản sinh trái cây tốt. Đó là những gì chúng ta mong muốn ở trong đời sống và mục vụ của mìn: sanh trái tốt.

Điều lạ lùng về trái cây đó là nó có hạt giống ở bên trong! Hạt giống mang gen di truyền – tức là nguồn dữ liệu gốc sẽ giúp tái sản sinh những thế hệ tiếp theo một cách lành mạnh. Mỗi giai đoạn trôi qua đều sản sinh bông trái mới, cho dù mỗi trái cây đều có sự độc nhất đi nữa thì chúng ta vẫn mang trong mình gen di truyền và sẽ tái sản sinh loại cây tương tự. Có lẽ bạn đã từng nghe câu hỏi này: "Bạn có thể đếm số hạt giống trong một quả táo, nhưng bạn có thể đếm số quả táo trong một hạt giống chăng?"

Các chương trình như Trường Huấn luyện Môn đồ là "trái cây" từ mục vụ của chúng ta sẽ phản ánh những niềm tin, các giá trị và những nguyên tắc. Mỗi DTS ở khắp nơi trên thế giới có thể và nên có sự khác nhau – giống như mỗi quả táo là một quả táo nhưng mỗi quả đều có sự độc nhất riêng biệt, vì những người Chúa cung ứng sẽ có sự khác nhau và nhu cầu sẽ luôn khác nhau. Chúng ta phải lượng giá những phương pháp và cách thức cũng như mô hình một cách liên tục, để đảm bảo rằng tất cả đều hỗ trợ cho sự sống và sự phát triển. Đức Chúa Trời muốn hòa quyện Thánh Linh của Ngài và sự sáng tạo ở trong mỗi khóa học, nhưng tất cả phải mang gen di truyền DNA – tức là mã nguồn – của DTS và YWAM.

Thường thì chúng ta nhìn vào một chương trình như DTS và chỉ muốn sao chép lại. Nhưng làm vậy không sẽ không đạt hiệu quả vì chẳng có sự kết nối với phần còn lại của "cây" mà nhờ đó mới có DTS. Một mục vụ hay một Hội thánh có thể rút tỉa những yếu tố nào đó từ DTS của YWAM hoặc là một chương trình môn đồ hoá hiệu quả nào đó. Mặc dù những niềm tin cơ bản từ Kinh Thánh đều giống nhau, những giá trị của từng tổ chức lại khác nhau, còn các chương trình phải được hình thành từ những điều trên và phản ánh những đặc điểm trong sự kêu gọi của Đức Chúa Trời dành cho họ.

Như đã đề cập trước đó, "chính trực" là khi thế giới quan, những niềm tin, các giá trị và những hành động của chúng ta có sự kết nối một cách liền mạch, không được đứt quãng". Những hành động và cách cư xử của chúng ta nên có sự song song với những gì chúng ta nói và tin. Khi quá trình này không xảy ra, thì chắc chắn đã có "sự rời rạc" ở đâu đó.

Sau đây là một câu chuyện cá nhân để minh họa trọng điểm này rõ ràng hơn: Theo thường lệ, Loren và tôi đang tiếp đãi một đội YWAM dùng bữa tại nhà của chúng tôi. Sau đó có vài người muốn giúp tôi dọn dẹp. Một bạn lãnh đạo trẻ tuổi đang ôm hết các lon nước ngọt rồi hỏi rằng: "Darlene, bà có tái chế những vật này không?" Tôi đáp rằng: "Tôi tin vào việc tái chế, nhưng tôi không làm vậy". Khi tôi nghe mấy lời vừa ra từ miệng của mình, tôi đã bị sốc. Tôi đã dạy về Cây Niềm Tin cho cả đội này! Tôi hỏi người đó là: Em có nghe thấy những gì tôi vừa nói chăng? Tôi nói là TÔI TIN, nhưng tôi không LÀM!" Thực sự thì luật pháp không bắt buộc người dân ở Hawaii áp dụng việc tái chế, họ không làm được quá trình này vì hệ thống tái chế không được lắp đặt. Nhưng tôi đã mua mấy thùng rác về đựng các lon nhựa, chai nước bằng nhựa, kính thủy tinh, tôi đã áp dụng việc tái chế kể từ ngày đó.

Mục đích của sự tỉa sửa

Trong Giăng 15, chúng ta đọc thấy một phân đoạn quan trọng về mối liên hệ giữa việc tỉa sửa và kết quả. Chúa Jêsus phán rằng: "Ta là nhánh nho thật, Cha ta là người trồng nho Hễ nhánh nào trong ta mà không kết quả thì Ngài chặt hết; và Ngài tỉa sửa những nhánh nào kết quả, để được sai trái hơn". Ngài cũng phán trong Ma-thi-ơ rằng: "Các ngươi nhờ những trái nó [tiên tri giả] mà nhận biết được …. Vậy, hễ cây nào tốt thì sanh trái tốt; nhưng cây nào xấu thì sanh trái xấu. Cây tốt chẳng sanh được trái xấu, mà cây xấu cũng chẳng sanh được trái tốt. Hễ cây nào chẳng sanh trái tốt, thì phải đốn mà chụm đi. Ấy vậy, các ngươi nhờ những trái nó mà nhận biết được". Trong Rô-ma 11:16b đã tái khẳng định sự liền mạch này rằng: "… nếu rễ là thánh, thì các nhánh cũng thánh".

Vậy, nếu một cây chẳng sai trái, thì Đức Chúa Trời sẽ cắt tỉa những nhánh của nó; nếu một cây ra trái **tốt**, thì Ngài tỉa sửa để được sai trái hơn; còn nếu một cây ra trái **xấu**, thì Ngài sẽ đốn và chụm đi, vì nó đã lớn lên từ rễ xấu.

Mục đích của Đức Chúa Trời dành cho chúng ta đó là tình yêu thương và sự kết quả. Ngài tỉa sửa để chúng ta kết quả **nhiều hơn** và ra trái **tốt hơn**. Nếu chúng ta nhận ra mình không có kết quả, thì câu hỏi tốt nhất cần phải đưa ra đó là: "mình đã đi lạc trong những niềm tin và các giá trị sai trật rồi chăng?"

Người bạn và đồng nghiệp của tôi là David Hamilton đã thêm vào một khía cạnh nữa trong Cây Niềm Tin sẽ giúp bạn sử dụng minh họa này một cách thực tiễn hơn trong đời sống của mình:

THẾ GIỚI QUAN = THỰC TIỄN

Đây là những giả định thiếu suy nghĩ của chúng ta về thực tiễn. Ấy cũng là những gì chúng ta thường tiếp nhận hay đặt niềm tin vào ở trong môi trường xung quanh hay từ cách được nuôi dưỡng mà chẳng hề đặt câu hỏi nghi vấn.

NIỀM TIN = SỰ THẬT

Có lẽ bạn sẽ hỏi rằng: "Nhưng không phải thực tiễn và sự thật là như nhau sao?" Phải, nếu có sự chính trực; nhưng nếu không có sự chính trực, thì những gì được cho là thực tiễn và những gì được cho là sự thật lại có sự khác biệt rất lớn. (Hãy nhớ rằng những lẽ thật nền tảng của Cơ Đốc giáo vạch trần những điều trên: có lẽ thật tuyệt đối, trước sau như một và có thể nhận biết được).

Thí dụ, có vài bộ tộc ở châu Phi theo thuyết duy linh, nên những gì họ cho là THỰC TIỄN như các hình thù khác nhau của thần linh trong tự nhiên – đá, biển, sư tử… Theo đó, nếu bạn mắc bệnh thì chắc chắn đã có người nguyền rủa bạn. Khi một người theo thuyết duy linh tiếp nhận Chúa và tin rằng Chúa Jêsus là Con Đức Chúa Trời, thì họ tin rằng sứ điệp này là CHÂN LÝ. Khi họ mắc bệnh, họ biết Chúa Jêsus có thể chữa lành cho mình vì Ngài là Đấng quyền năng. Nhưng nếu họ cầu xin Chúa Jêsus và không được lành bệnh, họ thường tìm đến cách thực tiễn cho rằng mắc bệnh là do tà linh ám. Thế là họ đã tìm đến phù thủy để được giải thoát khỏi lời nguyền.

Thuyết hổ lốn này (tức là nhiều hệ thống niềm tin trộn lẫn vào nhau) hoàn toàn trái ngược với sự chính trực. Mỗi nền văn hóa và từng cá nhân đều có những vấn đề về thuyết hổ lốn. Chúng ta xác định và từ bỏ những điều này khi có sự trưởng thành về sự chính trực.

GIÁ TRỊ = ĐIỀU LÀNH

Lẽ thật có tốt không? Có chứ, lẽ thật nên được xem là điều lành. Tại sao lại có sự khác biệt? Khi bạn đón nhận điều nào được cho là tốt lành, thì bạn sẽ dùng nó vì bạn thích nó – bạn thấy nó có lợi hay hấp dẫn. Có một niềm vui nào đó xuất hiện ở trong lòng.

Khi bạn đọc qua 18 giá trị của YWAM, bạn có thể đọc một giá trị rồi nghĩ rằng "Mình phải làm cho bằng được" hoặc là "Mình cần phải áp dụng điều này". Đây chính là dấu hiệu cho thấy bạn coi giá trị ấy là một nguyên tắc hay lẽ thật là đúng, nhưng bạn chưa biết cách yêu quý nó. Nếu giá trị này chỉ có tầm quan trọng đến mức độ bạn phải sống theo tiêu chuẩn đó, chứ chưa hẳn là một giá trị mà bạn yêu quý ở trong lòng, thì giá trị vẫn chưa phải là của bạn.

QUYẾT ĐỊNH THEO QUY TẮC / CHÍNH SÁCH = ĐIỀU ĐÚNG

Một khi bạn đã tiếp nhận một điều nào đó được cho là thật và có giá trị, thì bạn sẽ có những quyết định và chính sách phù hợp. Sống với những quy luật và làm đúng mọi việc thì chưa hẳn là môn đồ hóa! Điều chúng ta muốn nhìn thấy đó là kết quả từ quá trình môn đồ hóa thật từ trong ra ngoài! Đây là một trong những điều quan trọng nhất trên thế giới – đó là biết tự lãnh đạo bản thân, biết tự kiểm điểm bản thân và biết tự động sống theo đường lối của Đức Chúa Trời, chứ không chỉ có những hành vi bề ngoài.

HÀNH ĐỘNG / CHƯƠNG TRÌNH = SỰ KHÔN NGOAN

Nếu tất cả những điều kể trên có sự liền mạch, thì cách cư xử/hành động của chúng ta sẽ có sự khôn ngoan.

Chúng ta cần phải học cách đưa ra những quyết định có tính hòa hợp giữa thực tiễn, sự thật, đúng, tốt lành và khôn ngoan. Chỉ như thế, chúng ta mới bước đi trong sự chính trực! Chúng ta phải làm thế nào để có sự chính trực liền mạch hay không có sự đứt quãng? Bằng cách đặt câu hỏi...

Có hai câu hỏi sẽ giúp bạn tìm thấy sự khôn ngoan ở từng phần của Cây Niềm Tin:

1. "TẠI SAO?" Đây là một câu hỏi giúp chúng ta khám phá những nền tảng/sự giả định.

Hãy cùng nhìn lại thí dụ mà Darlene đã chia sẻ về những người trẻ không được phép lái mấy chiếc xe của YWAM, rồi sử dụng câu hỏi "TẠI SAO?" để giúp chúng ta đi từ hành động trở ngược lại với thế giới quan.

HÀNH ĐỘNG: những người trẻ không được lái mấy chiếc xe của YWAM.

Tại sao? Vì CHÍNH SÁCH sai.

Tại sao chính sách sai? Vì nó không phản ánh đúng GIÁ TRỊ quý trọng giới trẻ.

Tại sao chúng ta muốn quý trọng giới trẻ?

Vì NIỀM TIN của chúng ta về Đức Chúa Trời, dựa trên Lời của Ngài, là Đấng quý trọng những người trẻ tuổi như: Giê-rê-mi, Ma-ri, Ti-mô-thê, Đa-vít, Sa-mu-ên, Đa-ni-ên, Giô-sép... cùng tất cả môn đồ. Thế giới quan Cơ Đốc theo Kinh Thánh của chúng ta cho biết rằng chúng ta được tạo nên theo ảnh tượng của Đức Chúa Trời từ khi chào đời, chứ không phải bắt đầu từ lúc 25 tuổi!

Khi bạn tìm đến phần "niềm tin", bạn nên tìm đến "Đức Chúa Trời phán trong Lời của Ngài" để có được nền tảng kiên cố cho niềm tin được đưa ra.

Đặt câu hỏi TẠI SAO là điều rất quan trọng. Bạn không thể hiểu rõ và đưa ra những quyết định khôn ngoan mà không có phần này. Khi mọi người không hiểu rõ những niềm tin và các giá trị, thì họ chỉ bắt chước làm theo mô hình mà thôi, sự sống sẽ không ở lại lâu với mô hình như vậy – mọi thứ sẽ trở thành các việc chết.

Bạn cũng có thể làm điều ngược lại – tức là đi từ gốc rễ cho đến trái cây bằng cách đặt câu hỏi:

2. "RỒI SAO NỮA?" Câu hỏi này giúp chúng ta hiểu rõ những ẩn ý/áp dụng.

THẾ GIỚI QUAN – chúng ta được tạo nên theo ảnh tượng của Đức Chúa Trời.

Rồi sao nữa? Chúng ta TIN rằng chúng ta có thể cùng sáng tạo với Ngài.

Rồi sao nữa? Chúng ta coi GIÁ TRỊ cầu nguyện là điều tốt lành – sự cầu nguyện thay đổi mọi sự!

Rồi sao nữa? Chúng ta đưa ra những QUYẾT ĐỊNH DỰA THEO QUY TẮC: Tôi sẽ từ bỏ bất kỳ điều gì để có thời gian cầu nguyện như: giấc ngủ, đồ ăn, các hoạt động xã hội.

Rồi sao nữa? HÀNH ĐỘNG của tôi là: Có một lối sống cầu nguyện.

Lý do rất nhiều Cơ Đốc nhân thất bại trong việc này là vì họ đi thẳng vào những gì được cho là THẬT để làm những việc được cho là ĐÚNG. Họ bỏ qua bước GIÁ TRỊ và cho rằng điều mình làm là TỐT LÀNH và vui vẻ. Tôi không cảm thấy khó khăn khi thực hiện những việc được cho là tốt lành và vui vẻ. Nhưng nếu tôi chỉ làm vì tôi biết điều này là đúng, thì tôi sẽ dễ gặp thất bại hơn.

Khi bạn kiên trì cầu xin Đức Thánh Linh tra xét đời sống của mình và phơi bày những khía cạnh nào vẫn còn thiếu sự chính trực, thì bạn có thể xin Chúa biến đổi tâm trí và suy nghĩ của mình hầu cho chính bạn sẽ trưởng thành hơn và trở nên giống như Đấng Christ càng hơn!

TÓM TẮT:

Chúng ta phải biết rõ VÌ SAO chúng ta có NIỀM TIN này. Hành động của chúng ta phải phản ánh những niềm tin, các giá trị và những quyết định dựa theo quy tắc. Chúng ta phải biết trả lời khi ai đó hỏi rằng: "Tại sao bạn làm những gì đang làm như vậy?" Đây là cơ hội để bạn chia sẻ những niềm tin, các giá trị và những quy tắc của chúng ta. Còn nếu chúng ta không biết trả lời hay chúng ta không biết lý do vì sao, thì đây là cơ hội để tìm ra câu trả lời và đảm bảo rằng những hành động của mình, bông trái trong đời sống và các mục vụ đều phản ánh hình ảnh thật của Chúa Jêsus.

Tôi rất thích câu chuyện về một gia đình nọ – người chồng, người vợ và hai đứa con ở tuổi thiếu niên – đến học DTS tại YWAM/UofN ở Kona và lắng nghe tôi dạy về Cây Niềm Tin. Họ chỉ mới vừa tin Chúa và người chồng là một thương gia thành đạt. Tôi chắc rằng anh ta đã tham dự rất nhiều khóa học về đề tài đưa ra quyết định, nhưng Thánh Linh của Đức Chúa Trời đã tác động mạnh mẽ đến nỗi cả gia đình đều hiểu rõ về Cây Niềm Tin. Điều này đã giúp họ có được một nền tảng vững chắc để đưa ra những quyết định và lượng giá xem họ có đang sống đúng với những niềm tin của mình chăng. Khi họ quay trở về nhà sau khóa DTS, cả gia đình đã dành hầu hết hai tuần nghỉ dưỡng ở Ai-len để áp dụng Cây Niềm Tin, xác định lại những niềm tin, các giá trị, những nguyên tắc để đưa ra quyết định và hành động. Họ đã bày mọi thứ ra trên tờ áp-phích thật to, rồi treo nó lên trên tường nhà bếp khi trở về nhà của mình. Tờ áp-phích ấy vẫn còn nguyên trên bức tường của căn phòng thường có mặt tất cả mọi người để cùng đưa ra những quyết định cho cả nhà, lượng giá lại cội nguồn và tương lai của họ. Nhờ có tờ áp-phích đó mà họ thường có dịp thảo luận về cách cư xử – không chỉ của con cái, mà ngay cả cha mẹ cũng mời con cái giúp họ đánh giá lại đời sống có đúng với những niềm tin hay không. Thật là một công cụ tuyệt vời và đơn giản để kiểm tra lại "sự chính trực" trong đời sống và mục vụ của chúng ta phải không!

<u>Những câu Kinh Thánh để suy gẫm/nghiên cứu:</u>
Thi thiên 1:1-3; Cô-lô-se 2:6-7; Ma-thi-ơ 7:15-23; Ma-thi-ơ 13:1-9; Giê-rê-mi 17:7-8; Ê-sai 61:3,11; Giăng 15:1-17; Cô-lô-se 2 & 3; Rô-ma 11:16.

Bốn lời di sản của YWAM

Tôi đang đối diện với một vấn đề nan giải vào năm 2015. Loren được 80 tuổi vào cuối tháng sáu và tôi biết rằng nhân sự YWAM ở khắp thế giới muốn tổ chức sinh nhật cho ông – nhưng Loren lại KHÔNG muốn làm vậy! Không phải ông muốn từ chối tuổi tác của mình, nhưng ông chỉ không muốn trở thành trung tâm của sự chú ý. Ông thà để cho ngày sinh nhật trôi qua cách lặng lẽ cùng với gia đình và một cây kem!

May thay, người bạn tốt của chúng tôi là David Hamilton hiểu rõ tấm lòng của Loren và cũng biết được sự khó xử này. Thế là, ông đã tiến hành một kế hoạch: vào tháng 9 năm 2015, khoảng 1300 nhân sự và lãnh đạo từ 72 quốc gia cùng đổ về Townsville, Úc tại hội nghị YWAM Together. Vào cuối sự kiện, chúng tôi đã bày tỏ lòng biết ơn dành cho Loren bằng cách suy gẫm về bốn từ khóa mà Chúa đã dùng Loren lèo lái Thanh Niên Với Sứ Mạng từ lúc bắt đầu cho đến nay. Những từ ấy được gọi là "Bốn lời di sản".

Mỗi Lời di sản được Loren chia sẻ bằng hình thức kể truyện để gợi nhớ lại cách Đức Chúa Trời đã ban những lời ấy như thế nào, trước mặt tất cả mọi người, cùng với những món quà. Thì giờ ấy kết thúc bằng một chiếc bánh sinh nhật khổng lồ được sáu "dũng sĩ" thuộc đảo quốc Thái Bình Dương mang trên vai. Chiếc bánh có hình Kinh Thánh, để đại diện cho bốn lời di sản, ghi rằng: Chấm dứt Nạn đói Kinh Thánh. Khung cảnh tràn ngập niềm vui và tiếng cười, cùng với những dòng suy nghĩ về Lời Chúa đã ban cho YWAM và thân thể của Đấng Christ. Có như vậy thì ông mới cảm thấy vui vẻ dự "tiệc" của mình mà vẫn tập chú vào Chúa Jêsus và Lời của Ngài dành cho chúng ta!

- **Darlene Cunningham**

LỜI DI SẢN #1:
Khải tượng về làn sóng – 1956

<u>GIAO ƯỚC NỀN TẢNG CỦA YWAM</u>

Vào tháng 6 năm 1956. Loren Cunningham đang ở quần đảo Bahamas cùng với bốn chàng trai trẻ để truyền giáo và tập hợp giới trẻ lại để tận dụng khả năng âm nhạc của họ. Vào thứ Tư lúc 3 giờ sáng, vài ngày trước sinh nhật lần thứ 21 của mình, ông đang quỳ gối bên cạnh giường trong một căn phòng rất giản dị mà người chủ nhà đã sắp đặt. Ông đang tìm kiếm Chúa về sứ điệp để chia sẻ vào buổi tối hôm đó. Khi ngước mắt lên nhìn bức tường màu trắng, có gì đó bất thường đã xảy ra.

Ông nói rằng: "Đột nhiên, tôi nhìn thấy tấm bản đồ thế giới, chỉ có tấm bản đồ di chuyển rất sống động! Tôi có thể nhìn thấy hết các lục địa và những làn sóng dạt vào bờ. Mỗi làn sóng tràn vào bờ liền rút đi, rồi một làn sóng mới tràn vào bờ xa hơn lần trước cho đến khi bao phủ cả lục địa. Những làn sóng ấy trở thành những người trẻ – những bạn trẻ trạc tuổi của tôi và thậm chí còn trẻ hơn thế nữa – bao phủ hết các lục địa trên địa cầu. Họ đang chia sẻ với mọi người tại các góc đường và bên ngoài quán rượu. Họ đi từ nhà này sang nhà khác và rao giảng Phúc Âm. Họ đến từ mọi nơi và đi đến mọi nơi, chăm sóc những người khác. Sau đó, bộ phim đột nhiên biến mất".

(Trích đoạn được lấy từ quyển Phải chăng đó là Ngài, thưa Chúa? của tác giả Loren Cunningham với Janice Rogers, được Nhà xuất bản YWAM phát hành).

Đức Chúa Trời đã phán với Loren qua khải tượng về những làn sóng. Bốn năm sau, ý tưởng mà Đức Chúa Trời chia sẻ cùng Loren đã sớm hình thành tổ chức Thanh Niên Với Sứ Mạng. Trong vòng một thế hệ, hàng triệu người trẻ được Chúa đụng chạm vì khải tượng về làn sóng này.

Chúng tôi cũng được kể vào trong số những người trẻ ấy. Đời sống của chúng tôi đã được thay đổi vì cách Đức Chúa

Trời gặp gỡ Loren vào ngày hôm đó tại quần đảo Bahamas. Khi chúng tôi ngẫm nghĩ lại, chúng tôi nhận ra rằng giây phút ấy có mối liên hệ song song cùng với những thời khắc quan trọng khác trong lịch sử; những giây phút có Đức Chúa Trời can thiệp vào để chia sẻ tấm lòng và mục đích của Ngài cho thế giới. Thật vậy, chúng tôi đã nhận ra trong lần gặp gỡ lạ lùng ấy, khải tượng này chính là giao ước nền tảng mà Đức Chúa Trời đã kiến tạo để Loren có thể khai sinh một phong trào truyền giáo mới.

Giây phút trông như thế nào? Những yếu tố chính trong khải tượng có yếu tố giao ước ấy là gì?

Trước tiên, khải tượng ấy nói về **giới trẻ**. Điều này vừa rất cụ thể vừa mang tính ẩn dụ cho một điều gì đó xa hơn thế nữa. Cụ thể là nếu chúng ta không chinh phục giới trẻ thì chúng ta đang ở rất xa sự kêu gọi mà Đức Chúa Trời đã ban cho YWAM. Còn ẩn dụ thì khải tượng này phá bỏ các quy tắc thông thường và mang tính cải tiến trong công tác truyền giáo. Giới trẻ không được xem là ứng cử viên sáng giá cho công tác truyền giáo vào giữa thế kỷ 20. Điều này không còn như trước nữa khi Loren nhìn thấy khải tượng. Cho đến ngày hôm nay, khải tượng mang tính giao ước này tiếp tục kêu gọi chúng ta thực hiện những gì Hội thánh chưa làm được. Khải tượng ấy kêu gọi chúng ta bước đi cách dạn dĩ như các sứ đồ để khai sinh những công tác mới trong Thánh Linh để hoàn thành các mục tiêu của Đại Mạng Lệnh. Khải tượng ấy kêu gọi chúng ta có lối sống tiên phong, kiến tạo cùng Đức Chúa Trời, thực hiện và khích lệ người khác cùng thực hiện những điều mới theo cách mới.

Thứ hai, khải tượng ấy nói về **tất cả** và **từng cá nhân**. Làn sóng những người trẻ đã bao phủ từng quốc gia trên tất cả lục địa. Khải tượng này mang tính toàn cầu, toàn diện và bao gồm tất cả. Nếu chúng ta không nhìn thấy tất cả và từng cá nhân thì chúng ta mất đi góc nhìn của Đức Chúa Trời trong khải tượng đã ban cho phong trào của chúng ta. Khải tượng này không bị giới hạn về mặt địa lý. Khải tượng này bao gồm mọi lĩnh vực, khi chúng ta đem sự cứu rỗi vào mọi lĩnh vực xã hội, mọi ngôn ngữ và mọi khía cạnh trong đời sống của con người. Làm như vậy thì giao ước này sẽ thôi thúc chúng ta tăng trưởng. Khải tượng này nói về những làn sóng lan rộng và tái hiện. Khải tượng này nói về thế hệ này đến thế hệ khác. Từng làn sóng được xây dựng trên những làn sóng đã xuất hiện trước đó. Mỗi làn sóng tạo nên ảnh hưởng mới mẻ bằng phương cách mới, vươn đến chiều cao chưa được vươn đến. Nó không ngừng nghỉ. Nó luôn chuyển động, tập trung vào những nơi chưa được vươn đến.

LỜI DI SẢN #2:
Các lĩnh vực xã hội – 1975

Lời di sản về bảy lĩnh vực ảnh hưởng xã hội đã xuất hiện thông qua việc lắng nghe tiếng Chúa như câu chuyện sau đây kể lại.

KHẢI TƯỢNG Ở NGỌN NÚI ROCKY

Cuộc điện thoại từ trạm kiểm lâm tại Dãy núi Rocky ở Colorado khi Loren đang nghỉ dưỡng cùng với gia đình. Loren và Darlene có muốn dùng bữa tối với Bill và Vonette Bright – người sáng lập tổ chức Chinh phục Sinh viên cho Đấng Christ – trong tuần ấy chăng? Loren đã nhanh chóng nhận lời, ông nôn nóng chia sẻ với bạn của mình về những gì Đức Chúa Trời mới ban cho ông. Ông đã cầu xin Chúa bày tỏ phương cách để môn đồ hóa một dân tộc và Đức Chúa Trời đã phán cùng ông về bảy lĩnh vực ảnh hưởng xã hội sẽ uốn nắn thế giới quan, những niềm tin và các giá trị của một nền văn hóa. Đây là một sự khôn ngoan mang tính đột phá! Ông nghĩ rằng: "Nếu chúng ta có thể dạy về những nguyên tắc và phương cách của vương quốc Đức Chúa Trời thật đơn giản trong từng lĩnh vực xã hội thì chúng ta có thể nhìn thấy sự biến đổi trong các cộng đồng của các quốc gia...."

Khi họ gặp nhau vào bữa tối, Loren đã viết nguệch ngoạc những gì mới nhận được vào một tờ giấy màu vàng được gấp lại trong túi áo. Sau khi bắt tay Bill, ông lấy tờ giấy từ túi áo đúng lúc Bill thốt lên rằng: "Loren, anh không tin được những gì Chúa vừa bày tỏ với tôi đâu. Nếu chúng ta muốn nhìn thấy các dân tộc được biến đổi, thì chúng ta phải ảnh hưởng các lĩnh vực khác nhau trong xã hội..." Bill đã nhanh hơn Loren, nhưng Loren cảm thấy được khích lệ vì Đức Chúa Trời đã khẳng định những gì Ngài phán qua người bạn của mình chỉ trước đó vài ngày.

Trong vòng một tháng sau lần gặp gỡ tại mùa hè vào năm 1975, Darlene lắng nghe Francis Schaeffer – người sáng lập tổ chức L'Abri – đang chia sẻ trên đài phát thanh. Ông cũng chia sẻ về cách chúng ta có thể nhìn thấy các dân tộc được biến đổi khi uốn nắn các lĩnh vực xã hội bằng lẽ thật của Kinh Thánh. Đức Chúa Trời chắc hẳn đã có được sự chú ý của họ. Ngài đang phán rất rõ ràng về những chiến lược để hoàn thành Đại Mạng Lệnh.

Vài năm sau, dựa vào sự hiểu biết mới này, gia đình Cunningham cùng với người bạn thân của họ là Howard Malmstadt đã mở ra Trường Đại học Các dân tộc. Đây là mô hình trường đại học Cơ Đốc mới được thiết kế để nhân rộng công tác truyền giáo thông qua thời đại số hoá toàn cầu, chủ yếu là trang bị cho những người nam và người nữ đến từ hơn 200 quốc gia khác nhau đường lối của Đức Chúa Trời. Mục tiêu của mô hình đào tạo vừa học vừa hành mới này là gì? Để biến đổi các dân tộc bằng cách áp dụng các nguyên tắc có chủ đích vào từng lĩnh vực xã hội!

<u>BẢY LĨNH VỰC ẢNH HƯỞNG XÃ HỘI</u>

Một khi bạn đọc đến chương cuối cùng của quyển tiểu thuyết kỳ bí được biên tập cách hoàn hảo, thì tất cả những khúc mắc – mà bạn chưa hiểu ra – liền đâu vào đấy để cho thấy hướng giải quyết cho sự kỳ bí của câu chuyện. Mọi chuyện trở nên rõ ràng khi vị thám tử đại tài giải thích những bằng chứng một cách đầy thuyết phục. Sau đó, khi bạn đọc lại quyển tiểu thuyết, câu chuyện lại rơi vào thế bí một cách kỳ lạ. Cũng vậy, một khi hiểu được cấu tạo của bảy lĩnh vực ảnh hưởng xã hội thì chúng ta có thể đọc lại Kinh Thánh và nắm bắt được những khái niệm thiết thực Chúa đã bày tỏ mà chúng ta thường bỏ qua một cách tình cờ. Nhưng một khi chúng ta thấy được mô hình, chúng ta không chỉ nhìn thấy đằng này hay đằng kia, nhưng ở khắp mọi nơi trong Kinh Thánh. Điều hiển nhiên đối với những người học Lời

Chúa đó là Đức Chúa Trời quan tâm đến việc môn đồ hóa muôn dân trong cả lịch sử của nhân loại.

THÔNG ĐIỆP CHO THẾ HỆ NGÀY NAY

Đây là lúc để tiếp nhận thông điệp này. Ngay cả khi những lĩnh vực xã hội đã xuất hiện thêm trong những năm gần đây – có người nói 7 lĩnh vực, có người nói 8 hay thậm chí là 12 lĩnh vực – thì nguyên tắc căn bản vẫn như vậy: Đức Chúa Trời đã tạo nên loài người (Sáng thế ký 1:26-27) và yêu thương họ, Ngài muốn cứu rỗi họ khỏi sự đổ vỡ và tội lỗi. Cũng vậy, Đức Chúa Trời đã tạo ra các dân tộc (Công-vụ 17:26-27) và yêu thương họ, Ngài muốn thay đổi từng lĩnh vực xã hội. Vì vậy, cho dù bạn gọi những điều này là "lĩnh vực" hay ""ngọn núi" – thì mọi thứ vẫn nhắm đến việc Đức Chúa Trời quan tâm đến từng cá nhân và hết thảy con cái loài người. Chính Đức Chúa Trời là Đấng đã sai các tiên tri từ ngày xưa để bày tỏ Lời Chúa vào những thời điểm nhất định cho từng cá nhân (nhà vua, tướng quân, góa phụ) và những thời điểm khác cho hết thảy con cái loài người (một chi phái, một thành phố, một dân tộc). Đức Chúa Trời có tấm lòng dành cho những người hư mất và các dân tộc bị tản lạc, Ngài mời gọi chúng ta hợp tác với Ngài để xây dựng vương quốc của Đức Chúa Trời trong từng khía cạnh đời sống ở chỗ riêng tư và ở nơi công cộng.

Bảy lĩnh vực này vốn đã tồn tại trong xã hội từ thời kỳ đồ đá cho đến các thành phố lớn hiện đại ngày nay. Bảy lĩnh vực này gồm có **gia đình**, **kinh tế**, **chính quyền**, **tôn giáo**, **giáo dục**, **truyền thông** và **giải trí**. Bảy lĩnh vực tồn tại trong từng xã hội giống như hệ thống sinh học tồn tại trong thân thể con người – là một phần cơ bản trong sự sáng tạo của Đức Chúa Trời để mang đến sự sống khi mọi thứ được vận hành một cách lành mạnh. Vì Đức Chúa Trời là Đấng tạo nên những lĩnh vực này, nên chúng ta phải nỗ lực hết sức để hiểu được ý định của Ngài trong từng lĩnh vực.

Không có phần nào trong đời sống loài người ở ngoài giới hạn của vương quốc Đức Chúa Trời. Chúng ta phải làm mọi việc trong *sự hiện diện của Đức Chúa Trời* – sống có chủ đích trong sự hiện diện của Ngài. Ấy là vì Chúa Jêsus là Chúa trong mọi khía cạnh đời sống của chúng ta ở chỗ riêng tư và ở nơi công cộng. Do đó, chúng ta hãy cầu xin Chúa dạy chúng ta biết cách bày tỏ về Ngài trong từng lĩnh vực xã hội một cách thật đúng đắn. Hy vọng những hiểu biết này giúp hết thảy chúng ta sống cách trung tín trong sự hiện diện của Đức Chúa Trời ở mọi lĩnh vực ảnh hưởng xã hội.

LỜI DI SẢN #3:
Bản Hiến chương Cơ Đốc Magna Carta – 1981

Vào cuối năm 1981 khi các lãnh đạo YWAM từ khắp nơi trên thế giới tập hợp tại Kona, Hawaii, trong kỳ Hội nghị Chiến lược Quốc tế đầu tiên. YWAM lúc ấy được 21 tuổi và có một cảm nhận rằng chúng ta đã "có tuổi". Chúa đã hiện diện để phán và dẫn dắt chúng tôi.

Khi các lãnh đạo tập hợp lại trong buổi nhóm đầu tiên, họ đã có một buổi thờ phượng rất sâu sắc. Khi buổi nhóm đến hồi kết thúc, Loren nói rằng: "Mục tiêu của chúng ta không phải làm xong lịch trình, mà là để lắng nghe Chúa. Hãy cầu xin Ngài phán với chúng ta bất kỳ điều gì Ngài muốn, sau đó chúng ta sẽ quay lại để chia sẻ với nhau". Mỗi người tự giải tán để lắng nghe tiếng Chúa một cách cá nhân. Không lâu sau khi Loren ở riêng một mình, ông cảm biết rằng Đức Chúa Trời bắt đầu phán cùng ông. Ông kể lại rằng: "Tôi đã viết thật nhanh những gì tôi hiểu được về Bản hiến chương Cơ Đốc Magna Carta".

Ngày nay, Bản hiến chương Cơ đốc là một tài liệu lịch sử nổi tiếng đã được biên soạn ở Anh vào năm 1215. Đây là một trong những tài liệu chính trị đầu tiên nói chi tiết về quyền lợi của loài người. Cũng vậy, Bản hiến chương Cơ Đốc Magna Carta nói chi tiết về quyền lợi Phúc Âm mà mỗi người sẽ nhận được. Bản hiến chương này cho biết tất cả những gì được ngụ ý trong Đại Mạng Lệnh, như đã được nhìn thấy bởi những người tìm thấy ích lợi từ Tin lành của Nước Trời. Những người chưa biết Chúa Jêsus mong đợi gì từ những người đang tin theo Chúa Jêsus? Sáu điểm sau đây đưa ra câu trả lời toàn diện đầy thuyết phục vốn dĩ được nhìn thấy trong hành động và lời nói của Chúa Jêsus: "hễ các ngươi đã làm việc đó cho một người trong những người rất hèn mọn nầy của anh em ta, ấy là đã làm cho chính mình ta vậy" (Ma-thi-ơ 25:40).

Bản hiến chương Cơ Đốc Magna Carta

Loren Cunningham - 1981

Mỗi người trên đất được quyền:
1. Nghe và hiểu Phúc Âm của Đức Chúa Jêsus Christ,
2. Có Kinh Thánh trong tiếng mẹ đẻ của họ,
3. Thông công với Cơ Đốc nhân ở gần họ, có thể gặp gỡ hằng tuần, học Kinh Thánh và thờ phượng cùng với người khác trong thân thể của Đấng Christ,
4. Cho con cái của mình đi học trường Cơ Đốc theo Kinh Thánh,
5. Nhận được những nhu cầu thiết yếu trong đời sống như: thực phẩm, nước uống, quần áo, nhà cửa và chăm sóc sửa khoẻ,
6. Có đời sống toàn vẹn về thuộc linh, tâm trí, xã hội, cảm xúc và vật lý.

Bởi ân điển của Đức Chúa Trời, chúng ta kết ước hoàn thành giao ước này và sống vì sự vinh hiển của Ngài.

Ban lãnh đạo YWAM quốc tế kết ước vào năm 1981.

LỜI DI SẢN #4:
Chấm dứt Nạn đói Kinh Thánh – 1967

Lời di sản thứ tư là được đón nhận một cách nhiệt tình vào những ngày đầu của Thanh Niên Với Sứ Mạng khi giới trẻ chia sẻ Tin lành của Chúa Jêsus. Vào năm 1967, Loren đang dẫn dắt một đội gồm những người trẻ đi thực tập. Ông nói với chúng tôi rằng:

"Tôi đang đi cùng một đội YWAM từ Mê-xi-cô đến Trung Mỹ. Chúng tôi đã dừng lại tại một thị trấn phủ bụi của người Mê-xi-cô để vá xe. Trong khi vài người đang làm việc, thì số còn lại đi phát Phúc Âm Giăng cho từng nhà, rồi tổ chức một buổi truyền giảng ngoài trời.

Sau buổi nhóm, một phụ nữ mặc áo đỏ bạc màu đến gặp tôi. Tiếng Tây Ban Nha của tôi không tốt lắm, nhưng tôi hiểu cô ta nói gì: "Không có chỗ nào trong thị trấn này bán Kinh Thánh, những thị trấn xung quanh cũng vậy. Ông có quyển Kinh Thánh trong tiếng mẹ đẻ của tôi không?"

Tôi đã cố gắng tìm bằng được quyển Kinh Thánh tiếng Tây Ban Nha cho cô ta. Cô ấy ôm chặt quyển sách vào lòng rồi nói rằng: '¡Muchísimas gracias, señor!'

Khi chúng tôi rời đi, câu hỏi của người phụ nữ ấy cứ ám ảnh tôi. "Ông có quyển Kinh Thánh trong tiếng mẹ đẻ của tôi không?" Sau đó, một hình ảnh đột nhiên xuất hiện trước mắt tôi – Tôi tin rằng Kinh Thánh gọi đó là "sự hiện thấy". Tôi nhìn thấy một chiếc xe tải rất to – không phải cỡ vừa, nhưng giống như một chiếc xe tải rất to đang di chuyển. Bên hông xe có sơn máy chữ sau: "*Sólo los deshonestos temen la verdad. Santa Biblia, gratis*".

Tôi không rành tiếng Tây Ban Nha đủ để suy nghĩ bằng tiếng ấy, cho nên khi thấy được câu đó là một chuyện bất thường. Tôi đã chuyển ngữ từ tốn trong đầu mình câu này có nghĩa là: "Chỉ có kẻ giả dối mới sợ lẽ thật. Kinh Thánh miễn phí". Một suy nghĩ thật hay! Mấy chữ: "Chỉ có kẻ giả dối mới sợ lẽ thật" hoàn toàn mới lạ trong đầu tôi.

Khi khải tượng tiếp tục, tôi nhìn thấy những người trẻ đứng đằng sau xe để trao Kinh Thánh vào tay những người thiếu kiên nhẫn".

(Trích đoạn lấy từ Quyển sách Biến đổi các dân tộc của tác giả Loren Cunningham, (do Nhà xuất bản YWAM phát hành vào năm 2007) ở trang 159.

Khải tượng bắt đầu trở thành hiện thực khi những người trẻ đã phân phát 50,000 quyển Tân Ước cho các sinh viên trường đại học ở Mê-xi-cô vào mùa hè năm đó. Lần gặp gỡ người phụ nữ mặc váy đỏ bạc màu ấy đã trở thành dự án "Kinh Thánh cho Mê-xi-cô", sau này đã có nhiều dự án phân phát Kinh Thánh được ra đời ở hàng tá quốc gia trên thế giới.

Tại buổi hội thảo của UofN ở Singapore vào năm 2003, Loren đã đưa ra lời thách thức đầy hấp dẫn cho công tác truyền giáo mà ông đã nhận được từ nơi Chúa. Đó cũng là lúc YWAM nhận ra sự trượt dốc của công tác sứ mạng và chúng tôi đã chủ động quay trở lại với DNA mà Đức Chúa Trời đã ban cho để nhìn thấy một làn sóng sứ đồ mới ở khắp thế giới. Loren nói rằng: "Tôi khuyến khích anh chị em phát Kinh Thánh cho từng nhà trên thế giới đến năm 2020. Kinh Thánh cần phải có trong tiếng mẹ đẻ của họ và phải được gói gọn một cách dễ hiểu". Khi Loren được 85 tuổi vào năm 2020, tấm lòng của Loren cũng giống như Ca-lép được 85 tuổi rằng: "hãy ban cho tôi núi nầy" (Jos 14:12). Thử thách chấm dứt nạn đói Kinh Thánh đã bắt lấy tấm lòng của rất nhiều người.

Vào cuối năm 2014, Loren cùng với Darlene và một vài lãnh đạo YWAM khác đã đến thăm các lãnh đạo Tin lành, Anh giáo, Thiên Chúa giáo, Chính thống giáo quan trọng ở khắp nơi trên thế giới, để khích lệ họ làm hết sức có thể để giúp chấm dứt nạn đói Kinh Thánh. Đã có sự hiệp một rất lớn giữa vòng rất nhiều lãnh đạo có ảnh hưởng trong đề tài này. Kết quả là: "Giao ước Chấm dứt Nạn đói Kinh Thánh" được ra đời, kêu gọi Cơ Đốc nhân ở mọi nơi cầu nguyện, chuyển ngữ, xuất bản, phân phối, giáo dục và huy động mọi người dấn thân vào lĩnh vực Kinh Thánh.

Về tác giả

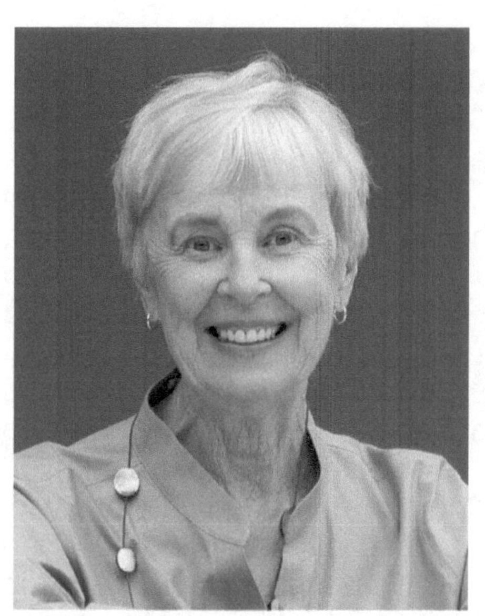 **Darlene Cunningham** là người đồng sáng lập Thanh Niên Với Sứ Mạng cùng chồng là Loren, đây là phong trào sứ mạng rất lớn hiện có mặt ở hơn 200 quốc gia. Bà cũng là Phó Hiệu trưởng Trường Đại học Các dân tộc của YWAM. Loren là người có tấm nhìn bao quát thì Darlene là đôi tay và tấm lòng của YWAM – bà là người thực hiện khải tượng và phát triển nhân lực.

Khi YWAM được 25 tuổi, Darlene bắt đầu xác định, làm rõ và dạy dỗ những niềm tin và các giá trị nền tảng của YWAM, bà là người rất nhiệt tình trong việc truyền thụ lại "DNA" thuộc linh của công tác sứ mạng cho thế hệ mới. Bà đã hướng dẫn rất nhiều chương trình đào tạo lãnh đạo của YWAM trong nhiều thứ tiếng ở sáu lục địa, tạo cơ hội cho những ai gặp khó khăn về địa lý, ngôn ngữ hay tài chính. Một trong những điều làm bà vui nhất đó là phát hiện ra tài năng lãnh đạo của những người nam và người nữ rồi giúp họ đạt được tiềm năng trọn vẹn ở trong Đức Chúa Trời.

Những người bạn thân thường mô tả về Darlene là người có "linh hướng tự nhiên" – phi tôn giáo, nhưng luôn làm đúng nguyên tắc và có đời sống tin kính. Bà là người yêu mến Chúa Jêsus và luôn giúp người khác nhìn thấy sự thành tín rất lớn của Ngài trong mọi hoàn cảnh.

Darlene và Loren hiện đang sống tại Kona, Hawaii, cùng với con gái là Karen, con trai là David và vợ là July cùng ba đứa cháu.

Về đội tác giả

Dawn Gauslin tham gia chuyến truyền giáo "Mùa hè xanh" của YWAM ở châu Âu vào năm 1972, cho đến hôm nay bà đã có kinh nghiệm phục vụ trong lĩnh vực huấn luyện, thương xót và truyền giáo ở hơn 75 quốc gia. Có kinh nghiệm làm việc tại nhiều quốc gia, trong vai trò lãnh đạo, và yêu mến mọi người từ nhiều nền văn hoá, Dawn đã chuyển tới sống tại Kona vào năm 1985 và bắt đầu phục vụ trong vai trò là trợ lý quốc tế của Darlene Cunningham. Bà góp phần trong việc hình thành "các giá trị" từ lúc ban đầu, giúp phân tích các khái niệm và tìm ra từ ngữ để truyền tải cốt lõi của YWAM. Bà đã cùng điều phối các chương trình đào tạo lãnh đạo, làm việc trong đội với Darlene và David Hamilton để giúp trang bị và phóng thích "thế hệ tiếp theo" trong vai trò lãnh đạo. Dawn lấy bằng cử nhân mục vụ Cơ Đốc của Trường Đại học Các dân tộc.

Sean Lambert sinh ra tại Fridley, Minnesota, tham gia YWAM vào năm 1979. Ông là Giám đốc Điều hành của YWAM San Diego/Baja. Ông và vợ là Janet đã tiên phong mục vụ Sứ mạng Mạo hiểm và Nhà Hy vọng, đây là hai chương trình của YWAM đã tiếp cận hơn 300,000 người ở 60 quốc gia. Sean phục vụ trong Uỷ ban Chấp hành của Trường Đại học Các dân tộc và cũng dự phần trong nhiều ban lãnh đạo quốc tế của YWAM.

David Joel Hamilton sinh ra và lớn lên ở Nam Mỹ, ông là con trai của gia đình giáo sĩ Giám lý. Ông là một học giả am hiểu Kinh Thánh và có lòng yêu mến Lời Chúa, ông phục vụ với tư cách là một trong các nhà biên tập nội dung thâm niên cho quyển *Học Kinh Thánh Tăng trưởng đời sống Cơ Đốc*. David còn là đồng tác giả quyển sách *Phụ nữ thì sao?* cùng với Loren Cunningham để tranh luận về đề tài phụ nữ trong sứ mạng, mục vụ và vai trò lãnh đạo. David đã lãnh đạo một đội để tạo ra ứng dụng *Kinh Thánh SourceView*, phiên bản mới nhất lần đầu tiên sau 500 năm có thể dùng để tìm kiếm tham khảo Kinh Thánh. Đây là ứng dụng nhấn mạnh về hình thức kể chuyện của Kinh Thánh, giúp Lời Chúa trở nên "sống động".

David phục vụ với tư cách Phó Chủ tịch của Trường Đại học Các dân tộc trong Uỷ ban Cải tiến Chiến lược. Ông còn phục vụ trong vài ban lãnh đạo cùng đồng công với YWAM và các tổ chức truyền gíao khác trong thế kỷ 21. David và vợ là Christine hiện đang sống tại Kona, Hawaii.

Mục vụ Tiên Phong

Chúng tôi chân thành cảm ơn quý độc giả đã tìm đọc sách Cơ Đốc do Mục vụ Tiên Phong chuyển ngữ và xuất bản theo sự cho phép của tác giả và các đối tác có liên quan.

Mục vụ Tiên Phong ra đời với tiêu chí *chuyển ngữ và xuất bản tài liệu Cơ Đốc để rao truyền sự vinh hiển của Đức Chúa Trời vì sự vui mừng của người Việt trong Đức Chúa Jêsus Christ*. Độc giả có thể tải sách miễn phí hoặc mua sách trực tiếp từ trang điện tử của chúng tôi. Hy vọng các tài liệu Cơ Đốc sẽ giúp ích cho đời sống của quý độc giả. Mọi thông tin chi tiết xin quý độc giả tìm hiểu thêm tại trang điện tử www.tienphong.org hoặc gửi thư điện tử cho chúng tôi theo địa chỉ info@tienphong.org.

Chúng tôi chuyển ngữ và xuất bản các tựa sách được cộng đồng Cơ Đốc tin dùng. Ao ước của chúng tôi là nhìn thấy Hội thánh được tăng trưởng và nhân rộng khắp mọi nơi, tôi con Chúa được trang bị bằng lẽ thật và sự tin kính, hầu cho danh Chúa được rao truyền giữa vòng người Việt và các dân tộc.

Mục vụ Tiên Phong

www.ingramcontent.com/pod-product-compliance
Lightning Source LLC
LaVergne TN
LVHW091443170726
843492LV00001B/9